பாரதிதாசன் பாடல்கள்

தொகுப்பு:
டாக்டர் தொ.பரமசிவன்

நியூ செஞ்சுரி புக் ஹவுஸ் (பி) லிட்.,
41-பி, சிட்கோ இண்டஸ்டிரியல் எஸ்டேட்,
அம்பத்தூர், சென்னை - 600 050.
☎: 044 - 26251968, 26258410, 48601884

Language: Tamil

BHARATHIDASAN PAADALGAL

Compiled: **Dr.Tho.Paramasivan**

First Edition: December,1993

Eleventh Edition: December, 2018

Twelfth Edition: January, 2023

Copyright: Publisher

No. of pages: xxiv + 534 = 558

Publisher:

New Century Book House Pvt. Ltd.,

41-B, SIDCO Industrial Estate,

Ambattur, Chennai - 600 050.

Tamilnadu State, India.

Email : info@ncbh.in

Online:www.ncbhpublisher.in

ISBN. 978 - 81 - 2340 - 217 - 8

Code No. A 693

₹ 150/-

Branches

Ambattur (H.O.) 044 - 26359906 **Spenzer Plaza (Chennai)** 044-28490027 **Trichy** 0431-2700885 **Pudukkottai** 04322- 227773 **Thanjavur** 04362-231371 **Tirunelveli** 0462-4210990, 2323990 **Madurai** 0452 2344106, 4374106 **Dindigul** 0451-2432172 **Coimbatore** 0422-2380554 **Erode** 0424-2256667 **Salem** 0427-2450817 **Hosur** 04344-245726 **Krishnagiri** 04343-234387 **Ooty** 0423 2441743 **Vellore** 0416-2234495 **Villupuram** 04146-227800 **Pondicherry** 0413-2280101 **Nagercoil** 04652-234990

பாரதிதாசன் பாடல்கள்

தொகுப்பு: **டாக்டர் தொ.பரமசிவன்**

முதல் பதிப்பு: டிசம்பர், 1993

பதினொன்றாம் பதிப்பு: டிசம்பர், 2018

பன்னிரண்டாம் பதிப்பு: ஜனவரி, 2023

அச்சிட்டோர் : பாவை பிரிண்டர்ஸ் (பி) லிமிடெட்.,

16 (142,) ஜானி ஜான் கான் சாலை, இராயப்பேட்டை, சென்னை - 14

☎: 044-28482441

All rights reserved. No part of this book may be reprinted or reproduced or utilised in any form or by any electronic, mechanical, or other means, now known or hereafter invented, including photocopying and recording, or in any information storage or retrieval system, without permission in writing from the publishers.

முன்னுரை

இருபதாம் நூற்றாண்டுத் தமிழ்க் கவிதை உலகம் இரண்டு தனி மனிதர்களுக்குப் பெரிதும் கடன் பட்டுள்ளது. ஒருவர் பாரதி, மற்றொருவர் பாரதிதாசன்.

கம்பனுக்குப் பிறகு குறைந்தது எட்டு நூற்றாண்டுக் காலம் தமிழ்க் கவிதை உலகம் தேங்கிப் போயிருந்தது. தேங்கிய நீரின் விளைவுகளான அழுக்கும், பாசியும் குறைவில்லாமல் இங்கே நிறைந்திருந்தன. இந்தத் தேக்கத்தை உடைத்தெறியும் முயற்சியில் பாரதியே தனிமனிதனாக நின்று மிகப் பெரிய வெற்றியைப் பெற்றார். அவர் பிறந்த காலமும், வாழ்ந்த சூழலும் அவருக்குத் துணை நின்றன. பாரதியின் 'இந்திய தேசியம்' அவர் கவிதைகளுக்கு உரம் சேர்த்தது. அதுவும் பாரதி பிறந்து வாழ்ந்த காலத்தின் ஆக்கமே.

பாரதிதாசன், பாரதியாரை நேரில் பழகி அறிந்தவர். 39 வயதில் பாரதி மறைந்து போனதால் அந்த நட்பு நீண்ட காலம் நீடிக்கவில்லை. தான் பாரதிக்குத் தாசனான கதையை

"சுப்பிர மணிய பாரதி தோன்றி என்
பாட்டுக்குப் புதுமுறை புதுநடை காட்டினார்"

என்று சுருக்கமாகச் சொல்லி வைக்கிறார் பாரதிதாசன். இருபதுகளின் நடுப்பகுதியில் பாரதியின் இந்திய தேசியமும் பக்தி நெறியும் பாரதிதாசனையும் பற்றிக் கொள்கின்றன. 'சுப்பிரமணியர் துதியமுது'ம் "கதர் ராட்டினப்பாட்டும்" இன்றளவும் அதிகமாக அறியப்படாத, பாரதிதாசனின் கவிதைப் படைப்புக் களாகும். இவையிரண்டும் பிறந்தது 1920 - களில்தான்.

இருபதாம் நூற்றாண்டின் கடைசி எல்லையில் நின்று நாம் காணுகின்ற பாரதிதாசன், தமிழ்த் தேசியத்தை வடித்தெடுத்தவர்களில் ஒருவராவர். அவர் வாழ்நாளின் பெரும்பகுதியும் அவர் கவிதைகளின் பெரும்பகுதியும் தமிழ்த் தேசிய வளர்ப்பிலேயே செலவிடப்பட்டன.

பாரதியின் இந்திய தேசியம் போலவே தாசனின் தமிழ்த் தேசியமும் 1880களிலேதான் கால் கொண்டது. 'திராவிடப்பாண்டியன்' என்ற பெயரில் அயோத்திதாச பண்டிதர் இதழ் ஒன்று தொடங்கியதும், 'ஆரியம் உலக வழக்கு அழிந்து ஒழிந்து' சிதைந்ததையும் 'தக்கணத்தில் வழக்கு அழிந்து ஒழிந்து' சிதைந்ததையும் 'தக்கணத்தில் திராவிட நல் திருநாடு சிறந்த'தையும் மனோன்மணீயச் சுந்தரனார் பாடியதும் இந்தக் கால கட்டத்தில்தான். தாதாபாய் நௌரோஜிக்குப் பின்னர் திலகரும், கோகலேயும், ரானடேயும் விவேகாநந்தரும் வளர்த்த இந்திய தேசியம் (1900-1920) தமிழ்நாட்டில் பாரதியையும், வ.உ.சியையும், திரு.வி.க.வையும் தன்னுள் ஏத்திக்கொண்டது. டாக்டர் நாயரும், தியாகராசரும், நடேச முதலியாரும் பெரியாரும் வளர்த்த திராவிடத் தேசியம் 1925-1950 தமிழகத்துப் பிராமணர் அல்லாதாரைத் தனக்குள் ஈர்த்துக் கொண்டது. ஆனால் மூலவர்களின் முயற்சிக்கு மாறாக அவர்கள் கற்பித்த திராவிட தேசியம் தமிழ்த் தேசியமாகவே ம்லர முடிந்தது.

இந்த வரலாற்றுப் பின்னணியில்தான் பாரதிதாசன் என்ற பெருங்கவிஞனை நம்மால் சரியாகப் புரிந்துகொள்ள முடியும்.

1920-களில் 'சுப்பிரமணியர் துதியமுதும்' 'கதர் ராட்டினப் பாட்டும்' பாரதிதாசனால் ஆக்கப்பட்டன. 1925-இல் காங்கிரசை விட்டு வெளியேறிய பெரியார்

1927-வரை கடவுள் நம்பிக்கை உடையவராகவே இருக்கிறார். 1930க்கு முன்னரே திராவிடர் இயக்க மூலவர்களான நடேச முதலியார், டாக்டர் நாயர், பிட்டி தியாகராசர் ஆகியோர் மறைந்து போகின்றனர். பெரியாரும், சிங்கார வேலரும் எஸ். ராமநாதனும் திராவிடர் இயக்கத்தை வளர்க்கத் தொடங்கினர். 1930களிலேயே திராவிடர் இயக்கம் சூடு பிடித்து வளரத் தொடங்கியது. 1920களில் தமிழ்நாட்டில் எதிர்ப்பின்றி வளர்ந்த காந்தியம் 1930இல் குத்தூசி குருசாமி துணைவியார் குஞ்சிதம் குருசாமி, பாரதிதாசனின் கவிதைகளின் முதல் தொகுதி நூலினைத் தம் பொறுப்பில் வெளியிடுகிறார். தேசிய இயக்கத்திற்குப் பாரதியைப் போலத் திராவிடர் இயக்கத்திற்குப் பாரதிதாசன் கிடைத்து விடுகிறார்.

பாரதிதாசன் முதல் கவிதைத் தொகுதி நூல் 'இயற்கை', 'காதல்', 'தமிழ்', 'பெண்ணுலகு', 'புதிய உலகம்', 'பன்மணித்திரள்' ஆகிய தொகுப்புக்களோடு வெளிவருகிறது. இந்தப் பகுப்புமுறை கவிஞருக்கு உடன்பாடு ஆனது என்பதால், இந்த நெறியிலேயே கவிஞரின் பாடல்களை நாம் அளவிடுவது தவறல்ல.

இயற்கை தன் மடியில் கிடக்கும் மனித குலம் முழுமையையும் தன்னை நோக்கி ஈர்க்கக்கூடிய ஆற்றல் வாய்ந்தது. பெருங்கவிஞர்கள் தங்கள் தேடலை இயற்கையின் மீது நிகழ்த்திக் காட்டுவதும் இயல்புதான். இயற்கையின் அழகைச் சுவைத்த பாரதிதாசன் அதை வியந்துரைப்பதற் காகவே 'அழகின் சிரிப்பு' என்ற தனியொரு நூலைப் படைத்தார். "இயற்கைப் பொருள்களைத் தாமே காணவும், கண்டவாறு சொல்லோவியம் தீட்டவும் திறம் பெறுதல் வேண்டும் தமிழர்கள். இச் சிறு நூல் அதற்கோர் முன்னுரை" என்று அந்நூலுக்கு முன்னுரை எழுதினார் பாரதிதாசன்.

ஆனால், பாரதிதாசன் இயற்கையைக் கண்டவாறு மட்டும் சொல்லோவியம் தீட்டிய கவிஞரல்லர். இயற்கையைச் சுவைக்கும் போதுகூட மானிடம் என்றொரு வாள் அவர் கையிலே இருந்தது.

புரண்டு விழும் கடலலைகளும் அவருக்குப் பள்ளிக்கூடத்து இளைஞர்களை நினைவூட்டின. புறாக்கள் கூடி உண்ணும் காட்சியில், மேல்கீழ் இல்லாத சமத்துவம் அவருக்குப் பாடமாகக் கிடைத்தது. கிராமத்து அழகைச் சுவைக்கும் மறுபுறம் கிராமத்தின் வறுமை அவரை உலுக்கிற்று. நகரம் அவருக்கு வெறுப்பைத் தந்தபோதும் அங்கே பெண் குழந்தைகள் பள்ளி செல்லும் காட்சி அவருக்கு நம்பிக்கையைக் கொடுத்தது. 'தென்னை மரத்தில் பின்னும் அழைக்கும் சிட்டும், 'கீச் சென்று கத்திக் கிளை ஒன்றில் ஓடி' காதல் செய்யும் அணிலும், வானைக் காதலிக்கும் முல்லைமலரும், கண்டு சுவைத்ததோடு அவர் சிந்தனை நின்று விடவில்லை. அது மனித குலத்தை நோக்கி விரிகிறது.

'கஞ்சி பறித்தார் - எழுங்
காதல் பறித்தார் - கெட்ட
வஞ்சகம் சேர் சின்ன மானிடச் சாதிக்கு
வாய்ந்த நிலை இதுவா'

என்று பாட்டை முடிக்கின்றார் கவிஞர். உணவுக்கான உரிமையையும் காதலுக்கான உரிமையையும் மனித குலம் இழந்து தவிக்கும் அவலம் ஒருபோதும் அவர் நெஞ்சைவிட்டு அகலவில்லை. மொழி, இனம் என்ற கட்டுக்குள் அடங்கியவர் பாரதிதாசன் என்று விமர்சனம் செய்வோருக்கு இந்தப் பாட்டில் தெரியும் மானிடச் சாதியின் விடுதலைக் குரலே மறுமொழி சொல்லும். நாடுகளையும் கண்டங்களையும்

தாண்டிப்பாயும் இந்தக் கவிதை மனிதகுலத்துக்கான கவிதையல்லவா?

"ஊடகத்தே வீட்டினுள்ளே கிணற்றோரத்தே
ஊரினிலே காதல் என்றால் உறுமுகின்றார்" என்று
காதலுக்கான விடுதலைக் குரல் கொடுத்தார் பாரதி.
பாரதிக்குப் பின்னர் ஏறத்தாழ கால் நூற்றாண்டுக்காலம்
அந்தக் கோட்பாட்டை மேலெடுத்துக் கொண்டு
சென்றது பாரதிதாசன் கவிதைகள்தாம்.

'காதல் அடைவது உயிர் இயற்கை - அது
கட்டில் அகப்படும் தன்மையதா"

என்று நறுக்கென்று கேட்கின்றார் பாரதிதாசன். காதல்
பற்றிய பாரதிதாசன் பார்வை மிக விரிவானது;
ஆழமானது. இளவயதினர் கொள்ளும் காதலில் உடல்
ஒரு ஊடகமாக அமைவது உண்மைதான். உடல்
தளர்ந்தும் ஓய்ந்தும் கிடக்க நேரிடும்போது கூட
நினைவளவில் மாறாத காதல் உணர்வு உலகத்தில் நாம்
காணும் காட்சிதான். சங்க இலக்கியம் தொடங்கி
20-ஆம் நூற்றாண்டு வரை அத்தகைய காதல்
உணர்வினை, முதியவர்கள் கொள்ளும் காதல்
உணர்வினை, உடம்பை மறுத்தும் மறந்தும் நிற்கும்
காதல் உணர்வினை 'முதியோர் காதல்' என்று
தலைப்பிட்டுப் பாடிய கவிஞர் வேறு யாரும் இல்லை.
ஏனெனில் காதல் என்பது

"சாதலும் வாழ்தலும் அற்ற இடம் - அணுச்
சஞ்சல மேனும் இல்லாத இடம்,
மோதலும் மேவலும் அற்ற இடம் - உளம்
மொய்த்தலும் நீங்கலும் அற்ற இடம்.

இளையவர்களின் காதல் இன்பத்தைப்
பாரதிதாசன் அடையாளம் காட்டும் முறை இதுவாகும்.
இந்தக் காதல் உணர்வு முதுமையிலே எப்படிக்

கனிகிறது? கண்ணும் காலும் கையும் ஓய்ந்த முதுமையிலே 'மறவனைச் சுமக்கும் என்றன் மனம். மட்டும் ஓயவில்லை' என்கின்றாள் அந்தப் பாட்டி. 'எது எனக்கின்பம் நல்கும் அவள் இருக்கிறாள் என்பதொன்றே என்கின்றார் அந்த முதியவர்.

தமிழ் என்ற சொல் பாரதிதாசனைப் பொறுத்த வரை ஒரு மந்திரச் சொல்லாகும். அவ்ருக்கு உணவும் உடையும் உயிர்மூச்சும் அதுதான்; தமிழ் அவருக்குக் காதலி, மனைவி, தாய்; ஏன்? 'துய்யநற் றமிழ் சாராயம்'' என்று கூடச் சொல்வார். தமிழ் அவருக்கு 'உயிருக்கு நேர்; சுடர் தந்த தேன். மண்ணுலகில் அறங்காக்கும் தமிழ்' சுருக்கமாகச் சொல்வதானால் அது எங்கணும் நிறைந்த தெய்வதம்.

பாரதிதாசனின் தமிழ் உணர்வைப் புரிந்து கொள்ள வேண்டுமானால் தமிழகச் சூழலுக்கு வெளியிலேயும் செல்ல வேண்டும். அரசியல் சமூக ஒடுக்குமுறைகளிலும், அவற்றை எதிர்த்து எழுகின்ற விடுதலைப் போராட்டங்களிலும், மொழி வகித்த இடத்தை உலகின் பல இனத்து மக்களிடமும் காண முடியும். கௌதம புத்தரின் பாலிமொழி உணர்வு, வட மொழி எதிர்ப்பின் விளைவுதானே? அரபி மொழியின் ஆதிக்கத்திலிருந்து துருக்கி மொழியைக் காப்பாற்றுவதும் கமால்பாட்சாவின் வேலையாக இருந்தது. கொரியர்களின் சப்பானிய வல்லாண்மை எதிர்ப்பு சப்பானிய மொழி எதிர்ப்பாகவும் வெளிப்பட்டது. இவையெல்லாம் பாரதிதாசனின் வடமொழி எதிர்ப்புக்கும், இந்தி எதிர்ப்பிற்கும் தனித்தமிழ் உணர்வுக்குமான வரலாற்று நியாயங்களை நமக்கு உணர்த்தும் சான்றுகளாகும்.

மானுடத்தில் பாதியாக இருக்கின்ற பெண்ணினம் பற்றிய பாரதியின் கவலையைப் பாரதிதாசனும்

பகிர்ந்து கொண்டார். பெண்ணினத்தின் விடுதலையில் பெண் கல்விக்கு உரிய பங்கினைப் பாரதியைப் போலவே தாசனும் தம் கவிதைகளில் உயர்த்திப் பிடித்தார். பெண்ணுரிமை குறித்துப் பாரதி சற்றே தயங்கிய இடம் ஒன்று உண்டு. அது விதவை மறுமணம், ஆனால் விதவை மறுமணம் குறித்துப் பாரதிதாசன் வெம்மையும் வேகமும் நிறைந்த பல கவிதைகளைத் தந்திருக்கிறார். ஈராயிரம் ஆண்டு தமிழ்க் கவிதை வரலாற்றில் பாரதிதாசன் படைத்த பெண் மட்டுமே; "புண்ணிற் சரம் விடுக்கும் பொய்ம்மதத்தின் கூட்டத்தைக் கண்ணிற் கனல்சிந்திக் கட்டழிக்க வந்த" வளாகவும்

> **"தெய்விகத்தை நம்பும் திருந்தாத பெண்குலத்தை**
> **உய்விக்க வந்த"வளாகவும் காட்சி தருகிறாள்.**

'சஞ்சீவி பர்வதத்தின் சாரலி'லும் 'சேசு பொழிந்த தெள்ளமுது' கவிதையிலும் ஆணிற்கு அறிவுரை சொல்பவளாகவும் பெண் காட்சி தருகிறாள்.

குடும்ப அமைப்பின் ஆதார அச்சாகப் பெண் விளங்குவதைக் கண்ட பாரதிதாசன் குடும்ப அமைப்பின் மாற்றங்களைப் பெண்ணே கொண்டு வரவேண்டும் என்று விரும்பினார்.

பாரதிக்குக் கிடைத்த தேசிய இயக்கப் பிற்புலத்தை விட பாரதிதாசனுக்குக் கிடைத்த திராவிட இயக்கப் பிற்புலம் வேகம் மிகுந்ததாகும்; அங்கீகாரம் பரவலானதாகும். பாரதிதாசனுக்குக் கவிதை வழிகாட்டி பாரதி. ஆனால் பாரதிதாசன் தலைவராகக் கண்டதும் கொண்டதும் பெரியார் ஒருவரைத்தான். கவிதை, இலக்கியம், கவிஞர்கள்,- இவை குறித்து பெரியாருக்கு உயர்ந்த கருத்தோட்டம் எதுவும் கிடையாது. இருப்பினும் பெரியாரின் கொள்கைகளை அப்படியே கவிதை ஆக்கினார் பாரதிதாசன்.

ஏனென்றால் பெரியார் அவருக்குச் சுய மரியாதையின் சின்னம்; சிறுமைக்குத் தலை வணங்காத மாமனிதர்.

> "வயதில் அறிவில் பெரியார் - நாட்டின்
> வாய்மைப் போருக்கு என்றுமே இளையார்"
> "மண்டைச் சுரப்பை உலகு தொழும் - அவர்
> மனக் குகையில் சிறுத்தை எழும்"

என்பவை பெரியாரைப் பற்றிய அவரது மனச் சித்திரங்கள். சமூக விடுதலைக்கான கலகக்காரரான பெரியார் போராட்ட உணர்வு கொண்ட பாரதிதாசனை ஈர்த்ததில் வியப்பில்லை. பாரதிதாசனின் பார்ப்பானிய எதிர்ப்பு, தமிழர் விடுதலை, சாதி மத எதிர்ப்பு, திராவிடர் பழம் பெருமை, கடவுள் மறுப்பு ஆகியவற்றை இந்தப் பின்னணியிலேயே நாம் புரிந்து கொள்ள வேண்டும்.

முதலும் இறுதியுமாகப் பாரதிதாசன் சமூக விடுதலைக்கான கவிஞர் ஆவார். 'பண்ணிகர் தெலுங்கு', 'கன்னல்நிகர் கன்னடம்' என்று அவருக்குப் பிற திராவிட மொழிகளைப் பாராட்டவும் தெரியும். தமிழிசை இயக்கத்திற்காகக் குரல் கொடுக்கும்போது "தெலுங்கினிலே பாடிடும் ஓர் தமிழன் செய்கை தகாதென்றா நினைக்கின்றார் தமிழகத்தார்?" என்று எதிர்ப்புக் குரல் கொடுக்கவும் தெரியும். "பார்ப்பான் தின்னப்பார்ப்பான்; கெடுக்கப்பார்ப்பான்" என்று கசப்பைக் கொட்டவும் முடியும்; தமிழுக்குத் தகும் உயர்வளித்த பாரதி, என்னும் 'ஐயர்' கவிதைக்கு இழுக்கும் கற்பித்தால் வெகுண்டெழுந்து போராடவும் முடியும்.

> "கடையர் செல்வர் என்ற பேதம்
> கடவுள் பேர் இழைத்ததே"

என்றும் பாடுவார். வடமொழியும் தெலுங்கும் ஆதிக்கம் செலுத்திய காலத்தில் குமரகுருபரரின் தமிழ் 'அமுதப் பாட்டிற்கு மீனாட்சி அம்மை முத்து மாலை பரிசளித்தால், அவளைத் 'தொழும் சீமாட்டி' என்று புகழவும் முடியும். பாரதிதாசன் பாடல்களில் (கணிசமான) ஒரு பாதிப் பாடல்கள் எதிர்ப்புணர்வைக் காட்டக் கூடியவை. மறுபாதி ஒடுக்குமுறைக்கு உட்பட்ட மொழியையும் நாட்டையும் இனத்தையும் புகழக் கூடிய பாடல்கள் ஆகும்.

பாரதிதாசனின் எதிர்ப்புப் பாடல்களும் போற்றிப் பாடல்களுமாகிய அனைத்துமே சமூக விடுதலையைக் குறிக்கோளாகக் கொண்டு பிறந்தவையாகும். அந்தச் சமூகவிடுதலை தமிழ்ச் சமூக விடுதலை மட்டுமன்று. அது மானுட விடுதலையின் ஒரு கூறு ஆகும். பாரதிதாசன் மானுட விடுதலைக் கவிஞர்!

"எங்கும் பாரடா இப்புவி மக்களைப்
பாரடா உனது மானிடப்பரப்பை
பாரடா உன்னுடன் பிறந்த பட்டாளம்
என்குலம் என்றுனைத் தன்னிடம் ஒட்டிய
மக்கட் பெருங்கடல் பார்த்து மகிழ்ச்சிகொள்
அறிவை விரிவு செய்; அகண்ட மாக்கு,
விசாலப் பார்வையால் விழுங்கு மக்களை
அணைந்து கொள்! உன்னைச் சங்கமமாக்கு
மானிட சமுத்திரம் நானென்று கூவு!
பிரிவிலை எங்கும் பேதமில்லை.
உலகம் உண்ண உண்! உடுத்த உடுப்பாய்
புகல்வேன்; உடைமை மக்களுக்குப் பொது
புவியை நடத்து பொதுவில் நடத்து!"

ஆம். பாரதிதாசன் மானுட விடுதலை பாடிய கவிஞர்!

-பேரா.தொ.பரமசிவன்

பாவேந்தர் பாரதிதாசன்

(சுரதாவின் 'தேன் மழை' தொகுப்பில் உள்ள கவிதை)

பங்காரு பத்தரிடம் பயின்று மீசை
    பாரதியைப் பின்பற்றி நடையை மாற்றிச்
சிங்கார வேலவனைப் பாடிப் பின்னர்
    சீர்திருத்தத்துறை கண்டு பெரியாருக்கோர்
நங்கூரம் போன்றிருந்து, பிரிந்து, காஞ்சிநகர்
நல்லறிஞர் கழகத்தாற் பெருமை பெற்று
தங்காமல் விரைந்தோடும் நீர்போல் ஓடித்
தரித்திரத்தில் சரித்திரத்தை
        முடித்துக்கொண்டார்

உள்ளுறை

தொகுதி-1

காவியம்

1. சஞ்சீவி பர்வதத்தின் சாரல் 1
2. புரட்சிக் கவி 15
3. வீரத்தாய் 33

இயற்கை

4. மயில் 46
5. சிரித்த முல்லை 47
6. உதயசூரியம் 47
7. காடு 48
8. கானல் 49
9. மக்கள் நிலை 50
10. காட்சி இன்பம் 52

காதல்

11. மாந்தோப்பில் மணம் 54
12. காதற் கடிதங்கள் 56
13. காதற் குற்றவாளிகள் 58
14. எழுதாக் கவிதை 59
15. காதற் பெருமை 61
16. காதலைத் தீய்த்த கட்டுப்பாடு 64
17. தலைவி காதல் 66
18. விரகதாபம் 67

தமிழ்

19. தமிழின் இனிமை 68
20. இன்பத் தமிழ் 69
21. தமிழ் உணவு 70
22. தமிழ்ப்பேறு 72
23. எங்கள் தமிழ் 73
24. தமிழ் வளர்ச்சி 73

25. தமிழ்க்காதல் 74
26. எந்நாளோ? 74
27. சங்கநாதம் 77
28. தமிழ்க் கனவு 77

பெண்ணுலகு

29. பெண்களைப் பற்றி பெர்னாட்ஷா 79
30. கைம்மைப்பழி 80
31. கைம்மைக் கொடுமை 81
32. மூடத்திருமணம் 82
33. எழுச்சியுற்ற பெண்கள் 84
34. குழந்தை மணத்தின் கொடுமை 86
35. பெண்ணுக்கு நீதி 87
36. கைம்பெண் நிலை 88
37. இறந்தவன்மேற் பழி 89
38. கைம்மைத் துயர் 90
39. கைம்மை நீக்கம் 91
40. தவிப்பதற்கோ பிள்ளை? 92
41. ஆண் குழந்தை தாலாட்டு 94
42. பெண் குழந்தை தாலாட்டு 95

புதிய உலகம்

43. உலக ஒற்றுமை 97
44. பேரிகை 97
45. தளை அறு! 98
46. கூடித் தொழில் செய்க 100
47. தொழிலாளர் விண்ணப்பம் 101
48. வாழ்வில் உயர்வு கொள் 103
49. மாண்டவன் மீண்டான் 105
50. ஆய்ந்து பார் 106
51. மானிடச் சக்தி 108
52. முன்னேறு 109

53. உலகப்பன் பாட்டு 109
54. உலகம் உன்னுடையது 111
55. சாய்ந்த தராசு 112
56. வியர்வைக் கடல் 113
57. நீங்களே சொல்லுங்கள்! 115
58. புதிய உலகு செய்வோம்! 117
59. பலிபீடம் 117
60. சகோதரத்துவம் 118
61. சேசு பொழிந்த தெள்ளமுது 119

பன்மணித்திரள்

62. தமிழ்நாட்டிற் சினிமா 122
63. புத்தக சாலை 124
64. வாளினை எடடா! 125
65. வீரத்தமிழன் 126
66. சைவப்பற்று 127
67. எமனை எலி விழுங்கிற்று 129
68. சுதந்தரம் 130
69. நம்மாதர் நிலை 131
70. ஏசுநாதர் ஏன் வரவில்லை? 131
71. கடவுள் மறைந்தார் 132
72. உன்னை விற்காதே! 133
73. பத்திரிகை 134
74. யாத்திரை போகும் போது 136
75. பூசணிக்காய் மகத்துவம் 136

தொகுதி - 2

திராவிட நாட்டுப்பண்
சிறுகாப்பியம்
1. போர் மறவன் 139
2. ஒன்பது சுவை 142
3. காதல் வாழ்வு 147

இயற்கை

4. இயற்கைச் செல்வம் 152
5. அதிகாலை 153
6. வானம்பாடி 153
7. மாவலிபுரச் செலவு 154
8. இரு சுடரும் என் வாழ்வும் 157
9. தென்றல் 158

காதல்

10. தொழுதெழுவாள் 160
11. சொல்லும் செயலும் 162
12. இருவர் ஒற்றுமை 163
13. பந்துபட்ட தோள் 164
14. தன்மான உலகு 165
15. மெய்யன்பு 166
16. பெற்றோர் இன்பம் 167
17. பணமும் மணமும் 170
18. திருமணம் 172

கருத்துரைப்பாட்டு

19. தலைவன் கூற்று 173
20. தலைவி கூற்று 173
21. தோழி கூற்று 174
22. கதவு பேசுமா? 174

பாரதி

23. புதுநெறி காட்டிய புலவன் 175
24. தேன் கவிகள் தேவை 181
25. பாரதி உள்ளம் 183
26. மகாகவி 184
27. செந்தமிழ் நாடு 187
28. திருப்பள்ளியெழுச்சி 188
29. நாடகவிமர்சனம் 188

திராவிட நாடு
30. இனப்பெயர் 190

திராவிடன்
31. திராவிடன் கடமை 193
32. அது முடியாது 194
33. பிரிவு தீது 194
34. உணரவில்லை 195
35. உயிர் பெரிதில்லை 196
36. இனி எங்கள் ஆட்சி 197
37. தமிழனுக்கு வீழ்ச்சியில்லை 197
38. தமிழன் 198
39. பகை நடுக்கம் 199
40. கூவாய் கருங்குயிலே 200
41. தமிழர்களின் எழுதுகோல் 201
42. இசைத்தமிழ் 202
43. சிறுத்தையே வெளியில் வா 203
44. தீவாளியா? 204
45. பன்னீர்ச் செல்வம் 204

பன்மணித்திரள்
46. அறம் செய்க 207
47. கற்பனை உலகில் 208
48. குழந்தை 209
49. தொழில் 210
50. குழந்தைப் பள்ளிக் கூடம் தேவை 212
51. கடவுளுக்கு வால் உண்டு 213
52. மலையிலிருந்து 213
53. எந்த நாளும் உண்டு 214
54. பெண் குரங்குத் திருமணம் 214
55. கற்பின் சோதனை 215
56. தலையுண்டு! செருப்புண்டு! 216
57. எண்ணத்தின் தொடர்பே! 216

58.	சங்கங்கள்	217
59.	குடியானவன்	220
60.	மடமை ஓவியம்	223
61.	நாடகம் சினிமா நிலை	224
62.	படத்தொழிற் பயன்	225
63.	வள்ளுவர் வழங்கிய முத்துக்கள்	227
64.	இசை பெறு திருக்குறள்	228
65.	வாழ்வு	231
66.	கொட்டு முரசே	232

தொகுதி - 3

1.	கடல் மேற் குமிழிகள்	233
2.	அமிழ்து எது?	304
3.	அகத்தியன் விட்ட புதுக்கரடி	314
4.	நல்ல முத்துக் கதை	319
5.	ஏற்றப்பாட்டு	343

திராவிட நாட்டு வாழ்த்து
திராவிடர் திருப்பாடல்

6.	காலைப்பத்து	357
7.	விடுதலைப்பாட்டு	360
8.	இராப்பத்து	361
9.	திராவிடர் ஒழுக்கம்	364
10.	அன்னை அறிக்கை (திராவிடம்)	367
11.	சமத்துவப் பாட்டு	369
12.	ஆலய உரிமை	385
13.	ஞாயமற்ற மறியல்	390
14.	புரட்சித் திருமணத் திட்டம்	393

தொகுதி – 4

காதல் கவிதைகள்

1. பொன் அத்தான் 401
2. நினைவு வராதா? 402
3. இது மறதியா? 403
4. மறப்பதெப்படி? 404
5. அழுதேன்! பிறகு சிரித்தேன் 405
6. ஒருத்தனுக்கு ஒருத்தி 405
7. அவள் துடிப்பு 406
8. அவன் வராத போது 407
9. பொழுது விடியவில்லை 408
10. நேயனை அழைத்து வா 409
11. நானா? அவளா? 409
12. தவளை போல் குதிக்காதீர்! 410
13. அவன் எனக்குத்தான் 411
14. தென்றல் செய்த குறும்பு 412
15. தோழியே சொல்வாய்! 412
16. தீராதோ காதல் நோய்? 413
17. திருமணம் எனக்கு! 414
18. முத்து மாமா 414
19. அறுவடைப்பாட்டு 415
20. மணக்க என்றான்! 416
21. இன்பத்தில் துன்பம்! 416
22. சேவலைப் பிரிந்த அன்றிற்பேடு 417
23. மணவாளனைப் பறிகொடுத்த
    மங்கை அழுகின்றாள் 418
24. சாவை நீக்கு 418
25. நீ எனக்கு வேண்டும் 419
26. இன்பம் அனைத்தும்! 420
27. தொல்லை தீர்க்கலாம் 420
28. உன் எண்ணம் கூறு! 421
29. வந்தேன் நான்: நீ இல்லையே! 422

30. அவளில்லையே!	423
31. திருக்குறள் படித்தாள்	423
32. பறந்தது கிளியே!	424
33. அவளையா மணப்பேன்?	425
34. சிரிப்பே குத்தகைச் சீட்டு	425
35. அவளும் நானும்!	426
36. இரும்பினும் பொல்லா நெஞ்சினள்	427
37. ஓட்டாரம் செய்வது?	428
38. வந்தாள்!	429
39. இவள்?... தேன்!	429
40. கனியே, நாம் தன்னந்தனி!	430
41. வண்ணத் தமிழாள்	431
42. பாரதி போல்வாள்!	433
43. வீடும் பாலையே!	433
44. பிணித்தது வெற்றி! பிடிபட்டது யானை	434
45. வருவார் என்பதால் இருந்தேன்!	434
46. தமிழ் மகளே வேண்டும்!	434
47. கற்பே உயிர்...	435
48. சோறல்ல கோவைப் பழம்	436
49. வண்டி முத்தம்	437
50. அவனும் அவளும்	438
51. வண்டும் வேங்கையும்	439
52. இன்பம் எங்கும் இன்பம்!	440
53. தேனமுதே!	440
54. மகிழ்ச்சி வேண்டுமா?	441
55. மகளே வாழ்க!	442
56. எதிர்பார்க்கும் ஏந்திழை	443
57. அன்பன் வந்தால் அப்படி!	444
58. தோப்புக்குள்ளே மாப்பிள்ளை	445
59. அயல்மனை விரும்பியவன் பட்டபாடு	446
60. அவள் அடங்காச் சிரிப்பு	447

61. பள்ளிக்குப் போகும் புள்ளிமான் 448
62. இன்றைக்கு ஒத்திகை 449
63. பேசுவதற்குத் தமிழின்றிக் காதலின்பம் செல்லுமோ? 450
64. இன்பம் 452
65. பச்சைக்கிளி 456
66. பால்காரன்பால் அன்பு 459
67. நிலவு சிரித்தது 459
68. காதல் வலியது போலும்! 460

நாடு

69. தமிழகம் 461
70. எழில்மிகு தமிழ்நாடு 462
71. விடுதலை ஆசை 463
72. நாட்டியல் நாட்டுவோம் 464
73. வள்ளுவர் வழி 468
74. துன்ப உலகிலும் தொண்டு 469
75. தோழனே! உன்னிடம் சொல்வேன்! 470
76. புத்தர் புகன்றார் 471
77. நன்று இது - தீது எது? 472
78. எது கலை? 473
79. இது கலை! 475
80. ஒழுக்கம் விழுப்பந் தரும்! 475
81. ஏன் நரைக்கவில்லை? 477
82. குட்டி நிலாவும் வட்ட நிலாவும் 478
83. கடன்பட உடன்படேல்! 479
84. கருத்தடை மருத்துவ மனையில் ஒருத்தி வேண்டுகோள் 480
85. அரசினரே நடத்த வேண்டும்! 481
86. நிலையானது புகழ் ஒன்றே! 481
87. கையேந்துவார் மகிழ்ச்சி, கடவுள் மகிழ்ச்சி 482
88. நம்பிக்கை வைத்தான் 484

89. எவர்சில்வர் ஏனம் 486
90. ஏய்க்கின்றாரே! 486
91. சாவதற்கு மருந்து உண்டோ! 487
92. மக்கள் நிகர் 488
93. உழைப்பவரும் ஊராள்பவரும் 489
94. புத்துணர்வு பெறுவீர்! 490
95. தொழில் 491
96. நலம் தேடு! 491
97. புத்தர் புகன்றார் இல்லை! 491
98. தமிழன் 493
99. நாம் தமிழர் என்று பாடு! 493
100. ஒற்றுமைப்பாட்டு 494
101. கொட்டடா முரசம் 495
102. மிடிமை தீரக் கடமை புரிவீர்! 496
103. எவன் தமிழன் 497
104. மாணவர் ஒற்றுமை 497
105. குரங்கிலிருந்து மனிதனா? 498
106. தூங்கும் புலி எழுந்தது! 500
107. புலிக்கு நாய் எந்த மூலை! 501
108. வீட்டுக் கொழியும் காட்டுக்கோழியும் 502
109. சீனாக்காரன் தொலைந்தான் 505
110. அழைப்பு 506
111. உலகின் அமைதியைக் கெடுக்காதே! 507
112. முனையிலே முகத்து நில்! 508

கதர் இராட்டினப் பாட்டு

113. பாரத தேவி 512
114. ஜன்ம பூமியின் சிறப்பு 512
115. காந்தியடிகளும், கதரும் 512
116. சுதந்திரதேவியும் கதரும் 514

117. தேசத்தாரின் பிரதான வேலை 515
118. இராட்டினச் சிறப்பு 518
119. அன்னைக்கு ஆடை வளர்க 519
120. பாரதேவி வாழ்த்து 521
121. முன்னேறு 522
122. சுயமரியாதை எக்காளம் 523
123. பெண்கள் பாட்டு 524
124. பிள்ளைப்பாட்டு 525
125. வாழ்க திராவிடம் 526
126. பாரீஸ் விடுதலை விழா! 528
127. என் கருத்தில் 531
128. தீவாளியா? 531
129. கூதிர் விழா 533

தொகுதி-1

காவியம்

1. சஞ்சீவி பர்வதத்தின் சாரல்

குயில் கூவிக் கொண்டிருக்கும்; கோலம் மிகுந்த
மயிலாடிக் கொண்டிருக்கும்; வாசம் உடைய நற்
காற்றுக் குளிர்ந்தடிக்கும்; கண்ணாடி போன்ற நீர்
ஊற்றுக்கள் உண்டு; கனி மரங்கள் மிக்க உண்டு;
பூக்கள் மணங் கமழும்; பூக்கள் தொறும் சென்று தேன்
ஈக்கள் இருந்தபடி இன்னிசை பாடிக் களிக்கும்;
வேட்டுவப் பெண்கள் விளையாடப் போவதுண்டு;
காட்டு மறவர்களும் காதல் மணம் செய்வதுண்டு;
நெஞ்சில் நிறுத்துங்கள்; இந்த இடத்தைத் தான்
சஞ்சீவி பர்வதத்தின் சாரல் என்று சொல்லிடுவார்.

சஞ்சீவி பர்வதத்தின் சாரலிலே ஓர் நாளில்
கொஞ்சம் குறைய மணி நான்காகும் மாலையிலே
குப்பன் எனும் வேடக் குமரன் தனியிருந்து
செப்புச் சிலை போலே தென் திசையைப்பார்த்தபடி
ஆடா தசையாமல் வாடி நின்றான். சற்றுப்பின்,
வாடாத பூமுடித்தவஞ்சி வரக் கண்டான்.
வரக்கண்டதும் குப்பன் வாரி அணைக்கச்
சுரக்கின்ற காதலொடு சென்றான் -'தொடாதீர்கள்!'
என்று சொன்னாள் வஞ்சி, இளையான் திடுக்கிட்டான்.

குன்று போல் நின்றபடி குப்பன் உரைக்கின்றான்
'கண்ணுக்குள் பாவையே! கட்டமுதை நான் பசியோடு
உண்ணப்போம் போது நீ ஓர் தட்டுத் தட்டிவிட்டாய்!
தாழச் சுடு வெய்யில் தாளாமல் நான் குளிர்ந்த
நீழலைத் தாவும் போது நில் என்று நீ தடுத்தாய்!
தொட்டறிந்த கையைத் தொடாதே என்றாய்! நேற்றுப்
பட்டறிந்த தேக சுகம் விட்டிருக்கக் கூடுவதோ?
உன்னோடு பேச ஒரு வாரம் காத்திருந்தேன்;
என்னோடு முந்தா நாள் பேச இணங்கினாய்!
நேற்றுத்தான் இன்பக்கரை காட்டினாய்! இன்று
சேற்றிலே தள்ளி விட்டாய்! காரணமும் செப்பவில்லை!

என்றுரைக்கக் கேட்ட இளவஞ்சி, 'காதலரே!
அன்று நீர் சொன்னபடி அவ்விரண்டு மூலிகையைச்
சஞ்சீவி பர்வதத்தின் தையலெனைக் கூட்டிப்போய்க்
கொஞ்சம் பறித்துக் கொடுத்தால் உயிர் வாழ்வேன்.
இல்லையென்றால் ஆவி 'இரா' தென்றாள். வேட்டுவன்
'கல்லில் நடந்தால் உன் கால் கடுக்கும்' என்றுரைத்தான்.
'கால் இரண்டும் நோவதற்குக் காரணமில்லை. நெஞ்சம்,
மூலிகை இரண்டின்மேல் மொய்த்திருப்பதால்' என்றாள்
'பாழ் விலங்கால் அந்தோ! படுமோசம் நேரும்' என்றான்.

'வாழ்வில் எங்கும் உள்ளது தான் வாருங்கள்! என்றுரைத்தாள்.
'அவ்விரண்டு மூலிகையின் அந்தரங்கம் அத்தனையும்,
இவ்விடத்திற் கேட்டுக்கொள்' என்றுரைப்பான் குப்பன்.
'ஒன்றைத்தின்றால் இவ்வுலக மக்கள் பேசுவது
நன்றாகக் கேட்கும், மற்றொன்றை வாயில் போட்டால்
மண்ணுலகக் காட்சி எலாம் மற்றிங்கிருந்தபடி
கண்ணுக்கெதிரிலே காணலாம். சொல்லி விட்டேன்;
ஆதலால் மூலிகையின் ஆசை தணி' என்றான்;
'மோதிடுதே கேட்ட பின்பு மூலிகையில் ஆசை' என்றாள்;
'என்னடி! பெண்ணே நான் எவ்வளவு சொன்னாலும்
சொன்னபடி கேட்காமல் தோஷம் விளைக்கின்றாய்;

பெண்ணுக்கிது தகுமோ? வண்ண மலர்ச் சோலையிலே,
எண்ணம் வேறாகி இருக்கின்றேன் நான்' என்று
கண்ணை அவள் கண்ணிலிட்டு கையேந்தி நின்றிட்டான்.
பெண்ணுக்குப் பேச்சுரிமை வேண்டாம் என்கிறீரோ?
மண்ணுக்கும் கேடாய் மதித்தீரோ பெண்ணினத்தை?
பெண்ணடிமை தீருமட்டும் பேசுந்திருநாட்டு
மண்ணடிமை தீர்ந்து வருதல் முயற்கொம்பே.
ஊமை என்று பெண்ணை உரைக்கு மட்டும் உள்ளடங்கும்
ஆமை நிலைமை தான் ஆடவர்க்கும் உண்டு.
புலன் அற்ற பேதையாய்ப் பெண்ணைச் செய்தால் அந்
நிலம் விளைந்த பைங்கூழ் நிலைமையும் அம்மட்டே
சித்ர நிகர் பெண்டிர்களைச் சீரழிக்கும் பாரதநற்
புத்ரர்களைப் பற்றியன்றோ பூலோகம் தூற்றுவது?
சற்றுத் தயங்கேன் தனியாய்ச் சஞ்சீவி மலை
உற்றேறி மூலிகையின் உண்மை அறிந்திடுவேன்;
மூலிகையைத் தேட முடியாவிட்டால், மலையின்
மேலிருந்து கீழே விழுந்திறக்க நானறிவேன்.
ஊரிலுள்ள பெண்களெல்லாம் உள்ளத்தைப் பூர்த்தி செயும்
சீரியர்க்கு மாலையிட்டுச் சீரடைந்து வாழ்கின்றார்.
தோகை மயிலே! இதை நீ கேள் சொல்லுகிறேன்.
நாகம் போல் சீறுகின்ற நாதரிடம் சொல்லிவிடு.
பச்சிலைக்குச் சஞ்சீவி பர்வதம் செல்வேன்' என்றாள்.

'அச்சுப் பதுமையே! ஆரணங்கசே! நில்லேடி!
நானும் வருகின்றேன் நாயகியே! நாயகியே!
ஏனிந்தக் கோபம்? எழிலான காதலியே!'
என்று குப்பன் ஓடி இளவஞ்சியைத் தழுவி
நின்றான். இளவஞ்சி நின்று மகிழ்வுற்றாள்.
'அவ்விரண்டு மூலிகையில் ஆரணங்கே நீ ஆசை
இவ்வளவு கொண்டிருத்தல் இப்போது தான் அறிந்தேன்
கூட்டிப் போய்ப் பச்சிலையைக் கொய்து தருகின்றேன்;
நீட்டாண்மைக்காரி! எனக்கென்ன நீ தருவாய்?'
என்று மொழிந்தான் எழுங்காதலால் குப்பன்.

'முன்னே இலை கொடுத்தால் முத்தம் பிற' கென்றாள்.
'என் கிளியே நீ முத்தம் எத்தனை ஈவாய்?' என்றான்.
'என்றன் கரத்தால் இறுக உமைத் தழுவி
நோகாமல் முத்தங்கள் நூறு கொடுப்பேன்' என்றாள்
'ஆசையால் ஓர் முத்தம் அச்சாரம் போ'டென்றான்.

'கேலிக்கு நேரம் இதுவல்ல, கேளுங்கள்;
மூலிகைக்குப் பக்கத்தில் முத்தம் கிடைக்கும்' என்றாள்.
குப்பன் தவித்திட்டான், காதற் கொடுமையினால்.
எப்போது நாம் உச்சிக் கேறித் தொலைப்பதென
அண்ணாந்து பார்த்திட்டான் அம்மலையின் உச்சிதனை!
கண்ணாடி தன்னையும் ஓர் கண்ணாற் கவனித்தான்,
வஞ்சி அப்போது மணாளன் மலைப்பதனைக்
கொஞ்சம் அவமதித்துக் கோவை உதடு
திறந்தாள். திறந்து சிரிக்குமுன், குப்பன்
பறந்தான் பருவதமேல் பாங்கியையும் தூக்கியே
கிட்டரிய காதற் கிழத்தி இடும் வேலை
விட்டெறிந்த கல்லைப் போல் மேலேறிப் பாயாதோ!
கண்ணின் கடைப் பார்வை காதலியர் காட்டி விட்டால்
மண்ணில் குமரருக்கு மாமலையும் ஓர் கடுகாம்.
மாமலை தான் சென்னி வளைந்து கொடுத்ததுவோ,
நாம் மலைக்கக் குப்பன் விரைவாய் நடந்தானோ,
மங்கையினைக் கீழிறக்கி, 'மாதோ! இவைகளே
அங்குரைத்த மூலிகைகள்; அட்டியின்றிக் கிள்ளிக்கொள்'
என்றுரைத்தான் குப்பன். இளவஞ்சி தான் மகிழ்ந்து
சென்று பறித்தாள். திரும்பிச் சிறிது வழி
வந்தார்கள். அங்கோர் மரத்து நிழலிலே
சிந்தை மகிழ்ந்து சிறக்க அமர்ந்தார்கள்

மூலிகையில் ஓர் இனத்தை முன்னே இருவருமாய்
'ஞாலத்துப் பேச்சறிய நாக்கிலிட்டுத் தின்றார்கள்.
வஞ்சிக்கும் குப்பனுக்கும் வையத்து மாந்தர்களின்
நெஞ்சம் வசமாக நேரில் அவர் பேசுதல் போல்

காவியம்

செந்தமிழில் தங்கள் செவியிற் கேட்கப் பெற்றார்.
அந்த மொழிகள் அடியில் வருமாறு:

"இத்தாலி தேசம் இருந்து நீ இங்கு வந்தாய்;
பத்துத் தினமாகப் பாங்காய் உணவுண்ண
இவ்விடுதி தன்னில் இருந்து வருகின்றாய்!
'எவ்வாறு நான் சகிப்பேன் இந்தக் கறுப்பன்
எனக்கெதிரே உட்கார்ந்திருப்பதனை' என்றாய்;
'தனக்கெனவே நல் உணவுச்சாலை ஒன்றுண்டாக்கி
அங்கவன் சென்றால் அடுக்கும்' என உரைத்தாய்;
இத்தாலிச் சோதரனே! என்ன மதியுனக்கே?
செத்து மடிவதிலும் சேர்ந்து பிறப்பதிலும்
இவ்வுலக மக்களிலே என்னபே தங்கண்டாய்?
செவ்வை பெறும் அன்பில்லார் தீயபே தம் கொள்வார்
எங்கள் பிராஞ்சியர்கள் இப்பேதம் பாராட்டித்
தங்கள் பழங் கீர்த்தி தாழ்வடைய ஒப்பார்கள்;
பேதபுத்தி சற்றும் பிடிக்காது போ! போ! போ!
பேதம் கொண்டோர்க்குப் பிராஞ்சில் இடமில்லை'
என்ற மொழிகள் இவர் காதில் கேட்டவுடன்
நன்று பிராஞ்சியர்க்கு நாக்குளிர வாழ்த்துரைத்தார்;
பின்னர் அமெரிக்கன் பேசுவதைக் கேட்டார்கள்.
அன்னவன் பேச்சும் அடியில் வருமாறு:

நல்ல அமெரிக்கன் நானிலத்தில் வாழ்கின்ற
எல்லாரும் நன்றாய் இருக்க நினைத்திடுவான்
பொல்லா அமெரிக்கன் பொன்னடைந்து தான் மட்டும்
செல்வனாய் வாழத்தினமும் நினைத்திடுவான்
நல்லவனாய் நானிருக்க நாளும் விரும்புகிறேன்!
சொல்லும் இது கேட்ட தோகையும் குப்பனும்,
'கொத்தடிமையாகிக் குறைவு படும் நாட்டுக்கு
மெத்த துணை யாகியிவன் மேன்மை அடைக' என்றார்
இங்கிலாந்து தேசம் இருந்தொருவன் பேசினான்;
இங்கிருந்து கேட்டார் இருவரும் என்னவென்றால்;

ஓ! என் சகோதரரே! ஒன்றுக்கும் அஞ்சாதீர்
நாவலந்தீவு நமைவிட்டுப் போகாது.
வாழ்கின்றார் முப்பது முக்கோடி மக்கள் என்றால்
சூழ்கின்ற பேதமும் அந்தத் தொகையிருக்கும்
ஆகையால் எல்லாரும் அங்கே தனித் தனிதான்
ஏக மனதாகி அவர் நம்மை எதிர்ப்பதெங்கே?
பேதம் வளர்க்கப் பெரும் பெரும் புராணங்கள்
சாதிச் சண்டை வளர்க்கத் தக்க இதிகாசங்கள்!
கட்டிச் சமூகத்தின் கண்ணவித்துத் தாமுண்ணக்
கொட்டி அளக்கும் குருக்கள் கணக்கற்றார்
தேன் சுரக்கப் பேசி இந்து தேசத்தைத் தின்னுவதற்கு
வான் சுரரை விட்டு வந்த பூசுரரும் வாழ்கின்றார்
இந்த உளைச் சேற்றை, ஏறாத ஆழத்தை
எந்த விதம் நீங்கி நமை எதிர்ப்பார்? இன்னமும்,
சிந்தனா சக்தி சிறிதுமின்றி மக்களுக்குத்
தம் தோள் உழைப்பிலே நம்பிக்கை தானுமின்றி
ஊறும் பகுத்தறிவை இல்லா தொழித்துவிட்டுச்
சாறற்ற சக்கையாய்ச் சத்துடம்பைக் குன்ற வைத்துப்
பொற்புள்ள மாந்தர்களைக் கல்லாக்கியே அந்தக்
கற்கள் கடவுள்களாய்க் காணப்படும் அங்கே
இந்த நிலையிற் சுதந்திரப் போரெங்கே?
கொந்தளிப்பில் நல்லதொரு கொள்கை முளைப்பதெங்கே?
'தேகம் அழிந்து விடும்; சுற்றத்தார் செத்திடுவார்;
போகங்கள் வேண்டாம்; பொருள் வேண்டாம் மற்றுமிந்தப்
பாமுலகம் பொய்யே பரமபதம் போ' என்றும்
தாழ்வகற்ற எண்ணுங்கால் சாக்குருவி வேதாந்தம்
சாதிப் பிரிவு சமயப் பிரிவுகளும்
நீதிப்பிழைகள் நியமப் பிழைகளும்,
மூடப் பழக்கங்கள் எல்லாம் முயற்சி செய்தே
ஓடச் செய்தால் நமையும் ஓடச் செய்வார்கள் என்பேன்!
இந்தப் பிரசங்கம் இவ் இருவர் கேட்டார்கள்;
சொந்த நிலைக்குத் துயருற்றார் வஞ்சி

சிலை போல் இருந்தாள்; திகைத்தாள்; பின்நாட்டின்
நிலையறிய நேர்ந்தது பற்றி மகிழ்ந்திட்டாள்!
'பச்சிலையால் நல்ல பயன் விளையும்' என்று சொன்னாள்!
பச்சிலையைத் தந்த பருவதத்தைக் கும்பிட்டாள்.
'இந்த இலையால் இனி நன்மை கொள்க' என்று
சொந்தத் தாய் நாட்டுக்குச் சொன்னாள் பெருவாழ்த்து
'வல்லமை கொள் பச்சிலையின் மர்மத்தைக் கண்டபடி
சொல்லி எனைத் தூக்கி வந்து சூக்ஷ்மத்தைக் காட்டிய, கண்
ணாளர் தாம் வாழ்வடைக' என்றாள்; அவனுடைய
தோளை ஒரு தரம் கண்ணாற் சுவை பார்த்தாள்
அச் சமயம் குப்பன், அழகிய தன் தாய் நாட்டார்
பச்சைப் பசுந் தமிழில் பேசுவதைக் கேட்டிருந்தான்.
குப்பனது தோளில் குளிர்ந்த மலர் ஒன்று விழ
இப்பக்கம் பார்த்தான்; வஞ்சி இளங்கையால்
தட்டிய தட்டென்று சந்தேகம் தீர்ந்தவனாய்க்
'கட்டிக் கரும்பே! கவனம் எனக்கு
நமது தேசத்தில் நடக்கின்ற பேச்சில்
அமைந்து கிடக்கு' தென்றான். வஞ்சி அது கேட்டே
'அன்னியர்கள்' பேசுவதில் அன்பைச் செலுத்துங்கள்;
கன்னத்தை மாத்திரம் என் கையிற் கொடுங்களென்றாள்.
'அன்பும் உனக்குத்தான்; ஆருயிரும் உன்னதுதான்
இன்பக்கிளியே! எனக் களிப்பாய் முத்த' மென்றான்.

கையோடு கை கலந்தார்; முத்தமிடப் போகையிலே
ஐயையோ! ஐயையோ! என்ற அவல மொழி
காதிலே வீழ்ந்தது! முத்தம் கலைந்ததே!
'ஈதென்ன விந்தை? எழில் வஞ்சி! கேள்' என்றான்.
வஞ்சி கவனித்தாள். சத்தம் வரும் வழியாய்
நெஞ்சைச் செலுத்தினார் நேரிழையும் காதலனும்

'ஓர் நொடியிற் சஞ்சீவி பர்வதத்தை ஓடிப் போய்
வேரோடு பேர்த்து வர வேண்டுமே ஐயாவே!'
இப்பாழும் வாக்கை இருவரும் கேட்டார்கள்.

குப்பனும் மிகப் பய்ந்து கோதை முகம் பார்த்திட்டான்.
வஞ்சியவள் நகைத்தே இன்ப மணாளரே!
சஞ்சீவி பர்வதத்தைத் தாவிப் பெயர்க்கும்
மனிதரும் இல்லை! மலையும் அசையாது!
இனி அந்தச் சத்தத்தில் எண்ணம் செலுத்தாதீர்!
என்றுரைத்தாள் வஞ்சி. இது சொல்லித் தீருமுன்,

'நன்றாக உங்களுக்கு ராமன் அருளுண்டு;
வானம் வரைக்கும் வளரும் உடலுண்டே;
ஏனிங்கு நின்றீர்? எடுத்து வருவீர் மலையை'

என்ற இச் சத்தம் இவர் செவியில் வீழ்ந்தவுடன்
குன்று பெயர்வது கொஞ்சமும் பொய்யல்ல வென்று
குப்பன் நடு நடுங்கிக் கொஞ்சு மிள வஞ்சியிடம்
'மங்கையே, ராமனருள் வாய்ந்தவனாம்; வானமட்டும்
அங்கம் வளர் வானாம்; அப்படிப்பட்டவனை
இந்தச் சஞ்சீவி மலை தன்னையெடுத்து வர
அந்த மனிதன் அங்கே ஆணையிடுகின்றான்.
நாலடியில் இங்கு நடந்து வந்து நாம் மலையின்
மேலிருக்கும் போதே வெடுக்கென்று தூக்கிடுவான்.
இங்கு வருமுன் இருவரும் கீழ் இறங்கி
அங்குள்ள சாரல் அடைந்திடுவோம் வா' வென்றான்.

'ராமனெங்கே! ராமன் அருளெங்கே! சஞ்சீவி
மாமலையைத் தூக்குமொரு வல்லமை எங்கே! இவற்றில்
கொஞ்சமும் உண்மை இருந்தால் நாம் கொத்தவரைப்
பிஞ்சுகள் போல் வாடிப் பிழைப்பரிதாகி
அடிமையாய் வாழோமே? ஆண்மைதான் இன்றி
மிடிமையில் ஆழ்ந்து விழியோமே?' என்றந்த
வஞ்சியுரைத்தாள். பின் மற்றோர் பெருஞ்சத்தம்,
அஞ்சுகின்ற குப்பன் அதிரச் செய்திட்டதே:
'அம்மலையை ஓர் நொடியில் தூக்கி வந்தையாவே
உம் எதிரில் வைக்கின்றேன் ஊஹீஹீஊஹீஹீ.

காவியம்

குப்பன் பகைத்தான் குடல் அறுந்து போனது போல்
'எப்படித் தாம் நாம் பிழைப்போம்? ஏதும் அறிகிலேன்
சஞ்சீவி பர்வதத்தைத் தாவித் தரையோடு
பஞ்சிருக்கும் மூட்டை போல் பாவி அவன் எவனோ
தூக்குகின்றான்! வஞ்சி! சுகித்திருக்க எண்ணினையே!
சாக்காடு வந்த தடி! தக்கவிதம் முன்னமே
நம்பென்று நான் சொன்ன வார்த்தையெல்லாம் நம்பாமல்

வம்பு புரிந்தாய்! மலையும் அதிர்ந்திடுதே!
முத்தம் கொடுத்து முழு நேரமும் தொலைத்தாய்
செத்து மடியும் போது முத்தம் ஒரு கேடா?
என்றனுயிருக்கே எமனாக வாய்த்தாயே!
உன்றன் உயிரைத்தான் காப்பாற்றிக் கொண்டாயா?
தூக்கி விட்டான்! தூக்கி விட்டான்! தூக்கிப் போய்த்தூளாக
ஆக்கிச் சமுத்திரத்தில் அப்படியே போட்டிடுவான்!
எவ்வாறு நாம் பிழைப்போம்? ஏடி, இதை நீதான்
செவ்வையாய் யோசித்துச் செப்பாயோ ஓர் மார்க்கம்?
என்று துடிதுடிக்கும் போதில், இளவஞ்சி
நின்று நகைத்துத் தன் நேசனைக்கையால் அணைத்தே

"இப்புவிதான் உண்டாகி எவ்வளவு நாளிருக்கும்
அப்போது தொட்டிந்த அந்தி நேரம் வரைக்கும்
மாமலையைத் தூக்கும் மனிதன் இருந்ததில்லை.
ஓமண வாளரே! இன்னும் உரைக்கின்றேன்.
மன்னும் உலகம் மறைந்தொழியும் காலமட்டும்
பின்னும் மலை தூக்கும் மனிதன் பிறப்பதில்லை
அவ்வாறே ஓர் மனிதன் ஆகாயம் பூமி மட்டும்
எவ்வாறு நீண்டு வளருவான்? இல்லை இல்லை;
காதல் நிசம். இக்கனி முத்தம் மிக்க உண்மை!
மாது தோள் உம் தோள் மருவுவது மெய்யாகும்
நம்புங்கள் மெய்யாய் நடக்கும் விஷயங்களிவை.
சம்பவித்த உண்மை அசம்பவத்தால் தாக்குறுமோ?
வாழ்க்கை நதிக்கு வீண் வார்த்தை மலையும் தடையோ?

வாழ்த்தாமல் தூற்றுகின்றீர் வந்து நிற்கும் இன்பத்தை
பொய்யுரைப்பார் இந்தப்புவியை ஒரு சிற்றெறும்பு
கையால் எடுத்ததென்பார் ஐயோ என்றஞ்சுவதோ?
முத்தத்தைக் கொள்க முழுப் பயத்தில் ஒப்படைத்த
சித்தத்தை வாங்கிச் செலுத்துங்கள் இன்பத்தில்'
என்றுரைத்தாள் வஞ்சி, இதனாற் பயனில்லை;
குன்று பெயர்ந்ததென்று குப்பன் மனம் அழிந்தான்;

'இந்நேரம் போயிருப்பார்! இந்நேரம் பேர்த்தெடுப்பார்!
இந் நேரம் மேகத்தில் ஏறிப் பறந்திடுவார்!
உஸ் என்று கேட்குது பார் ஓர் சத்தம் வானத்தில்!
விஸ்வரூபங் கொண்டு மேலேறிப் பாய்கின்றார்!

இம்மொழி கேட்டான் குப்பன்; 'ஐயோ' என உரைத்தான்.
அம் மட்டும் சொல்லத்தான் ஆயிற்றுக் குப்பனுக்கே.
உண்மையறிந்தும் உரைக்காதிருக்கின்ற
பெண்ணான வஞ்சிதான் பின்னும் சிரித்து
'மனதை விடாதீர் மணாளரே காதில்
இனி விழப் போவதையும் கேளுங்கள்' என்றுரைத்தாள்.
வஞ்சியும் குப்பனும் சத்தம் வரும் வழியில்
நெஞ்சையும் காதையும் நேராக வைத்திருந்தார்.

'இப்படியாக அநுமார் எழும்பிப் போய்
அப்போது ஜாம்பவந்தன் ஆராய்ந்து சொன்னது போல்
சஞ்சீவி பர்வதத்தைத் தாவிப் பறந்துமே
கொஞ்ச நேரத்தில் இலங்கையிலே கொண்டு வந்து
வைத்தார். உடனே மலைமருந்தின் சக்தியால்
செத்த இராமனும் லக்ஷ்மணனும் சேர்ந்தெழுந்தார்.
உற்றிதனைக் கேட்ட குப்பன் 'ஓஹோ மலையதுதான்
சற்றும் அசையாமல் தான் தூக்கிப் போனானே!
லங்கையிலே வைத்தானே! லங்கையில் நாம் தப்போமே!
என்றான். நடுக்கம் இதயத்தில் நீங்கவில்லை.
'இன்னும் பொறுங்கள்' என உரைத்தாள் வஞ்சி.

காவியம்

பெரும் பாரச் சஞ்சீவி பர்வதத்தைப் பின்னர்
இருந்த இடத்தில் அநுமார், எடுத்தேகி
வைத்து விட்டு வந்தார் மறு நிமிஷம் ஆகாமுன்
செத்தார்க்குயிர் கொடுத்தார். தெண்டமும் போட்டு நின்றார்.

குப்பனிது கேட்டுக் குலுக்கென்று தான் நகைத்தான்.
'அப்போதே நானினைத்தேன் ஆபத்திராதென்று
நான் நினைத்தவண்ணம் நடந்ததுதான் ஆச்சரியம்
ஏனடி! வஞ்சி! இனியச்சம் இல்லை' என்றான்.

ஆனாலும் இன்னும் அரை நிமிஷம் காத்திருங்கள்;
நானும் அதற்குள்ளே நாதரே, உம்மையொரு
சந்தேகம் கேட்கிறேன், தக்க விடையளிப்பீர்!
இந்த மலையில் நாம் ஏறிய பின் நடந்த

ஆச்சரிய சம்பவந்தான் என்ன? அதையுரைப்பீர்!
பேச்சை வளர்த்தப் பிரியப் படவில்லை.
என்றாள் இளவஞ்சி. குப்பன் இசைக்கிறான்.
'என்னடி வஞ்சி! இதுவும் தெரியாதா?
நாமிங்கு வந்தோம். நமக்கோர் நலிவின்றி
மாமலையை அவ்வநுமார் தூக்கி வழி நடந்து
லங்கையிலே வைத்தது! ராமன் எழுந்ததும்
இங்கெடுத்து வந்தே இருப்பிடத்தில் வைத்தது!
கண்ணே! மலையைக் கடுகளவும் ஆடாமல்
கண்ணாடிப் பாத்திரத்தைக் கல்தரையில் வைப்பதுபோல்
தந்திரமாய் மண்ணில் தலை குனிந்து வைத்திட்ட
அந்தப்பகுதி தான் ஆச்சரியம் ஆகுமடி.''

ஆச்சரிய சம்பவத்தைக் குப்பன் அறிவித்தான்
பேச்செடுத்தாள் வஞ்சி; பிறகும் ஒரு சத்தம்;

'இம் மட்டும் இன்று கதையை நிறுத்துகின்றேன்;
செம்மையாய் நாளைக்குச் செப்புகின்றேன் மற்றவற்றைச்
சத்திய ராமாயணத்திற் சத்தான இப்பகுதி

உத்தியாய்க் கேட்டோர் உரைத்தோர் எல்லாருமே
இங்குள்ளபோகங்கள் எல்லாம் அனுபவிப்பர்;
அங்குள்ள வைகுந்தம் அட்டியின்றிச் சேர்வார்கள்.
ஜானகீ காந்தஸ் மரணே! ஜயஜயராம்!'

'மானே ஈதென்ன என்றான்' வையம் அறியாக் குப்பன்
முன்பு நான் உங்களுக்கு முத்தம் கொடுக்கையிலே
சொன்ன 'ஐயையோ' தொடங்கி இது வரைக்கும்
ராமாயணம் சொல்லி நாளைக் கழிக்கின்ற
ஏமாந்தார் காசுக் கெசமானன் என்றுரைக்கும்
பாகவதன் சொன்னான் பலபேரைக் கூட்டியே
ஆகியதும் இந்த அரிய உழைப்புக்குப்
பத்தோ பதினைந்தோ பாகவதன் பெற்றிடுவான்.
சித்தம் மலைக்கச் சிறிது மிதில் இல்லை'யென்று
கையிலிருந்த ஒரு காட்சி தரும் மூலிகையை
'ஐயா இதை விழுங்கி அவ்விடத்திற் பாருங்கள்'
என்றந்தக் குப்பனிடம் ஈந்து தானும் தின்றாள்
தின்றதும் தங்கள் விழியால் தெருவொன்றில்
'மாளிகையினுள்ளே மனிதர் கூட்டத்தையும்
ஆளிவாய்ப் பாகவதன் அங்கு நடுவிலே
உட்கார்ந்திருப்பதையும், ஊர் மக்கள் செல்வதையும்,
பட்டை நாமக்காரப் பாகவதன் ரூபாயைத்
தட்டிப் பார்க்கின்றதையும், சந்தோசம் கொள்வதையும்
கண்டார்கள்; கண்டு கடகடவெனச் சிரித்தார்.
வண்டு விழியுடைய வஞ்சி யுரைக்கின்றாள்.

'வானளவும் அங்கங்கள், வானரங்கள், ராமர்கள்,
ஆனது செய்யும் அநுமார்கள், சாம்ப வந்தர்
ஒன்றல்ல, ஆயிரம் நூல்கள் உரைக் கட்டும்
விஸ்வரூபப் பெருமை; மேலேறும் வன்மைகள்,
உஸ் என்ற சத்தங்கள், அஸ் என்ற சத்தங்கள்,
எவ்வளவோ நூலில் எழுதிக் கிடக்கட்டும்.
செவ்வைக் கிருபை செழுங் கருணை அஞ்சலிக்கை

முத்தி முழுச் சுவர்க்கம் முற்றும் உரைக்கட்டும்
இத்தனையும் சேரட்டும் என்ன பயனுண்டாம்?
உள்ள பகுத்தறிவுக் கொவ்வாத ஏடுகளால்
எள்ளை அசைக்க இயலாது. மானிடர்கள்
ஆக்குவதை ஆகா தழிக்குமோ? போக்குவதைத்
தேக்குமோ? சித்தம் சலியாத்திறன் வேண்டும்
மக்கள் உழைப்பில் மலையாத நம்பிக்கை
எக்களிக்க வேண்டும் இதயத்தில்! ஈதன்றி
நல்லறிவை நாளும் உயர்த்தி உயர்த்தியே
புல்லறிவைப் போக்கிப்புதுநிலை தேடல் வேண்டும்.
மக்கள் உழைக்காமுன் மேலிருந்து வந்திடுமோ?
எக்காரணத்தாலும் இன்மையிலே உண்மையுண்டோ?
மீளாத மூடப் பழக்கங்கள் மீண்டும் உமை
நாடா திருப்பதற்கு நானுங் களையின்று
சஞ்சீவி பர்வதத்தில் கூப்பிட்டேன். தற்செயலாய்
அஞ்சும் நிலைமையே அங்கே நிகழ்ந்ததுண்டாம்
உங்கள் மனத்தில் உறைந்து கிடந்திட்ட
பங்கஞ் செய் மூடப் பழக்க வழக்கங்கள்
இங்கினி மேல் நில்லா எனநான் நினைக்கின்றேன்
தங்கள் கை நீட்டித் தமியாளை முன்னரே
சாரலிலே முத்தம் தரக்கேட்டீர், சாயவில்லை.
ஈரமலையிலே யான் தந்தேன். ஏற்கவில்லை
சத்தத்தை எண்ணிச் சலித்தீர். அச்சத்தத்தால்
முத்தத்தை மாற்ற முடியாமற் போனாலும்
உம்மைப் பயங்காட்டி ஊளையிட்ட சத்தத்தால்
செம்மை முத்தம் கொள்ளவில்லை. சேர்த்து முத்தம்
கொள்வீரே?

'ஏஏ நான் இன்றைக் கேளனத்துக் காளானேன்
நீயேன் இதையெல்லாம் நிச்சயமாய்ச் சொல்லவில்லை.
ராமாயண மென்ற நலிவு தருங்கதை
பூமியிலிருப்பதை இப்போதே அறிகின்றேன்.
நம்பத்தகாதவெலாம் நம்ப வைத்துத் தங்கள் நலம்

சம்பாதிக்கின்ற சரித்திரக் காரர்களால்
நாடு நலிகுவதை நான் இன்று கண்டுணர்ந்தேன்
தோடு புனைந்த சுடர்க் கொடியே நன்று சொன்னாய்!
நல்ல இமயம், நலங் கொழிக்கும் கங்கை நதி
வெல்லத் தமிழ் நாட்டில் மேன்மைப் பொதியமலை
செந் நெல் வயல்கள், செழுங் கரும்புத் தோட்டங்கள்
தின்னக் கனிகள், தெவிட்டாப் பயன் மரங்கள்,
இன்பம் செறிந்திருக்கும் இப் பெரிய தேசத்தில்
முப்பத்து முக்கோடி மாந்தர்கள் மொய்த்தென்ன?
செப்பும் இயற்கை வளங்கள் செறிந்தென்ன?
மூடப் பழக்கம், முடிவற்ற கண்ணுறக்கம்
ஓடுவதென்றோ? உயர்வதென்றோ? நானறியேன்.
பாரடி மேற்றிசையில் சூரியன் பாய்கின்றான்.
சார்ந்த ஒளி தான் தகத்த காயக் காட்சி!
மாலைப் பொழுதும் வடிவழகு காட்டுது பார்!
சாலையிலோர் அன்னத்தைத் தன் பேடு தேடுது பார்.
என்னடி சொல்கின்றாய் ஏடி இளவஞ்சி?
என் நெஞ்சை உன் நெஞ்சம் ஆக்கிப் பார்' என்றுரைத்தான்.

தென்றலிலே மெல்லச் சிலிர்க்கும் மலர் போலே
கன்னியுடல் சிலிர்க்கக் 'காதலரே நாம் விரைவாய்ச்
சாரல் அடைவோமே, காதலுக்குத் தக்க இடம்
சாரலும் தண் மாலை நாயகியைச் சாரக்
குயில் கூவிக் கொண்டிருக்கும்; கோல மிகுந்த
மயிலாடிக் கொண்டிருக்கும் வாசமுடைய நற்
காற்றுக் குளிர்ந்தடிக்கும்; கண்ணாடி போன்ற நீர்
ஊற்றுக்கள் உண்டு; கனிமரங்கள் மிக்க உண்டு;
பூக்கள் மணங் கமழும்; பூக்கள் தோறும் சென்று தேன்
ஈக்கள் இருந்தபடி இன்னிசை பாடிக் களிக்கும்
அன்பு மிகுந்தே அருகிருக்கும் நாயகரே
இன்பமும் நாமும் இனி!'

2. புரட்சிக்கவி

(பில்கணீயம் என்ற வடமொழி நூலைத் தழுவியது)

அகவல்

அரசன் அமைச்சர்பால் அறிவிக்கின்றான்;
'அமுதவல்லி என் ஆசைக்கொரு பெண்!
தமிழிலக் கியங்கள் தமிழிலக்கணங்கள்
அமைவுற ஆய்ந்தாள்; அயல் மொழி பயின்றாள்;
ஆர்ந்த ஒழுக்கநூல், நீதி நூல் அறிந்தாள்;
அனைத்து, உணர்ந்தாளாயினும், அன்னாள்
கவிதை புனைய கற்றா ளில்லை.
மலரும், பாடும் வண்டும், தளிரும்,
மலையும், கடலும், வாவியும், ஓடையும்,
விண்ணின் விரிவும், மண்ணின் வனப்பும்,
மேலோர் மேன்மையும், மெலிந்தோர் மெலிவும்,
தமிழின் அமுதத் தன்மையும், நன்மையும்,
காலை அம் பரிதியும், மாலை மதியமும்,
கண்ணையும் மனத்தையும் கவர்வன; அதனால்
என் மகள் அகத்தில் எழுந்த கவிதையைப்
புறத்தில் பிறர்க்கும் புலப் படுத்துவதற்குச்
செய்யுள் இலக்கணம் தெரிதல் வேண்டுமாம்
ஏற்ற ஓர் ஆசான் எங்குளான்?
தோற்றிய வாறு சொல்க அமைச்சரே!

எண் சீர் விருத்தம்

தலைமை அமைச் சன்புகல்வான்; 'எனது மன்னா
சகல கலை வல்லவன்; இவ்வுலகோர் போற்றும்
புலவன்; உயர் கவிஞன்; அவன் பேர் உதாரன்!
புதல்விக்குத் தக்க உபாத்தியாயன் அன்னோன்.
இலையிந்த நாட்டினிலே அவனை ஒப்பார்!
எனினும், அவன் இளவயதும் அழகும் வாய்ந்தோன்.

குல மகளை அன்னவன்பால் கற்க விட்டால்
குறை வந்து சேர்ந்தாலும் சேர்தல் கூடும்!

ஆனாலும் நானிதற்கோர் மார்க்கம் சொல்வேன்;
அமுதவல்லி உதாரனிடம் கற்கும் போது
தேனிதழாள் தனை அவனும், அவனைப் பெண்ணும்
தெரிந்து கொள்ள முடியாமல் திரை விடுக்க!
பானல் விழி மங்கையிடம், உதாரனுக்குப்
பார்வையில்லை குருடனென்று சொல்லி வைக்க'
ஞானமுறும் உதாரனிடம் 'அமுதவல்லி
நலி குஷ்டரோகி' என எச்சரிக்க!

தார்வேந்தன் இது கேட்டான்; வியந்தான்! 'ஆம், ஆம்
தந்திரத்தால் ஆகாததொன்றுமில்லை.
பேர் வாய்ந்த உதாரனைப் போய் அழைப்பீர்' என்றான்.
பேச்சுவல்ல அமைச்சர் பலர் சென்றழைத்தார்.
தேர் வாய்ந்த புவிராஜன் போலேயந்தச்
செந்தமிழ்த் தீங்கவிராஜன் உதாரன் வந்தான்.
பார் வேந்தன் நிகழ்த்தினான்; உதாரன் கேட்டுப்
பைந் தமிழ்க்குத் தொண்டு செயக் கடவோம்' என்றான்.

சிந்து கண்ணி

மன்னவன் ஆணைப்படி - கன்னி
மாடத்தைச் சேர்ந்ததொரு
பன்னரும் பூஞ்சோலை - நடுப்
பாங்கில் ஓர் பொன்மேடை!
அன்னதோர் மேடையிலே - திரை
ஆர்ந்த மறைவினிலே
மின்னொளி கேட்டிருப்பாள் - கவி
வேந்தன் உரைத்திடுவான்!

யாப்புமுறை உரைப்பான் - அணி
யாவும் உரைத்திடுவான்;

பாப்புனை தற்கான - அநு
பவம் பல புகல்வான்
தீர்ப்புற அன்னவளும் - ஆசு
சித்திரம் நன் மதுரம்
சேர்ப்புறு வித்தாரம் - எனும்
தீங்கவிதை யனைத்தும்,

கற்று வரலானாள் - அது
கால பரியந்தம்
சற்றும் அவன் முகத்தை - அவள்
சந்திக்கவில்லை! விழி
அற்றவனைப் பார்த்தால் - ஓர்
அபசகுன மென்றே!
உற்றதோர் நோயுடையாள் - என்று
உதாரனும் பார்த்ததில்லை!

இவ்விதம் நாட்கள் பலப் - பல
ஏகிட ஓர் தினத்தில்
வெவ்விழி வேலுடையாள் - அந்த
மேடையிற் காத்திருந்தாள்.
அவ்வமயந் தனிலே - விண்
அத்தனையும் ஒளியால்
கவ்வி உயர்ந்தது பார் - இருட்
காட்டை அழித்த நிலா!

எண் சீர் விருத்தம்

அமுதவல்லி காத்திருந்த மேடை யண்டை
அழகிய பூஞ் சோலையண்டை உதாரன் நின்றே
இமையாது நோக்கினான் முழு நிலாவை!
இரு விழியால் தழுவினான்; மனத்தால் உண்டான்!
சுமை சுமையாய் உவப்பெடுக்க, உணர்வு வெள்ளம்
தூண்டி விட ஆஆஆ என்றான்; வாணி

அமைத்திட்டாள் நற்கவிதை! மழை போற் பெய்தான்!
அத்தனையும் கேட்டிருந்தாள் அமுதவல்லி.

'நீலவான் ஆடைக்குள் உடல் மறைத்து
நிலாவென்று காட்டுகின்றாய் ஒளி முகத்தைக்
கோல முழுதும் காட்டி விட்டால் காதற்
கொள்ளையிலே இவ்வுலகம் சாமோ? வானச்
சோலையிலே பூத்த தனிப் பூவோ நீதான்!
சொக்க வெள்ளிப் பாற்குடமோ, அமுத ஊற்றோ!
காலை வந்த செம்பரிதி கடலில் மூழ்கிக்
கனல் மாறிக் குளிரடைந்த ஒளிப்பிழம்போ!

அந்தி யிருளாற் கருகும் உலகு கண்டேன்!
அவ்வாறே வான் கண்டேன்; திசைகள் கண்டேன்;
பிந்தியந்தக் காரிருள் தான் சிரித்ததுண்டோ?
பெருஞ்சிரிப்பின் ஒளி முத்தோ நிலவே நீ தான்!
சிந்தாமல் சிதறாமல் அழகை யெல்லாம்
சேகரித்துக் குளிரேற்றி ஒளியும் ஊட்டி
இந்தா வென்றே இயற்கை அன்னை வானில்
எழில் வாழ்வைச் சித்தரித்த வண்ணந் தானோ!

உனைக் காணும் போதினிலே என்னுளத்தில்
ஊறிவரும் உணர்ச்சியினை எழுதுதற்கு
நினைத்தாலும் வார்த்தை கிடைத்திடுவதில்லை
நித்திய தரித்திரராய் உழைத்துழைத்துத்
தினைத் துணையும் பயனின்றிப் பசித்த மக்கள்
சிறிது கூழ்தேடுங்கால், பானை ஆரக்
கனத்திருந்த வெண்சோறு காணும் இன்பம்
கவின் நிலவே உனைக்காணும் இன்பம் தானோ!

உன்னை என திரு விழியாற் காணுகின்றேன்;
ஒளி பெறுகின்றேன்; இருளை ஒதுக்குகின்றேன்;
இன்னலெலாம் தவிர்கின்றேன்; களி கொள்கின்றேன்;
எரிவில்லை குளிர்கின்றேன் புறமும் உள்ளும்!

அன்புள்ளம் பூணுகின்றேன்; அதுவு முற்றி
ஆகாயம் அளாவு மொரு காதல் கொண்டேன்!
இன்பமெனும் பால்நுரையே! குளிர் விளக்கே!
எனை இழந்தேன், உன்னெழிலில் கலந்த தாலே!

(வேறு) சிந்து கண்ணி

இவ்விதமாக உதாரனும் - தன
தின் குரலால் வெண்ணிலாவையே
திவ்விய வர்ணனை பாடவே - செவி
தேக்கிய கன்னங் கருங்குயில்
"அவ்வறிஞன் கவிவல்லவன் - விழி
அற்ற வனாயின், நிலாவினை
எவ்விதம் பார்த்தனன், பாடினன்? - இதில்
எத்துக்கள் உண்டெ'ன ஓடியே,

சாதுரியச் சொல் உதாரனை - அவன்
தாமரைக் கண்ணொடும் கண்டனள்!
ஓது மலைக்குலம் போலவே - அவன்
ஓங்கிய தோள்களைக் கண்டனள்!
'ஏதிது போன்ற ஓராண் எழில் - குறை
இன்றித்திருந்திய சித்திரம்?
சோதி நிலாவுக்கும் மாசுண்டாம் - இச்
சுந்தரனோ கறை ஒன்றிலான்!'

என்று வியப்புடன் நின்றனள்; அந்த
ஏந்திழை தன்னெதிர் நின்றதைத்
தன்னி கரற்ற உதாரனும் - கண்டு
தன்னை மறந்தவனாகியே
'என்ன வியப்பது? வானிலே - இருந்
திட்டதோர் மாமதி மங்கையாய்
என்னெதிரே வந்து வாய்த்ததோ? - புவிக்
கேதிது போலொரு தண் ஒளி!

மின்னற் குலத்தில் விளைந்ததோ? - வான்
வில்லின் குலத்திற் பிறந்ததோ?
கன்னற் றமிழ்க்கவி வாணரின் - உளக்
கற்பனையே உருப் பெற்றதோ?
பொன்னின் உருக்கிற் பொலிந்ததோ? ஒரு
பூங்கொடியே? மலர்க் கூட்டமோ?
என்று நினைத்த உதாரன் தான் - 'நீ
யார்?' என்ற ஓர் உரை போக்கினான்.

'அமுதவல்லி யன்றோ'! என்றாள் - அந்த
அமைச்சனும் முடிவேந்தனும்
நமைப் பிரித்திடும் எண்ணத்தால் - உனை
நாட்டம் இல்லாதவன் என்றனர்!
சமுசயப்பட நீ இன்று - மதி
தரிசன மதைப் பாடினை!
கமலங்கள் எனும் கண்ணுடன் - உனைக்
காணப் பெற்றதென் கண்' என்றாள்.

எண் சீர் விருத்தம்

'இன்னொன்று கேளாயோ அமுதவல்லி!
என்னிடத்தில் உன் தந்தை 'என் மகட்கு
முன்னொன்று தீவினையால் பெருநோய் வந்து
மூண்டதெனச் சொல்லிவைத்தான்! அதனாலன்றோ.
மின் ஒன்று பெண்ணென்று புவியில் வந்து
விளைந்தது போல் விளைந்த உன தழகு மேனி
இன்று வரை நான் பார்க்க எண்ணவில்லை'
என்றுரைத்தான், வியப்புடையான் இன்னுஞ் சொல்வான்:

"காரிருளால் சூரியன் தான் மறைவதுண்டோ?
கறைச் சேற்றால் தாமரையின் வாசம் போமோ?
பேரெதிர்ப்பால் உண்மைதான் இன்மையாமோ?
பிறர் சூழ்ச்சி செந்தமிழை அழிப்பதுண்டோ?
நேர் இருத்தித் தீர்ப்புரைத்துச் சிறையிற் போட்டால்
நிறை தொழிலாளர்களுணர்வு மறைந்து போமோ?

சீரழகே! தீந்தமிழே உனை என் கண்ணைத்
திரையிட்டு மறைத்தார்கள்!" என்று சொன்னான்.

பஃறொடை வெண்பா

'வானத்தை வெண்ணிலா வந்து தழுவுவதும்
மோனத்திருக்கும் முதிர்சோலை மெய்சிலிர்க்க

ஆனந்தத் தென்றல் வந்தாரத் தழுவுவதும்
நானோக்கி நோக்கி நலிதலினைக் காணாயோ?

சித்திரித்த ஆணழகே, சென்று படர் முல்லையினைக்
கத்தரித்தல் இன்றிக் கரந்தழுவும் மாமரமும்,

சத்தமிட்ட வண்டு தடாகத்தின் அல்லியினை
முத்தமிட்டுத் தேன் குடிக்கும் நல்ல முடிவும்.

உணர்வுதனை உண்டாக்க வில்லையோ உன் பால்?
தணலைத் தான் வீசுகின்றான் சந்திரனும் என்மேல்!

குணமுள்ளார், கொஞ்ச வரும் கோதையரைக் காதற்
பிணமாக்கித் தாங்கள் பிழைக்க நினைப்பாரோ?

என்று தன் காதல் எரிதழலுக் காற்றாமல்
சென்று தன்னெஞ்சம் தெரிவித்தாள் சேல்விழியாள்!

'நன்று மடமயிலே! நான் பசியால் வாடுகின்றேன்,
குன்று போல் அன்னம் குவித்திருக்கு தென்னெதிரில்

உண்ண முடியாதே ஊராள்வோன் கூர்வாளும்
வண்ண முடிச் செல்வாக்கும் வந்து மறிக்குதடி!

எண்ணக் கடலில் எழுங் காதல் நீளலை தான்
உண்ணும் மணிக் குளத்தில் ஓடிச் சலிக்காமல்

நால் வருணங்கள் விதித்தார் நாட்டார்கள்; அன்னவற்றில்
மேல் வருணம் கோல் கொண்டு மேதினியை ஆள்வருணம்

நீயன்றோ பெண்ணே! நினைப்பை யகற்றிவிடு!
நாயென்றே எண்ணி எனை நத்தாமல் நின்று விடு!

வேல் விழியால் என்றன் விலாப்புறத்தைக் கொத்தாதே!
பால் போல் மொழியால் பதைக்க உயிர் வாங்காதே!

கண்ணாடிக் கன்னத்தைக் காட்டி என் உள்ளத்தைப்
புண்ணாக்கிப் போடாதே; போ போ மறைந்து விடு!

காதல் நெருப்பால் கடலுன் மேல் தாவிடுவேன்
சாதி எனும் சங்கிலி என் தாளைப் பிணித்ததடீ!

பாளைச் சிரிப்பில் நான் இன்று பதறிவிட்டால்
நாளைக்கு வேந்த னெனும் நச்சரவுக் கென் செய்வேன்?

கொஞ்சு தமிழ்த்தேன் குடித்துவிட அட்டியில்லை
*அஞ்சுவ தஞ்சாமை பேதமை யன்றோ அணங்கே?

ஆணிப் பொன்மேனி அதில் கிடக்கும் நல்லொளியைக்
காணிக்கை நீ வைத்தால் காப்பரசர் வாராரோ?

பட்டாளச் சக்கரவர்த்தி பார்த்தாலும் உன் சிரிப்புக்
கட்டாணி முத்துக்குக் காலில் விழ மாட்டாரோ?'

என்றழுதான் விம்மி இளையான், கவியரசன்,
குன்றும் இரங்கும்! கொடும் பாம்பும் நெஞ்சிளகும்!

ஏழையரைக் கொல்ல எதிரிருந்து பார்த்திருப்போர்
பாழான நெஞ்சம் சில சமயம் பார்த்திரங்கும்!

சித்தம் துடிக்கின்ற சேயின் நிலைமைக்கு
ரத்த வெறி கொண்டலையும் நால் வருணம் ஏனிரங்கும்?

ரத்த வெறி கொண்டலையும் ராசன் மனம் ஏனிரங்கும்?
அத்தருணம் அந்த அமுதவல்லி ஈது சொல்வாள்:

"வாளை உருவி வந்து மன்னன் எனதுடலை
நாளையே வெட்டி நடுக்கடலில் போடட்டும்.

காளை உன் கைகள் எனைக் காவாமல் போகட்டும்.
தாளை அடைந்த இத்தையல் உள்ளம் மாறாதே!

---

* குறள்: எண், 428

ஆதரவு காட்டாமல் ஐய! எனை விடுத்தால்
பாதரகைஷ போலுன்றன் பாதம் தொடர்வதன்றி.

வேறு கதியறியேன். வேந்தன் சதுர் வருணம்
சீறும் எனில் இந்த உடல் தீர்ந்த பின்னும் சீறிடுமோ?

ஆரத் தழுவி அடுத்த வினாடிக்குள் உயிர்
தீர வரும் எனிலும் தேன் போல் வரவேற்பேன்!

அன்றியும் என் காதல் அமுதே! நமதுள்ளம்
ஒன்றுபட்ட பின்னர் உயர்வென்ன தாழ்வென்ன?

நாட்டின் இளவரசி நான் ஒருத்தி! ஆதலினால்
கோட்டை அரசன் எனைக் கொல்வதற்குச் சட்டமில்லை!

கோல் வேந்தன் என் காதற் கொற்றவனைக் கொல்ல வந்தால்,
சேல் விழியாள் யான் எனது செல்வாக்கால் காத்திடுவேன்!

சாதி உயர்வென்றும், தனத்தால் உயர்வென்றும்,
போதாக்குறைக்குப் பொதுத் தொழிலாளர் சமுகம்

மெத்த இழிவென்றும், மிகு பெரும் பாலோரை எல்லாம்
கத்தி முனை காட்டிக் காலமெல்லாம் ஏய்த்து வரும்

பாவி களைத் திருத்தப் பாவலனே நம்மிருவர்
ஆவி களையேனும் அர்ப்பணம் செய்வோம்! இதனை

நெஞ்சார உன் மேலே நேரிழையாள் கொண்டுள்ள
மிஞ்சுகின்ற காதலின் மேல் ஆணையிட்டு விள்ளுகின்றேன்!

'இன்னும் என்ன? என்றாள் உதாரன் விரைந்தோடி
அன்னத்தைத் தூக்கியே ஆரத் தழுவினான்.

இன்ப உலகில் இருவர்களும் நாள் கழித்தார்.
பின்பொருநாள் அந்தப் பெருமாட்டி அங்கமெலாம்.

மாறுபடக் கண்டு மனம் பதறித் தோழியர்கள்
வேறு வழியின்றி வேந்தனிடம் ஓடியே

'மன்னவனே! உன் அருமை மங்கை அமுதவல்லி
தன்னை உதாரனுக்குத் தத்தம் புரிந்தாளோ

காதல் எனும் இன்பக் கடலில் குளித்து விட்ட
மாதிரியாய்த் தோன்றுகிறாள். மற்றிதனை மேன்மைச்

சமூகத்தில் விண்ணப்பம் சாதித்தோம்' என்றார்
அமைதியுடைய அரசன் அதன் உண்மை

கண்டறிய வேண்டுமென்று கன்னிகை மாடத் தருகே
அண்டியிருந்தான் இரவில் ஆரும் அறியாமல்!

வந்த உதாரன் எழில் மங்கைக்கு கைலாகு
தந்து, தமிழில் தனிக்கா தலைக் கலந்து

பேசினதும், காத்திருந்த பெண்ணரசி வேல் விழியை
வீசினதும், முத்தம் விளைத்த நடை முறையும்

கண்டான் அரசன்! கடுகடுத்தான்! ஆயிரந்தேள்
மண்டையிலே மாட்டியது போல மனமுளைந்து

மாளிகைக்குச் சென்றான், மறு நாள் விடியலிலே
வாளில் விஷம் பூசி வைத்திருக்கச் சொல்லி விட்டுச்

சேவகரைச் சீக்கிரம் உதாரனை இழுத்து வர
ஏவினான். அவ்வாறி ழுத்து வந்தார் வேந்தனிடம்.

இச் சேதி ஊரில் எவரும் அறிந்தார்கள்;
அச்சமயம் எல்லாரும் அங்கு வந்து கூடி விட்டார்.

ஆர்ந்த கவியின் அரசனுயிர் இன்றோடு
தீர்ந்ததோ என்று திடுக்கிட்டார் எல்லோரும்.

ஈடற்ற நற்கவிஞன் இந்நிலைமை, அக்கன்னி
மாடத்தில் உள்ள எழில் மங்கைக்கு எட்டியதாம்.

அங்கே உதாரனிடம் மன்னன் உரைக்கின்றான்.
சிங்கா தனத்திலே சேர்ந்து;

சிந்து கண்ணி

கொற்றவன் பெற்ற குலக் கொடியைக் கவி
கற்க உன் பால் விடுத்தேன் - அட!
குற்றம் புரிந்தனையா இல்லையா இதை
மட்டும் உரைத்து விடு!

வெற்றி எட்டுத் திக்கு முற்றிலுமே சென்று
மேவிட ஆள்பவன் நான் - அட
இன்றைக்கு நின் தலை அற்றது! மற்றென்னை
என்னென்று தா னினைத்தாய்?
வாள் பிடித்தே புவி ஆளுமி ராசர் என்
தாள் பிடித்தே கிடப்பார்! - அட
ஆள் பிடித்தால் பிடி ஒன்றிருப்பாய் என்ன
ஆணவமோ உனக்கு?
மீள்வதற்கோ இந்தத் தீமை புரிந்தனை
வெல்லத் தகுந்தவனோ? -இல்லை!
மாள்வதற்கே இன்று மாள்வதற்கே' என்று
மன்னன் உரைத்திடவே.

'மாமயில் கண்டு மகிழ்ந்தாடும் முகில்
வார்க்கும் மழை நாடா! - குற்றம்
ஆம் என்று நீயுரைத்தால் குற்றமே! குற்றம்
அன்றெனில் அவ்விதமே!
கோமகள் என்னைக் குறை யிரந்தாள் அவள்
கொள்ளை வனப்பினிலே - எனைக்
காமனும் தள்ளிடக் காலிடறிற்றுக்
கவிழ்ந்த வண்ணம் வீழ்ந்தேன்!
பழகும் இருட்டினில் நானிருந்தேன் எதிர்
பால் நில வாயிரம் போல் - அவள்
அழகு வெளிச்சம் அடித்த தென் மேல் அடி
யேன் செய்த தொன்றுமில்லை.
பிழைபுரிந்தே னென்று தண்டனை போடுமுன்
பெற்று வளர்த்த உன்றன்
இழைபுரிச் சிற்றிடை அமுதவல்லிக்குள்ள
இன்னல் மறப்பதுண்டோ?

நொண்டிச் சிந்து

கவிஞன் இவ்வா றுரைத்தான் - புவி
காப்பவன் இடியெனக் கனன்றுரைப்பான்:
'குவிந்த உன் உடற்சதையைப் - பல
கூறிட்டு நரி தின்னக் கொடுத்திடுவேன்.
தவந்தனில் ஈன்ற என்பெண் - மனம்
தாங்குவதில்லை யெனிற் கவலையில்லை!

நவிலு முன் பெரும் பிழைக்கே - தக்க
ராச தண்டனையுண்டு! மாற்றமுண்டோ?

அரசனின் புதல்வி அவள் - எனில்
அயலவனிடம் மனம் அடைதலுண்டோ?
சரச நிலையிலிருந்தீர் - அந்தத்
தையலும் நீயும், அத்தருண மதில்
இரு விழியாற் பார்த்தேன்!... அறி
விலி உன தொரு குடி அடியோடே
விரைவில் என் ஆட்சியிலே - ஒரு
வேர் இன்றிப் பெயர்த்திட விதித்து விட்டேன்!

'கொலைஞர்கள் வருக' என்றான் - அவன்
கூப்பிடு முன் வந்து கூடிவிட்டார்.

'சிலையிடை இவனை வைத்தே - சிரச்
சேதம் புரிக' எனச் செப்பிடுமுனம்
மலையினைப் பிளந்திடும் ஓர் - சத்தம்
வந்தது! வந்தனள் அமுதவல்லி!
'இலை உனக்கதிகாரம் - அந்த
எழிலுடை யான் பிழை இழைக்கவில்லை.

ஒருவனும் ஒருத்தியுமாய் - மனம்
உவந்திடில் பிழையென உரைப்பதுண்டோ?
அரசென ஒரு சாதி - அதற்
கயலென வேறொரு சாதியுண்டோ?

கரிசன நால் வருணம் - தனைக்
காத்தி டும் கருத் தெனில், இலக்கணந்தான்
தரும்படி அவனை இங்கே - நீ
தருவித்த வகையது சரிதானோ?
என் மனம் காதலனைச் - சென்
றிழுத்த பின்னே அவன் இணங்கின தால்
அன்னவன் பிழையிலனாம்! - அதற்கு
அணங் கெனைத் தண்டித்தல் முறையெனினும்,
மன்ன, நின் ஒரு மகள் நான் - எனை
வருத்திட உனக்கதி காரமில்லை!
உன் குடிக் கூறிழைத்தான் - எனில்
ஊர் மக்கள் இடம் அதை உரைத்தல் கடன்!'
என்ற பற் பல வார்த்தை - வான்
இடியென உரைத்து மின் னென நகைத்தே
முன்னின்றே கொலைஞர் வசம் - நின்ற
முழுதுணர் கவிஞனைத் தனதுயிரை
மென் மலர்க் கரத்தாலே - சென்று
மீட்டனள் வெடுக்கெனத் தாட்டிகத்தால்,
மன்னன் இருவிழியும் - பொறி
வழங்கிட எழுந்தனன்; மொழிந்திடுவான்

கும்மி

நாயை இழுத்துப் புறம் விடுப்பீர் - கெட்ட
நாவை அறுத்துத் தொலைக்குமுன்னே - இந்தப்
பேயினை நான் பெற்ற பெண்ணெனவே சொல்லும்
பேச்சை மறந்திடச் சொல்லிடுவீர்! என்
தூய குடிக் கொரு தோஷத்தையே தந்த
துட்டச் சிறுக்கியைக் காவற் சிறை - தன்னில்
போய் அடைப்பீர்! அந்தப் பொய்யனை ஊரெதிர்
போட்டுக் கொலை செய்யக் கூட்டிச் செல்வீர்!
என்றுரைத்தான். இரு சேகவர்கள் அந்த

ஏந்திழை அண்டை நெருங்கி விட்டார்! - அயல்
நின்ற கொலைஞர், உதாரனையும்' நட
நீ என்ற தட்டினார்! அச் சமயம் - அந்த
மன்றிலிருந்த ஓர் மந்திரி தான் முடி
மன்னனை நோக்கியுரைத்திடுவான் - 'நீதி
அன்றிது மங்கைக் கிழைத்திருக்கும் தண்டம்;
அன்னது நீக்கியருள்க' என்றான்.

எண் சீர் விருத்தம்

காதலனைக் கொலைக் களத்துக்கனுப்பக் கண்டுங்
  கன்னியெனை மன்னிக்கக் கேட்டுக் கொண்ட
நீதி நன்று மந்திரியே! அவன் இறந்தால்
  நிலைத்திடும் என் உயிரெனவும் நினைத்து விட்டாய்!
சாதல் எனில் இருவரும் சாதல் வேண்டும்,
  தவிர்வதெனில் இருவருமே தவிர்தல் வேண்டும்,
ஓதுக இவ்விரண்டி லொன்று மன்னவன் வாய்!
  உயிர் எமக்கு வெல்லமல்ல!' என்றாள் மங்கை.

என் ஆணை மறுப்பீரோ! சபை யிலுள்ளீர்!
  இசை கிடந்த என் செங்கோல் தன்னைவேற்றார்
பின் நாணும் படி சும்மா இருப்பதுண்டோ?
  பிழை புரிந்தால் சகியேன் நான்! உறுதி கண்டீர்
என் ஆணை! என் ஆணை!! உதாரனோடே
  எதிரிலுறும் அமுதவல்லி இருவர் தம்மைக்
கன் மீதிலே கிடத்திக் கொலை செய்வீர்கள்
  கடிது செல்வீர்! கடிது செல்வீர்!! என்றான் மன்னன்.

அவையினிலே அசைவில்லை பேச்சுமில்லை:
  அச்சடித்த பதுமைகள் போல் இருந்தார் யாரும்!
சுவையறிந்த பிறகுணவின் சுகம் சொல்வார் போல்
    தோகையவள்' என் காதல் துரையே கேளாய்!
எவையும் நம்மைப் பிரிக்கவில்லை; இன்பம் கண்டோம்,
    இறப்பதிலும் ஒன்றானோம்! அநீதி செய்த

நவையுடைய மன்னனுக்கு நாட்டு மக்கள்
நற்பாடம் கற்பியா திருப்பதில்லை.

'இருந்திங்கே அநீதியிடை வாழ வேண்டாம்
இறப்புலகில் இடையறா இன்பங் கொள்வோம்!
பருந்தும், கண் மூடாத நரியும் நாயும்,
பலிபீட வரிசைகளும் கொடுவாள் கட்டும்
பொருந்தட்டும்; கொலை செய்யும் எதேச்சை மன்னன்
பொருந்தட்டும்; பொதுமக்கள் ரத்தச் சேற்றை
அருந்தட்டும்!' என்றாள். காதலர்கள் சென்றார்!
அதன் பிறகு நடந்தவற்றை அறிவிக்கின்றேன்.

கொலைக் களத்தில் கொலைஞர்களும் அதிகாரங்கள்
கொண்ட வரும் காதலரும் ஓர் பால் நின்றார்;
அலை கடல் போல் நாட்டார்கள் வீடு பூட்டி
அனைவருமே வந்திருந்தார். உதாரனுக்கும்
சிலைக்கு நிகர் மங்கைக்கும் கடைசியாகச்
சில பேச்சுப் பேசிடுக' என்று சொல்லித்
தலைப் பாகை அதிகாரி விடை தந்திட்டான்;
தமிழ்க் கவிஞன் சனங்கனிடை முழக்கஞ் செய்வான்;

'பேரன்பு கொண்டவரே' பெரியோரே, என்
பெற்ற தாய்மாரே, நல் இளஞ் சிங் கங்காள்!
நீரோடை நிலங் கிழிக்க. நெடு மரங்கள்
நிறைந்து பெருங் காடாக்க, பெரு விலங்கு
நேரோடி வாழ்ந்திருக்கப் பருக்கைக் கல்லின்
நெடுங் குன்றில் பிலஞ்சேர, பாம்புக் கூட்டம்
போராடும் பாழ் நிலத்தை அந்த நாளில்
புதுக்கியவர் யார் அழகு நகருண்டாக்கி!

சிற்றூரும், வரப் பெடுத்த வயலும், ஆறு
தேக்கிய நல் வாய்க்காலும், வகைப்படுத்தி
நெற்சேர உழுதுழுது பயன் விளைக்கும்
நிறையுழைப்புத் தோள் களெலாம் எவரின் தோள்கள்

கற் பிளந்து மலை பிளந்து கனிகள் வெட்டிக்
கருவியெலாம் செய்து தந்த கைதான் யார்கை?
பொற்றுகளைக் கடல் முத்தை மணிக் குலத்தைப்
போய் எடுக்க அடக்கிய மூச் செவரின் மூச்சு?

'அக்கால உலகிருட்டைத் தலை கீழாக்கி,
அழகியதாய் வசதியதாய்ச் செய்தார் தந்தார்?
இக்கால நால் வருணம் அன்றிருந்தால்
இருட்டுக்கு முன்னேற்றம் ஆவதன்றிப்
புக்கபயன் உண்டாமோ? பொழுது தோறும்
புனலுக்கும் அனலுக்கும் சேற்றினுக்கும்
கக்கும் விஷப் பாம்பினுக்கும் பிலத்தினுக்கும்
கடும் பசிக்கும் இடையறா நோய்களுக்கும்,

பலியாகிக் கால் கைகள் உடல்கள் சிந்தும்
பச்சை ரத்தம் பரிமாறி இந்த நாட்டைச்
சலியாத வருவாயும் உடையதாகத்
தந்ததெவர்? அவரெல்லாம் இந்தநேரம்
எலியாக முயலாக இருக்கின்றார்கள்!
ஏமாந்த காலத்தில் ஏற்றங் கொண் டோன்
புலி வேஷம் போடுகின்றான்! பொதுமக்கட்குப்
புல்லளவு மதிப் பேனும் தருகின்றானா?

அரசனுக்கும் எனக்குமொரு வழக்குண்டாக
அவ்வழக்கைப் பொதுமக்கள் தீர்ப்பதே தான்
சரியென்றேன், ஒப்பவில்லை! இவளும் நானும்
சாவதென்றே தீர்ப்பளித்தான். சாக வந்தோம்!
ஒரு மனிதன் தேவைக்கே இந்த தேசம்
உண்டென்றால், அத் தேசம் ஒழிதல் நன்றாம்!
இருவர் இதோ சாகின்றோம்! நாளை நீங்கள்
இருப்பது மெய் என்றெண்ணி யிருக் கின்றீர்கள்!

தன் மகளுக் கெனை அழைத்துக் கவிதை சொல்லித்
தரச் சொன்னான்; அவ்வாறு தருங் காலிந்தப்

பொன்மகளும் எனைக் காதல் எந்திரத்தால்
புலன் மாற்றிப் போட்டு விட்டாள்: ஒப்பிவிட்டேன்!
என் உயிருக் கழிவில்லை! அந்தோ! என்றன்
எழுதாத சித்திரம் போல் இருக்கு மிந்த
மன்னுடல் வெட்டப் படுமோர் மாபழிக்கு
மன நடுக்கங் கொள்ளுகிறேன்! இன்னும் கேளீர்!
'தமிழறிந்த தால் வேந்தன் எனை அழைத்தான்;
தமிழ்க் கவியென் றெனை அவளும் காதலித்தாள்!
அமுதென்று சொல்லு மிந்தத்தமிழ், என்னாவி
அழிவதற்குக் காரண மாயிருந்த தென்று
சமுதாயம் நினைத்திடுமோ? ஐயகோ! என்
தாய் மொழிக்குப் பழிவந்தால் சகிப்பதுண்டோ?
உமை ஒன்று வேண்டு கின்றேன். மாசில்லாத
உயர் தமிழை உயிர் என்று போற்று மின்கள்!

'அரசனுக்குப் பின்னிந்தத் தூய நாட்டை
ஆளுதற்குப் பிறந்த ஒரு பெண்ணைக் கொல்ல
அரசனுக்கோ அதிகாரம் உங்களுக்கோ?
அவ்வரசன் சட்டத்தை அவமதித்தான்!
சிரம் அறுத்தல் வேந்தனுக்குப் பொழுது போக்கும்
சிறிய கதை; நமக்கெல்லாம் உயிரின் வாதை!
அரசன் மகள் தன் நாளில் குடிகட் கெல்லாம்
ஆளுரிமை பொதுவாக்க நினைத்திருந்தாள்!

ஐயகோ சாகின்றாள்! அவளைக் காப்பீர்!
அழகிய என் திருநாடே! அன்பு நாடே!
வையகத்தில் உன் பெருமை தன்னை, நல்ல
மணி நதியை, உயர் குன்றை, தேனை அள்ளிப்
பெய்யு நறுஞ் சோலையினை, தமிழாற்பாடும்
பேராவல் தீர்ந்ததில்லை! அப்பேராவல்
மெய்யிதயம் அறுபடவும், அவ்விரத்த
வெள்ளந்தான் வெளிப்படவும் தீருமன்றோ!

'வாழிய என் நன்னாடு பொன்னாடாக!
வாழிய நற் பெருமக்கள் உரிமை வாய்ந்தே!
வீழிய போய் மண்ணிடையே விண்வீழ் கொள்ளி
வீழ்வது போல் தனித்தாளும் கொடிய ஆட்சி!
ஏழையினேன் கடைசி முறை வணக்கம் செய்தேன்!
என் பெரியீர், அன்னையீர் ஏகு கின்றேன்!
ஆழ்க என்றன் குருதியெலாம் அன்பு நாட்டில்
ஆழ்க' என்றான்! தலை குனிந்தான் கத்தியின் கீழ்

படிகத்தைப் பாலாபிஷேகம் செய்து
பார்ப்பது போல் அமுதவல்லி கண்ணீர் வெள்ளம்
அடிசேர்தல் கண்டார்கள் அங்கிருந்தோர்!
ஆவென்று கதறினாள்! 'அன்பு செய்தோர்
படிமீது வாழாரோ?' என்று சொல்லிப்
பதை பதைத்தாள்! இது கேட்ட தேச மக்கள்
கொதித் தெழுந்தார்! கொடுவாளைப் பறித்தார்; அந்தக்
கொலையாளர் உயிர் தப்ப ஓடலானார்.

கவிஞனுக்கும் காதலிக்கும் மீட்சி தந்தார்!
காவலன்பால் தூதொன்று போகச் சொன்னார்;
'புவியாட்சி தனை உனக்குத் தாரோம் என்று
போயுரைப்பாய்!' என்றார்கள்! போகா முன்பே,
செவியினிலே ஏறிற்றுப் போனான் வேந்தன்!
செல்வ மெலாம் உரிமையெலாம் நாட்டாருக்கே
நவையின்றி யெய்துதற்குச் சட்டம் செய்தார்!
நலிவில்லை! நலமெல்லாம் வாய்ந்த தங்கே!

3. வீரத்தாய்

காட்சி:1

(மணிபுரி மாளிகையில் ஓர் தனி இடம். சேனாதிபதி காங்கேயனும் மந்திரியும் பேசுகின்றார்கள்)

சேனாபதி

மன்னன் மதுவினில் ஆழ்ந்து கிடக்கின்றான்!
மின்னல் நேர் சிற்றிடை ராணி விஜயா
நமக்கும் தெரியாமல் எவ்விடமோ சென்றாள்.
அமைப்புறும் இந்த மணிபுரி ஆட்சி
எனக்கன்றோ! அன்றியும் என்னரும் நண்ப,
உனக்கே அமைச்சுப் பதவி உதவுவேன்!

மந்திரி

ஒன்றுகேள் சேனைத் தலைவ, பகைப்புலம்
இன்றில்லை ஆயினும் நாளை முளைக்கும்;
அரசியோ வீரம், உறுதி அமைந்தாள்!
தரையினர் மெச்சும் சர்வ கலையினள்!

சேனாபதி

அஞ்சுதல் வேண்டாம் அவளொரு பெண்தானே!

மந்திரி!

நெஞ்சில் நான் பெண்ணை எளிதாய் நினைக்கிலேன்.

சேனாபதி

ஆடை, அணிகலன், ஆசைக்கு வாசமலர்
தேடுவதும், ஆடவர்க்குச் சேவித் திருப்பதுவும்,
அஞ்சுவதும் நாணுவதும் ஆமையைப் போல் வாழுவதும்
கெஞ்சுவதுமாகக் கிடக்கும் மகளிர் குலம்,
மானிடர் கூட்டத்தில் வலிவற்ற ஓர் பகுதி!
ஆன மற்றோர் பகுதி ஆண்மை எனப் புகல்வேன்!
எவ்வா றானாலும் கேள் சேனையெலாம் என்னிடத்தில்!
செய்வார் யார் நம்மிடத்தில் சேட்டை? இதை யோசி!

மந்திரி

(சிரித்துச் சொல்வான்)
மானுஷிகம் மேல் என்பார். வன்மை உடையதென்பார்.
ஆன அதனை அளித்த தெது? மீனக்
கடைக் கண்ணால் இந்தக் கடலுலகம் தன்னை
நடக்கும் வகை செய்வதெது? நல்லதொரு சக்தி
வடிவமெது? மாமகளிர் கூட்டமன்றோ? உன் சொற்
கொடிது! குறையுடைத்து! மேலும் அது கிடக்க;
மன்னன் இள மைந்தன் எட்டு வயதுடையான்,
இன்னும் சில நாளில் ஆட்சி எனக் கென்பான்!

சேனாபதி

கல்வியின்றி யாதோர் கலையின்றி, வாழ்வளிக்கும்
நல்லொழுக்க மின்றியே நானவனை ஊர்ப்புறத்தில்
வைத்துள்ளேன்; அன்னோன் நடைப்பிணம் போல்
வாழ்கின்றான்.
இத்தனை நாள் இந்த ரகசியம் நீயறியாய்!

மந்திரி

ஆமாமாம் கல்வியிலான் ஆவி யிலாதவனே!
சாமர்த்திய சாலி தந்திரத்தில் தேர்ந்தவன் நீ!
உன் எண்ணம் என்ன சொல்? நான் உனக் கொத்திருப்பேன்!
முன்னால் செயப் போவதென்ன மொழிந்து விடு!

சேனாபதி

ராசாங்க பொக்கிஷத்தை நாம் திறக்க வேண்டும்; பின்
தேசத்தின் மன்னனெனச் சீர் மகுடம் நான் புனைந்தே
ஆட்சி செய வேண்டும் என் ஆசையிது! காலத்தை
நீட்சி செய வேண்டாம்; விரைவில் நிகழ்விப்பாய்!

மந்திரி

பொக்கிஷத்தை யார் திறப்பார்? பூட்டின் அமைப்பை அதன்
மிக்க வலிமை தனைக் கண்டோர் வியக்கின்றார்
தண்டோராப் போட்டுச் சகலர்க்கும் சொல்லிடுவோம்
அண்டி வந்து தாழ்திறப்பார்க்காயிர ரூபாய் கொடுப்போம்

சேனாபதி

தேவிலை! நீ சொன்னது போல் செய்து விடு சீக்கிரத்தில்
ஆவி அடைந்த பயன் ஆட்சி நான் கொள்வதப்பா!

காட்சி: 2

(சேனாதிபதி அரச குமாரனாகிய சுதர்மனை மூடனாக்கி வைக்கக் கருதிக் காடு சேர்ந்த ஓர் சிற்றூரில் கல்வி யில்லாத காளிமுத்து வசத்தில் விட்டு வைத்திருக்கின்றான். கிழவர் ஒருவர் காளிமுத்தை நண்பனாக்கிக் கொண்டு உடன் வசிக்கின்றார்)

காளிமுத்து

என்னா கெழவா? பொடியனெங்கே? இங்கேவா?
கன்னா பின்னா இண்ணு கத்துறியே என்னாது?
மாடுவுளை மேய்க்கவுடு! மாந்தோப்பில் ஆட விடு!
காடுவுளே சுத்தவிடு! கல்வி சொல்லித் தாராதே!

கிழவர்

மாட்டினொடும் ஆட்டினொடும் மன்னன் குமாரனையும்
கூட்டிப் போய் வந்திடுவேன்; குற்றமொன்றும் நான் புரியேன்!
மன்னன் மகனுக்குக் கல்வியோ நல்லறிவோ
ஒன்றும் வராமே உன் உத்தரவு போல் நடப்பேன்

காளிமுத்து

ஆனா நீ போய் வா, அழைச்சிப் போ பையனையும்
ஓநாயில்லாத இடம் ஓட்டு!

காட்சி: 3

(கிழவர் ஓர் தனியிடத்தில் சுதர்மனுக்கு வில் வித்தை கற்றுக் கொடுக்கிறார்)

எண்சீர் விருத்தம்

கிழவர்

'விற்கோலை இடக்கரத்தால் தூக்கி, நாணை
விரைந் தேற்றித் தெறித்துப் பார்! தூணீரத்தில்,

பற்பல வாம் சரங்களிலே ஒன்றை வாங்கிப்
பழுதின்றிக் குறி பார்த்து, லட்சியத்தைப்
பற்றி விடு! மற்றொன்று, மேலும் ஒன்று
பட பட வெனச் சரமாரி பொழி! சுதர்மா
நிற்கையில் நீ நிமிர்ந்து நிற்பாய் குன்றத்தைப் போல்!
நெளியாதே! லாவகத்தில் தேர்ச்சி கொள் நீ!

சுதர்மன்

'கற்போர்கள் வியக்கும் வகை இந்நாள் மட்டும்
சுதியற்றுக் கிடந்திட்ட அடி யேனுக்கு
மற்போரும், விற்போரும், வாளின் போரும்,
வளர் கலைகள் பலப் பலவும் சொல்லித் தந்தீர்!
நற்போத காசிரியப் பெரியீர், இங்கு
நானுமக்குச் செயும் கைம்மா றொன்றும் காணேன்!
அற்புதமாம்! தங்களை நான் இன்னாரென்றே
அறிந்ததில்லை; நீரும் அதை விளக்கவில்லை!

கிழவர்

'இன்னா ரென்றென்னை நீ அறிந்து கொள்ள
இச்சையுற வேண்டாங் காண் சுதர்மா. என்னைப்
பின்னாளில் அறிந்திடுவாய்! நீறு பூத்த
பெருங்கனல் போல் பொறுத்திருப்பாய்; உன் பகைவன்
என் பகைவன்; உன்னாசை என்றன் ஆசை!
இஃதொன்றே நானுனக்குச் சொல்லும் வார்த்தை
மின்னாத வானம் இனி மின்னும்! அன்பு
வெறி காட்டத் தக்கநாள் தூரமில்லை!'

காட்சி : 4

(சுதர்மனும் கிழவரும் இருக்குமிடத்தில் தண்டோராச் சத்தம் கேட்கிறது).

தண்டோராக்காரன்

அரசாங்கப் பொக்கிஷத்தைத் திறப்பாருண்டா?
    ஆயிர ரூபாய் பரிசாய்ப் பெறலாங் கண்டீர்!
வர விருப்பம் உடையவர்கள் வருக! தீம்! தீம்!
    மன்னர் இடும் ஆணையிது தீம் தீம் தீம் தீம்!

கிழவர்

சரி இது தான் நற்சமயம்! நான் போய் அந்தத்
தருக்குடைய சேனாதி பதியைக் காண்பேன்
வரும் வரைக்கும் பத்திரமாய் இரு! நான் சென்று
வருகிறேன் வெற்றி நாள் வந்த தப்பா!

காட்சி : 5

(மந்திரியின் முன்னிலையில் கிழவர் அரசாங்கப்
பொக்கிஷத்தைத் திறக்கிறார். மந்திரி கிழவனைக் கூட்டிக்
கொண்டு சேனாதிபதியிடம் வருகிறார்)

மந்திரி

தள்ளாத கிழவரிவர் பொக்கிஷத்தின்
தாழ் தன்னைச் சிரமமின்றித் திறந்து விட்டார்.

சேனாபதி

கொள்ளாத ஆச்சரியம்! பரிசு தன்னைக்
கொடுத்து விடு! கொடுத்து விடு! சீக்கிரத்தில்!

மந்திரி

விள்ளுதல் கேள்! இப்பெரியார் நமக்கு வேண்டும்
வேலையிலே அமைத்து விடு ராசாங்கத்தில்.

சேனாபதி

உள்ளது நீ சொன்னபடி செய்க (கிழவரை நோக்கி) ஐயா,
ஊர் தோறும் அலையாதீர்! இங்கிருப்பீர்!

கிழவர்

அரண்மனையில் எவ்விடத்தும் சஞ்சரிக்க
அனுமதிப்பீர்! என்னால் இவ்வரசாங்கத்தில்

விரைவில் பல ரகசியங்கள் வெளியாம்! என்று
விளங்குகின்ற தென் கருத்தில்! சொல்லி விட்டேன்.

சேனாபதி

பெரியாரே, அவ்வாறே! அட்டியில்லை.

மந்திரி

பேதமில்லை, இன்று முதல் நீருமிந்த
அரச பிரதானியரில் ஒருவர் ஆனீர்,
அறிவு பெற்ற படியாலே எல்லாம் பெற்றீர்!

காட்சி : 6

(சேனாதிபதி காங்கேயன், தானே மணிபுரி அரசனென்று நாளைக்கு மகுடாபிஷேகம் செய்து கொள்ளப் போகின்றான். வெளி நாட்டு அரசர்களும் வருகின்ற நேரம், மந்திரி நாட்டின் நிலைமையைச் சேனாதிபதிக்குத் தெரிவிக்கிறான்)

அகவல்

மந்திரி

மணிபுரி மக்கள் பால் மகிழ்ச்சி யில்லை!
அணிகலன் பூண்கிலர் அரிவை மார்கள்!
பாடகர் பாடிலர்! பதுமம் போன்ற
ஆடவர் முகங்கள் அழகு குன்றின!
வீதியில் தோரணம் விளங்க வில்லை!
சோதி குறைந்தன, தொல் நகர் வீடுகள்!
அரச குலத்தோர் அகம் கொதித்தனர்!
முரசம் எங்கும் முழங்குதல் இல்லை!

சேனாபதி

எனக்குப் பட்டம் என்றதும், மக்கள்
மனத்தில் இந்த வருத்தம் நேர்ந்ததா?
அராஜகம் ஒன்றும் அணுகா வண்ணம்
இராஜக சேவகர் ஏற்றது செய்க!
வெள்ளி நாட்டு வேந்தன் வரவை,
வள்ளி நாட்டு மகிபன் வரவைக்

கொன்றை நாட்டுக் கோமான் வரவைக்
குன்ற நாட்டுக் கொற்றவன் வரவை
ஏற்றுப சரித்தும் இருக்கை தந்தும்
போற்றியும் புகழ்ந்தும் புதுமலர் சூட்டியும்
தீதற நாளை நான் திருமுடி புனைய
ஆதரவளிக்க; அனைத்தும் புரிக.

மந்திரி

ஆரவாரம்! அது கேட்டாயா?
பாராள் வேந்தர் பலரும் வரும் ஒலி!

சேனாபதி

லிகிதம் கண்ட மன்னர்
சகலரும் வருகின்றார் சகலமும் புரிக நீ!

காட்சி: 7

(அயல் நாட்டு வேந்தர்கள் வருகிறார்கள் சேனாதிபதி அவர்களை வரவேற்றுத் தனது மகுடாபிஷேகத்தை ஆதரிக்க வேண்டுகிறான்)

சேனாபதி

மணிபுரியின் வேந்தனார் மதுவை யுண்டு
மனங் கெட்டுப் போய் விட்டார். விஜயராணி
தணியாத காமத்தால் வெளியே சென்றாள்.
தனியிருந்த இளங்கோமான் சுதர்மன் என்பான்,
அணியாத அணியில்லை! அமுதே உண்பான்:
அருமையுடன் வளர்த்து வந்தும் கல்வியில்லை.
பிணி போல் அன்னவன் பால் தீயொழுக்கம்
பெருகினதால் நாட்டினரும் அமைச்சர் யாரும்
என்னை முடி சூடுகென்றார். உங்கட்கெல்லாம்
ஏடெழுதினேன் நீரும் விஜயம் செய்தீர்;
சென்னியினால் வணங்குகின்றேன், மகுடம் பூணச்
செய்தென்னை ஆதரிக்க வேண்டுகிறேன்,
மன்னாதி மன்னர்களே! என் விண்ணப்பம்!
மணி முடியை நான் புனைந்தால் உம்மை மீறேன்;

எந்நாளும் செய்நன்றி மறவேன் கண்டீர்!
என்னாட்சி நல்லாட்சி யாயிருக்கும்.

வெள்ளி நாட்டு வேந்தன்

(கோபத்தோடு கூறுகிறான்)
காங்கேய சேனாதிபதியே நீர் ஓர்
கதை சொல்லி முடித்து விட்டீர்; யாமும் கேட்டோம்.
தாங்காத வருத்தத்தால் விஜயராணி
தனியாக எமக்கெல்லாம் எழுதியுள்ள
தீங்கற்ற சேதியினைச் சொல்வோம். கேளும்!
திருமுடியை நீர்கவர, அரசருக்குப்
பாங்கனைப் போல் உடனிருந்தே மதுப் பழக்கம்
பண்ணி வைத்தீர்! அதிகாரம் அபகரித்தீர்.

மானத்தைக் காப்பதற்கே ராணியாரும்
மறைவாக வசிக்கின்றார்! அறிந்து கொள்ளும்!
கானகம் நேர் நகர்புறத்தில் ராஜபுத்ரன்
கல்வியின்றி உணவின்றி ஒழுக்கமின்றி
ஊனுருகி ஒழியட்டும் என விடுத்தீர்,
உம் எண்ணம் இருந்தபடி என்னே! என்னே!
ஆனாலும் அப்பிள்ளை சுதர்மன் என்போன்
ஆயகலை வல்லவனாய் விளங்குகின்றான்.

வள்ளி நாட்டு மன்னன்

(இடை மறுத்து உரைக்கின்றான்)
சுதர்மனை நாம் கண்ணால் பார்க்க வேண்டும்
சொந்த நாட்டார் எண்ணம் அறிய வேண்டும்.
இதம் அகிதம் தெரியாமல் உம்மை நாங்கள்
எள்ளளவும் ஆதரிக்க மாட்டோம் கண்டீர்!

கொன்றை நாட்டுக் கோமான்

(கோபத்தோடு கூறுகிறான்)
சதி புரிந்த துண்மை யெனில் நண்பரே, நீர்
சகிக்க முடியாத துயர் அடைய நேரும்.

குன்ற நாட்டுக் கொற்றவன்

(இடியென இயம்புவான்)
அதி விரைவில் நீர் நிரப ராதி என்ப
தத்தனையும் எண்பிக்க வேண்டும் சொன்னோம்!

சேனாபதி

(பயந்து ஈன சுரத்தோடு)
அவ்விதமே யாகட்டும் ஐயன்மீர்! போசனத்தைச்
செவ்வையுற நீர் முடிப்பீர் என்று.

காட்சி : 8

(சேனாதிபதி மந்திரியிடம் தனது ஆசாபங்கத்தைத் தெரிவித்து வருந்துவான்).

அகவல்

சேனாபதி

வரைமட்டும் ஓங்கி வளர்ந்த என் ஆசை
தரை மட்டம் ஆயினதா? அந்தோ! தனிமையிலே
ராணி விஜயா நடத்தி வைத்த சூழ்ச்சி தனைக்
காண இதயம் கலக்கம் அடைந்திடுதே!
வேந்தன் மகனுக்கு வித்தை யெல்லாம் வந்தனவாம்!
ஆந்தை அலறும் அடவி சூழ் சிற்றூரில்
போதித்த தார்? இதனைப் போயறிவாம் வா வா வா!!
வாதிக்கு தென்றன் மனம்:

அறுசீர் விருத்தம்

மந்திரி

பொக்கிஷந் திறந்த அந்தப் புலனுறு பெரியார் எங்கே?
அக்கிழவர் பால் இந்த அசந்தர்ப்பம் சொல்லிக் காட்டி
இக்கணம் மகுடம் பூண ஏற்றதோர் சூழ்ச்சி கேட்போம்;
தக்க நல்ல றிஞ ரின்றித் தரணியும் நடவாதன்றோ!
(கிழவன் காணப்படாத தறிந்து மந்திரி வருந்துவான்)

திருவிலார் இவர் என்றெண்ணித் தீங்கினை எண்ணி, அந்தப்
பெரியாரும் நம்மைவிட்டுப் பிரிந்தனர் போலும்! நண்பா!
அரிவையர் கூட்டமெல்லாம் அறிவிலாக் கூட்டம் என்பாய்
புரிவாரோ விஜயராணி புரிந்திச் செயல்கள் மற்றோர்!

குறள்

சேனாபதி

இன்னலெலலாம் நேர்க! இனியஞ்சப் போவதில்லை.
மன்னன் மகனைப் பார்ப்போம் வா!

காட்சி: 9

(கிழவர் சுதர்மனுக்கு வாட்போர் கற்பிக்கிறார். இதனை ஒருபுறமிருந்து சேனாதிபதியும் மந்திரியும் கவனிக் கிறார்கள்)

அகவல்

சேனாபதி

தாழ்திறந்த அக்கிழவன் ராச தனயனுக்குப்
பாழ் திறந்து நெஞ்சத்தில் பல்கலையும் சேர்க்கின்றான்
வஞ்சக் கிழவனிவன் என்னருமை வாழ்க்கையிலே,
நஞ்சைக் கலப்பதற்கு நம்மை அன்று நண்ணினான்.
வாளேந்திப் போர் செய்யும் மார்க்கத்தைக் காட்டுகின்றான்.
தோளின் துரிதத்தைக் கண்டாயோ என் நண்பா!
(சேனாபதி கோபத்தோடு சுதர்மனை அணுகிக் கூறுவான்)
ஏடா சுதர்மா! இவன் யார் நரைக் கிழவன்?
கேடகமும் கத்தியும் ஏன்? கெட் டொழியத் தக்கவனே!

சுதர்மன்

என் நாட்டை நான் ஆள ஏற்ற கலையுதவும்
தென்னாட்டுத் தீரர்; செழுந் தமிழர்; ஆசிரியர்!

சேனாபதி

உன் நாட்டை நீ ஆள ஒண்ணுமோ சொல்லடா!

சுதர்மன்

என் நாட்டை நான் ஆள்வேன்! எள்ளளவும் ஐயமில்லை!
(சேனாதிபதி உடனே தன் வாளையுருவிச் சுதர்மன் மேல் ஓங்கியபடி கூறுவான்)

உன் நாடு சாக்காடே! ஓடி மறைவாய்! பார்!
மின்னுகின்ற வாள் இது தான்! வீச்சும் இதுவே!

(கிழவர் கணத்தில், சேனாபதி ஓங்கிய வாளைத் தமது வாளினால் துண்டித்துக் கூறுவார்).

உருவிய வாள் எங்கே? உனதுடல் மேல் என் வாள்
வருகுது பார், மானங் கொள்! இன்றேல் புறங்காட்டு!

(என வாளை லாவகத்தோடு ஓங்கவே, சேனாபதி தன்னைக் காத்துக் கொள்ள முடியாமலும், சாகத் துணியாமலும் புறங்காட்டி ஓடுகிறான். கிழவரும், சுதர்மனும் சபையை நோக்கி ஓடும் சேனாபதியைத் துரத்திக் கொண்டு ஓடி வருகிறார்கள்).

காட்சி:10

(கூடியுள்ள அயல் நாட்டு வேந்தர்களிடம் சேனாதிபதி ஓடி வந்து சேர்கிறான். அவனைத் தொடர்ந்து கிழவரும், சுதர்மனும் உருவிய கத்தியுடன் வந்து சேர்கிறார்கள்).

வெள்ளி நாட்டு வேந்தன்

ஆடுகின்ற நெஞ்சும், அழுங்கண்ணுமாக நீ
ஓடிவரக் காரண மென் உற்ற சபை நடுவில்?
சேனாதிபதியே, தெரிவிப்பாய் நன்றாக!
(சேனாபதி ஒரு புறம் உட்கார்தல்)

மானைத் துரத்தி வந்த வாளரி போல் வந்து
குறித் தெடுத்துப் பார்க்கின்றீர்; நீவிர் யார் கூறும்?
(என்று பெரியவரை நோக்கிக் கூறிப் பின் அயல் நின்ற சுதர்மனை நோக்கிக் கூறுவான்)

பறித்தெடுத்த தாமரைப்பூம் பார்வையிலே வீரம்
பெருக்கெடுக்க நிற்கின்றாய் பிள்ளையே, நீ யார்?

கிழவர்

இருக்கின்ற வேந்தர்களே, என் வார்த்தை கேட்டிடுவீர்!
மன்னர் குடிக்கும் வழக்கத்தைச் செய்து வைத்தும்
என்னை வசப்படுத்த ஏற்பாடு செய்வித்தும்,
செல்வனையும் தன்னிடத்தே சேர்த்துப் பழி வாங்கக்

கல்வி தராமல் கடுங்காட்டில் சேர்ப்பித்தும்
பட்டாபிஷேக மனப் பால் குடித்தான் காங்கேயன்!
தொட்டவாள் துண்டித்தேன் தோள் திருப்பி இங்கு வந்தான்.

(தான் கட்டியிருந்த பொய்த் தாடி முதலியவைகளைக்
களைகிறாள் கிழவராய் நடித்த விஜயராணி)

தாடியும் பொய்! என்றன் தலைப்பாகையும் பொய்யே!
கூடியுள்ள அங்கியும் பொய்! கொண்ட முதுமையும் பொய்?
'நான் விஜயராணி! நகைக்கப் புவியினிலே
ஊனெடுத்த காங்கேயன் ஒன்றும் உணர்கிலான்!
கோழியும் தன் குஞ்சுதனைக் கொல்ல வரும் வான் பருந்தைச்
சூழ்ந் தெதிர்க்க அஞ்சாத தொல் புவியில், ஆடவரைப்
பெற்றெடுத்த தாய்க்குலத்தைப் பெண் குலத்தை துஷ்டருக்குப்
புற்றெடுத்த நச்சரவைப் புல்லெனவே எண்ணி விட்டான்.

வெள்ளி நாட்டரசன்

(ஆச்சரியத்தொடு கூறுவான்)
நீரன்றோ அன்னையார்! நீரன்றோ வீரியார்
ஆர் எதிர்ப்பார் அன்னையார் அன்பு வெறி தன்னை!

வள்ளி நாட்டு மகிபன்

ஆவி சுமந்து பெற்ற அன்பன் உயிர் காப்பதற்குக்
கோவித்த தாயினெதிர் கொல் படை தான் என் செய்யும்?

கொன்றை நாட்டுக் கோமான்

அன்னையும் ஆசானும் ஆருயிரைக் காப்பானும்
என்னும்படி அமைந்தீர்! இப்படியே பெண்ணுலகம்
ஆகு நாள் எந்நாளோ? அந்நாளே துன்பமெலாம்
போகு நாள், இன்பப்புதிய நாள் என்றுரைப்பேன்?
அன்னையெனும் தத்துவத்தை அம்புவிக்குக் காட்ட வந்த
மின்னே, விளக்கே, விரிநிலவே வாழ்த்துகின்றேன்!

குன்ற நாட்டுக் கொற்றவன்

உங்கள் விருப்பம் உரைப்பீர்கள் இவ்விளைய
சிங்கத் திற்கின்றே திருமகுடம் சூட்டிடலாம்!

காவியம்

தீங்கு புரிந்த, சிறு செயல்கள் மேற் கொண்ட
காங்கேயனுக்கும் கடுந் தண்டனையிடலாம்!

ராணி

கண்மணியே! உன்றன் கருத்தென்ன நீயே சொல்!

சுதர்மன்

'எண்ணம் உரைக்கின்றேன்! என் உதவி வேந்தர்களே
இந்த மணிபுரிதான் இங்குள்ள மக்களுக்குச்
சொந்த உடைமை! சுதந்தரர்கள் எல்லாரும்!
ஆதலினால் இந்த அழகு மணி புரியை
ஓதும் குடியரசுக் குட்படுத்த வேண்டுகின்றேன்!
அக்கிரமம் சூழ்ச்சி அதிகாரப் பேராசை
கொக்கரிக்கக் கண்ட குடிகள் இதயந்தான்
மானம் உணர்ந்து, வளர்ந்து, எழுச்சியுற்றுக்
கானப் புலிபோல் கடும் பகைவர் மேற் பாயும்!
ஆதலினால் காங்கேயன் அக்கிரமும் நன்றென்பேன்;
தீதொன்றும் செய்யாதீர் சேனாபதி தனக்கே!

மன்னர்கள்

அவ்வாறே ஆகட்டும் அப்பனே ஒப்பில்லாய்!
செல்வனே அன்புத் திருநாடு வாழியவே'
சேய்த் தன்மை காட்ட வந்த செம்மால்! செழியன்புத்
தாய்த் தன்மை தந்த தமிழரசி வாழியவே!

சுதர்மன்

எல்லார்க்கும் தேசம், எல்லார்க்கும் உடைமை எலாம்
எல்லார்க்கும் எல்லா உரிமைகளும் ஆகுகவே!
எல்லார்க்கும் கல்வி சுகாதாரம் வாய்ந்திடுக!
எல்லார்க்கும் நல்ல இதயம் பொருந்திடுக!
வல்லார்க்கும் மற்றுள்ள செல்வர்க்கும் நாட்டுடைமை
வாய்க்கரிசி என்னும் மனப்பான்மை போயொழிக;
வில்லார்க்கும் நல்ல நுதல் மாதர் எல்லார்க்கும்
விடுதலையாம் என்றே மணி முரசம் ஆர்ப்பீரே!

இயற்கை

4. மயில்

அழகிய மயிலே! அழகிய மயிலே!
அஞ்சுகம் கொஞ்ச, அமுத கீதம்
கருங்குயிலிருந்து விருந்து செய்யக்
கடிமலர் வண்டுகள் நெடிது பாடத்
தென்றல் உலவச் சிலிர்க்கும் சோலையில்
அடியெடுத் தூன்றி அங்கம் புளகித்
தாடுகின்றாய் அழகிய மயிலே!

உனது தோகை புனையாச் சித்திரம்
ஒளிசேர் நவமணிக் களஞ்சியம் அதுவாம்!

உள்ளக் களிப்பின் ஒளியின் கற்றை
உச்சியில் கொண்டையாய் உயர்ந்ததோ என்னவோ!

ஆடுகின்றாய்; அலகின் நுனியில்
வைத்த உன் பார்வை மறுபுறம் சிமிழ்ப்பாய்!
சாயல் உன் தனிச் சொத்து! ஸபாஷ்! கரகோஷம்!

ஆயிரம் ஆயிரம் அம் பொற் காசுகள்
ஆயிரம் ஆயிரம் அம்பிறை நிலவுகள்
மரகத உருக்கின் வண்ணத் தடாகம்
ஆன உன் மெல்லுடல், ஆடல், உன் உயிர்
இவைகள் என்னை எடுத்துப் போயின!
இப்போது 'என் நினைவு' என்னும் உலகில்
மீண்டேன். உனக்கோர் விஷயம் சொல்வேன்
நீயும் பெண்களும் 'நிகர்' என்கின்றார்!
நிசம் அது! நிசம்! நிசம்! நிசமே யாயினும்
பிறர் பழி தூற்றும் பெண்கள் இப்பெண்கள்!

அவர் கழுத்து உன் கழுத் தாகுமோ சொல்வாய்
அயலான் வீட்டில் அறையில் நடப்பதை
எட்டிப் பார்க்கா திருப் பதற்கே
இயற்கை அன்னை, இப் பெண் கட்கெல்லாம்
குட்டைக் கழுத்தைக் கொடுத்தாள்! உனக்கோ,
கறையொன் றில்லாக் கலாப மயிலே.
நிமிர்ந்து நிற்க நீள் கழுத் தளித்தாள்!
இங்கு வா! உன்னிடம் இன்னதைச் சொன்னேன்:
மனதிற் போட்டு வை; மகளிர் கூட்டம்
என்னை ஏசும் என்பதற்காக!

புவிக் கொன் றுரைப்பேன்; புருஷர் கூட்டம்,
பெண்களை ஆதிப் பெருநாள் தொடங்கி
திருந்தா வகையிற் செலுத்தலால், அவர்கள்
சுருங்கிய உள்ளம் விரிந்த பாடில்லையே!

5.சிரித்த முல்லை

மாலைப் போதில் சோலையின் பக்கம்
சென்றேன். குளிர்ந்த தென்றல் வந்தது.
வந்த தென்றலில் வாசம் கமழ்ந்தது.
வாசம் வந்த வசத்தில் திரும்பினேன்.
சோலை நடுவில் சொக்குப் பச்சைப்
பட்டுடை பூண்டு படர்ந்து கிடந்து
குலுக்கென்று சிரித்த முல்லை
மலர்க்கொடி கண்டேன் மகிழ்ச்சி கொண்டேனே!

6.உதய சூரியம்

உலகமிசை உணர்வெழுப்பிக் கீழ்த்திசையின் மீதில்
உதித்து விட்டான் செங்கதிரோன்; தகத்த காயம் பார்!
விலகிற்றுக் காரிருள்தான்; பறந்தது பார் அயர்வு;
விண்ணிலெலாம் பொன்னொளியை ஏற்றுகின்றான்

அடடா!
மிலையும் எழிற் பெருங்கடலின் அமுதப்ரவாகம்!
மேலெல்லாம் விழி அள்ளும் ஒளியின் ப்ரவாகம்!
நலம் செய்தான்; ஒளிமுகத்தைக் காட்டிவிட்டான், காட்டி
நடத்துகின்றான் தூக்கமதில் ஆழ்ந்திருந்த உலகை!

ஒளி செய்தான் கதிர்க்கோமான் வானகத்தில் மண்ணில்!
உயர் மலைகள், சோலை, நதி இயற்கை எழில்கள் பார்!
களி செய்தான் பெருமக்கள் உள்ளத்தில்! அதனால்
கவிதைகள், கைத் தொழில்கள் என்னென்ன ஆக்கம்!
தெளிவளிக்க இருட்கதவை உடைத் தெறிந்தான் பரிதி!
திசை மகளை அறிவுலகில் தழுவுகின்றார் மக்கள்
ஒளியுலகின் ஆதிக்கம் காட்டுகின்றான்; வானில்
உயர்கின்றான்; உதய சூரியன் வாழ்க நன்றே!

7.காடு

(காவடிச் சிந்து மெட்டு)

முட்புதர்கள் மொய்த்ததரை எங்கும்! - எதிர்
முட்டுகருங் கற்களும் நெருங்கும் - மக்கள்
இட்டடி எடுத்தெடுத்து வைக் கையிலே
கால்களில் தடுங்கும் - உள்
நடுங்கும்.
கிட்டி மர வேர்கள் பல கூடும் - அதன்
கீழிருந்து பாம்பு விரைந்தோடும் - மர
மட்டை யசை வால்புலியின்
குட்டிகள் போய்த் தாய்ப் புலியைத்
தேடும் - பின்
வாடும்.
நீள் கிளைகள் ஆல் விழுதினோடு - கொடி
நெய்து வைத்த நற் சிலந்திக் கூடு - கூர்
வாளெயிற்று வேங்கை யெலாம்
வால் சுழற்றிய பாய வருங்
காடு - பள்ளம்!

மேடு!
கேளோடும் கிளம்பி வரும் பன்றி - நிலம்
கீண்டு கிழங்கே எடுத்த தன்றி - மிகு
தூளி படத் தாவு கையில்
ஊளையிடும் குள்ள நரி
குன்றில் - புகும்
ஒன்றி.
வானிடை ஓர் வானடர்ந்த வாறு - பெரு
வண் கிளை மரங்கள் என்ன வீறு! - நல்ல
தேனடை சொரிந் த்துவும்
தென்னை மரம் ஊற்றியதும்
ஆறு - இன்பம்
சாறு!
கானிடைப் பெரும் பறவை நோக்கும் - அது
காலிடையே காலிகளைத் தூக்கும் - மற்றும்
ஆனினம் சுமந்தபடி
ஆறெனவே பால் சுரந்து
தீர்க்கும் - ஆடை
ஆக்கும்.

8.கானல்

வானும் கனல் சொரியும் - தரை
மண்ணும் கனல் எழுப்பும்
கானலில் நான் நடந்தேன் - நிழல்
காணும் விருப்பத்தினால்.
ஊனுடல் அன்றி மற்றோர் - நிழல்
உயிருக்கில்லை அங்கே.
ஆன திசை முழுதும் - தணல்
அள்ளும் பெரு வெளியாம்;

ஒட்டும் பொடி தாங்கா - தெடுத்
தூன்றும் அடியும் சுடும்;
விட்டுப் புறங் குதித்தால் - அங்கும்
வேகும், உளம் துடிக்கும்;
சொட்டுப் புனல் அறியேன்; ஒன்று

சொல்லவும் யாருமில்லை;
கட்டுடல், செந்தணலில் - கட்டிக்
கந்தகமாய் எரியும்.

முளைத்த கள்ளியினைக் கனல்
மொய்த்துக் கரியாக்கி
விளைத்த சாம்பலைப் போய் - இனி
மேலும் உருக்கிடவே
கொளுத்திடும் கானல் - உயிர்
கொன்று தின்னும் கானல்;
களைத்த மேனி கண்டும் - புறங்
கழுத்தறுக்கும் வெளி.
திடுக்கென விழித்தேன் - நல்ல
சீதளப் பூஞ்சோலை;
நெடும் பகற்கனவில் - கண்ட
நெஞ்சுறுத்தும் கானல்
தொடர்ந்த தென் நினைவில்; - குளிர்
சோலையும் ஓடையுமே
சுட வரும் கனலோ - என்று
தோன்றிய துண்மையிலே.

9. மக்கள் நிலை

சிட்டு

தென்னை மரத்தில் - சிட்டுப்
பின்னும் அழைக்கும் - ஒரு
புன்னை மரத்தினில் ஓடிய காதலி
'போ போ' என்றுரைக்கும்
வண்ண இறக்கை - தன்னை
அங்கு விரித்தே - தன்
சென்னியை உள்ளுக்கு வாங்கி அச்சேவலும்
செப்பும் மணி வாயால்;
'என்னடி பெண்ணே உயிர்
ஏகிடும் முன்னே - நீ

இயற்கை

என்னிடம் வா, எனையாகிலும் கூப்பிடு,
தாமதம் நீக்கி விடு'
    என்றிது சொல்லப் - பெட்டை
    எண்ணம் உயர்ந்தே - அத்
தென்னையிற் கூடிப்பின் புன்னையிற் பாய்ந்தது,
பின்னும் அழைக்கும் சிட்டு

அணில்

    கீச்சென்று கத்தி - அணில்
    கிளையொன்றில் ஓடிப் - பின்
வீச்சென்று பாய்ந்து தன் காதலன் வாலை
வெடுக்கென்று தான் கடிக்கும்.
    ஆச்சென்று சொல்லி - ஆண்
    அணைக்க நெருங்கும் - உடன்
பாய்ச்சிய அம் பெனக் கீழ்த் தரை நோக்கிப்
பாய்ந்திடும் பெட்டை அணில்;
    மூச்சுடன் ஆணோ - அதன்
    முதுகிற் குதிக்கும் - கொல்லர்
காய்ச்சும் இரும்பிடை நீர்த்துளி ஆகக்
கலந்திடும் இன்பத்திலே.
    ஏச்சுக்கள் அச்சம் - தம்மில்
    எளிமை விளப்பம் - சதிக்
கூச்சல் குழப்பங்கள் கொத்தடிமைத்தனம்
கொஞ்சமும் இல்லை அங்கே!

வானும் முல்லையும்

    எண்ணங்கள் போலே - விரி
    வெத்தனை! கண்டாய் - இரு
கண்ணைக் கவர்ந்திடும் ஆயிரம் வண்ணங்கள்
கூடிச் சுடர் தரும் வான்!
    வண்ணங்களைப் போய்க் - கரு
    மாமுகில் உண்டு - பின்பு
பண்ணும் முழக்கத்தை, மின்னலை, அம்முகில்
பாய்ச்சிய வானவில்லை

வண்ணக் கலாப - மயில்
பண்ணிய கூத்தை - அங்கு
வெண்முத்து மல்லிகை கண்டு சிரித்தனள்!
மேல் முத்தை வான் சொரிந்தான்!
விண்முத் தணிந்தாள் அவள்
மேனி சிலிர்த்தாள் - இதைக்
கண்ணுண்ண உண்ணக் கருத்தினி லின்பக்
கடல் வந்து பாய்ந்திடுதே!

மனிதர்

மஞ்சள் திருத்தி - உடை
மாற்றியணிந்தே - கொஞ்சம்
கொஞ்சிக் குலாவிட நாதன் வரும்படி
கோதை அழைக்கையிலே,
மிஞ்சிய சோகம் - மித
மிஞ்சிய அச்சம் - என்
வஞ்சியும் பிள்ளையும் நானிறந்தால் என்ன
வாதனை கொள்வாரோ'
நெஞ்சிலிவ் வாறு - நினைந்
தங்குரைக் கின்றான்: - 'அடி
பஞ்சைப் பரம்பரை நாமடி! பிள்ளைகள்
பற்பலர் ஏதுக் கென்பான்.
கஞ்சி பறித்தார் - எழுங்
காதல் பறித்தார் - கெட்ட
வஞ்சகம் சேர் சின்ன மானிடச் சாதிக்கு
வாய்ந்த நிலை இதுவா!

10. காட்சி இன்பம்

குன்றின் மீது நின்று கண்டேன்
கோலம்! என்ன கோலமே!
பொன் ததும்பும் 'அந்திவானம்'
போதந் தந்ததேடி தோழி!   (குன்றின்)
முன்பும் கண்ட காட்சி தன்னை

இயற்கை

முருகன் என்றும் வேலன் என்றும்
கொன் பயின்றார் சொல்வார்; அஃது
குறுகும் கொள்கை அன்றோ தோழி!   (குன்றின்)

கண்ணும் நெஞ்சம் கவருகின்ற
கடலை, வானைக் கவிஞர் அந்நாள்
வண்ண மயில் வேலோன் என்றார்கள்.
வந்ததே போர் இந் - நாள் - தோழி!   (குன்றின்)

எண்ண எண்ண இனிக்கும் காட்சிக்
கேது கோயில்? தீபம் ஏனோ!
வண்ணம் வேண்டில் எங்கும் உண்டாம்
மயில வெற்பும் நன்-றே-தோ-ழி!   (குன்றின்)

பண்ண வேண்டும் பூசை என்பார்
பால்ம் தேனும் வேண்டும் என்பார்
உண்ண வேண்டும் சாமி என்பார்
உளத்தில் அன்பு வேண்-டார்-தோ-ழி!   (குன்றின்)

அன்பு வேண்டும் அஃது யார்க்கும்
ஆக்கம் கூட்டும் ஏக்கம் நீக்கும்!
வன்பு கொண்டோர் வடிவு காட்டி
வணங்க என்று சொல்-வார்-தோ-ழி!   (குன்றின்)

என்பும் தோலும் வாடுகின்றார்
'ஏழை' என்ப தெண்ணார் அன்றே!
துன்பம் நீக்கும் மக்கள் கொண்டு
சூழ்க வையம் தோ-ழி-வா-ழி   (குன்றின்)

காதல்

11. மாந்தோப்பில் மணம்

தாமரை பூத்த குளத்தினிலே - முகத்
தாமரை தோன்ற முழுகிடுவாள் - அந்தக்
கோமள வல்லியைக் கண்டு விட்டான் - குப்பன்
கொள்ளை கொடுத்தனன் உள்ளத்தினை! - அவள்
தூய்மை படைத்த உடம்பினையும் - பசுந்
தோகை நிகர்த்த நடையினையும் - கண்டு
காமனைக் கொல்லும் நினைப்புடனே - குப்பன்
காத்திருந்தான் அந்தத் தோப்பினிலே.

முகிலைக் கிழித்து வெளிக் கிளம்பும் - ஒரு
முழுமதி போல, நனைந்திருக்கும் - தன்
துகிலினைப் பற்றித் துறைக்கு வந்தாள்! - குப்பன்
சோர்ந்து விட்டானந்தக் காமனம்பால்! - நாம்
புகழ்வதுண்டோ குப்பன் உள்ளநிலை! - துகில்
பூண்டு நடந்திட்ட கன்னியெதிர்க் - குப்பன்
'சகலமும் நீயடி மாதரசி - என்
சாக்காட்டை நீக்கிட வேண்டும்' என்றான்

கன்னியனுப்பும் புதுப்பார்வை - அவன்
கட்டுடல் மீதிலும் தோளினிலும் - சென்று
மின்னலின் மீண்டது! கட்டழகன் - தந்த
விண்ணப்பம் ஒப்பினள் - புன்னகையால்!
சற்றுத் தலை குனிந்தே நடப்பாள் - அவள்
சங்கீத வாய் மொழி ஒன்றினிலே - எண்ணம்
முற்றும் அறிந்திடக் கூடுமென்றே - அவள்

முன்பு நடந்திடப் பின் தொடர்ந் தான் - பின்பு
சிற்றிடை வாய் திறந்தாள் அது தான் - இன்பத்
தேனின் பெருக் கென்று; செந்தமிழே!
'சுற்றத்தார் மற்றவர் பார்த்திடுவார் - என்
தோழிகள் இப் பக்கம் வந்திடுவார்.

காலை மலர்ந்தது; மாந்த ரெலாம் - தங்கள்
கண் மலர்ந்தே நடனமாடுகின்றார்; - இச்
சோலையிலே இள மா மரங்கள் - அடர்
தோப்பினை நோக்கி வருக' என்றாள்.
நாலடி சென்றனர் மாமரத்தின் - கிளை
நாற்புறம் சூழ்ந்திட்ட நல் விடுதி!
மூலக் கருத்துத் தெரிந்திருந்தும் - அந்த
மொய் குழல் 'யாதுன்றன் எண்ண' மென்றாள்.

'உன்னை எனக்குக் கொடுத்து விடு - நான்
உனக்கெனைத் தந்திட அட்டியில்லை' - இந்தக்
கன்னல் மொழிக்குக் கனிமொழியாள் - எட்டிக்
காய் மொழியாற் பதில் கூறுகின்றாள்;
'சின்ன வயதினில் என்றனையோர் - பெருஞ்
சீமான் மணந்தனன் செத்து விட்டான்; - எனில்
அன்னது நான் செய்த குற்றமன்று - நான்
அமங்கலை' என்று கண்ணீர் சொரிந்தாள்.
'மணந்திட நெஞ்சில் வலிவுளதோ?' - என்று
வார்த்தை சொன்னாள்; குப்பன் யோசித்தனன்!-தன்னை
இணங்கென்று சொன்னது - காதலுள்ளம் - 'தள்'
என்றன மூட வழக்க மெலாம் - தலை
வணங்கிய வண்ணம் தரையினிலே - குப்பன்
மாவிலை மெத்தையில் சாய்ந்து விட்டான்! - பின்
கணம் ஒன்றிலே குப்பன் நெஞ்சினிலே - சில
கண்ணற்ற மூட உறவினரும்.

வீதியிற் பற்பல வீணர்களும் வேறு
விதியற்ற சிற்சில பண்டிதரும் - வந்து
'சாதியிலுன்னை விலக்கிடுவோம் - உன்

தந்தையின் சொத்தையும் நீ இழப்பாய் - நம்
ஆதி வழக்கத்தை மீறுகின்றாய்; - தாலி
அறுத்தவளை மணம் ஒப்புகின்றாய் - நல்ல
கோதை யொருத்தியை யாம் பார்த்து - மணம்
கூட்டி வைப்போம், என்று சத்தமிட்டார்.

கூடிய மட்டிலும் யோசித்தனன் - குப்பன்
குள்ளச் சமூகத்தின் கட்டுக்களை - முன்
வாடிக் குனிந்த தலை நிமிர்ந்தான் - அந்த
வஞ்சியைப் பார்த்தனன் மீண்டும் அவன் - ஆ!
ஏடி வடிவத்தின் ஆதிக்கமே, - மூடர்
எதிர்ப்பில் வெளிப்படும் நமது சக்தி! - மற்றும்
பேடி வழக்கங்கள், மூடத்தனம் - இந்தப்
பீடைகளே இங்குச் சாத்திரங்கள்.
காதல் அடைதல் உயிரியற்கை - அது
கட்டில் அகப்படும் தன்மையதோ? - அடி
சாதல் அடைவதும் காதலிலே - ஒரு
தடங்கல் அடைவதும் ஒன்று கண்டாய்! - இனி
நீதடு மாற்றம். அகற்றி விடு - கை
நீட்டடி! சத்தியம்! நான் மணப்பேன்! - அடி
கோதை தொடங்கடி! என்று சொன்னான் - இன்பம்
கொள்ளை, கொள்ளை, கொள்ளை, மாந்தோப்பில்!

12. காதற் கடிதங்கள்

காதலியின் கடிதம்

என் அன்பே, இங்குள்ளோர் எல்லோரும்
க்ஷேமமாய் இருக்கின்றார்கள்.
என் தோழியர் க்ஷேமம்;
வேலைக்காரர் க்ஷேமம்; இதுவுமன்றி
உன் தயவால் எனக்காக உன் வீட்டுக்
களஞ்சிய நெல் மிகவு முண்டே,

உயர் அணிகள் ஆடை வகை ஒவ்வொன்றில்
பத்து விதம் உண்டு. மற்றும்
கன்னலைப் போற் பழவகை பதார்த்த வகை
பக்ஷணங்கள் மிகவுண்டு.
கடிமலர்ப் பூஞ் சோலையுண்டு. மான் க்ஷேமம்.
மயில் க்ஷேமம், பசுக்கள் க்ஷேமம்
இன்னபடி இவ்விடம் யாவரும் எவையும்
க்ஷேம மென்றன் நிலையோ என்றால்,
இருக்கின்றேன்; சாகவில்லை, என்றறிக
இங்ஙனம் உன் எட்டிக் காயே'

காதலன் பதில்

செங்கரும்பே, உன் கடிதம் வரப் பெற்றேன்..
நிலைமை தனைத் தெரிந்து கொண்டேன்.
தேமலர் மெய் வாடாதே; க்ஷேமமில்லை
என்று நீ தெரிவிக்கின்றாய்.
இங்கென்ன வாழ்கிறதோ? இதயத்தில்
உனைக் காண எழும் ஏக்கத்தால்,
இன்பாலும் சர்க்கரையும் நன் மணத்தால்
பனிக் கட்டி இட்டு றைத்த
திங்கள் நிகர் குளிர் உணவைத் தின்றாலும்
அதுவும் தீ! தீ! தீ! செந்தீ!
திரவியஞ்சம் பாதிக்க இங்கு வந்தேன்.
உனை அங்கே விட்டு வந்தேன்!
இங்குனை நான் எட்டிக்காய்
என நினைத்ததா யுரைத்தாய்; இதுவும் மெய்தான்.
இவ்வுலக இன்பமெலாம் கூட்டி எடுத்
துத் தெளிவித் திறுத்துக் காய்ச்சி
எங்கும் போல் எடுத்துருட்டும் உருட்சியினை
எட்டிக்காய் என்பாயாயின்
எனக்கு நீ எட்டிக்காய் என்று தான்
சொல்லிடுவேன் இங்குன் அன்பன்.

13.காதற் குற்றவாளிகள்

தோட்டத்து வாசல் திறக்கும் - தினம்
சொர்ணம் வந்தால் கொஞ்ச நேரம் மட்டும்
வீட்டுக் கதைகளைப் பேசிடுவாள் - பின்பு
வீடு செல்வாள் இது வாடிக்கையாம்.
சேட்டுக்கடை தனிற் பட்டுத்துணி - வாங்கச்
சென்றனள் சுந்தரன் தாய் ஒரு நாள்!
பாட்டுச் சுவை மொழிச் சொர்ணம் வந்தாள்-வீட்டிற்
பாடம் படித்திருந்தான் இளையோன்.

கூடத்திலே மனப் பாடத்திலே - விழி
கூடிக் கிடந்திடும் ஆணழகை,
ஓடைக் குளிர் மலர்ப்பார்வையினால் - அவள்
உண்ணத் தலைப் படு நேரத்திலே,
பாடம் படித்து நிமிர்ந்த விழி - தனிற்
பட்டுத் தெறித்தது மானின் விழி!
ஆடை திருத்தி நின்றாள் அவள் தான் - இவன்
ஆயிரம் ஏடு திருப்புகின்றான்.
'தன்னந் தனிப்பட என்னைவிட்டே - பெற்ற
தையல் உன் பொன்னுடல் அள்ளி விட்டாள்?'
என்றனள். 'சுந்தரன் என்னுளத்தைக் - கள்ளி!
எட்டிப் பறித்தவள் நீ' என்றனன்.

உள்ளம் பறித்தது நான் என்பதும் - என்றன்
உயிர் பறித்தது நீ என்பதும்
கிள்ளி உறிஞ்சிடும் மாமலர்த்தேன் - இன்பக்
கேணியிற் கண்டிட வேணுமென்றாள்.
துள்ளி எழுந்தனன் சுந்தரன்தான்! - பசுந்
தோகை பறந்தனள் காதலன் மேல்!
வெள்ளத்தி னோடொரு வெள்ளமுமாய் - நல்ல
வீணையும் நாதமும் ஆகி விட்டார்.
சாதலும் வாழ்தலும் அற்ற இடம் - அணுச்

சஞ்சல மேனும் இல்லாத இடம்,
மோதலும் மேவலும் அற்ற இடம் - உளம்
மொய்த்தலும் நீங்கலும் அற்ற இடம்.
காதல் உணர்வெனும் லோகத்திலே - அவர்
காணல் நினைத்தல் தவிர்த்திருந்தாள்
சூதற்ற சுந்தரன் தாயும் வந்தாள் - அங்குச்
சொர்ணத்தின் தாயும் புகுந்து விட்டாள்!

பெற்ற இளந்தலைக் கைம் பெண்ணடீ! - என்ன
பேதைமை? என்றனள், மங்கையின் தாய்
சிற்சில ஆண்டுகள் முற்படவே - ஒரு
சின்னக் குழந்தையை நீ மணந்தாய்;
குற்றம் புரிந் தனை இவ்விடத்தே - அலங்
கோல மென்றாள் அந்தச் சுந்தரன் தாய்.
புற்றர் வொத்தது தாயின் உள்ளம்! அங்குப்
புன்னகை கொண்டது மூடத்தனம்!

குற்றம் மறுத்திடக் காரணங்கள் - ஒரு
கோடியிருக்கையில், காதலர்கள்
கற்றவை யாவும் உள்ளத்திலே - வைத்துக்
கண்ணிற் பெருக்கினர் நீரருவி!
சற்றிது கேளுங்கள் நாட்டினரே! - பரி
தாபச் சரித்திரம் மானிடரே!
ஒற்றைப் பெரும் புகழ்த் தாயகமே! - இந்த
ஊமைகள் செய்ததில் தீமையுண்டோ?

14.எழுதாக் கவிதை

மேற்றிசையிற் சூரியன் போய் விழுந்து மறைந் திட்டான்;
　　மெல்ல இருட் கருங்கடலில் விழுந்ததிந்த உலகும்!
தோற்றிய பூங் காவனமும் துளிரும் மலர்க் குலமும்
　　தோன்றவில்லை; ஆயினும் நான் ஏதுரைப்பேன் அடடா!

நாற்றிசையின் சித்திரத்தை மறைத்த இருள் என்றன்
　　நனவிலுள்ள சுந்தரியை மறைக்க வசமில்லை.
மாற்றுயர்ந்த பொன்னு ருக்கி வடிவெடுத்த மங்கை
　　மனவெளியில் ஒளி செய்தாள் என்ன தகத்தகாயம்!

புன்னையின் கீழ்த் திண்ணையிலே எனை இருக்கச் சொன்னாள்,
புதுமங்கை வரவு பார்த்திருக்கையிலே, அன்னாள்,
வன்ன மலர்க் கூட்டத்தில் புள்ளினத்தில், புனலில்
வானத்தில், எங்கெங்கும் தன்னழகைச் சிந்திச்
சின்ன விழி தழுவும் வகை செய்திருந்தாள்; இரவு
தேர்ந்தவுடன் என்னுளத்தைச் சேர்ந்து விட்டாள், எனினும்
சன்னத்த மலருடலை என்னிருகை ஆரத்
தழுவு மட்டும் என்னுயிரில் தணிவதுண்டோ காதல்?

என்னுளத்தில் தன் வடிவம் இட்ட எழில் மங்கை,
இருப்பிடத்தில் என்னுருவம் தன்னுளத்திற் கொண்டான்;
மின்னொளியாள் வராததுதான் பாக்கி; யிந்தநேரம்
வீறிட்ட காதலுக்கும் வேலி கட்டல் உண்டோ?
கன்னியுளம் இருளென்று கலங்கிற்றோ; தட்டுக்
காவலிலே சிக்கிஅவள் தவித்திடு கின்றாளோ;
என்னென்பேன் அதோ பூரிக்கின்றது வெண்ணிலவும்
எழில் நீலவான் எங்கணும் வயிரக் குப்பை!

மாலைப் போதைத் துரத்தி வந்த அந்திப் போதை
வழியனுப்பும் முன்னிருளை வழியனுப்பி விட்டுக்
கோல நிலா வந்திங்கே கொஞ்சுகின்ற இரவில்
கொலை புரியக் காத்திருக்கும் காதலோடு நான் தான்
சோலை நடுவே மிகவும் துடிக்கின்றேன்; இதனைத்
தோகையிடம் போயுரைக்க எவருள்ளார்? அன்னாள்
காலிலணி சிலம்புதான் கலீரெனக் கேளாதோ?-
கண்ணெதிரிற் காணேனோ பெண்ணரசையிங்கே?

தண்ணிலவும் அவள் முகமோ! தாரகைகள் நகையோ!
தளிருடலைத் தொடும் உணர்வோ நன் மணஞ்சேர் குளிரும்,
விண்ணீலம் கார் குழலோ! காணும் எழிலெல்லாம்
மெல்லியல் வாய்க் கள்வெறியோ! அல்லி மலர்த்தேனின்
வண்டின் ஒலி அன்னவளின் தண்டமிழ்த்தாய் மொழியோ!
வாழிய இங்கிவை யெல்லாம் எழுத வரும் கவிதை!
கண்டெடுத்தேன் உயிர்ப்புதையல்! அதோ வந்து விட்டாள்!
கண்டெழுத முடியாத நறுங் கவிதை அவளே!

15.காதற் பெருமை

நல்ல இளம் பருவம் - மக்கள்
நாடு குணம், கீர்த்தி
கல்வி இவையுடையான் - உயர்
கஜராஜ் என்பவனும்,
முல்லைச் சிரிப்புடையாள் - மலர்
முக ஸரோஜாவும்,
எல்லையில் காதற் கடல் - தனில்
ஈடுபட்டுக் கிடந்தார்!

திங்கள் ஒரு புறமும் - மற்றைச்
செங் கதிர் ஓர் புறமும் தங்கியிருந் திடினும் - ஒளி
தாவுதல் உண்டது போல்
அங்கந்த வேலூரில் - இவர்
அங்கம் பிரிந்திருந்தும்
சங்கமம் ஆவதுண்டாம் - காதற்
சமுத்திர விழிகள்!

ஒட்டும் இரண்டுளத்தைத் - தம்மில்
ஓங்கிய காதலினைப்
பிட்டுப் பிட்டுப் புகன்றார் - அதைப்
பெற்றவர் கேட்க வில்லை.
குட்டை மனத்தாலே - அவர்
கோபப் பெருக்காலே
வெட்டிப் பிரிக்க வந்தார் - அந்த
வீணையை நாதத்தினை!
'பொன்னவிர் லோகத்திலே - உள்ளம்
பூரிக்கும் காதலிலே
என்னுளம் கன்னியுளம் - இணைந்
திருந்தும் இன்ப உடல்
தன்னைப் பயிலு வதோர் - நல்ல
சந்தர்ப்பம் இல்லை'யென்றே
தன்னையும் தையலையும் - பெற்ற
சமூகத்தை நொந்தான்.

'அண்டை இல்லத்தினிலே - என்
அன்பன் இருக்கின்றான்;
உண்ணும் அமுதிருந்தும் - எதிர்
உண்ண முடிந்த தில்லை.
தண்டமிழ்ப் பாட்டிருந்தும் - செவி
சாய்த்திடக் கூடவில்லை
வண் மலர் சூடவில்லை - அது
வாசலிற் பூத்திருந்தும்!

என்று ஸரோஜாவும் - பல
எண்ணி எண்ணி அயர்வாள்.
தன்னிலை கண்டிருந்தும் - அதைச்
சற்றும் கருதாமல்
என்னென்னமோ புகல்வார் - அந்த
இரும்பு நெஞ்சுடையார்.
அன்னதன் பெற்றோரின் - செயல்
அத்தனையும் கசப்பாள்.

நல்ல ஸரோஜாவின் - மணம்
நாளைய காலை என்றார்;
மெல்லியல் பெற்றோர்கள் - வந்து
வேறொரு வாலிபனைச்
சொல்லி உனக்கவன் தான் - மிக்க
தோதென்றும் சொல்லி விட்டார்.
கொல்லும் மொழி கேட்டாள் - மலர்க்
கொம்பு மனம் ஒடிந்தாள்.

'கொழிக்கும் ஆணழகன் - அவன்
கொஞ்சி வந்தே எனது
விழிக்குள் போய்ப் புகுந்தான் - நெஞ்ச
வீட்டில் உலாவு கின்றான்.
இழுத் தெறிந்து விட்டே - மற்
றின்னொரு வாலிபனை
நுழைத்தல் என்பது தான் - வெகு
நூதனம்' என்றழுவாள்.

'காதலிருவர்களும் - தம்
கருத்தொருமித்த பின்

வாதுகள் வம்புகள் ஏன்? - இதில்
மற்றவர்க்கென்ன உண்டு?
சூது நிறையுளமே - ஏ
துட்ட இருட்டறையே!
நீதி கொள்' என்று லகை - அவள்
நிந்தனை செய்திடுவாள்!

இல்லத்தின் மாடியிலே - பின்னர்
ஏறி உரைக்கலுற்றாள்;
'இல்லை உனக்கெனக்கு - மணம்
என்று முடித்து விட்டார்.
பொல்லாத நாளைக்கொரு - வெறும்
புல்லனை நான் மணக்க
எல்லாம் இயற்றுகின்றார் - பெற்ற
எமன்கள் இவ்விடத்தில்!'

அடுத்த மாடியிலே - நின்ற
அன்பனிது கேட்டான்;
துடித்த உள்ளத்திலே - அம்பு
தொடுக்கப்பட்டு நின்றான்.
எடுத்துக் காட்டி நின்றாள் - விஷம்
இட்டதோர் சீசாவை'
அடி எனதுயிரே, - 'அழை
அழை எனையும் என்றான்.

தீயும் உளத்தோனும் - 'விஷம்'
தேடி எடுத்து வந்தான்!
'தூய நற் காதலர்க்கே - பெருந்
தொல்லை தரும் புவியில்
மாய்க நமதுடல்கள்; விஷம்
மாந்துக நம்மலர் வாய்;
போய் நுகர்வோம் சலியா - இன்பம்;
பூமியின் கர்ப்பத்திலே!

என்று விஷம் குடித்தார் - அவர்
இறப்பெனும் நிலையில்
ஒன்று பட்டுச் சிறந்தார் - இணை

ஓதரும் காதலர்கள்,
இன்று தொட்டுப் புவியே - இரண்
டெண்ணம் ஒருமித்த பின்
நின்று தடை புரிந்தால் - நீ
நிச்சயம் தோல்வி கொள்வாய்!

16. காதலைத் தீய்த்த கட்டுப்பாடு

வேற்றூர் போய் நள்ளிரவில் வீடு வந்த
வேலனிடம், ஆள் ஒருவன் கடிதம் தந்தான்,
ஏற்றதனை வாசிக்கலுற்றான் வேலன்;
'என்னருமைக் காதலரே, கடைசிச் சேதி;
நேற்றிரவு நாமிருவர் பூந் தோட்டத்தில்,
நெடுநேரம் பேசியதை என் தாய் கண்டாள்!
ஆற்றாத துயரால் என் தந்தை, அண்ணன்
அனைவரிடமும் சொல்லி முடித்து விட்டாள்.

குடும்பத்தின் பெயர் கெடுக்கத் தோன்றி விட்டாய்
கொடியவளே! விஷப் பாம்பே! என்று தந்தை
தடதட வென்றிருகையால் தலையில் மோதித்
தரையினில் புரண்டழுதார்; அண்ணன் அங்கு
மடமடவென்றே கொல்லைக் கிணற்றில் வீழ்ந்தே
மாய்வார் போல் ஓடிப்பின் திரும்பி வந்து
படுபாவி தாலியற்ற பிறகும் இந்தப்
பழுது நடை கொள்வதுண்டோ என்று உரைத்தார்.

தாயோ என் எதிர் வந்து, தாலியோடு
சகலமும் போயினஏடி இன்னும் என்ன!
தீயாகிக் கொளுத்தி விட்டாய் எம்மையெல்லாம்!
தெருவார்கள் ஊரார்கள் இதையறிந்தால்
ஓயாமல் தூற்றிடுவார்! யாம் இவ்வூரில்
உயர்ந்திருந்தோம்; தாழ்த்திவிட்டாய் அந்தோ! நீதான்
பாயேனும் விரித்ததிலே படுப்பதுண்டா
பதியிழந்தால்? மூதேவி! என்று சொன்னாள்.

தந்தையார் 'அடி உனைக் கொன்று போட்டுத்
தலையறுத்துக் கொள்ளு கின்றேன்' என்பார், அண்ணன்
அந்தமதி யற்றவனைக் கொல்வேன் என்றே
அருகிருக்கும் கொடு வாளைப் பாய்ந் தெடுப்பான்!
இந்தவிதம் கொதித்தார்கள் இரவு மட்டும்!
இனி என்னால் அவர்கட்குத் தொல்லை வேண்டாம்;
சுந்தரனே, என் காதல் துரையே! உன்னைத்
துறக்கின்றேன் இன்றிரவில் கடலில் வீழ்ந்தே!"

காதலியின் கடிதத்தில் இதை வாசித்தான்!
கதறினான்! கடல் நோக்கிப் பறந்தான் வேலன்!
ஈதறிந்தார் ஊரிலுள்ளார்; ஓடினார்கள்,
எழில்வானம், முழுநிலவு, சமுத்திரத்தின்
மீதெல்லாம் மிதக்கும் ஒளி, அகண்ட காரம்.
மேவு பெருங் காட்சியில் ஓர் துன்பப்புள் போல்
மாது கடற் பாலத்தின் கடைசி நின்று
வாய்விட்டுக் கதறுகின்றாள் வசமிழந்தாள்;

'எனை மணந்தார் இறந்தார்; என் குற்றமல்ல;
இறந்தவுடன் மங்கலநாண், நல்லாடைகள்,
புனை மலர்குங் குமம் அணிகள் போனதுண்டு;
பொன்னுடலும் இன்னுயிரும், போன துண்டோ?
எனை ஆளும் காதலுக்கோர் இலக்கி யத்துக்
கிசைந்த தெனில் உயிரியற்கை; நான் என் செய்வேன்?
தனையடக்கிக் காதலினைத் தவிர்த்து வாழும்
சுகம் இருந்தால் காட்டாயோ நிலவே நீதான்!

'கண்படைத்த குற்றத்தால் அழகியோன் என்
கருத்தேறி உயிர் ஏறிக் கலந்து கொண்டான்!
பெண் படைத்த இவ்வுலகைப் பல்லாண் டாகப்
பெற்றுயர்ந்த நெடுவானே புனலே! கூறீர்,
மண் படைப்பே காதலெனில் காதலுக்கு
மறுப்பெதற்குக் கட்டுப் பாடெதற்குக் கண்டார்?
புண் படைத்த என் நாடே, கைம்மைக் கூர்வேல்
பொழிகின்றாய் மங்கையர் மேல்! அழிகின்றாயே!

ஆடவரின் காதலுக்கும், பெண்கள் கூட்டம்
அடைகின்ற காதலுக்கும், மாற்ற முண்டோ?
பேடகன்ற அன்றிலைப் போல், மனைவி செத்தால்
பெருங் கிழவன் காதல் செயப் பெண் கேட்கின்றான்!
வாடாத பூப் போன்ற மங்கை நல்லாள்
மணவாளன் இறந்தால் பின் மணத்தல் தீதோ?
பாடாத தேனீக்கள், உலவாத் தென்றல்
பசியாத நல்வயிறு பார்த்த துண்டோ?

'இளமை தந்தாய், உணர்வு தந்தாய், இன்பங் காணும்
இன்னுயிரும் தந்திட்டாய் இயற்கைத் தேவி,
வளமையற்ற நெஞ்சுடையார் இந் நாட்டார்கள்
மறுக்கின்றார் காதலினைக் கைம்மை கூறி;
தளை மீற வலியில்லேன்! அந்தோ, என்றன்
தண்டமிழின் இனிமை போல் இனிய சொல்லான்
உளமாரக் காதலித்தான் என்னை! அன்னோன்
ஊர் நிந்தை ஏற்பதனைச் சகிப் பேனோ நான்!

'ஒருயிரும் இரண்டுடலும் நாங்கள்! எம்மை
உளி கொண்டு வெட்டி விட்ட கட்டுப்பாடே,
தீராத காதலினை நெஞ் சத்தோடு
தீய்த்து விட்டாய்' என்றாள் - பின் ஓடி வந்து
சீராளன் தாவினான்! - வீழ்ந்தாள்! - வீழ்ந்தான்!
தேம்பிற்றுப் பெண்ணுலகு! இருவர் தீர்ந்தார்!
ஊரார்கள் பார்த்திருந்தார் தரையில் நின்றே
உளம் துடித்தார்; எனினும் அவர் உயிர் வாழ்கின்றார்.

17. தலைவி காதல்

சோலையிலோர் நாள் எனையே
தொட்டிழுத்து முத்த மிட்டான்
'துடுக்குத் தனத்தை என் சொல்வேன்
மாலைப் பொழுதில் இந்த மாயம் புரிந்த செம்மல்
வாய் விட்டுச் சிரித்துப் பின்
போய் விட்டானேடி தோழி! (சோ)

ஓடி விழிக்கு மறைந்தான் - ஆயினும் என்றன்
உள்ளத்தில் வந்து நிறைந்தான்!
வேடிக்கை என்ன சொல்வேன்
மின்னல் போல் எதிர் நின்றான்!
வேண்டித் தழுவச் சென்றேன்
தாண்டி நடந்து விட்டான்! (சோ)

அகம் புகுந்தான் சேயோ - அவனை எட்டி
அணைக்க வழி சொல்வாயோ!
சுகம் பெறும் அவன் அன்று தந்த துடுக்கு முத்தம்!
சக்ரவாகம் போல் வந்தான்;
கொத்திப் போக மறந்தான்! (சோ)

18.விரகதாபம்

காதலும் கனலாய் என்னையே சுடும்
ஈதென்ன மாயமோ!
நாதர் மாதெனையே சோதித்தாரோ
நஞ்சமோ இவ்வஞ்சி வாழ்வு? ஐயையோ!
நலியுதே என் அக மிகுதியு மலருடலே
நனிமெலிதல் அநீதி இதுவலவோ?
வனிதை யாளி னெதிர் அழகுதுரை விரைவில்

வருவரோ அலது வருகிலரோ?
வாரிச விக சிதமுக தரிசனமுற
வசமதோ கலவிபுரிவது நிசமோ
மதுரமான அமுதமு
மலரினொடுமது கனியிரச மதிவிரச மடைவதென்ன
(காதலும்)

தென்றலென்ற புலி சீறல் தாளேன்
சீத நிலவே தீதாய் விளைந்திடுதே!
வென்றியணைந்திடும் அவர் புயம் அணைந்தே
மேவி ஆவி எய்தல் எந்தநாள்? (காதலும்)

தமிழ்

19.தமிழின் இனிமை

கனியிடை ஏறிய சுளையும் - முற்றல்
கழையிடை ஏறிய சாறும்,
பனிமலர் ஏறிய தேனும் - காய்ச்சுப்
பாகிடை ஏறிய சுவையும்;
நனிபசு பொழியும் பாலும் - தென்னை
நல்கிய குளிரிள நீரும்,
இனியன என்பேன் எனினும் - தமிழை
என்னுயிர் என்பேன் கண்டீர்!

பொழிலிடை வண்டின ஒலியும் - ஓடைப்
புனலிடை வாய்க்கும் கலியும்,
குழலிடை வாய்க்கும் இசையும் - வீணை
கொட்டிடும் அமுதப் பண்ணும்,
குழவிகள் மழலைப் பேச்சும், - பெண்கள்
கொஞ்சிடும் இதழின் வாய்ப்பும்,
விழைகுவ னேனும், தமிழும் - நானும்
மெய்யாய் உடலுயிர் கண்டீர்!

பயிலுறும் அண்ணன் தம்பி, - அக்கம்
பக்கத் துறவின் முறையார்,
தயைமிகு உடையாள் அன்னை, - என்னைச்
சந்ததம் மறவாத் தந்தை,
குயில் போற் பேசிடும் மனையாள், - அன்பைக்
கொட்டி வளர்க்கும் பிள்ளை,
அயலவராகும் வண்ணம் - தமிழென்
அறிவினில் உறைதல் கண்டீர்!

நீலச் சுடர் மணி வானம், - ஆங்கே
நிறையக் குளிர் வெண் ணிலவாம்,
காலைப் பரிதியின் உதயம், - ஆங்கே
கடல் மேல் எல்லாம் ஒளியாம்,
மாலைச் சுடரினில் மூழ்கும், - நல்ல
மலைகளின் இன்பக் காட்சி,
மேலென எழுதும் கவிஞர், - தமிழின்
விந்தையை எழுதத் தரமோ?

செந்நெல் மாற்றிய சோறும் - பசுநெய்
தேக்கிய கறியின் வகையும்,
தன்னிகர் தானியம் முதிரை, - கட்டித்
தயிரோடு மிளகின் சாறும்,
நன் மது ரஞ் செய் கிழங்கு - காணில்
நாவிலி னித்திடும் அப்பம்,
உன்னை வளர்ப்பன தமிழா! - உயிரை
உணர்வை வளர்ப்பது தமிழே!

20. இன்பத் தமிழ்

தமிழுக்கும் அமுதென்று பேர்! - அந்தத்
தமிழ் இன்பத்தமிழ் எங்கள் உயிருக்கு நேர்!
தமிழுக்கு நிலவென்று பேர்! - இன்பத்
தமிழ் எங்கள் சமுகத்தின் விளைவுக்கு நீர்!

தமிழுக்கு மணமென்று பேர்! - இன்பத்
தமிழ் எங்கள் வாழ்வுக்கு நிருமித்த ஊர்!
தமிழுக்கு மதுவென்று பேர்! - இன்பத்
தமிழ் எங்கள் உரிமைச் செம் பயிருக்கு வேர்!

தமிழ் எங்கள் இளமைக்குப் பால்! இன்பத்
தமிழ் நல்ல புகழ் மிக்க புலவர்க்கு வேல்!
தமிழ் எங்கள் உயர்வுக்கு வான்! - இன்பத்
தமிழ் எங்கள் அசதிக்குச் சுடர் தந்த தேன்!

தமிழ் எங்கள் அறிவுக்குத் தோள்! - இன்பத்
தமிழ் எங்கள் கவிதைக்கு வயிரத்தின் வாள்!
தமிழ் எங்கள் பிறவிக்குத் தாய்! - இன்பத்
தமிழ் எங்கள் வலமிக்க உளமுற்ற தீ!

21. தமிழ் உணவு

ஆற்றங் கரை தனிலே - இருள்
அந்தியிலே குளிர் தந்த நிலாவினில்,
காற்றிலுட் கார்ந்திருந்தேன், வெய்யிற்
காலத்தின் தீமை இலாததினால் அங்கு
வீற்றிருந்தார் பலபேர் - வந்து
மேல் விழும் தொல்லை மறந்திருந்தார்! - பழச்
சாற்றுச் சுவை மொழியார் - சிலர்
தங்கள் மணவாளரின் அண்டையிருந்தனர்;
(ஆற்றங்கரைதனிலே)

நாட்டின் நிலைபேசிப் - பல
நண்பர்கள் கூடி இருந்தனர் ஓர் புறம்.
ஓட்டம் பயின்றிடுவார் - நல்ல
ஒன்பது பத்துப் பிராயம் அடைந்தவர்;
கோட்டைப் பவுன் உருக்கிச் - செய்த
குத்து விளக்கினைப் போன்ற குழந்தைகள்
ஆட்ட நடை நடந்தே - மண்ணை
அள்ளுவர், வீழுவர் அம்புலி வேண்டுவர்;
(ஆற்றங்கரைதனிலே)

புனலும் நிலா வொளியும் - அங்குப்
புதுமை செய்தே நெளிந்தோடும்; மரங்களில்
இனிது பறந்து பறந் - தங்கும்
இங்கும் அடங்கிடும் பாடிய பறவைகள்.
தனி ஒரு வெள்ளிக் கலம் - சிந்தும்
தாளங்கள் போல்வன நிலவு நக்ஷத்திரம்.
புனையிருள் அந்திப் பெண்ணாள் - ஒளி
போர்த்ததுண்டோ எழில் பூத்ததுண்டோ அந்த
(ஆற்றங்கரை தனிலே)

விந்தை உரைத்திடுவேன் - அந்த
வேளையில் அங்கொரு வாள்விழி கொண்டவள்
முந்த ஓர் பாட்டுரைத்தாள் - அது
முற்றுந் தெலுங்கில் முடிந்து தொலைந்தது;
பிந்தி வடக்கினிலே - மக்கள்
பேசிடும் பேச்சினில் பாட்டு நடத்தினள்
எந்தவிதம் சகிப்பேன்? கண்ட
இன்பம் அனைத்திலும் துன்பங்கள் சேர்ந்தன;
(ஆற்றங்கரை தனிலே)

பொருளற்ற பாட்டுக்களை - அங்குப்
புத்தமு தென்றார்; கைத்தாள மிட்டனர்;
இருளுக்குள் சித்திரத்தின் - திறன்
ஏற்படுமோ இன்பம் வாய்த்திடக் கூடுமோ?
உருவற்றுப் போனதுண்டோ - மிக்க
உயர்வுற்ற தமிழ் மக்கள் உணர்வற்ற நல்வாழ்வு?
கருவுற்ற செந்தமிழ்ச் சொல் - ஒரு
கதியற்றுப் போனதுண்டோ அடடா அந்த
(ஆற்றங்கரைதனிலே)

சங்கீத விற்பனனாம் - ஒரு
சண்டாளன் ஆரம்பித்தான் இந்துஸ்தான் ஒன்றை;
அங்கந்தப் பாட்டினிலே - சுவை
அத்தனையும் கண்டு விட்டது போலவே
நம் குள்ளர் வாய் திறந்தே - நன்று
நன்றென ஆர்ப்பரித்தார்; அந்த நேரத்தில்
எங்கிருந்தோ தமிழில் ஓர்
இன்ப நறுங்கவி கேட்டது காதினில்
(ஆற்றங்கரை தனிலே)

'அஞ்சலை உன் ஆசை - என்னை
அப்புறம் இப்புறம் போக விடாதடி
கொஞ்சம் இரங்கிடுவாய் - நல்ல
கோவைப்பழத்தினைப் போன்ற உதட்டினை
வஞ்சி, எனக்களிப்பாய்!' - என்ற
வண்ணத் தமிழ்ப்பதம் பண்ணிற் கலந்தென்றன்

நெஞ்சையும் வானத்தையும் - குளிர்
நீரையும், நிலவையும், தமிழர் குலத்தையும்
(ஆற்றங்கரை தனிலே)

ஒன்றெனச் செய்ததுவே - நல்
உவகை பெறச் செய்ததே தமிழ்ப் போசனம்!
நன்று தமிழ் வளர்க! - தமிழ்
நாட்டினில் எங்கணும் பல்குக! பல்குக!
என்றும் தமிழ் வளர்க! - கலை
யாவும் தமிழ் மொழியால் விளைந்தோங்குக!
இன்பம் எனப்படுதல் - தமிழ்
இன்பம் எனத் தமிழ் நாட்டினர் எண்ணுக!
(ஆற்றங்கரை தனிலே)

22.தமிழ்ப்பேறு

ஏடெடுத்தேன் கவி ஒன்று வரைந்திட
'என்னை எழு'தென்று சொன்னது வான்
ஓடையும் தாமரைப் பூக்களும் தங்களின்
ஓவியந் தீட்டுக என்றுரைக்கும்
காடும் கழனியும் கார்முகிலும் வந்து
கண்ணைக் கவர்ந்திட எத்தனிக்கும்;
ஆடும் மயில் நிகர் பெண்களெல்லாம் உயிர்
அன்பினைச் சித்திரம் செய்க என்றார்.

சோலைக் குளிர்தரு தென்றல் வரும், பசுந்
தோகைமயில் வரும் அன்னம் வரும்;
மாலைப் பொழுதினில் மேற்றிசையில் விழும்
மாணிக்கப் பரிதி காட்சி தரும்;
'வேலைச் சுமந்திடும் வீரரின் தோள் உயர்
வெற்பென்று சொல்லி வரைக' எனும்
கோலங்கள் யாவும் மலை மலையாய் வந்து
கூவின என்னை! - இவற்றிடையே,

இன்னலிலே, தமிழ் நாட்டினிலேயுள்ள
என் தமிழ் மக்கள் துயின்றிருந்தார்.
அன்னதோர் காட்சி இரக்கமுண்டாக்கியென்
ஆவியில் வந்து கலந்ததுவே!
'இன்பத் தமிழ்க் கல்வி யாவரும் கற்றவர்
என்றுரைக்கும் நிலை எய்தி விட்டால்

துன்பங்கள் நீங்கும், சுகம் வரும் நெஞ்சினில்
தூய்மை யுண்டாகிடும்; வீரம் வரும்!

23.எங்கள் தமிழ்

இனிமைத் தமிழ்மொழி எமது - எமக்
கின்பந் தரும்படி வாய்த்தநல் அமுது!
கனியைப் பிழிந்திட்ட சாறு - எங்கள்
கதியில் உயர்ந்திடயாம்பெற்ற பேறு!
தனிமைச் சுவையுள்ள சொல்லை - எங்கள்
தமிழினும் வேறெங்கும்யாங்கண்ட தில்லை!
நனியுண்டு நனியுண்டு காதல் - தமிழ்
நாட்டினர் யாவர்க்குமே தமிழ் மீதில் (இனிமைத்)

தமிழ்எங்கள் உயிர்என்ப தாலே - வெல்லுந்
தரமுண்டு தமிழருக்கிப்புவி மேலே
தமிழ் என்னில் எம்முயிர்ப் பொருளாம் - இன்பத்
தமிழ்குன்றுமேல் தமிழ் நாடெங்கும் இருளாம்.

தமிழுண்டு தமிழ்மக்க ளுண்டு - இன்பத்
தமிழுக்கு நாளும்செய்வோம்நல்ல - தொண்டு
தமிழ்என்று தோள் தட்டி ஆடு! - நல்ல
தமிழ் வெல்க வெல்க என்றே தினம்பாடு!

(இனிமைத்)

24.தமிழ் வளர்ச்சி

எளிய நடையில் தமிழ்நூல் எழுதிடவும் வேண்டும்
இலக்கண நூல் புதிதாக இயற்றுதலும் வேண்டும்
வெளியுலகில், சிந்தனையில் புதிது புதிதாக
விளைந்துள்ள எவற்றினுக்கும் பெயர்களெல்லாங் கண்டு
தெளிவுறுத்தும் படங்களொடு சுவடியெலாம் செய்து
செந்தமிழைச் செழுந்தமிழாய்ச் செய்வதுவும் வேண்டும்
எளிமையினால் ஒரு தமிழன் படிப்பில்லையென்றால்
இங்குள்ள எல்லோரும் நாணிடவும் வேண்டும்

உலகியலின் அடங்கலுக்கும் துறைதோறும் நூற்கள்
ஒருத்தர் தயை இல்லாமல் ஊரறியும் தமிழில்
சல சலென எவ்விடத்தும் பாய்ச்சிவிட வேண்டும்!
தமிழொளியை மதங்களிலே சாய்க்காமை வேண்டும்
இலவச நூற் கழகங்கள் எவ்விடத்தும் வேண்டும்.
எங்கள் தமிழ் உயர்வென்று நாம் சொல்லிச் சொல்லித்
தலைமுறைகள் பல கழித்தோம்; குறைகளைந் தோமில்லை
தகத்த காயத் தமிழைத் தாபிப்போம் வாரீர்.

25.தமிழ்க்காதல்

கமலம் அடுக்கிய செவ்விதழால் - மலர்க்
காட்டினில் வண்டின் இசை வளத்தால்
கமழ் தரு தென்றல் சிலிர் சிலிர்ப்பால் - கருங்
கண்மலரால் முல்லை வெண்ணகைப் பால்
அமையும் அன்னங்கள் மென்னடையால் - மயில்
ஆட்டத்தினால் தளிர் ஊட்டத்தினால்
சமையும் ஒருத்தி - அப் பூஞ்சோலை - எனைத்
தன்வசம் ஆக்கிவிட்டாள் ஒருநாள்.

சோலை அணங்கொடு திண்ணையிலே - நான்
தோளினை ஊன்றி இருக்கையிலே
சேலை நிகர்த்த விழியுடையாள் - என்றன்
செந்தமிழ்ப் பத்தினி வந்துவிட்டாள்!
சோலையெலாம் ஒளி வானமெலாம் - நல்ல
தோகையர் கூட்ட மெலாம் அளிக்கும்
கோல இன்பத்தை யென் உள்ளத்திலே - வந்து
கொட்டிவிட்டாள் எனைத் தொட்டிழுத்தாள்!

26.எந்நாளோ?

என்னருந் தமிழ்நாட் டின்கண்
எல்லோரும் கல்வி கற்றுப்
பன்னருங் கலைஞான த்தால்,
பராக்கிர மத்தால், அன்பால்,
உன்னத இமம லைபோல்
ஓங்கிடும் கீர்த்தி யெய்தி

இன்புற்றாரென்று மற்றோர்
　　இயம்பக்கேட்டிடல்எந் நாளோ?

கைத்திறச் சித்திரங்கள்,
　கணிதங்கள் வான நூற்கள்,
மெய்த்திற நூற்கள், சிற்பம்,
　விஞ்ஞானம், காவியங்கள்
வைத்துள தமிழர் நூற்கள்
　வையத்தின் புதுமை என்னப்
புத்தக சாலை எங்கும்
　புதுக்கு நாள் எந்த நாளோ;

தாயெழிற் றமிழை என்றன்
　தமிழரின் கவிதை தன்னை
ஆயிரம் மொழியிற் காண
　இப்புவி அவாவிற் றென்றே
தோயுறும் மதுவின் ஆறு
　தொடர்ந்தென்றன் செவியில் வந்து
பாயுநாள் எந்த நாளோ?
　ஆரிதைப் பகர்வார் இங்கே?

பார்த்தொழில் அனைத்தும் கொண்ட
　பயன்தரும் ஆலைக் கூட்டம்
ஆர்த்திடக் கேட்ப தென்றோ?
　அணி பெறத் தமிழர் கூட்டம்
போர்த்தொழில் பயில்வ தெண்ணிப்
　புவியெலாம் நடுங்கிற் றென்ற
வார்த்தையைக் கேட்டு நெஞ்சு
　மகிழ்ந்து கூத்தாடல் என்றோ?
வெள்ளம் போல் தமிழர் கூட்டம்
　வீரங்கொள் கூட்டம்; அன்னார்
உள்ளத்தால் ஒருவ ரேமற்
　றுடலினால் பலராய்க் காண்பார்
கள்ளத்தால் நெருங்கொ ணாதே;
　எனவையம் கலங்கக்கண்டு
துள்ளும் நாள் எந்நாள்? உள்ளம்
　சொக்கும் நாள் எந்த நாளோ?

தறுக்கினாற் பிறதே சத்தார்
 தமிழன்பால் என்நாட் டான்பால்
வெறுப்புறும் குற்றஞ் செய்தா
 ராதலால் விரைந்தன் னாரை
நொறுக்கினார் முதுகெ லும்பைத்
 தமிழர்கள் என்ற சேதி
குறித்த சொல் கேட்டின் பத்திற்
 குதிக்கும் நாள் எந்த நாளோ?

நாட்டும் சீர்த் தமிழன் இந்த
 நானில மாயம் கண்டு
காட்டிய வழியிற் சென்று
 கதிபெற வேண்டும் என்றே
ஆட்டும் சுட்டுவிரல் கண்டே
 ஆடிற்று வையம் என்று
கேட்டு நான் இன்ப ஊற்றுக்
 கேணியிற் குளிப்ப தெந்தாள்?

விண்ணிடை இரதம் ஊர்ந்து
 மேதினி கலக்கு தற்கும்
பண்ணிடைத் தமிழைச் சேர்த்துப்
 பாரினை மயக்கு தற்கும்
மண்ணிடை வாளை யேந்திப்
 பகைப்புலம் மாய்ப்ப தற்கும்
எண்ணிலாத் தமிழர் உள்ளார்
 எனும் நிலை காண்பதென்றோ?

கண்களும் ஒளியும் போலக்
 கவின்மலர் வாசம் போலப்
பெண்களும் ஆண்கள் தாமும்
 பெருந்தமிழ் நாடு தன்னில்,
தண்கடல் நிகர்த்த அன்பால்
 சமானத்தர் ஆனார் என்ற
பண்வந்து காதிற் பாயப்
 பருகுநாள் எந்த நாளோ?

27. சங்கநாதம்

எங்கள் வாழ்வும் எங்கள் வளமும்
மங்காத தமிழென்று சங்கே முழங்கு!
எங்கள்பகைவர் எங்கோ மறைந்தார்
இங்குள்ள தமிழர்கள் ஒன்றாதல் கண்டே!
திங்களொடும் செழும்பரிதி தன்னோடும் விண்ணோடும்
உடுக்களோடும்
மங்குல் கடல் இவற்றோடும் பிறந்த தமிழுடன் பிறந்தோம்
நாங்கள், ஆண்மைச்
சிங்கத்தின் கூட்டமென்றும் சிறியோர்க்கு ஞாபகம் செய்
முழங்கு சங்கே! (எங்கள்)
சிங்களஞ் சேர் தென்னாட்டு மக்கள்
தீராதி தீர ரென் றூது சங்கே!
பொங்கு தமிழர்க் கின்னல் விளைத்தால்
சங்காரம் நிசமெனச் சங்கே முழங்கு!
வெங்கொடுமைச் சாக்காட்டில் விளையாடும் தோளெங்கள்
வெற்றித் தோள்கள்!
கங்கையைப் போல் காவிரிபோல் கருத்துக்கள் ஊறுமுள்ளம்
எங்கள் உள்ளம்!
வெங்குருதி தனிற் கமழ்ந்து வீரஞ்செய் கின்ற தமிழ்
எங்கள் மூச்சாம் (எங்கள்)

28.தமிழ்க்கனவு

தமிழ் நாடெங்கும் தடபுடல்! அமளி!!
பணமே எங்கணும் பறக்குது விரைவில்
குவியுது பணங்கள்! மலைபோற் குவியுது!!
தமிழன் தொண்டர் தடுக்கினும் நில்லார்!
ஓடினார், ஓடினார், ஓடினார் நடந்தே!
ஆயிரம் ஆயிரத் தைந்நூறு பெண்கள்
ஒளி கொள் விழியில் உறுதி காட்டி
இறக்கை கட்டிப் பறக்கின்றார்கள்!

ஐயோ, எத்தனை அதிர்ச்சி, உத்ஸாகம்!
சமுத்திரம் போல அமைந்த மைதானம்
அங்கே கூடினார் அத்தனை பேரும்
குவித்தனர் அங்கொரு கோடி ரூபாய்
வீரத்தமிழன் வெறிகொண் டெழுந்தான்.
உரக்கக் கேட்டான்; உயிரோ நம் தமிழ்?
அகிலம் கிழிய ஆம்! ஆம்! என்றனர்.
உள்ளன்பு ஊற்றி ஊற்றி ஊற்றித்
தமிழை வளர்க்கும் சங்கம் ஒன்று
சிங்கப் புலவரைச் சேர்த்தமைத் தார்கள்!
உணர்ச்சியை, எழுச்சியை, ஊக்கத் தையெலாம்
கரைத்துக் குடித்துக் கனிந்த கவிஞர்கள்
சுடர்க்கவி தொடங்கினர்! பறந்தது தொழும்பு!
கற்கண்டு மொழியில் கற்கண்டுக் கவிதைகள்,
வாழ்க்கையை வானில், உயர்த்தும் நூற்கள்,
தொழில் நூல், அழகாய்த் தொகுத்தனர் விரைவில்!
காற்றிலெலாம் கலந்தது கீதம்!
சங்கீ தமெலாம் தகத்தகா யத்தமிழ்!
காதலெலாம் தமிழ் கனிந்த சாறு!
கண்ணெதிர் தமிழக் கட்டுடல் வீரர்கள்
காதல் ததும்பும் கண்ணா ளன்றனைக்
கோதை ஒருத்தி கொச்சைத் தமிழால்
புகழ்ந்தா ளென்று, பொறாமல் சோர்ந்து
வீழ்ந்தான்! உடனே திடுக்கென விழித்தேன்.
அந்தோ! அந்தோ! பழைய
நைந்த தமிழரொடு நானிருந்தேனே!

பெண்ணுலகு

29.பெண்களைப் பற்றி பெர்னாட்ஷா

புவிப்பெரியான் ஜார்ஜ் பெர்னாட் ஷாவுரைத்த
பொன்மொழியைக் கேளுங்கள் நாட்டில் உள்ளீர்!
'உவந்தொருவன் வாழ்க்கை சரியாய் நடத்த
உதவுபவள் பெரும்பாலும் மனைவி ஆவாள்.
அவளாலே மணவாளன் ஒழுங்கு பெற்றான்"!
அவளாலே மணவாளன் சுத்தி பெற்றான்"!
குவியுமெழிற் பெண்களுக்கே ஊறு செய்யும்
குள்ளர்களே, கேட்டீரோ ஷாவின் பேச்சை!

அவனியிலே ஒருவனுக்கு மனைவி யின்றேல்
அவனடையும் தீமையை யார் அறியக்கூடும்?
கவலையுற ஆடவர்கள் நாளும் செய்யும்
கணக்கற்ற ஊழல்களை யெல்லாம் அந்த
நவையற்ற பெண்களன்றோ விலக்குகின்றார்!
நானிலத்தில் மார்தட்டும் ஆட வர்கள்
சுவைவாழ்விற் கடைத்தேறத் தக்க தான
சூக்ஷுமமும் பெண்களிடம் அமைந்த தன்றோ!

கல்வியில்லை உரிமையில்லை பெண்களுக்குக்
கடைத்தேற வழியின்றி விழிக் கின்றார்கள்!
புல்லென்றே நினைக்கின்றீர் மனைவி மாரைப்
புருஷர்களின் உபயோகம் பெரிதென் கின்றீர்!
வல்லவன் பே ரறிஞன்ஷா வார்த்தை கேட்டீர்
மனோபாவம் இனியேனும் திருந்த வேண்டும்.
இல்லை யெனில் எது செயலாம்? ஆண் பெண் என்ற
இரண்டுருளை யால் நடக்கும் இன்பவாழ்க்கை!

30.கைம்மைப்பழி

கோரிக்கை அற்றுக் கிடக்கு தண்ணே இங்கு
வேரிற் பழுத்த பலா - மிகக்
கொடியதென் றெண்ணிடப்
பட்ட தண்ணே குளிர்
வடிகின்ற வட்ட நிலா!
சீரற்றிருக்குதையோ குளிர் தென்றல்
சிறந்திடும் பூஞ் சோலை - சீ
சீஎன் றிகழ்ந்திடப் பட்டதண்ணே நறுஞ்
சீதளப் பூ மாலை
நாடப்படாதென்று நீக்கி வைத்தார்கள்
நலஞ் செய் நறுங் கனியைக் -
கெட்ட
நஞ்சென்று சொல்லி வைத் தார் எழில்
வீணை
நரம்பு தரும் தொனியை
சூடப் படாதென்று சொல்லிவைத் தார் தலை.
சூடத் தகும் க்ரீ டத்தை-நாம்
தொடவும் தகாதென்று சொன்னார் நறுந்தேன்
துவைந்தி டும் பொற் குடத்தை!
இன்ப வருக்க மெல் லாம்நிறை வாகி
இருக்கின்ற பெண்கள் நிலை-இங்
கிவ்விதமாய் இருக்கு தண்ணே!
யாருக்கும் வெட்க மிலை!
தன் கணவன் செத்து விட்டபின் மாது
தலையிற் கைம் மைஎன ஓர் - பெருந்
துன்பச் சுமைதனைத் தூக்கி வைத் தார்; பின்பு
துணை தேட வேண்டாம் என் றார்
துணைவி இறந்த பின் வேறு துணை தேடச்
சொல்லி லிடுவோம் புவி மேல்

'கணைவிடு பட்டதும் லட்சியம் தேடும்' நம்
காதலும் அவ் வாறே-அந்தக்
காதற் கணை தொடுக் காத உயிர்க்குலம்
எங்குண்டு சொல் வேறே?
காதல் இல்லாவிடம் சூனியமாம் புவி
காதலினால் நடக்கும்!-
பெண்கள்
காதலுளத்தைத் தடுப்பது, வாழ்வைக்
கவிழ்க்கின்றதை நிகர்க்கும்
காதல் சுரக்கின்ற நெஞ்சத்திலே கெட்ட
கைம்மையைத் தூர்க்கா தீர்! - ஒரு
கட்டழகன் திருத் தோளினைச் சேர்ந்திடச்
சாத்திரம் பார்க்கா தீர்

31. கைம்மைக் கொடுமை

கண்கள் நமக்கும் உண்டு - நமக்குக்
கருதும் வன்மையுண்டு;
மண்ணிடைத் தேசமெல்லாம் - தினமும்
வாழ்ந்திடும் வாழ்க்கையிலே
எண்ண இயலாத - புதுமை
எதிரிற்காணுகின்றோம்
கண்ணிருந்தென்ன பயன்? நமக்குக்
காதிருந்தென்ன பயன்?

வானிடை ஏறுகின்றார் - கடலை
வசப்ப டுத்துகின்றார்
ஈனப் பொருள்களிலே - உள்ளுறை
இனிமை காணுகின்றார்
மேனிலை கொள்ளுகின்றார் - நாமதை
வேடிக்கை பார்ப்ப தல்லால்
ஊன்பதைத்தே அவை போல் - இயற்ற
உணர்ச்சி கொள்வதில்லை.

புழுதி, குப்பை, உமி - இவற்றின்
புன்மைதனைக் களைந்தே
பழரசம் போலே - அவற்றைப்
பயன்ப டுத்துகின்றார்!
எழுதவும் வேண்டா - நம் நிலை
இயம்பவும் வேண்டா!
அழகிய பெண்கள் - நமக்கோ
அழுகிய பழத்தோல்!

கைம்மை எனக் கூறி - அப்பெரும்
கையினிற் கூர் வேலால்
நம்மினப் பெண் குலத்தின் - இதய
நடுவிற் பாய்ச்சுகின்றோம்;
செம்மை நிலையறியோம் - பெண்களின்
சிந்தையை வாட்டுகின்றோம்;
இம்மை இன்பம் வேண்டல் - உயிரின்
இயற்கை என்றறியோம்.

கூண்டிற் கிளி வளர்ப்பார் - இல்லத்தில்
*குக்கல் வளர்த் திடுவார்,
வேண்டியது தருவார் - அவற்றின்
விருப்பத்தை யறிந்தே!
மாண்டவன் மாண்ட பின்னர் - அவனின்
மனைவியின் உளத்தை
ஆண்டையர் காண் பதில்லை - ஐயகோ,
அடிமைப் பெண் கதியே!

32. மூடத் திருமணம்

'முல்லை சூடி நறுமணம் முழுகிப்
பட்டுடை பூண்டு பாலொடு பழங்கள்
ஏந்திய வண்ணம் என்னரு மைமகள்
தனது கணவனும் தானு மாகப்
பஞ்சணை சென்று பதைப்புறு காதலால்

* குக்கல் : நாய்

ஒருவரை ஒருவர் இழுத்தும் போர்த்தும்,
முகமல ரோடு முகமலர் ஒற்றியும்,
இதழோடு இதழை இனிது சுவைத்தும்,
நின்றும் இருந்தும் நேய மோடு ஆடியும்
பிணங்கியும், கூடியும் பெரிது மகிழ்ந்தே
இன்பத்துறையில் இருப்பர் என்று எண்ணினேன்.
இந்த எண்ணத்தால் இருந்தேன் உயிரோடு!
பாழும் கப்பல் பாய்ந்து வந்து
என் மகள் மருகன் இருக்கும் நாட்டில்
என்னை இறக்கவே, இரவில் ஒரு நாள்
என்மகள் மருகன் இருவரும் இருந்த
அறையோ சிறிது திறந்து கிடந்ததை
நள் இராப் பொழுதில் நான் கண்ட போதில்
இழுத்துச் சாத்த என்கை சென்றது;
கழுத்தோ கதவுக்கு உட்புறம் நீண்டது;
கண்களோ மருகனும் மகளும் கனிந்து
காதல் விளைப்பதைக் காண ஓடின;
வாயின் கடையில் எச்சில் வழியக்
குறட்டை விட்டுக் கண்கள் குழிந்து
நரைத்தலை சோர்ந்து, நல்லுடல் எலும்பாய்ச்
சொந்த மருகக் கிழவன் தூங்கினான்!
இளமை ததும்ப, எழிலும் ததும்பக்
காதல் ததும்பக் கண்ணீர் ததும்பி
என் மகள் கிழவனருகில் இருந்தாள்.
சிவந்த கன்னத்தால் விளக்கொளி சிவந்தது!
கண்ணீர்ப் பெருக்கால் கவினுடை நனைத்தாள்!
தொண்டு கிழவன் விழிப்பான் என்று
கெண்டை விழிகள் மூடாக் கிளிமகள்
காதலும் தானும் கனலும் புழுவுமாய்
ஏங்கினாள்; பின்பு வெடுக்கென்று எழுந்தாள்.
சர்க்கரைச் சிமிழிய்ப் பாலிற் சாய்த்தாள்

செம்பை எடுத்து வெம்பி அழுதாள்.
எதையோ நினைத்தாள்! எதற்கோ விழித்தாள்!
உட்கொள்ளும் தருணம் ஓடி நான் பிடுங்கினேன்.
பாழுந்தாயே! பாழுந்தாயே!
என்சா வுக்கே உனை இங்கு அழைத்தேன்!
சாதலைத் தடுக்கவோ தாயெமன் வந்தாய்?
என்று எனைத் தூற்றினாள். இதற்குள் ஓர் பூனை
சாய்ந்த பாலை நக்கித் தன்தலை
சாய்ந்து வீழ்ந்து செத்தது கண்டேன்.
மண்ணாய்ப்போக! மண்ணாய்ப்போக!
மனம் பொருந் தாமணம் மண்ணாய்ப்போக!
சமூகச்சட்டமே! சமூக வழக்கமே!
நீங்கள், மக்கள் அனைவரும்
ஏங்காதிருக்க மண்ணாய்ப் போகவே!

33. எழுச்சியுற்ற பெண்கள்

மேற் றிசையில் வானத்தில் பொன்னு ருக்கு
வெள்ளத்தில் செம்பரிதி மிதக்கு நேரம்!
வேற்கண்ணி யாளொருத்தி சோலை தன்னில்
விளையாட நின்றிருந்தாள் மயிலைப் போலே!
காற்றடித்த சோலையிலே நேரம் பார்த்துக்
கனியடித்துக் கொண்டு செலும் செல்வப் பிள்ளை
ஆற்று வெள்ளம் போலாசை வெள்ளம் தூண்ட
அவளிடத்தே சில சொன்னான் பின்னுஞ் சொல்வான்;

'விரிந்த ஒரு வானத்தின் ஒளி வெள்ளத்தை
விரைந்து வந்து கருமேகம் விழுங்கக் கூடும்!
இருந்த வெயில் இருளாகும் ஒருக ணத்தில்
இது அதுவாய் மாறிவிடும் ஒரு கணத்தில்
தெரிந்தது தான்; ஆனாலும் ஒன்றே யொன்று
தெளிந்த ஓர் உள்ளத்தில் எழுந்த காதல்
பருந்து வந்து கொத்துமென்றும் தணிவ தில்லை;
படை திரண்டு வந்தாலும் சலிப்பதில்லை!

'கன்னத்தில் ஒரு முத்தம் வைப்பாய் பெண்ணே,
கருதுவதிற் பயனில்லை தனியாய் நின்று
மின்னிவிட்டாய் என் மனத்தில்! பொன்னாய்ப் பூவாய்
விளைந்து விட்டாய் கண்ணெதிரில்' என்று சொன்னான்.
கன்னியொரு வார்த்தை யென்றாள் என்ன வென்றான்;
கல்வியற்ற மனிதனை நான்மதியேன் என்றாள்.
பன்னூற்பண் டிதனென்று தன்னைச் சொன்னான்
பழச்சுவையின் வாய் திறந்து சிரித்துச் சொல்வாள்.

பெருங்கல்விப் பண்டிதனே! உனக்கோர் கேள்வி;
பெண்களுக்குச் சுதந்தரந்தான் உண்டோ? என்றாள்.
தரும்போது கொள்வது தான் தருமம் என்றான்.
தராவிடில் நான் மேற்கொண்டால் என்ன வென்றாள்.
திருமணமாகா தவள்தான் பெற்றோ ரின்றிச்
செயல் ஒன்று தான் செய்தல் அதர்மம் என்றான்.
மருவ அழைக் கின்றாயே, நானும் என்றன்
மாதா பிதாவின்றி விடை சொல்வேனோ?

என்றுரைத் தாள்; இது கேட்டுச் செல்வப்பிள்ளை
என்னேடி, இது உனக்குத் தெரியவில்லை;
மன்றல் செயும் விஷயத்தில் ஒன்றில் மட்டும்
மனம்போல நடக்கலாம் பெண்கள் என்றான்.
என் மனது வேறொருவன் இடத்திலென்றே
இவனிட்ட பீடிகையைப் பறக்கச் செய்தாள்.
உன் நலத்தை இழக்கின்றாய் வலிய நானே
உனக்களிப்பேன்-இன்பமென நெருங்கலானான்!

அருகவளும் நெருங்கி வந்தாள்; தன்மேல் வைத்த
ஆர்வந்தான் என நினைத்தான்! இமைக்கு முன்னே
ஒரு கையில் உடைவாளும் இடது கையில்
ஓடிப்போ! என்னுமொரு குறிப்புமாகப்
புருவத்தை மேலேற்றி விழித்துச் சொல்வாள்;
'புனிதத்தால் என் காதல் பிறன்மே லென்று
பரிந்துரைத்தேன்! மேற் சென்றாய்! தெளிந்த காதல்
படைதிரண்டு வந்தாலும் சலியா தென்றாள்.

ஓடினான், ஓடினான் செல்வப் பிள்ளை
 ஓடிவந்து மூச்சுவிட்டான் என்னிடத்தில்,
கூடி இரு நூறு புலி எதிர்த்த துண்டோ?
 கொலையாளிடமிருந்து மீண்ட துண்டோ?
ஓடிவந்த காரணத்தைக் கேட்டேன். அன்னோன்
 உரைத்துவிட்டான்! நானவற்றைக் கேட்டுவிட்டேன்
கோடி உள்ளம் வேண்டுமிந்த மகிழ்ச்சி தாங்கக்
 குலுங்க நகைத் தேயுரைத்தேன் அவனிடத்தில்;

செல்வப் பிள்ளாய்! இன்று புவியின் பெண்கள்
 சிறுநிலையில் இருக்கவில்லை; விழித்துக் கொண்டார்!
கொல்லவந்த வாளை நீ குறை சொல்லாதே!
 கொடுவாள் போல் மற்றொருவாள் உன் மனைவி
மெல்லிடையில் நீ காணாக் காரணத்தால்,
 விளையாட நினைத்துவிட்டாய் ஊர்ப்பெண் கள்மேல்!
பொல்லாத மானிடனே, மனச் சான்றுக்குள்
 புகுந்து கொள்வாய்! நிற்காதே! என்றேன்; சென்றான்.

34. குழந்தை மணத்தின் கொடுமை

ஏழு வயதே எழிற்கருங் கண்மலர்!
ஒருதா மரைமுகம்! ஒருசிறு மணியிடை!!
சுவைத் தறியாத சுவைதருங் கனிவாய்!
இவற்றை யுடைய இளம் பெண் - அவள் தான்,
கூவத் தெரியாக் குயிலின் குஞ்சு,
தாவாச் சிறுமான், மோவா அரும்பு!
தாலி யறுத்துத் தந்தையின் வீட்டில்
இந்தச் சிறுமி யிருந்திடு கின்றாள்;
இவளது தந்தையும் மனைவியையிழந்து
மறுதார மாய் ஓர் மங்கையை மணந்தான்.
புதுப்பெண் தானும் புது மாப்பிளையும்
இரவையே விரும்பி ஏறுவர் கட்டிலில்!
பகலைப் போக்கப் பந்தா டிடுவர்
இளந்தலைக் கைம்பெண் இவைகளைக் காண்பாள்!

தனியாய் ஒரு நாள் தன் பாட்டியிடம்
தேம்பித் தேம்பி அழுத வண்ணம்
ஏழு வயதின் இளம் பெண் சொல்லுவாள்
என்னை விலக்கி என்சிறு தாயிடம்
தந்தை கொஞ்சுதல் தகுமோ? 'தந்தை
அவளை விரும்பி, அவள் தலை மீது
பூச்சூடு கின்றார்; புறக் கணித் தார் என்னை!
தாமும் அவளும் தனியறை செல்வார்;
நான் ஏன் வெளியில் நாய் போற் கிடப்பது?
அவருக்கு நான் மகள்! அவர் எதிர் சென்றால்,
நீ போ! என்று புருவம் நெரிப்பதோ?'
பாட்டி மடியிற் படுத்துப் புரண்டே
இவ்வாறு அழுதாள் இளம்பூங் கொடியாள்
இந்நிலைக்கு இவ்வாறு அழுதாள்-இவளது
பின்நிலை எண்ணிப் பாட்டி பெரிதும்
அழுத கண்ணீர் வெள்ளம், அந்தக்
குழந்தை வாழ்நாட் கொடுமையிற் பெரிதே.

35. பெண்ணுக்கு நீதி

கல்யாணம் ஆகாத பெண்ணே! - உன்
கதிதன்னை நீநிச் சயம்செய்க கண்ணே (கல்)

வல்லமை பேசியுன் வீட்டில் - பெண்
வாங்கவே வந்திடு வார்கள்சில பேர்கள்;
நல்ல விலை பேசுவார் - உன்னை
நாளும் நலிந்து சுமந்து பெற்றோர்கள்,
கல்லென உன்னை மதிப்பார் - கண்ணில்
கல்யாண மாப்பிள்ளை தன்னையுங் கண்டார்;
வல்லி உனக்கொரு நீதி - 'இந்த
வஞ்சகத் தரகர்க்கு நீ அஞ்ச வேண்டாம்' (கல்)
பெற்றவ ருக்கெஜ மானர் - எதிர்
பேசவொண் ணாதவர் ஊரினில் துஷ்டர்.

மற்றும் கடன் கொடுத் தோர்கள் - நல்ல
வழியென்று ஜாதியென்றே வுரைப்பார்கள்;
சுற்றத்தி லேமுதியோர்கள் - இவர்
சொற்படி உன்னைத் தொலைத்திடப் பார்ப்பார்.
கற்றவளே ஒன்று சொல்வேன் - 'உன்
கண்ணைக் கருத்தைக் கவர்ந்தவன் நாதன்! (கல்)

தனித்துக் கிடந்திடும் லாயம் - அதில்
தள்ளியடைக்கப் படுங் குதிரைக்கும்
கனைத்திட உத்தரவுண்டு - வீட்டில்
காரிகை நாணவும் அஞ்சவும் வேண்டும்;
கனத்த உன் பெற்றோரைக் கேளே! - அவர்
கல்லொத்த நெஞ்சையுன் கண்ணீரினாலே
நனைத்திடு வாய் அதன் மேலும் - அவர்
ஞாயம் தராவிடில் விடுதலை மேற்கொள்! (கல்)
மாலைக் கடற்கரை யோரம் - நல்ல
வண்புனல் பாய்ந்திடும் மாநதி தீரம்
காலைக் கதிர்சிந்து சிற்றூர் - கண்
காட்சிகள், கூட்டங்கள், பந்தாடும் சாலை
வேலை ஒழிந்துள்ள நேரம் - நீ
விளையாடு வா்ய் தாவி விளையாடு மான்போல்!
கோலத் தினைக்கொய்வ துண்டோ? -'பெண்கள்
கொய்யாப் பழக் கூட்டம்' என்றே உரைப்பாய்!

36. கைம்பெண் நிலை

கண்போற் காத்தேனே - என்னருமைப்
பெண்ணை நான் தானே (கண்)

மண்ணாய்ப் போனமாப் பிள்ளை
வந்ததால் நொந்தாள் கிள்ளை

மணமக னானவன் - பிணமக னாயினான்
குணவதி வாழ்க்கை எவ் - வணமினி ஆவது? (கண்)

செம்பொற் சிலைஇக் காலே
கைம் பெண்ணாய்ப் போன தாலே

திலகமோ குழலில் - மலர்களோ அணியின்
உலகமே வசைகள் - பலவுமே புகலும்   (கண்)

பொன்னுடை பூஷ ணங்கள்
போக்கி னாளே என் திங்கள்!

புகினும் ஓர் அகம் சகுனம் தீதென
முகமும் கூசுவார் - மகளை ஏசுவார்!   (கண்)

தரையிற் படுத்தல் வேண்டும்
சாதம் குறைத்தல் வேண்டும்

தாலி யற்றவள் - மேலழுத்திடும்
வேலின் அக்ரமம் - ஞாலம் ஒப்புமோ?   (கண்)

வருந்தாமற் கைம்பெண் முகம்
திருந்துமோ இச் சமூகம்?

மறுமணம் புரிவது - சிறுமை என்றறைவது
குறுகிய மதியென - அறிஞர்கள் மொழிகுவர்   (கண்)

37. இறந்தவன்மேற் பழி

அந்திம காலம் வந்ததடியே!-பைந்தொடியே
இளம்பிடியே! பூங்கொடியே!
சிந்தை ஒன் றாகி நாம் இன்பத்தின் எல்லை
தேடிச் சுகிக்கையில் எனக்கிந்தத் தொல்லை
வந்ததே இனி நான் வாழ்வதற் கில்லை
மனத்தில் எனக்கிருப்ப தொன்றே-அதை இன்றே
    குணக் குன்றே - கேள் நன்றே   (அந்திம)

கடும் பிணி யாளன்நான் இறந்த பின் மாதே
கைம் பெண்ணாய் வருந்தாதே, பழி என்றன் மீதே

அடஞ் செய்யும் வைதிகம் பொருள் படுத் தாதே!
ஆசைக் குரியவனை நாடு-மகிழ்வோடு
தார் ஆடு - நலம் தேடு. (அந்திம)

கற்கண்டு போன்ற பெண் கணவனை இழந்தால்
கசந்த பெண் ஆவது விந்தை தான் புவி மேல்!
சொற் கண்டு மலைக்காதே உன் பகுத் தறிவால்!
தோஷம், குணம் அறிந்து நடப்பாய்-துயர் கடப்பாய்
துணை பிடிப்பாய் - பயம் விடுப்பாய் (அந்திம)

38.கைம்மைத் துயர்

பெண்கள் துயர் காண்பதற்கும் கண்ணிழந்தீரோ!
கண்ணிழந்தீரோ! உங்கள் கருத்திழந்தீரோ! (பெண்)

பெண் கொடிதன் துணையிழந்தால்
பின்பு துணை கொள்வதிலே

மண்ணில் உமக் காவதென்ன வாழ்வறிந்தோரே?
வாழ்வறிந்தோரே! மங்கை மாரை ஈன்றோரே! (பெண்)

மாலையிட்ட மணவாளன் இறந்து விட்டால்
மங்கை நல்லாள் என்ன செய்வாள்? அவளை நீங்கள்

ஆலையிட்ட கரும்பாக்கி உலக இன்பம்
அணுவளவும் அடையாமல் சாகச் செய்தீர்!

பெண்டிழந்த குமரன் மனம்
பெண்டு கொள்ளச் செய்யும் எத்தனம்.

கண்டிருந்தும் கைம்பெண் என்கிற கதை சொல்லலாமோ?
கதை சொல்லலாமோ? பெண்கள் வதை கொள்ளலாமோ?
(பெண்)

துணையிழந்த பெண்கட்குக் காதல் பொய்யோ?
சுகம் வேண்டா திருப்பதுண்டோ அவர்கள் உள்ளம்?
அணையாத காதலினை அணைக்கச் சொன்னீர்
அணை கடந்தால் உங்கள் தடை எந்த மூலை?

பெண்ணுக் கொரு நீதி கண்டீர்
பேதமெனும் மதுவை யுண்டீர்
கண்ணிலொன்றைப் பழுது செய்தால் கான்று மிழாதோ?
கான்றுமி ழாதோ புவி தான் பழியாதோ? (பெண்)

39.கைம்மை நீக்கம்

நீ எனக்கும், உனக்கு நானும் - இனி
நேருக்கு நேர் தித்திக்கும் பாலும், தேனும் (நீ)

தூய வாழ்வில் இது முதல் நமதுளம்
நேயமாக அமைவுற உறுதிசொல்! அடி! (நீ)

கைம் பெண் என்றெண்ணங் கொண்டே
கலங்கினா யோகற் கண்டே?

காடு வேகு வதை ஒரு மொழியினில்
மூடு போட முடியுமா உரையடி? (நீ)

பைந்தமிழைச்சீ ராக்கக்
கைம்மை என் னும் சொல் நீக்கப்
பறந்து வாடி அழகிய மயிலே!
இறந்த கால நடைமுறை தொலையவே, (நீ)

பகுத்தறிவான மன்று
பாவை நீ ஏறி நின்று

பாரடீ உன் எதிரினிற் பழஞ் செயல்
கோரமாக அழிந் தொழிகு வதையே (நீ)

கருத்தொரு மித்த போது
கட்டுக்கள் என்ப தேது
கைம்மை கூறும் அதிசய மனிதர்கள்
செம்மை யாகும்படி செயமனதுவை! அடி! (நீ)

40. தவிப்பதற்கோ பிள்ளை?

விளக்கு வைத்த நேரத்தில் என் வேலைக்காரி
வெளிப்புறத்தில் திண்ணையிலே என்னிடத்தில் வந்து
களிப்புடனே 'பிரசவந்தான் ஆய்விட்ட' தென்றாள்!
காதினிலே குழந்தையழும் இன்னொலியும் கேட்டேன்!
உளக்கலசம் வழிந்து வரும் சந்தோஷத்தாலே
உயிரெல்லாம் உடலெல்லாம் நனைந்து விட்டேன் நன்றாய்
வளர்த்து வரக் குழந்தைக்கு வயது மூன்றின் பின்
மனைவிதான் மற்றுமொரு கருப்ப முறலானாள்

பெண் குழந்தை பிறந்ததினி ஆண்குழந்தை ஒன்று
பிறக்குமா என்றிருந்தேன். அவ்வாறே பெற்றாள்!
கண்ணழகும் முக அழகும் கண்டு மேலும் நாட்கள்
கழிக்கையிலே மற்றொன்றும் பின் ஒன்றும் பெற்றாள்!
எண்ணுமொரு நால்வரையும் எண்ணி யுழைத்திட்டேன்
எழில் மனைவி தன்னுடலில் முக்காலும் தேய்ந்தாள்!
உண்ணுவதை நானுண்ண மனம் வருவதில்லை;
உண்ணாமலே மனவி பிள்ளைகளைக் காத்தாள்.

வரும்படியை நினைக்கையிலே உள்ளமெலாம் நோகும்!
வாராத நினை வெல்லாம் வந்து வந்து தோன்றும்!
துரும்பேனும் என்னிடத்தில் சொத்தில்லை! நோயால்
தொடர்பாகப் பத்து நாள் படுத்துவிட்டால் தொல்லை;
அரும்பாடு மிகப்படவும் ஆக்ஷேப மில்லை;
ஆர்தருவார் இந்நாளில் அத்தனைக்கும் கூலி?
இரும்பா நான்? செத்துவிட்டால் என் பிள்ளை கட்கே
என்ன கதி? ஏன் பெற்றேன்? என நினைக்கு நாளில்

ஒரு தினத்தில் பத்துமணி இரவினிலே வீட்டில்
உணவருந்திப் படுக்கையொடு தலையணையும் தூக்கித்
தெருத் திண்ணை மேல் இட்டேன்! நித்திரையும் போனேன்!
சிறுவரெல்லாம் அறை வீட்டில் தூங்கியபின் என்றன்

அருமனைவி என்னிடத்தே மெதுவாக வந்தாள்.
'அயர்ந்தீரோ' என்றுரைத்தாள்! மலர்க்கரத்தால் தொட்டாள்!
'தெருவினிலே பனி' என்றாள், ஆகுமென்று சொன்னேன்;
தெரிந்து கொண்டேன் அவள் உள்ளம் வார்த்தை யென்ன தேவை

மனையாளும் நானுமாய் ஒரு நிமிஷ நேரம்
மவுனத்தில் ஆழ்ந்திருந்தோம் வாய்த்த தொரு கனவு;
'கனல் புரளும் ஏழ்மையெனும் பெருங்கடலில், அந்தோ!
கதியற்ற குழந்தைகளோர் கோடானு கோடி
மனம் பதைக்கச் சாக்காட்டை மருவுகின்ற நேரம்
வந்ததொரு பணம் என்ற கொடி பறக்கும் கப்பல்;
இனத்தவரின் குழந்தைகளோ, ஏ! என்று கெஞ்ச
ஏறி வந்த சீமான்கள் சீ! என்று போனார்!

கனவொழிய நனவுலகில் இறங்கி வந்தோம் நாங்கள்;
காதல் எனும் கடல் முழுக்கை வெறுத்து விட்டோம் மெய்யாய்த்
தினம் நாங்கள் படும் பாட்டை யாரறியக் கூடும்?
சீ! சீ!! சீ!!! இங்கினியும் காதல் ஒரு கேடா?
என முடித்தோம் ஆனாலும் வீட்டுக்குள் சென்றோம்
இன்பமெனும் காந்தந்தான் எமையிழுத்த துண்டோ?
தனியறையில் கண்ணொடு கண் சந்தித்த ஆங்கே
தடுக்கி விழுந்தோம் காதல் வெள்ளத்தின் உள்ளே!

பத்து மாதம் செல்லப் பகற் போதில் ஓர் நாள்
பட்ட கடன் காரரர் வந்துபடுத்துகின்ற நேரம்,
சித்தமெலாம் மூத்த பெண் சுர நோயை எண்ணித்
திடுக்கிடுங்கால், ஒரு கிழவி என்னிடத்தில் வந்து
முத்தாலம் மைவைத்த கிருபையினால் நல்ல
முகூர்த்தத்தில் உன் மனைவி பிள்ளை பெற்றாள் என்றாள்!
தொத்து நோய், ஏழ்மை, பணக் காரரர் தொல்லை
தொடர்ந்தடிக்கும் சூறையிலே பிள்ளையோ பிள்ளை!

காதலுக்கு வழிவைத்துக் கருப்பாதை சாத்தக்
கதவொன்று கண்டறிவோம். இதிலென்ன குற்றம்?
சாதலுக்கோ பிள்ளை? தவிப்பதற்கோ பிள்ளை?
சந்தான முறை நன்று; தவிர்க்குமுறை தீதோ?
காதலுக்கு கண்ணலுத்துக் கைகளெலாம் அலுத்துக்
கருத் தலுத்துப் போனோமே! கடைத்தேற மக்கள்
ஓதலுக்கெல் லாம் மறுப்பா? என்னருமை நாடே,
உணர்வு கொள் உள்ளத்தில் உடலுயிரில் நீயே.

41.ஆண் குழந்தை தாலாட்டு

ஆராரோ ஆரரிரோ ஆரரிரோ ஆராரோ
ஆராரோ ஆரரிரோ ஆரரிரோ ஆராரோ

காராரும் வானத்தில் காணும் முழு நிலவே!
நீராரும் தண் கடலில் கண்டெடுத்த நித்திலமே!

ஆசை தவிர்க்க வந்த ஆணழகே சித்திரமே!
ஓசை யளித்து மலர் உண்ணுகின்ற தேன் வண்டே!

உள்ளம் எதிர்பார்த்த ஓவியமே என் மடியில்
பிள்ளையாய் வந்து பிறந்த பெரும்பேறே!

சின்ன மலர்வாய் சிரித்தபடி பால்குடித்தாய்
கன்னலின் சாறே கனிரசமே கண்ணுறங்கு!

நீதி தெரியும் என்பார் நீள் கரத்தில் வாளேந்திச்
சாதியென்று போராடும் தக்கைகளின் நெஞ்சில்

கனலேற்ற வந்த களிறே, எனது
மனமேறு கின்ற மகிழ்ச்சிப் பெருங்கடலே!

தேக்கு மரம் கடைந்து செய்த தொரு தொட்டிலிலே
ஈக்கள் நுழையாமல் இட்ட திரை நடுவில்

பொன் முகத்தி லேயிழைத்த புத்தம் புது நீலச்
சின்னமணிக் கண்ணை இமைக்கதவால் மூடிவைப்பாய்!

அள்ளும் வறுமை அகற்றாமல் அம்புவிக்குக்
கொள்ளை நோய் போல் மதத்தைக் கூட்டியழும்
வைதிகத்தைப்

போராடிப் போராடிப் பூக்காமல் காய்க்காமல்
வேரோடு பேர்க்க வந்த வீரா, இளவீரா!

வாடப் பல புரிந்து வாழ்வை விழலாக்கும்
மூடப் பழக்கத்தைத் தீதென்றால் முட்ட வரும்

மாடுகளைச் சீர்திருத்தி வண்டியிலே பூட்ட வந்த
ஈடற்ற தோளோ, இளந்தோளோ, கண்ணுறங்கு!

'எல்லாம் அவன் செயலே' என்று பிறர் பொருளை
வெல்லம் போல் அள்ளி விழுங்கும் மனிதருக்கும்,

காப்பார் கடவுள் உமைக் கட்டையில் நீர் போகு மட்டும்
வேர்ப்பீர், உழைப்பீர் என உரைக்கும் வீணருக்கும்;

மானிடரின் தோளின் மகத்துவத்தைக் காட்ட வந்த
தேனின் பெருக்கே, என் செந்தமிழே கண்ணுறங்கு!

42. பெண் குழந்தை தாலாட்டு

ஆராரோ ஆரரிரோ ஆரரிரோ ஆராரோ
ஆராரோ ஆரரிரோ ஆரரிரோ ஆராரோ

சோலை மலரே! சுவர்ணத்தின் வார்ப்படமே!
காலை இளஞ் சூரியனைக் காட்டும் பளிங்குருவே!

வண்மை உயர்வு மனிதர் நல மெல்லாம்
பெண்மையினால் உண்டென்று பேச வந்த பெண்ணழகே!

நாய் என்று பெண்ணை நவில்வார்க்கும் இப்புவிக்குத்
தாய் என்று காட்டத் தமிழர்க்கு வாய்த்தவளே!

வெண்முகத்தில் நீலம் விளையாடிக் கொண்டிருக்கும்
கண்கள் உறங்கு! கனியே உறங்கிடுவாய்!

அன்னத்தின் தூவி அனிச்ச மலரெடுத்துச்
சின்ன உடலாகச் சித்திரித்த மெல்லியலே!

மின்னல் ஒளியே, விலைமதியா ரத்தினமே!
கன்னல் பிழிந்து கலந்த கனிச்சாறே!

மூடத்தனத்தின் முடை நாற்றம் வீசுகின்ற
காடு மணக்க வரும் கற்பூரப் பெட்டகமே!

வேண்டாத சாதி இருட்டு வெளுப்பதற்குத்
தூண்டா விளக்காய்த் துலங்கும் பெருமாட்டி!

புண்ணிற் சரம் விடுக்கும் பொய்ம் மதத்தின் கூட்டத்தைக்
கண்ணிற் கனல் சிந்திக் கட்டழிக்க வந்தவளே!

தெய்விகத்தை நம்பும் திருந்தாத பெண் குலத்தை
உய்விக்க வந்த உவப்பே! பகுத்தறிவே!

எல்லாம் கடவுள் செயல் என்று துடை நடுங்கும்
பொல்லாங்கு தீர்த்துப் புதுமை செய வந்தவளே!

வாயில் இட்டுத் தொப்பை வளர்க்கும் சதிக்கிடங்கைக்
கோயிலென்று காசு தரும் கொள்கை தவிர்ப்பவளே!

சாணிக்குப் பொட்டிட்டுச் சாமி என்பார் செய்கைக்கு
நாணி உறங்கு; நகைத்து நீ கண்ணுறங்கு!

புதிய உலகம்

43. உலக ஒற்றுமை

தன் பெண்டு தன் பிள்ளை சோறு வீடு
சம்பாத்யம் இவையுண்டு தானுண் டென் போன்
சின்னதொரு கடுகுபோல் உள்ளங் கொண்டோன்
தெருவார்க்கும் பயனற்ற சிறிய வீணன்!
கன்னலடா என் சிற்றூர் என் போனுள்ளம்
கடுகுக்கு நேர்மூத்த துவரை யுள்ளம்!
தொன்னையுள்ளம் ஒன்றுண்டு தனது நாட்டுச்
சுதந்தரத்தால் பிற நாட்டைத் துன்புறுத்தல்!

ஆயுதங்கள் பரிகரிப்பார், அமைதி காப்பார்,
அவரவர் தம் வீடு நகர் நாடு காக்க
வாயடியும் கையடியும் வளரச் செய்வார்
மாம்பிஞ்சி யுள்ளத்தின் பயனும் கண்டோம்!
தூய உள்ளம் அன்புள்ளம் பெரிய உள்ளம்
தொல்லுலக மக்களெல்லாம் 'ஒன்றே' என்னும்
தாயுள்ளம் தனிலன்றோ இன்பம்! ஆங்கே
சண்டையில்லை தன்னலந்தான் தீர்ந்த தாலே.

44.பேரிகை

துன்பம் பிறர்க்கு நல்லின்பம் தமக்கென்னும்
துட்ட மனோபாவம்

அன்பினை மாய்க்கும், அறங்குலைக்கும்; புவி
ஆக்கந் தனைக் கெடுக்கும்

வம்புக் கெலாம் அது வேதுணை யாய் விடும்
வறுமை யெலாம் சேர்க்கும்;

'இன்பம் எல்லார்க்கும்' என்றே சொல்லிப் பேரிகை
எங்கும் முழக்கிடுவாய்!

தாமும் தமர்களும் வாழ்வதற்கே இந்தத்
தாரணி என்ற எண்ணம்

தீமைக் கெல்லாம் துணையாகும்;
இயற்கையின் செல்வத்தையும் ஒழிக்கும்;

தேமலர்ச் சோலையும் பைம்புனல் ஓடையும்
சித்தத்திலே சேர்ப்போம்;

'க்ஷேமம் எல்லார்க்கும்' என்றே சொல்லிப் பேரிகை
செகம் முழக்கிடுவாய்!

நல்லவர் நாட்டினை வல்லவர் தாழ்த்திடும்
நச்சு மனப்பான்மை

தொல்புவி மேல் விழும் பேரிடியாம்; அது
தூய்மை தனைப் போக்கும்;
சொல்லிடும் நெஞ்சில் எரிமலை பூகம்பம்
சூழத்தகாது கண்டாய்;

'செல்வங்கள் யார்க்கும்' என்றே சொல்லிப் பேரிகை
திக்கில் முழக்கிடுவாய்!

45. தளை அறு!

கடவுள் கடவுள் என்றெதற்கும்
  கதறுகின்ற மனிதர்காள்!
கடவுள் என்ற நாமதேயம்
  கழறிடாத நாளிலும்
உடைமையாவும் பொதுமையாக
  உலகு நன்று வாழ்ந்ததாம்;
'கடையர்' 'செல்வர்' என்ற தொல்லை
  கடவுள் பேர் இழைத்த தே!

உடைசுமந்த கழுதை கொண்
  டுழைத்த தோர் நிலைமையும்
உடைமை முற்றும் படையை ஏவி
  அடையும் மன்னர் நிலைமையும்
கடவுளாணையாயின் அந்த
  உடை வெளுக்கும் தோழரைக்
கடவுள் தான் முன்னேற்றுமோ? தன்
  கழுதை தான் முன்னேற்றுமோ?

ஊரிலேனும் நாட்டிலேனும்
  உலகிலேனும் எண்ணினால்
நீர் நிறைந்த கடலையொக்கும்
  நேர் உழைப்பவர் தொகை!
நீர் மிதந்த ஓடமொக்கும்
  நிறைமுதல் கொள்வோர் தொகை;
நேரிற் சூறை மோதுமாயின்
  தோணி ஓட்டம் மேவுமோ?

தொழிலறிந்த ஏழை மக்கள்
  தொழில் புரிந்து செல்வர்பால்
அழிவிலா முதல் கொடுக்க
  அம்முதற் பணத்தினால்
பழிமிகுந்த அரசமைத்துப்
  படைகள் தம்மை ஏவியே
தொழில் புரிந்த ஏழை மக்கள்
  சோற்றிலே மண் போடுவார்!

நடவு செய்த தோழர் கூலி
  நாலணாவை ஏற்பதும்
உடலுழைப்பி லாதசெல்வர்
  உலகை ஆண்டு லாவலும்
கடவுளாணை என்றுரைத்த
  கயவர் கூட்டமீதிலே
கடவுள் என்ற கட்டறுத்துத்
  தொழிலுளாரை ஏவுவோம்.

46.கூடித் தொழில் செய்க

கூடித் தொழில் செய்தோர் கொள்ளைலாபம் பெற்றார்
வாடிடும் பேதத்தால் வாய்ப்பதுண்டோ தோழர்களே!

நாடிய ஓர் தொழில் நாட்டார் பலர்சேர்ந்தால்
கேடில்லை நன்மை கிடைக்குமன்றோ தோழர்களே!

சிறுமுதலால் லாபம் சிறிதாகும்; ஆயிரம்பேர்
உறுமுதலால் லாபம் உயருமன்றோ தோழர்களே!

அறுபதுபேர் ஆக்கும் அதனை ஒருவன்
பெறுவதுதான் சாத்தியமோ பேசிடுவீர் தோழர்களே!

பற்பல பேர் சேர்க்கை பலம் சேர்க்கும் செய்தொழிலில்
முற்போக்கும் உண்டாகும் முன்னிடுவீர் தோழர்களே!

ஒற்றைக் கைதட்டினால் ஓசை பெருகிடுமோ
மற்றும் பலரால் வளம்பெறுமோ தோழர்களே!

ஒருவன் அறிதொழிலை ஊரார் தொழிலாக்கிப்
பெரும்பே றடைவதுதான் பெற்றிஎன்க தோழர்களே!

இருவர் ஒருதொழிலில் இரண்டு நாள் ஒத்திருந்த
சரிதம் அரிதுநம் தாய்நாட்டில் தோழர்களே!

நாடெங்கும் வாழ்வதிற் கேடொன்று மில்லைஎனும்
பாடம் அதை உணர்ந்தாற் பயன்பெறலாம் தோழர்களே!

பீடுற்றார் மேற்கில்பிற நாட்டார் என்பதெல்லாம்
கூடித் தொழில் செய்யும் கொள்கையினால் தோழர்களே!

ஐந்து ரூபாய்ச் சரக்கை ஐந்து பணத்தால் முடித்தல்
சிந்தை ஒருமித்தால் செய்திடலாம் தோழர்களே!

சந்தைக் கடையோ நம் தாய்நாடு? லக்ஷம்பேர்
சிந்தைவைத்தால் நம் தொழிலும் சிறப்படையும் தோழர்களே!

வாடித் தொழிலின்றி வறுமையாற் சாவதெல்லாம்
கூடித் தொழில் செய்யாக்குற்றத்தால் தோழர்களே!

கூடித் தொழில் செய்யாக் குற்றத்தால் இன்றுவரை
மூடிய தொழிற்சாலை முக்கோடி! தோழர்களே!

கூடைமுறம் கட்டுநரும் கூடித் தொழில் செய்யின்
தேடி வரும்லாபம் சிறப்புவரும் தோழர்களே!

47. தொழிலாளர் விண்ணப்பம்

காடு களைந்தோம் - நல்ல
கழனி திருத்தியும் உழவு புரிந்தும்
நாடுகள் செய்தோம்; - அங்கு
நாற்றிசை வீதிகள் தோற்றவும் செய்தோம்
வீடுகள் கண்டோம்; - அங்கு
வேண்டிய பண்டங்கள் ஈண்டிடச் செய்தோம்
பாடுகள் பட்டோம் - புவி
பதமுறவே நாங்கள் நிதமும் உழைத்தோம்

மலையைப் பிளந்தோம் - புவி
வாழ வென்றே கடல் ஆழமும் தூர்த்தோம்
அலை கடல் மீதில் - பல்
லாயிரங்கப்பல்கள் போய்வரச்செய்தோம்
பல தொல்லையுற்றோம் - யாம்
பாதாளம் சென்று பசும்பொன் எடுத்தோம்
உலையில் இரும்பை - யாம்
உருக்கிப் பல் யந்திரம் பெருக்கியுந் தந்தோம்.

ஆடைகள் நெய்தோம் - பெரும்
 ஆற்றை வளைத்து நெல் நாற்றுகள் நட்டோம்
கூடை கலங்கள் - முதல்
 கோபுரம் நற்சுதை வேலைகள் செய்தோம்
கோடையைக் காக்க - யாம்
 குடையளித்தோம் நல்ல நடையன்கள் செய்தோம்
தேடிய பண்டம் - இந்தச்
 செகத்தில் நிறைந்திட முகத்தெதிர வைத்தோம்

வாழ்வுக் கொவ்வாத - இந்த
 வையத்தை இந்நிலை எய்தப் புரிந்தோம்
ஆழ்கடல், காடு, - மலை
 அத்தனையிற் பல சத்தையெடுத்தோம்
ஈழை, அசுத்தம் - குப்பை
 இலை என்னவோ எங்கள் தலையிற் சுமந்தோம்
சூழக்கிடந்தோம் - புவித்
 தொழிலாளராம் எங்கள் நிலைமையைக் கேளீர்!

கந்தை யணிந்தோம் - இரு
 கையை விரித்தெங்கள் மெய்யினைப் போர்த்தோம்
மொந்தையிற் கூழைப் - பலர்
 மொய்த்துக் குடித்துப் பசித்துக் கிடந்தோம்
சந்தையில் மாடாய் - யாம்
 சந்ததம் தங்கிட வீடுமல்லாமல்
சிந்தை மெலிந்தோம் - எங்கள்
 சேவைக்கெல்லாம் இது செய்நன்றிதானோ?

மதத்தின் தலைவீர்! - இந்த
 மண்ணை விளைத்துள்ள அண்ணாத்தைமாரே,
குதர்க்கம் விளைவித்தே - பெருங்
 கொள்ளையடித்திட்ட கோடீசுரர்காள்,

வதக்கிப் பிழிந்தே - சொத்தை
வடி கட்டி எம்மைத் துடிக்க விட்டீரே!
நிதியின் பெருக்கம் - விளை
நிலமுற்றும் உங்கள் வசம் பண்ணிவிட்டீர்

செப்புதல் கேட்பீர்! - இந்தச்
செகத் தொழிலாளர்கள் மிகப்பலர் ஆதலின்,
சுப்பல்களாக - இனித்
தொழும்பர்களாக மதித்திட வேண்டாம்!
இப்பொழுதே நீர் - பொது
இன்பம் விளைந்திட உங்களின் சொத்தை
ஒப்படைப்பீரே எங்கள்
உடலில் இரத்தம் கொதிப்பேறு முன்பே
(ஒப்படைப்பீரே)

48.வாழ்வில் உயர்வு கொள்!

சுயமரி யாதைகொள் தோழா - நீ
துயர்கெடுப்பாய் வாழ்வில் உயர்வடைவாயே! (சுய)

உயர்வென்று பார்ப்பனன் சொன்னால் - நீ
உலகினில் மக்கள் எல்லாம் சமம் என்பாய்;
துயருறத் தாழ்ந்தவர் உள்ளார் - என்று
சொல்லிடுந் தீயரைத்தூ வென்றுமிழ்வாய்!
அயலொரு கூட்டத்தார் ஆள்வோர் - சிலர்
ஆட்பட்டிருப்பவர் என்று சொல்வோரைப்
பயமின்றி நீதிருந்தச் சொல்! - சிலர்
பழமை சொன் னால்புது நிலைநலம் காட்டு! (சுய)

சேசு முகம்மது என்றும் - மற்றும்
சிவனென்றும் அரியென்றும் சித்தார்த்தனென்றும்
பேசி வளர்க்கின்ற பேரில் - உன்
பெயரையும் கூட்டுவர் நீ ஒப்ப வேண்டாம்;

காசைப் பிடுங்கிடு தற்கே - பலர்
கடவுளென் பார், இரு காதையும் மூடு!
கூசி நடுங்கிடு தம்பி! - கெட்ட
கோயிலென் றால் ஒரு காதத்திலோடு (சுய)

கோயில் திருப்பணி என்பர் - அந்தக்
கோவில் விழாவென்று சொல்லியுன் வீட்டு
வாயிலில் வந்துனைக் காசு - கேட்கும்
வஞ்சக மூடரை மனிதர் என்னாதே!
வாயைத் திறக்கவும் சக்தி - இன்றி
வயிற்றைப் பிசைந்திடும் ஏழைகட்கே நீ
தாயென்ற பாவனையோடும் - உன்
சதையையும் ஈந்திட ஒப்புதல் வேண்டும் (சுய)

கடவுள் துவக்கிக் கொடுத்த - பல
கவிதைகள், பதிகங்கள் செப்பிய பேர்கள்,
கடவுள் புவிக் கவதாரம் - அந்தக்
கடவுளின் தொண்டர்கள், லோக குருக்கள்,
கடவுள் நிகர் தம்பிரான்கள் - ஜீயர்,
கழுகொத்த பூசுரர், பரமாத்து மாக்கள்
கடவுள் அனுப்பிய தூதர் - வேறு
கதைகளினாலும் சுகங் கண்டதுண்டோ? (சுய)

அடிமை தவிர்ந்ததும் உண்டோ? -அன்றி
ஆதிமுதல் இந்தத் தேதிவரைக்கும், மிடிமை
தவிர்த்ததும் உண்டோ? - அன்றி
மேல்நிலை என்பதைக் கண்டதும் உண்டோ?
குடிக்கவும் நீரற்றிருக்கும் - ஏழைக்
கூட்டத்தை எண்ணாமல், கொடுந்தடியர்க்கு
மடங்கட்டி வைத்ததினாலே - தம்பி!
வசம்கெட்டுப் போனது நமது நன்னாடு (சுய)

உழைக்காத வஞ்சகர் தம்மை - மிக
உயர்வான சாதுக்கள் என்பது நன்றோ?

விழித்திருக்கும் போதிலேயே - நாட்டில்
விளையாடும் திருடரைச் 'சாமி' என்கின்றார்!
அழியாத மூடத்தனத்தை - ஏட்டில்
அழகாய் வரைந்திடும் பழிகாரர் தம்மை
முழுதாய்ந்த பாவலர் என்பார் - இவர்
முதலெழுத் தோதினும் மதியிருட்டாகும்! (சுய)

49.மாண்டவன் மீண்டான்

ஆற்றோரம் தழைமரங்கள் அடர்ந்த ஒரு தோப்பில்
அழகான இளமங்கை ஆடுகிறாள் ஊஞ்சல்
சேற்றுமண்ணால் திண்ணையிலே உட்கார்ந்து பொம்மை
செய்து விளையாடுகின்றான் மற்றுமொரு பிள்ளை,
ஏற்றிவைத்த மணி விளக்கின் அண்டையிலே பாயில்
இளஞ்சிசுவும் பெற்றவளும் கொஞ்சுகின்றார் - ஓர்பால்
ஏற்றகடன் தொல்லையினால் நோய் கொண்ட தந்தை
ஏ! என்று கூச்சலிட்டான்; நிலை தவறி வீழ்ந்தான்!

அண்டை அயல் மனிதரெல்லாம் ஓடிவந்தார் ஆங்கே
அருந்துணைவி நாயகனின் முகத்தில் முகம் வைத்துக்
கெண்டை விழிப் புனல்சோர அழுது துடித்திட்டாள்;
கீழ்க்கிடந்து மெய்சோர்ந்த நோயாளி தானும்
தொண்டையிலே உயிரெழுப்பும் ஒலியின்றிக் கண்ணில்
தோற்றமது குறைவுபடச் சுவாசம்மேல் வாங்க,
மண்டை சுழலக் கண்ணீர் வடித்து வடித்தழுதான்
மனமுண்டு வாயில்லை என்செய்வான் பாவம்!

'பேசாயோ வாய்திறந்து பெற்றெடுத்த உன்றன்
பிள்ளைகளைக் கண்கொண்டு பாராயோ என்றன்
வீசாதமணி ஒளியே! என்றுரைத்தாள் மனைவி,
விருப்பமதை இன்னதென விளம்பிடுக, என்று
நேசரெல்லாம் கேட்டார்கள்; கேட்ட நோயாளி
நெஞ்சினையும் விழிகளையும் தன்னிலையில் ஆக்கிப்

பேசமுடியா நிலையில் ஈனசுரத்தாலே
பெண்டுபிள்ளை! பெண்டுபிள்ளை! என்றுரைத்தான்,
சோர்ந்தான்!

எதிர் இருந்தோர் இது கேட்டார்; மிக இரக்கங் கொண்டார்,
 இறப்பவனைத் தேற்றவெண்ணி ஏதேதோ சொன்னார்,
இது தேதி உன் கடனைத் தீர்க்கின்றோம் என்றார்.
 இருந்த நிலை மாறவில்லை மற்றொருவன் வந்து,
'மதிவந்து விட்ட தண்ணே நமது சர்க்காருக்கு;
 மக்களுக்குப் புவிப் பொருள்கள் பொதுவென்று சர்க்கார்
பதிந்துவிட்டார். இனிப்பெண்டு பிள்ளைகளைப் பற்றிப்
 பயமில்லை! கவலையில்லை! மெய்யண்ணே, மெய்மெய்!!

என்று சொன்னான் தேற்றுமொழி, இறக்கின்ற மனிதன்
 இறக்குங்கால் கவலையின்றி இறக்கட்டும் என்று!
நன்றிந்த வார்த்தை அவன் காதினிலே பாய்ந்து
 நலிவுற்ற உள்ளத்தைப் புலியுளமாய்ச் செய்து
சென்ற உயிர் செல்லாமல் செய்ததனால் அங்குச்
 செத்துவிட்ட அம்மனிதன் பொத்தெனவே குந்தி,
இன்று நான் சாவதற்கே அஞ்சவில்லை என்றான்!
 இறப்பதெனில் இனியெனக்குக் கற்கண்டென்றானே!

50. ஆய்ந்து பார்!

சாந்தியால் உலகம் தழைப்பது நன்றா?
சமயபே தம் வளர்த்தே தளர்வது நன்றா?
மந்தரிற் சாதி வகுப்பது சரியா?
மக்கள் ஒரே குலமாய் வாழ்வது சரியா?

வாய்ந்த போர்க் குறிபோல் மதக்குறி இனிதா?
மனமொழி மெய்ஒன்றி மகிழுதல் இனிதா?
ஆய்ந்துபார் நெஞ்சமே அமைதிதான் சிறப்பா?
அண்டை வீட்டைப் பறிக்கும் சண்டைதான் சிறப்பா?

காணுமானிடரைக் கனம்செயல் முறையா?
கடவுள் எனும்மயக்கில் கவிழ்ப்பது முறையா?
மாணுறும் தன்னம்பிக்கை வளர்ப்பது நலமா?
வயப்படும் பக்தியினால் பயப்படல் நலமா?

வீணரைப் பணிவது மக்களின் கடனா?
மேவும் உழைப்பினிலே ஏவுதல் கடனா?
நாணு மூடவழக்கம் நாடுதல் பெரிதா?
நல்லறிவென்னும் வழிச் செல்லுதல் பெரிதா?

கோயிலுக் கொன்று கொடுத்திடல் அறமா?
கோடி கொடுக்கும் கல்வி தேடிடல் அறமா?
வாயிலில் வறியரை வளர்த்திடல் அன்போ?
மடத்தில் வீணிற்பொருளைக் கொடுத்திடல் அன்போ?

நாயிலுங் கடையாய் நலிவது மேலா?
நல்ல கூட்டுத் தொழில்கள் நாட்டிடல் மேலா?
ஓய்வறியார் உறங்க இடந்தரல் உயர்வா?
ஊரை வளைக்கும் குருமார் செயல் உயர்வா?

மாதர்தம் உரிமை மறுப்பது மாண்பா?
மாதர் முன்னேற்றத்தால் மகிழ்வது மாண்பா?
மேதினி துயர்பட விரும்புதல் இதமா?
விதவைக்கு மறுமணம் உதவுதல் இதமா?

கோதையர் காதல் மணம் கொள்வது சீரோ?
குழந்தைக்கு மணஞ்செய்து கொல்வது சீரோ?
போதனையாற் பெண்கள் பொதுவெனல் கனமோ?
பொட்டுக்கட்டும் வழக்கம் போக்குதல் கனமோ?

பாழ்படும் பழமை சூழ்வது திறமா?
பகுத்தறிவால் நலம் வகுப்பது திறமா?
தாழ்பவர் தம்மைத் தாழ்த்துதல் சால்போ?
தனம் காப்பவர் தங்கள் இனம் காத்தல் சால்போ?

ஆழ்வுறும் ஆத்திகம் வைதிகம் சுகமா?
அகிலமேற் சமதர்மம் அமைப்பது சுகமா?
சூழும் நற்பேதம் தொடர்வது வாழ்வோ?
சுயமரியாதையால் உயர்வது வாழ்வோ?

51. மானிடச் சக்தி

மானிடத் தன்மையைக் கொண்டு - பலர்
வையத்தை ஆள்வது நாம் கண்டதுண்டு
மானிடத் தன்மையை நம்பி - அதன்
வண்மையினாற் புவி வாழ்வு கொள் தம்பி!
'மானிடம்' என்றொரு வாளும் - அதை
வசத்தில் அடைந்திட்ட உன் இரு தோளும்
வானும் வசப்பட வைக்கும் - இதில்
வைத்திடும் நம்பிக்கை, வாழ்வைப் பெருக்கும் (மானிட)

மானிடன் வாழ்ந்த வரைக்கும் - இந்த
வையத்திலே அவன் செய்தவரைக்கும்
மானிடத் தன்மைக்கு வேறாய் - ஒரு
வல்லமை கேட்டிருந்தால் அதைக்கூறாய்!
மானிடம் என்பது புல்லோ? - அன்றி
மரக்கட்டையைக் குறித்திட வந்த சொல்லோ?
கானிடை வாழ்ந்ததும் உண்டு - பின்பு
கடலை வசப்படச் செய்ததும் அதுதான்! (மானிட)

மானிடம் போற்ற மறுக்கும் - ஒரு
மானிடம் தன்னைத்தன் உயிரும் வெறுக்கும்;
மானிடம் என்பது குன்று - தனில்
வாய்ந்த சமத்துவ உச்சியில் நின்று
மானிடருக்கினி தாக - இங்கு
வாய்ந்த பகுத்தறிவாம் விழியாலே
வான்திசை எங்கணும் நீ பார்! - வாழ்வின்
வல்லமை 'மானிடத்தன்மை' என்றே தேர் (மானிட)

52.முன்னேறு!

சாதிமத பேதங்கள் மூடவழக் கங்கள்
தாங்கிநடை பெற்றுவரும் சண்டையுல கிதனை
ஊதையினில் துரும்புபோல் அலைக்கழிப்போம்; பின்னர்
ஒழித்திடுவோம்; புதியதோர் உலகம் செய்வோம்!
பேதமிலா அறிவுடைய அவ்வுலகத்திற்குப்
பேசு சுயமரியாதை உலகு எனப் பேர்வைப்போம்!
ஈதேகாண்! சமூகமே, யாம் சொன்ன வழியில்
ஏறுநீ! ஏறுநீ!! ஏறுநீ!!! ஏறே.

அண்டுபவர் அண்டாத வகைசெய் கின்ற
அநியாயம் செய்வதெது? மதங்கள் அன்றோ?
கொண்டுவிட்டோம் பேரறிவு, பெருஞ் செயல்கள்
கொழித்துவிட்டோம் என்றிங்கே கூறுவார்கள்
பண்டொழிந்த புத்தன், ராமாநுஜன்மு
கம்மது, கிறிஸ்து - எனும் பல பேர் சொல்லிச்
சண்டையிடும் அறியாமை அறிந்தா ரில்லை
சமூகமே ஏறு நீ, எம் கொள்கைக்கே!

53.உலகப்பன் பாட்டு

பகுத்தறிவு மன்றத்தில் உலகம் என்ற
பழைய முதலாளியினை நிற்க வைத்து
மிகுத்திருந்த உன் நன் செய், புன் செய் யாவும்
வெகு காலத்தின் முன்னே, மக்கள் யாரும்
சுகித்திருக்கக் குத்தகைக்கு விட்டதுண்டோ?
சொல்! என்றேன்; உலகப்பன் ஆம் ஆம் என்றான்.
வகுத்த அந்தக் குத்தகைக்குச் சீட்டு முண்டோ
வாய்ச் சொல்லோ என்றுரைத்தேன். வாய்ச்
சொல் என்றான்.

குத்தகைக் காரர் தமக்குக் குறித்த எல்லை
குறித்தபடி உள்ளது வா என்று கேட்டேன்.
கைத்திறனும் வாய்த்திறனும் கொண்ட பேர்கள்
கண் மூடி மக்களது நிலத்தையெல்லாம்
கொத்திக் கொண் டேப்பமிட்டு வந்ததாலே
கூலிமக்கள் அதிகரித்தார். என்ன செய்வேன்!
பொத்தல் இலைக் கலமானார் ஏழை மக்கள்,
புனல் நிறைந்த தொட்டியைப் போல் ஆனார்செல்வர்.

அதிகரித்த தொகை தொகையாய்ச் செல்வ மெல்லாம்
அடுக்கடுக்காய்ச் சிலரிடம் போய் ஏறிக் கொண்டு
சதிராடு தேவடியாள் போல் ஆடிற்று!
தரித்திரரோ புழுப்போலே துடிக் கின்றார்கள்;
இது இந்நாள் நிலை என்றான் உலகப்பன் தான்!
இந்நிலை யிலிருப்பதனால் உலகப்பா நீ!
புதுக்கணக்குப் போட்டு விடு, பொருளை எல்லாம்
பொது வாக எல்லார்க்கும் நீ குத்தகை செய்.

ஏழை முதலாளி யென்ப தில்லா மற் செய்.
என்றுரைத்தேன். உலகப்பன் எழுந்து துள்ளி,
ஆழமப்பா உன் வார்த்தை, உண்மையப்பா.
அதற்கென்ன தடையப்பா, இல்லையப்பா;
ஆழமப்பா உன் கருத்து, மெய்தானப்பா,
அழகாயும் இருக்குதப்பா, நல்லதப்பா,
தாழ்வுயர்வு நீங்குமப்பா, என்று சொல்லித்
தகதகென ஆடினான். நான் சிரித்து!

ஆடுகின்றாய் உலகப்பா! யோசித்துப் பார்!
ஆர்ப்பாட்டக்காரர் இதை ஒப்பாரப்பா!
தேடப்பா ஒரு வழியை என்று சொன் னேன்.
செகத்தப்பன் யோசித்துச் சித்தம் சித்தம் சோர்ந்தான்.
ஓடப்பராயிருக்கும் ஏழையப்பர்

உதையப்பராகி விட்டால், ஓர் நொடிக்குள்
ஓடப்பர் உயரப்பர் எல்லாம் மாறி
ஒப்பப்பர் ஆய் விடுவார் உணரப் பாநீ!

54.உலகம் உன்னுடையது

பள்ளம் பறிப்பாய், பாதா ளத்தின்
அடிப்புறம் நோக்கி அழுந்துக! அழுந்துக!
பள்ளந்தனில் விழும் பிள்ளைப் பூச்சியே,
தலையைத் தாழ்த்து! முகத்தைத் தாழ்த்து!
தோளையும் உதட்டையும் தொங்கவை! ஈன
உளத்தை, உடலை, உயிரைச் சுருக்கு!
நக்கிக்குடி, அதை நல்ல தென்று சொல்!
தாழ்ந்து தாழ்ந்து தாழ்ந்த நாயினும்
தாழ்ந்து போ! குனிந்து தரையைக் கௌவி
ஆமையைப் போலே அடங்கி ஒடுங்கு!
பொட்டுப் பூச்சியே! புன்மைத் தேரையே
அழு, இளி, அஞ்சு, குனி, பிதற்று!
கன்னங் கருத்த இருட்டின் கறையே,
தொங்கும் நரம்பின் தூளே! இதைக்கேள்;
மனிதரில் நீயுமோர் மனிதன்; மண்ணன்று;
இமை திற; எழுந்து நன்றாய் எண்ணுவாய்,
தோளை உயர்த்து. சுடர் முகம் தூக்கு!
மீசையை முறுக்கி மேலே ஏற்று!
விழித்த விழியில் மேதினிக் கொளி செய்!
நகைப்பை முழக்கு! நடத்து லோகத்தை!
உன் வீடு - உனது பக்கத்து வீட்டின்
இடையில் வைத்த சுவரை இடித்து
வீதிகள் இடையில் திரையை விலக்கி
நாட்டொடு நாட்டை இணைத்து மேலே
ஏறு! வானை இடிக்கும் மலைமேல்
ஏறி நின்று பாரடா எங்கும்;
எங்கும் பாரடா இப்புவி மக்களைப்

பாரடா உனது மானிடப் பரப்பை!
பாரடா உன்னுடன் பிறந்த பட்டாளம்!
'என்குலம்' என்றுனைத் தன்னிடம் ஓட்டிய
மக்கட் பெருங்கடல் பார்த்து மகிழ்ச்சி கொள்!
அறிவை விரிவு செய்; அகண்டமாக்கு!
விசாலப் பார்வையால் விழுங்கு மக்களை!
அணைந்து கொள்! உன்னைச் சங்கமமாக்கு.
மானிட சமுத்திரம் நானென்று கூவு!
பிரிவிலை எங்கும் பேத மில்லை
உலகம் உண்ண உண்! உடுத்த உடுப்பாய்!
புகல்வேன்; 'உடைமை மக்களுக்குப் பொது'
புவியை நடத்துப் பொதுவில் நடத்து!
வானைப் போல் மக்களைத் தாவும்
வெள்ளை அன்பால் இதனைக்
குள்ள மனிதர்க்கும் கூறடா தோழனே!

55.சாய்ந்த தராசு

வாழ்வதிலும் நலம் சூழ்வதிலும் புவி
மக்க ளெல்லாம் ஒப்புடையார்!

ஏழ்மையில் மக்களைத் தள்ளுவதோ? - இதை
இன்ப மெனச் சிலர் கொள்ளுவதோ? (வா)

கூழுக்குப் பற்பலர் வாடவும் சிற்சிலர்
கொள்ளையடிப்பதும் நீதியோ - புவி
வாழ்வதுதான் எந்தத் தேதியோ? (வா)

சிற்சிலர் வாழ்ந்திடப் பற்பலர் உழைத்துத்
தீர்க எனும் இந்த லோகமே - உரு
அற்றொழிந் தாலும் நன் றாகுமே! (வா)

காண்ப தெலாம் தொழிலாளி செய்தான் அவன்
காணத் தகுந்தது வறுமையாம் - அவன்
பூணத் தகுந்ததும் பொறுமையாம்! (வா)

அன்பெனச் சொல்லியிங் காதி முதற் பேத
வன்மை வளர்த்தனர் பாரிலே - அதன்
பின்பு கண்டோம் இதை நேரிலே (வா)

மக்கள் பசிக்க மடத் தலைவர்க் கெனில்
வாழை யிலை முற்றும் நறு நெய்யாம் - இது
மிக்குயிர் மேல் வைத்த கருணை யாம் (வா)

கோயிலிலே பொருள் கூட்டும் குருக்களும்
கோதையர் தோளினிற் சாய்கின்றார் - இங்கு
நோயினிலே மக்கள் மாய் கின்றார் (வா)

கோரும் துரைத்தனத் தாரும் பெரும் பொருள்
கொண்டவர்க்கே நலம் கூட்டுவார் - உழைப்
போரிடமே கத்தி தீட்டுவார் (வா)

மக்களெல்லாம் சமமாக அடைந்திட
மாநிலம் தந்ததில் வஞ்சமோ? - பசி
மிக்கவரின் தொகை கொஞ்சமோ? (வா)

56.வியர்வைக் கடல்

அதிகாலை

கிழக்கு வெளுக்குமுன் வெளியிற் கிளம்பினேன்;
ஒளி செயும் மணியிருள், குளிர்ச்சி, நிசப்தம்,
இவற்றிடை என்னுளம் துள்ளும் மான்குட்டி!
உத்ஸாகம் எனைத் தூக்கி ஓடினது!

இயற்கை

குன்றம் இருக்கும் அக்குன்றத்தின் பால்
குளமும், அழகிய குளிர் பூஞ்சோலையும்
அழகு செய்யும்! அவ்விடத்தில் தான்
என்றன் சொந்த நன்செய் உள்ளது.

பகல்

கடல் மிசை உதித்த பரிதியின் நெடுங் கதிர்
வானெலாம் பாய்ந்தது! பறந்தது! பறந்தது வல்லிருள்!
புவியின் சித்திரம் ஒளியிற் பொலிந்தது.
இயற்கை தந்த எழிலிடை நடந்தேன்.

வயல்

வளம் பெற நிறைந்த இளம் பயிர்ப் பசுமை
மரகதம் குவிந்த வண்ணம் ஆயிற்று;
மரகதக் குவியல் மேல் வாய்ந்த பனித்துளி
காணக் கண் கூசும் வயிரக் களஞ்சியம்;
பரந்த என் வயலைப் பார்த்துக்கொண்டிருந்தேன்.
மகிழ்ச்சி தவிர மற்றொன்று காணேண்!

உழைப்பு

களையினைக் களைவது கருதி, எனது
பண்ணை ஆட்கள் பலபேர் வந்தனர்.
என்னை வணங்கினர்; வயலில் இறங்கினர்.
வில்லாய் வளைந்தது மேனி; அவர் தோள்
விசையாய்க் களைந்தது களையின் விளைவை!
முக விழி கவிழ்ந்தது வயலில் மொய்த்தது.

நடுப்பகல்

காலைப் போதினைக் கனலாற் பொசுக்கிச்
சூரியன் ஏறி உச்சியிற் சூழ்ந்தான்
சுடுவெயில் உழவர் தோலை உரித்தது;
புது மலர்ச் சோலையில் போய் விட்டேன் நான்.

வெயில்

குளிர் புனல் தெளிந்து நிறைந்த மணிக்குளம்!
நிழல் சேர் கரையில் நின்று கொண்டிருந்தேன்.
புழுக்கமும் வியர்வையும் எழுப்பி என்னை
நலிவு செய்த நச்சு வெய்யில்,
வானிலிருந்து மண்ணிற் குதித்துத்
தேன் மலர்ச் சோலைச் செழுமை கடந் தென்

புதிய உலகம்

உளத்தையும் உயிரையும் பிளப்பது விந்தை!
குளத்தில் விழுந்து குளிக்கத் தொடங்கினேன்.
வெள்ளைப் புனலும் கொள்ளி போல் சுட்டது.

உழைப்புத்துன்பம்

காலைப் போதினைக் கனலால் பொசுக்கிச்
சோலையும் கடந்து சுட வந்த வெய்யில்
விரி புனற் குளத்தையும் வெதுப்பிய தெண்ணினேன்.
எண்ணும் போ தென் கண்ணின் எதிரில்
வியர்வையும் அயர்வுமாய்ப் பண்ணை யாட்கள்
வந்து நின்று வணக்கம் செய்தனர்.
ஐயகோ நெஞ்சமே, இந்த ஆட்கள்
தாங் கொணாத் கனலை எவ்வாறு தாங்கினர்?

வியர்வைக் கடலின் காட்சி

களை போக்கும் சிறு பயன் விளைக்க இவர்கள்
உடலைக் கசக்கி உதிர்த்த வியர்வையின்
ஒவ்வொரு துளியிலும் கண்டேன்
இவ்வுல குழைப்பவர்க் குரியதென் பதையே!

57. நீங்களே சொல்லுங்கள்!

சித்திரச் சோலைகளே, - உமை நன்கு
திருத்த இப்பாரினிலே - முன்னர்
எத்தனை தோழர்கள் ரத்தம் சொரிந்தன
ரோ! உங்கள் வேரினிலே.

நித்தம் திருந்திய நேர்மை யினால் மிகு
நெல்விளை நன்னிலமே, - உனக்
கெத்தனை மாந்தர்கள் நெற்றி வியர்வை
இறைத்தனர் காண்கிலமே.

தாமரை பூத்த தடாகங்களே, உமைத்
தந்த அக் காலத்திலே - எங்கள்
தூய்மைச் சகோதரர் தூர்ந்து மறைந்ததைச்
சொல்லவோ ஞாலத்திலே.

மாமிகு பாதைகளே, உமை இப்பெரு
வைய மெலாம் வகுத்தார் - அவர்
ஆமை எனப்புலன் ஐந்தும் ஒடுங்கிட
அந்தியெலாம் உழைத்தார்.

ஆர்த்திடும் யந்திரக் கூட்டங்களே, - உங்கள்
ஆதி அந்தம் சொல்லவோ? - நீங்கள்
ஊர்த் தொழிலாளர் உழைத்த உழைப்பில்
உதித்தது மெய் அல்லவோ?

கீர்த்தி கொள் போகப் பொருட் புவியே! உன்றன்
கீழிருக்கும் கடைக்கால் - எங்கள்
சீர்த் தொழிலாளர் உழைத்த உடம்பிற்
சிதைந்த நரம்புகள் தோல்!

நீர்கனல் நல்ல நிலம் வெளி காற்றென
நின்ற இயற்கைகளே, - உம்மைச்
சாரும் புவிப்பொருள் தந்ததெவை? தொழி
லாளர் தடக்கைகளே!

தாரணியே! தொழிலாளர் உழைப்புக்குச்
சாட்சியும் நீயன்றோ? - பசி
தீரும் என்றால் உயிர் போகும் எனச் சொல்லும்
செல்வர்கள் நீதி நன்றோ?

எலிகள் புசிக்க எலாம் கொடுத்தே சிங்க
ஏறுகள் ஏங்கிடுமோ? - இனிப்
புலிகள் நரிக்குப் புசிப்பளித்தே பெரும்
புதரினில் தூங்கிடுமா?

கிலியை விடுத்துக் கிளந் தெழுவார் இனிக்
கெஞ்சும் உத்தேசமில்லை - சொந்த
வலிவுடையார் இன்ப வாழ்வுடையார் இந்த
வார்த்தைக்கு மோசமில்லை.

58. புதிய உலகு செய்வோம்!

புதியதோர் உலகம் செய்வோம் - கெட்ட
போரிடும் உலகத்தை வேரொடு சாய்ப்போம்   (புதிய)

பொது உடைமைக் கொள்கை திசையெட்டும் சேர்ப்போம்
புனிதமோ டதை எங்கள் உயிரென்று காப்போம்.   (புதிய)

இதயமெலாம் அன்பு நதியினில் நனைப்போம்
'இது எனதென்னுமோர் கொடுமையைத் தவிர்ப்போம்
                                           (புதிய)

உணர் வெனும் கனலிடை அயர்வினை எரிப்போம்
'ஒரு பொருள் தனி' எனும் மனிதரைச் சிரிப்போம்!
                                           (புதிய)

இயல் பொருள் பயன் தர மறுத்திடில் பசிப்போம்
ஈவதுண்டாம் எனில் அனைவரும் புசிப்போம்   (புதிய)

59. பலிபீடம்

மத - ஓடத்திலேறிய மாந்தரே - பலி
    பீடத்திலே சாய்ந்தீரே!

பாடு பட்டீர்கள் பருக்கையில்லா தொரு
பட்டியில் மாடென வாழ்கின்றீர் - மதக்
கேடர்கள் காலினில் வீழ்கின்றீர் - ஒண்ட
வீடு மில்லாமலே தாழ்கின்றீர்!   (மத)

பாதிக்குதே பசி என்றுரைத்தால், செய்த
பாபத்தைக் காரணம் காட்டுவார் - மத
வாதத்தை உம்மிடம் நீட்டுவார் - பதில்
ஓதி நின்றால் படை கூட்டுவார்.   (மத)

வாதனை சொல்லி வணங்கி நின்றால் தெய்வ
சோதனை என்றவர் சொல்லுவார் - பணச்

சாதனையால் உம்மை வெல்லுவார் - கெட்ட
போதனையால் தினம் கொல்லுவார் (மத)

பேதிக்கும் நோய்க்கும் பெரும் பசிக்கும் பல
பீதிக்கும் வாய் திறப்பீர்களோ! - இழி
சாதியென்றால் எதிர்ப்பீர்களோ? - செல்வர்
வீதியைத் தான் மதிப்பீர்களோ, (மத)

கூடித் தவிக்கும் குழந்தை மனைவியர்
கூழை நினைத்திடும் போதிலே - கோயில்
வேடிக்கை யாம் தெரு மீதிலே - செல்வர்
வாடிக்கை ஏற்பீரோ காதிலே! (மத)

தொட்டிடும் வேலை தொடங்கலு மின்றியே
தொந்தி சுமக்கும் புரோகிதர் - இட்ட
சட்டப்படிக்கு நீரோ பதர் - அவர்
அட்டகாசத்தினுக் கேதெதிர்? (மத)

மூடத்தனத்தை முடுக்கும் மதத்தை நிர்
மூலப் படுத்தக்கை ஓங்குவீர் - பலி
பீடத்தை விட்டினி நீங்குவீர் - செல்வ
நாடு நமக்கென்று வாங்குவீர். (மத)

60.சகோதரத்துவம்

உறுதி உறுதி உறுதி

ஒன்றே சமூகம் என்றெண்ணார்க்கே - இறுதி (உறுதி)
உறவினர் ஆவார் ஒரு நாட்டார் - எனல் (உறுதி)

பிறவியில் உயர்வும் தாழ்வும் சொல்லல் மடமை - இந்தப்
பிழை நீக்குவதே உயிருள்ளாரின் கடமை - நம்மிற்
குறை சொல்ல வேண்டாம் உறவினர் பகை நீங்குங்கோள் - உங்கள்
குகையினை விட்டே வெளி வருவீர் சிங்கங் காள் (உறுதி)

நாட்டுக் குலையில் தீட்டுச் சொல்வார் மொழியை - நாமே
நம்பித் தேடிக் கொண்டோம் மீளாப் பழியை - நாட்டின்
கோட்டைக் கதவைக் காக்கத்தவறும் அந்நாள் - இந்தக்
குற்றம் செய்தோம்; விடுவோம்; வாழ்வோம் இந்நாள்
(உறுதி)

வாழ்விற் செம்மை அடைதல் வேண்டும் நாமே - நம்மில்
வஞ்சம் காட்டிச் சிலரைத் தாழ்த்தல் தீமை - புவியில்
வாழ்வோ ரெல்லாம் சமதர்மத்தால் வாழ்வோர் - மற்றும்
வரிதிற் றாழ்வோர் பேதத்தாலே தாழ்வோர் (உறுதி)

தேசத்தினர்கள் ஓர் தாய் தந்திடு சேய்கள் - இதனைத்
தெளியா மக்கள் பிறரை நத்தும் நாய்கள் - மிகவும்
நேசத்தாலே நா மெல்லாரும் ஒன்றாய் - நின்றால்
நிறை வாழ் வடைவோம் சலியா வயிரக் குன்றாய் (உறுதி)

பத்துங் கூடிப் பயனைத் தேடும் போது - நம்மில்
பகை கொண்டி ழிவாய்க் கூறிக் கொள்ளல் தீது -நம்
சித்தத்தினிலே இருளைப் போக்கும் சொல்லைக் - கேளீர்
சென னத்தாலே உயர்வும் தாழ்வும் இல்லை (உறுதி)

61.சேசு பொழிந்த தெள்ளமுது

மேதினிக்குச் சேசு நாதர் எதற்கடி தோழி - முன்பு
வெம்மை கொள் மக்கள் செம்மை புரிந்திடத்
தோழா - அவர்
காதினிக்கும்படி சொன்னசொல் ஏதடி? தோழி-அந்தக்
கர்த்தர் உரைத்தது புத்தமு தென்றறி தோழா-அந்தப்

பாதையில் நின்று பயனடைந்தார் எவர்? தோழி- இந்தப்
பாரத நாட்டினர் நீங்கிய மற்றவர் தோழா - இவர்

ஏதுக்கு நன்மைகள் ஏற்கவில்லை உரை தோழி - இங்கு
ஏசுவின் கட்டளை நாசம் புரிந்தனர் தோழா

ஏசு மதத்தினில் இந்துக்கள் ஏனடி? தோழி -அந்த
இந்துக்கள் தீயிட்ட செந்துக்கள் ஆயினர் தோழா-மிக

மோசம் அவர்க்கென்ன வந்தது கூறடி தோழி-அட
முன் - மனு என்பவன் சொன்னதில் வந்தது தோழா - அவன்

நாசம் விளைவிக்க நவின்றது யாதடி தோழி-சட்டம்
நால் வருணத்தினில் நாலாயிரம் சாதி தோழா-ஏசின்

ஆசை மதம் புகப் - பேதம் அகன்றதோ? தோழி -அவர்க்
கங்குள்ள மூதேவி இங்கும் முளைத்தனள் தோழா.

சொல்லிய சேசுவின் தொண்டர்கள் எங்கடி? தோழி - அந்தத்
தொண்டர்கள் உள்ளனர், தொண்டு பறந்தது தோழா-அந்தப்

புல்லிய பேதத்தைப் போக்கினரோ அவர்? தோழி-அதைப்
போதாக் குறைக்கு முப் போகம் விளைத்தனர் தோழா - அடி

எல்லையில் பேதம் இழைத்தது தான் எவர்? தோழி -அட
இந்த நெடுஞ்சட்டை அந்தகரே அறி தோழா-முன்பு

வல்லவர் சேசு வகுத்தது தான் என்ன? தோழி- புவி
'மக்கள் எல்லாம் சமம்' என்று முழங்கினர் தோழா.
ஈண்டுள்ள தொண்டர்கள் என்ன செய்கின்றனர்?
தோழி-அவர்
ஏழைகள் தாழ்வுறச் செல்வரை வாழ்த்தினர் தோழா-அடி
வேண்டவரும் திருக்கோயில் வழக்கென்ன? தோழி-அட
மேற்குலம் தாழ்குலம் என்று பிரித்தனர் தோழா-விரல்

தீண்டப் படாதவர் என்பவர் யாரடி? தோழி-இங்குச்
சேசு மதத்தினை தாபித்த பேர்கள் என் தோழா-உளம்
தூண்டும் அருட்சேசு சொல்லிய தென்னடி? தோழி-அவர்
'சோதரர் யாவரும்' என்று முழங்கினர் தோழா

புதிய உலகம்

பஞ்சமர் பார்ப்பனர் என்பதெல்லாம் என்ன? தோழி-இவை
பாரத நாட்டுப் பழிச் சின்னத்தின் பெயர் தோழா-இங்குக்

கொஞ்சமும் இப்பழி கொள்ளுதல் நல்லதோ தோழி-ஒப்புக்
கொள்ளும் நிலத்தினில் கள்ளி முளைத்திடும் தோழா-இங்கு

நெஞ்சினிற் சேசுவின் தொண்டர் நினைப்பென்ன
                               தோழி - தினம்
நேர்மையில் கோயில் வியாபாரம் செய்வது தோழா- இந்த

வஞ்சகர்க்கென்ன வழுத்தினர் சேசு நல்   தோழி-இன்ப
வாழ்க்கை யடைந்திட யார்க்கும் சுதந்திரம் என்றார்.

நாலு சுவர்க்கு நடுப்புறம் ஏதுண்டு?   தோழி-அங்கு
நல்ல மரத்தினிற் பொம்மை அமைத்தனர் தோழா-அந்த

ஆலயம் சாமி அமைத்தவர் யாரடி?   தோழி - மக்கள்
அறிவை இருட்டாக்கி ஆள நினைப்பவர்
                               தோழா-மக்கள்

மாலைத் தவிர்த்து வழி செய்வரோ இனித் தோழி-செக்கு
மாடுகளாக்கித் தம் காலைச் சுற்றச் செய்வர் தோழா-அந்தக்

கோல நற் சேசு குறித்தது தானென்ன? தோழா-ஆஹா
கோயிலென்றால் அன்பு தோய்மனம் என்றனர்   தோழா.

ஆண்மை கொள் சேசு புவிக்குப் புரிந்த தென்? தோழி-அவர்
அன்பெனும் நன் முரசெங்கும் முழங்கினர் தோழா-அந்தக்

கேண்மை கொள்சேசுவின் கீர்த்தியுரைத்திடு தோழி-அவர்
கீர்த்தியுரைத்திட வார்த்தை கிடைக்கிலை தோழா - நலம்

தாண்டவம் ஆடிடச் செய்தவரோ அவர்? தோழி-அன்று
தன்னைப் புவிக்குத் தரும் பெருமானவர் தோழா-அந்த

ஆண்டவன் தொண்டர்கள் ஆகிடத் தக்கவர் யாவர்-எனில்
'அன்னியர்', 'தான்' என்ற பேதமில்லாதவர்;   தோழா.

பன் மணித்திரள்

62. தமிழ் நாட்டிற் சினிமா

உருவினையும் ஒலியினையும் ஒன்றாகச் சேர்த்தே
   ஒளி பெருகத் திரையினிலே படங்காட்டும் கலையைத்
திருவிளைக்கும் நல்லறிஞர், ஐரோப்பி யர்கள்
   தெரிந்து வெளி யாக்குகின்றார் எனக் கேட்ட நாளில்
இரு விழியால் அது காணும் நாள் எந்த நாளோ,
   என் நாடும் அக்கலையில் இறங்கு நாள் எந்நாள்,
இருள் கிழித்துத் தமிழ் நாடாம் நிலவுதனை, உலகின்
   எதிர் வைக்கும் நாள் எந் நாள் என்று பல நினைத்தேன்.

ஒலியுருவப் படம் ஊரில் காட்டுவதாய்க் கேட்டேன்;
   ஓடினேன்; ஓடியுட் கார்ந்தேன் இரவில் ஒரு நாள்
புலி வாழும் காட்டினிலே ஆங்கிலப் பெண் ஒருத்தி,
   புருஷர் சக வாசமிலாப் புதுப் பருவ மங்கை
மலர்க் குலத்தின் அழகினிலே வண்டுவிழி போக்கி
   வசமிழந்த படியிருந்தாள்! பின்பக்கம் ஒருவன்
எலி பிடிக்கும் பூனை போல் வந்தந்த மங்கை
   எழில் முதுகிற்கை வைத்தான்! புதுமை ஒன்று கண்டேன்.

உளமுற்ற கூச்சந்தான் ஒளி விழியில் மின்ன,
   உயிர் அதிர்ந்த காரணத்தால் உடல் அதிர்ந்து நின்றே,
தெளி புனலின் தாமரை மேற் காற்றடித்த போது
   சிதறுகின்ற இதழ் போலே செவ்விதழ்கள் துடித்துச்
சுளை வாயால் நீயார் என்றனல் விழியாற் கேட்டாள்
   சொல் பதில் நீ என்ற தவள் சுட்டு விரல் ஈட்டி!
களங்கமிலாக் காட்சி, அதில் இயற்கை யெழில் கண்டேன்!
   கதை முடிவில் 'படம்' என்ற நினைவு வந்த தன்றே!

என் தமிழர் படமெடுக்க ஆரம் பஞ் செய்தார்
எடுத்தார்கள் ஒன்றிரண்டு பத்து நூறாக!
ஒன்றேனும் தமிழர் நடை யுடை பா வனைகள்
உள்ளதுவாய் அமைக்கவில்லை, உயிர் உள்ளதில்லை!
ஒன்றேனும் தமிழருமை உணர்த்து வதாயில்லை!
ஒன்றேனும் உயர் நோக்கம் அமைந்தது வாயில்லை!
ஒன்றேனும் உயர் நடிகர் வாய்ந்தது வாயில்லை!
ஒன்றேனும் வீழ்ந்தவரை எழுப்பு வதாயில்லை!

வடநாட்டார் போன்ற உடை, வட நாட்டார் மெட்டு!
மாத்தமிழர் நடுவினிலே தெலுங்கு கீர்த் தனங்கள்!
வடமொழியில் ஸ்லோகங்கள்! ஆங்கில ப்ரசங்கம்!
வாய்க்கு வரா இந்துஸ்தான்! ஆபாச நடனம்!
அடையும் இவை அத்தனையும் கழித்துப் பார்க்குங் கால்
அத்திம் பேர் அம்மாமி எனும் தமிழ் தான் மீதம்!
கடவுளர்கள், அட்டைமுடி, காகிதப் பூஞ்சோலை
கண்ணாடி முத்துவடம் கண் கொள்ளாக் காட்சி!

பரமசிவன் அருள் புரிய வந்து வந்து போவார்!
பதி விரதைக் கின்னல் வரும் பழையபடி தீரும்!
சிரமமொடு தாள மெண்ணிப் போட்டியிலே பாட்டுச்
சில பாடி மிருதங்கம் ஆவர்த்தம் தந்து
வரும் காதல்! அவ்விதமே துன்பம் வரும், போகும்!
மகரிஷிகள் கோயில் குளம் - இவைகள் கதாசாரம்.
இரக்கமற்ற பட முதலாளிக்கெல்லாம் இதனால்
ஏழைகளின் ரத்தத்தை உறிஞ்சியது லாபம்!

படக்கலை தான் வாராதா என நினைத்த நெஞ்சம்
பாழ் படுத்தும் முதலாளி வர்க்கத்தின் செயலால்,
படக்கலையாம் சனி யொழிந்தால் போதுமென எண்ணும்!
பயன் விளைக்கும் விதத்தினிலே பல செல்வர் கூடி
இடக்ககற்றிச் சுய நலத்தைச் சிறிதேனும் நீக்கி
இதயத்தில் சிறிதேனும் அன்புதனைச் சேர்த்துப்
படமெடுத்தால் செந்தமிழ் நாடென்னும் இள மயிலும்
படமெடுத்தாடும்; தமிழர் பங்கமெலாம் போமே!

63.புத்தக சாலை

தனித் தமைந்த வீட்டிற் புத் தகமும் நானும்
சையோகம் புரிந்த தொரு வேளை தன்னில்,
இனித்த புவி இயற்கையெழில் எல்லாம் கண்டேன்;
இசை கேட்டேன்! மணம் மோந்தேன்! சுவைகள்
உண்டேன்;
மனித்தரிலே மிக்குயர்ந்த கவிஞர் நெஞ்சின்
மகாசோதியிற் கலந்த தெனது நெஞ்சம்!
சனித்த தங்கே புத்துணர்வு! புத்தகங்கள்
தருமுதவி பெரிது! மிகப் பெரிது கண்டீர்!

மனிதரெல்லாம் அன்பு நெறி காண்பதற்கும்
மனோபாவம் வானைப் போல் விரிவடைந்து
தனிமனிதத் தத்துவமாம் இருளைப் போக்கிச்
சக மக்கள் ஒன்றென்ப துணர்வதற்கும்,
இனி தினி தாய் எழுந்த உயர் எண்ண மெல்லாம்
இலகுவது புலவர் தரு சுவடிச் சாலை;
புனிதமுற்று மக்கள் புது வாழ்வு வேண்டில்
புத்தக சாலை வேண்டும் நாட்டில் யாண்டும்.

தமிழர்க்குத் தமிழ் மொழியிற் சுவடிச் சாலை
சர்வகலா சாலையைப் போல் எங்கும் வேண்டும்.
தமிழிலிலாப் பிற மொழிநூல் அனைத்தும் நல்ல
தமிழாக்கி வாசிக்கத் தருதல் வேண்டும்.
அமுதம் போல் செந்தமிழிற் கவிதை நூற்கள்,
அழகியவாம் உரைநடையில் அமைந்த நூற்கள்,
சுமை சுமையாய்ச் சேகரித்துப் பல் கலை சேர்
துறை துறையாய்ப் பிரித்தடுக்கி வைத்தல் வேண்டும்.

நாலைந்து வீதிகளுக் கொன்று வீதம்
நல்லது வாய் வசதிய தாய் இல்லம் வேண்டும்;
நூலெல்லாம் முறையாக ஆங்கமைத்து
நொடிக்கு நொடி ஆசிரியர் உதவுகின்ற
கோலமுறும் செய்தித் தாள் அனைத்தும் ஆங்கே
குவிந்திருக்க வகை செய்து தருதல் வேண்டும்.

மூலையிலோர் சிறு நூலும் புது நூலாயின்
  முடி தனிலே சுமந்து வந்து தருதல் வேண்டும்.

வாசிக்க வருபவரின் வருகை ஏற்றும்
  மரியாதை காட்டி அவர்க் கிருக்கை தந்தும்,
ஆசித்த நூல் தந்தும் புதிய நூல்கள்
  அமைந்திருந்தால் அதை யுரைத்தும், நாளும் நூலை
நேசித்து வருவோர்கள் பெருகும் வண்ணம்
  நினைப்பாலும் வாக்காலும் தேகத்தாலும்
மாசற்ற தொண்டிழைப்பீர்! சமுதாயச்சீர்
  மறுமலர்ச்சி கண்ட தென முழக்கஞ் செய்வீர்!

64. வாளினை எடடா!

வலியோர் சிலர் எளியோர் தமை
வதையே புரிகுவதா?
மகராசர்கள் உலகாளுதல்
நிலையாம் எனும் நினைவா?
உலகாள உமது தாய்மிக
உயிர்வாதை யடைகிறாள்;
உதவாதினி ஒரு தாமதம்
உடனே விழி தமிழா!

கலையே வளர்! தொழில் மேவிடு!
கவிதை புனை தமிழா!
கடலே நிகர் படை சேர்; கடு
விட நேர் கரு விகள் சேர்!
நிலமே உழு! நவதானிய
நிறையூதியம் அடைவாய்;
நிதி நூல்விளை! உயிர் நூல் உரை
நிச நூல் மிக வரைவாய்!

அலைமா கடல் நிலம் வானிலுன்
அணிமாளிகை ரதமே
அவை ஏறிடும் விதமேயுன

ததிகாரம் நிறுவுவாய்!
கொலைவாளினை எடடாமிகு
கொடியோர் செயல் அறவே
குகை வாழ் ஒரு புலியே உயர்
குணமேவிய தமிழா!

தலையாகிய அறமே புரி
சரி நீதி யுதவுவாய்!
சமமே பொருள் கனநாயகம்
எனவே முரசறை வாய்!
இலையே உண விலையே கதி
இலையே எனும் எளிமை
இனி மேலிலை எனவே முர
சறைவாய் முரசறைவாய்!

65. வீரத்தமிழன்

தென்றிசையைப் பார்க்கிறேன்; என் சொல்வேன் என்றன்
சிந்தையெல்லாம் தோள்களெல்லாம் பூரிக்கு தடடா!
அன்றந்த லங்கையினை ஆண்ட மறத் தமிழன்
ஐயிரண்டு திசைமுகத்தும் தன் புகழை வைத்தோன்
குன்றெடுக்கும் பெருந் தோளான் கொடை கொடுக்கும் கையான்!
குள்ள நரிச் செயல் செய்யும் கூட்டத்தின் கூற்றம்!
என் தமிழர் மூதாதை! என் தமிழர் பெருமான்
இராவணன் காண்! அவன் நாமம் இவ்வுலகம் அறியும்!

வஞ்சக விபீஷணனின் அண்ணனென்று தன்னை
வையத்தார் சொல்லுமொரு மாபழிக்கே அஞ்சும்
நெஞ்சகனை, நல்யாழின் நரம்புகளைத் தடவி
நிறையயிசைச் செவியமுது தரும்புலவன் தன்னை,
வெஞ்சமரில் சாதல்வர நேர்ந்திடினும் சூழ்ச்சி
விரும்பாத பெருந்தகையைத் தமிழ் மறைகள் நான்கும்

சஞ்சரிக்கும் நாவானை வாழ்த்து கின்ற தமிழர்
 தமிழரென்பேன், மறந்தவரைச் சழக்க ரெனச் சொல்வேன்!

வீழ்ச்சியுறு தமிழகத்தில் எழுச்சி வேண்டும்!
 விசை ஒடிந்த தேகத்தில் வன்மை வேண்டும்!
சூழ்ச்சி தனை வஞ்சகத்தைப் பொறாமை தன்னைத்
 தொகையாக எதிர் நிறுத்தித் தூள் தூளாக்கும்
காழ்ச் சிந்தை, மறச் செயல்கள் மிகவும் வேண்டும்!
 கடல் போலச் செந்தமிழைப் பெருக்க வேண்டும்!
கீழ்ச் செயல்கள் விட வேண்டும் ராவணன் தன்
 கீர்த்தி சொல்லி அவன் நாமம் வாழ்த்த வேண்டும்!

66. சைவப்பற்று

இரும்புப் பெட்டியிலே - இருக்கும்
எண்பது லக்ஷத்தையும்
கரும்புத் தோட்டத்திலே - வருஷம்
காணும் கணக்கினையும்
அருந் துணையாக - இருக்கும்
ஆயிரம் வேலியையும்
பெரும் வருமானம் - கொடுக்கும்
பிற சொத்துக்களையும்;

ஆடை வகைகளையும் - பசும் பொன்
ஆபரணங்களையும்,
மாடு கறந்தவுடன் - குடங்கள்
வந்து நிறைவதையும்,
நீடு களஞ்சியம் - விளைந்த
நெல்லில் நிறை வதையும்,
வாடிக்கைக் காரர் தரும் - கொழுத்த
வட்டித் தொகை யினையும்;

எண்ணி எண்ணி மகிழ்ந்தே - ஒரு நாள்
எங்கள் மடாதிபதி

வெண்ணிறப் பட்டுடுத்திச் - சந்தனம்
மேனி யெலாம் பூசிக்
கண் கவர் பூஷணங்கள் - அணிந்து
கட்டில் அறை நோக்கிப்
பெண்கள் பல பேர்கள் - குலவிப்
பின் வர முன் நடந்தார்!

பட்டு மெத்தை தனிலே - மணமே
பரவும் பூக்களின் மேல்
தட்டினிற் பக்ஷணங்கள் - அருந்திச்
சைவத்தை ஆரம்பித்தார்;
கட்டிக் கரும்பினங்கள் - சகிதம்
கண்கள் உறங்கி விட்டார்;
நட்ட நடு நிசியில் - கனவில்
நடந்தது கேளீர்.

நித்திரைப் பூமியிலே - சிவனார்
நேரில் எழுந்தருளிப்
புத்தம் புதிதாகச் - சில சொல்
புகல ஆரம்பித்தார்.
'இத்தனை நாளாகப் - புவியில்
எனது சைவமதை
நித்த நித்தமுயன்றே - புவியில்
நீளப் பரப்பி விட்டாய்.

மடத்தின் ஆஸ்தியெல்லாம் - பொதுவில்
மக்களுக் காக்கி விட்டேன்!
திடத்தில் மிக்கவனே - இனி நீ
சிவபுரி வாழ்க்கை
நடத்துக!'' என்றே சிவனார்
நவின்று பின் மறைந்தார்.
இடி முழக்கமென்றே - தம்பிரான்
எண்ணம் கலங்கி விட்டார்!

தீப் பொறி பட்டது போல் - உடலம்
திடுக்கிட எழுந்தார்!

'கூப்பிடு காவலரை' - எனவே
கூச்சல் கிளப்பி விட்டார்
'காப்பளிக்க வேண்டும் - பொருள்கள்
களவு போகு' மென்றார்;
மாப்பிள்ளை என்றனுக்கே - இத்தகி
மரணம் ஏதுக்'கென்றார்.

சொப்பனத்தை நினைத்தார் - தம்பிரான்
துள்ளி விழுந்தழுதார்!
ஒப்பி உழைத்ததில்லை - சிறிதும்
உடல் அசைந்ததில்லை!
எப்படி நான் பிரிவேன் - அடடா!
இன்பப் பொருளை யெல்லாம்;
தப்பிப் பிழைப்பதுண்டோ - எனது
சைவம் எனத் துடித்தார்!

67.எமனை எலி விழுங்கிற்று!

சர்க்காருக்குத் தாசன் நான்! ஓர் நாள்
பக்கத் தூரைப் பார்க்க எண்ணி
விடுமுறை கேட்டேன், விடுமுறை இல்லை;
விடுமுறை பலிக்க நோயை வேண்டினேன்
மார்பு நோய் வந்து மனதில் நுழைந்தது!
மலர்ந்த என் முகத்தினிலே வந்தது சுருக்கம்,
குண்டு விழிகள் கொஞ்சம் குழிந்தன.
என்பெண் டாட்டி என்னை அணுகினாள்.
எதிரில் பந்து மித்திரர் இருந்தார்.
தூய ஓர் பெரியார் என்னுடல் தொட்டுக்
காயம் அநித்தியம் என்று கலங்கினார்.
எதிரில் நிமிர்ந்தேன்; எமன், எமன் எமனுரு!
இரு கோரப் பல், எரியும் கண்கள்,
சுவாசமும் கொஞ்சம் சுண்டுவ தறிந்தேன்.
சூடு மில்லை உடம்பைத் தொட்டால்;
கடிகாரத்தின் கருங் கோடு காணேன்;
கண்டது பிழையோ, கருத்தின் பிழையோ,

ஒன்றும் சரியாய்ப் புரிய வில்லை,
என்ற முடிவை ஏற்பாடு செய்தேன்!
என் கதி என்ன என்று தங்கை
சொன்னதாய் நினைத்தேன், விழிகள் சுழன்றன!
பேசிட நாக்கைப் பெயர்த்தேனில்லை.
பேச்சடங்கிற்றெனப் பெருந்துயர் கொண்டேன்.
இரும்புத் தூண்போல் மென்கை இருந்ததே!
எட்டின கைகள் என்னுயிர் பிடிக்க!
உலகிடை எனக்குள் ஒட்டுற வென்பதே.
ஒழிந்தது! மனைவி ஓயா தழுதாள்!
எமனார் ஏறும் எருமைக் கடாவும்
என்னை நோக்கி எடுத்தடி வைத்தது,
மூக்கிற் சுவாசம் முடியும் தருணம்
நாக்கும் நன்கு நடவாச் சமயம்,
சர்க்கார் வைத்தியர் சடுதியில் வந்து
பக்குவஞ் சொல்லிப் பத்துத் தினங்கள்
விடுமுறை எழுதி மேசை மேல் வைத்து
வெளியிற் சென்றார், விஷய முணர்ந்தேன்.
'அண்டையூர் செல்ல அவசியம், மாட்டு
வண்டி கொண்டு வா" என்றேன்! மனைவி
எமனிழுக்கின்றான் என்றாள். அத்ததி
சுண்டெலி ஒன்று துடுக்காய் அம்மி
யண்டையில் மறைந்ததும் அம்மியை நகர்த்தினேன்!
இங்கு வந்த எமனை அந்த
எலிதான் விழுங்கியிருக்கும் என்பதை
மனைவிக் குரைத்தேன். வாஸ்தவம் என்றாள்!
மாட்டு வண்டி ஓட்டம் பிடித்தது!
முன்னமே லீவு தந்திருந்தால்,
இந்நேரம் ஊர் போய் இருக்கலாமே!

68. சுதந்தரம்

தித்திக் கும்பழம் தின்னக் கொடுப்பார்
மதுரப் பருப்பு வழங்குவார் உனக்கு
பொன்னே, மணியே, என்றுனைப் புகழ்வார்;
ஆயினும் பச்சைக் கிளியே அதோ பார்!

உன்னுடன் பிறந்த சின்ன அக்கா,
வான வீதியில் வந்து திரிந்து
தென்னங் கீற்றுப் பொன்னூசல் ஆடிச்
சோலை பயின்று சாலையில் மேய்ந்து
வானும் மண்ணுந்தன் வசத்திற் கொண்டாள்
தச்சன் கூடுதான் உனக்குச் சதமோ?
அக்கா அக்கா என்று நீ அழைத்தாய்.
அக்கா வந்து கொடுக்கச்
சுக்கா மிளகா சுதந்தரம் கிளியே?

69.நம்மாதர் நிலை

பழங்கல அறைக்குளே பதினைந்து திருடர்கள்
பதுங்கிடவும் வசதியுண்டு.
பதார்த்த வகை மீதிலே ஒட்டடையும் ஈக்களும்
பதிந்திடவும் வசதியுண்டு
முழங்கள் பதினெட்டிலே மாற்றமில்லாவிடினும்
முன்றானை மாற்றமுண்டு.
முடுகி வரும் நோய்க்கெலாம் கடவுளினை வேண்டியே
முடிவடைய மார்க்க முண்டு.

தொழுங்கணவன் ஆடையிற் சிறு பொத்தல் தைக்கவும்
தொகை கேட்கும் ஆட்கள் வேண்டும்.
தோசைக் கணக் கென்று கரிக்கோடு போடவோ
சுவருண்டு வீட்டில், இந்த
ஒழுங்கெலாம் நம்மாதர் வாரத்தின் ஏழு நாள்
உயர்விரதம் அநுஷ்டிப்பதால்
உற்ற பலன் அல்லவோ அறிவியக் கங்கண்
டுணர்ந்த பாரத தேசமே!

70.ஏசுநாதர் ஏன் வரவில்லை?

தலை, காது, மூக்கு, கழுத்து, கை, மார்பு, விரல்
தாள் என்ற எட்டுறுப்பும்
தங்க நகை, வெள்ளிநகை, ரத்தின மிழைத்த நகை,
தையலர்கள் அணியாமலும்,

விலை குறையும் ஆடைகள் அணிந்துமே கோயில் வர
வேண்டு மென்றே பாதிரி
விடுத்த ஒரு சேதியால் விஷமென்று கோயிலை
வெறுத்தார்கள் பெண்கள், புருஷர்!

நிலைகண்ட பாதிரிபின் எட்டுறுப் பேயன்றி
நீள் இமைகள், உதடு, நாக்கு
நிறைய நகை போடலாம், கோயிலில் முகம் பார்க்க
நிலைக் கண்ணாடியும் உண்டென
இலை போட்ட டழைத்ததும், நகை போட்ட பக்தர்கள்
எல்லாரும் வந்து சேர்ந்தார்:
ஏசு நாதர் மட்டும் அங்கு வர வில்லையே,
இனிய பாரத தேசமே!

71.கடவுள் மறைந்தார்

மனை மக்கள் தூங்கினர் நள்ளிரவில் விடை பெற்று
வழி நடைச் சிரமம் இன்றி
மாபெரிய 'சிந்தனா லோகத்தை' அணுகினேன்
வந்தனர் என் எதிரில் ஒருவர்,
எனை அவரும் நோக்கியே நான் கடவுள் நான் கடவுள்
என்று பலமுறை கூறினார்.
இல்லைஎன் பார்கள் சிலர்; உண்டென்று சிலர் சொல்வர்
'எனக்கில்லை கடவுள் கவலை'
எனவுரைத்தேன். அவர் 'எழுப்பு சுவர் உண்டெனில்
எழுப்பியவன் ஒருவனுண்டே
இவ்வுலகு கண்டு நீ நானும் உண்டென அறிக'
என்றுரைத்தார். அவரை நான்
'கனமான கடவுளே உனைச் செய்த சிற்பி எவன்?
'காட்டுவீர்' என்றவுடனே
கடவுளைக் காண்கிலேன்! அறிவியக்கப் புலமை
கண்ட பா ரததேசமே!

72. உன்னை விற்காதே!

தென்னிலங்கை யிராவணன் தன்னையும்
தீய னென்னும் துரியனை யும் பிறர்
என்ன சொல்லி யெவ்வாறு கசப்பினும்
இன்று நானவர் ஏற்றத்தைப் பாடுவேன்;
இன்னு மிந்தச் செயலற்ற நாட்டினில்
எத்த னைதுரி யோதனர் வாழினும்
அன்ன வர் தமைக் கொல்ல முயன்றிடும்
அந்தகன் தனை நான் கொல்ல முந்துவேன்.

நெஞ்சி லுற்றது செய்கையில் நாட்டுதல்
நீசமன்று; மறக்குல மாட்சியாம்!
தஞ்சமென்று பிறன் கையில் தாழ்கிலாத்
தன்மை யாவது வீரன் முதற் குணம்!
நெஞ்சி லூறிக் கிடந்ததம் பூமியை
நேரில் மற்றவர் ஆண்டிடப் பார்த்திடும்
பஞ்சை யன்று, துரியன் இராவணன்
பாரதக் குலம் வேண்டிடும் பண்பிதே.

தன்கு லத்தினைத் தூக்கிடும் தாம்பெனச்
சகம் சிரிக்கப் பிறந்தவி பீஷணன்
நன்ம னத்தவன் ராமனைச் சார்ந்ததை
நல்ல தென்பது ராமன் முகத்துக்காம்.
இன்பம் வேண்டிப் பிறன் வசமாவதை
இந்தத் தேசம் இகழ்ந்திடும் மட்டிலும்
துன்ப மன்றிச் சுகம் கிடையா தென்றே
துரைகள் சேர்ந்த சபைக்கு முன் கூறுவேன்.

பாரதத் திருத் தாயெனும் பேச்சிலே
பச்சை யன்பு பொழிந்திடு கின்றவர்
வீரத் தால்உள மேசெய லாயினோர்
விழி யிலாதவர் ஊமைய ராயினும்

கோரித் தாவுமென் னுள்ளம் அவர்தம்மை!
கொள்கை மாற்றல் திருட்டுத் தனங்காண்!
ஓரி போலப் பதுங்கும் படித்தவர்
ஊமை நொள்ளை செவிடென்று சொல்லுவேன்!

இன்பம் வந்து நெருங்கிடு நேரத்தில்
ஈனர் அஞ்சிக் கிடக்கின்ற நேரத்தில்
ஒன்றிலாயிரம் தர்க்கம் புரிந்து பின்
உரிமைத் தாய்தனைப் போவென்று சொல்வதால்,
என்னை யீன்ற நறுந்தாய் நாட்டினை
எண்ணுந் தோறும் உளம் பற்றி வேகுதே!
அன்பிருந் திடில் நாட்டின் சுகத்திலே
ஆயிரம் கதை ஏன் வளர்க் கின்றனர்?

73. பத்திரிகை

காரிருள் அகத்தில் நல்ல
 கதிரொளி நீ தான்; இந்தப்
பாரிடைத் துயில்வோர் கண்ணிற்
 பாய்ந்திடும் எழுச்சி நீ தான்,
ஊரினை நாட்ட இந்த
 உலகினை ஒன்று சேர்க்கப்
பேரறி வாளர் நெஞ்சிற்
 பிறந்த பத்திரிகைப் பெண்ணே

அறிஞர் தம் இதய ஓடை
 ஆழ நீர் தன்னை மொண்டு
செறி தரும் மக்கள் எண்ணம்
 செழித்திட ஊற்றி ஊற்றிக்
குறுகிய செயல்கள் தீர்த்துக்
 குவலயம் ஓங்கச் செய்வாய்;
நறுமண இதழ்ப் பெண்ணே உன்
 நலம் காணார் ஞானம் காணார்.

கடும் புதர் விலக்கிச் சென்று
 களாப் பழம் சேர்ப்பார் போலே
நெடும் புவி மக்கட் கான
 நினைப்பினிற் சென்று நெஞ்சிற்
படும் பல நுணுக்கம் சேர்ப்பார்
 படித்தவர் அவற்றை யெல்லாம்
'கொடும்' என அள்ளி உன் தாள்
 கொண்டார்க்குக் கொண்டு போவாய்!

வானிடை நிகழும் கோடி
 மாயங்கள், மாநி லத்தில்
ஊனிடை உயிரில் வாழ்வின்
 உட்புறம் வெளிப் புறத்தே
ஆன நற் கொள்கை, அன்பின்
 அற்புதம் இயற்கைக் கூத்துத்
தேனிதழ் தன்னிற் சேர்த்துத்
 தித்திக்கத் தருவாய் நித்தம்!

சிறுகதை ஒன்று சொல்லிப்
 பெருமதி யூட்டும் தாளே!
அறைதனில் நடந்தவற்றை
 அம்பலத் திழுத்துப் போட்டுக்
கறையுளம் தூய்மை செய்வாய்!
 களைப்பிலே ஊக்கம் பெய்வாய்?
நிறை பொருள் ஆவாய் ஏழை
 நீட்டிய வெறுங் கரத்தே.

ஓவியம் தருவாய்! சிற்பம்
 உணர்விப்பாய்! கவிதை யூட்டக்
காவியம் தருவாய்! மக்கள்
 கலகல வெனச் சிரிப்பு
மேவிடும் விகடம் சொல்வாய்!
 மின்னிடும் காதல் தந்து

கூவுவாய்! வீரப் பேச்சுக்
கொட்டுவாய் கோலத் தாளே!

தெருப்பெருக் கிடுவோ ருக்கும்
செகம் காக்கும் பெரியோர்க்கும், கை
இருப்பிற் பத்திரிகை நாளும்
இருந்திடல் வேண்டும்! மண்ணிற்
கருப்பெற் றுருப் பெற் றிளநடை
பெற்றுப் பின்னர் ஐந்தே ஆண்டு
வரப் பெற்றார், பத்திரிகை நாளும்
உண்டென்றால் வாழ்க்கை பெற்றார்!

74. யாத்திரை போகும் போது

சீப்புக் கண்ணாடி ஆடை சிறுகத்தி கூந்தல் எண்ணெய்
சோப்புப் பாட்டரி விளக்குத் தூக்குக் கூஜாதாள் பென்சில்
தீப்பெட்டி கவிகை சால்வை செருப்புக் கோவணம் படுக்கை
காப்பிட்ட பெட்டி ரூபாய் கைக் கொள்க யாத்திரைக்கே.

75. பூசணிக்காய் மகத்துவம்

கலிவிருத்தம்

மெய்வண்ண வீடுகட்ட உனைத் தொங்க விடுகின்றார்கள்;
செய் வண்ண வேலை செய்து திருமாடம் முடிக்கின்றாய் நீ!
பொய் வண்ணப் பூசணிக்காய்! கறியுனைச் செய்துண்டேன் உன்
கைவண்ணம் அங்குக் கண்டேன்; கறி வண்ணம் இங்குக்
கண்டேன்.

தொகுதி-2

திராவிட நாட்டுப்பண்

இசை-மோகனம் **தாளம்-ஆதி**

வாழ்க வாழ்கவே
வளமார் எமது திராவிட நாடு
வாழ்க வாழ்கவே!

சூழும் தென் கடல் ஆடும் குமரி
தொடரும் வடபால் அடல் சேர் வங்கம்
ஆழும் கடல்கள் கிழக்கு மேற்காம்
அறிவும் திறனும் செறிந்த நாடு (வா)

பண்டைத் தமிழும் தமிழில் மலர்ந்த
பண்ணிகர் தெலுங்கு துளு மலையாளம்
கண்டை நிகர் கன்னடமெனும் மொழிகள்
கமழக் கலைகள் சிறந்த நாடு (வா)

அள்ளும் சுவை சேர் பாட்டும் கூத்தும்
அறிவின் விளைவும் ஆர்ந்திடு நாடு
வெள்ளப் புனலும் ஊழித் தீயும்
வேகச் சீறும் மறவர்கள் நாடு (வா)

அகிலும் தேக்கும் அழியாக் குன்றம்
அழகாய் முத்துக் குவியும் கடல்கள்
முகிலும் செந்நெலும் முழங்கு நன்செய்
முல்லைக் காடு மணக்கும் நாடு (வா)

அமைவாம் உலகின் மக்களை யெல்லாம்
அடி நாள் ஈன்ற அன்னை தந்தை

தமிழர்கள் கண்டாய் அறிவையும் ஊட்டிச்
சாகாத் தலைமுறை ஆக்கிய நாடு   (வா)

ஆற்றில் புனலின் ஊற்றில் கனியின்
சாற்றில் தென்றல் காற்றில் நல்ல
ஆற்றல் மறவர் செயலில் பெண்கள்
அழகில் கற்பில் உயர்ந்த நாடு   (வா)

புனலிடை மூழ்கிப் பொழிலிடை யுலவிப்
பொன்னார் இழையும் துகிலும் பூண்டு
கனிமொழி பேசி இல்லறம் நாடும்
காதல் மாதர் மகிழுறும் நாடு   (வா)

திங்கள் வாழ்க செங்கதிர் வாழ்க
தென்றல் வாழ்க செந்தமிழ் வாழ்க
இங்குத் திராவிடர் வாழ்க மிகவே
இன்பம் சூழ்ந்ததே எங்கள் நாடு   (வா)

சிறு காப்பியம்

1.போர் மறவன்

1

(காதலனின் பிரிவுக்கு ஆற்றாதவளாய்த் தலைவி தனியே வருந்துகிறாள்)

தலைவி

என்றன் மலருடல் இறுக அணைக்கும் அக்
குன்று நேர் தோளையும், கொடுத்த இன் பத்தையும்
உளம் மறக்காதே ஒரு நொடி யேனும்!
எனை அவன் பிரிந்ததை எவ்வாறு பொறுப்பேன்!
வான நிலவும், வண்புனல், தென்றலும்
ஊனையும் உயிரையும் உருக்கின! இந்தக்
கிளிப் பேச் சோஎனில் கிழித்தது காதையே!
புளித்தது பாலும்! பூ நெடி நாற்றம்!

(காதலன் வரும் காலடி ஓசையிற் காதைச் செலுத்துகிறாள்)

தலைவி

காலடி ஓசை காதில் விழுந்தது
நீள வாள் அரை சுமந்தகண்
ணாளன் வருகின்றான் இல்லை அட்டியே!

2

(தலைவன் வருகை கண்ட தலைவி வணக்கம் புகலுகிறாள்)

தலைவன்

வாழி என் அன்பு மயிலே, எனைப்பார்!
சூழும் நம் நாட்டுத் தோலாப் பெரும்படை
கிளம்பிற்று! முரசொலி கேள் நீ! விடை கொடு!

(தலைவி திடுக்கிடுகிறாள். அவள் முகம் துன்பத்தில் தோய்கிறது)

தலைவி

மங்கை என்னுயிர் வாங்க வந்தாய்!
ஒன்றும் என்வாய் உரையாது காண்க!

தலைவன்

பாண்டி நாட்டைப் பகைவன் சூழ்ந்தான்!
ஆண்டகை என் கடன் என்ன அன்னமே?
நாடு தானே நம்மைப் பெற்றது?
நாமே தாமே நாட்டைக் காப்பவர்!
உடலும் பொருளும் உயிரும், ஈன்ற
கடல் நிகர் நாட்டைக் காத்தற் கன்றோ?
பிழைப்புக் கருதி அழைப்பின்றி வந்த
அழுக்குளத் தாரிய அரிவை நீ அன்றே!
ஓல்காப் பெரும் புகழ்த் தொல் பெரும் பழங்குடி
நல்லியல் நங்கை, நடுக் குறல் தகுமோ?
வென்று வா என்று நன்று வாழ்த்திச்
சென்றுவர விடைகொடு சிரிப்பொடும் களிப்பொடும்!

தலைவி

பிரியா துன்பால் பெற்ற இன்பத்தை
நினைந்துளம், கண்ணில் நீரைச் சேர்த்தது!
வாழையடி வாழை என வந்த என் மாண்பு

வாழிய சென்று வருக என்றது.

(தலைவன் தலைவியை ஆரத் தழுவிப் பிரியா உளத்தொடு பிரிந்து செல்கிறான்)

3

(பகைவன் வாளொடு போர்க்களத்தில் எதிர்ப்படுகிறான்; வாளை உருவுகின்றான். தலைவனும் வாளை உருவுகின்றான்.)

தலைவன்

பகையே கேள் நீ. பாண்டிமா நாட்டின்
மாப்புகழ் மறவரின் வழிவந் தவன்நான்!
என் வாள் உயிருக்கும் உடலைச்
சின்ன பின்னச் செய்ய வல்லது!
வாளை எடுநின் வல்லமை காட்டுக

(இருவரும் வாட்போர் புரிகிறார்கள்).

4

(தலைவன் எதிரியின் வாள் புகுந்த தன் மார்பைக் கையால் அழுத்தியபடி சாய்கிறான்).

தலைவன்

ஆ என் மார்பில் அவன் வாள் பாய்ந்ததே!
(தரையில் வீழ்ந்து, நாற்றிசையையும் பார்க்கிறான்)
என்னை நோக்கி, என்றன் அருமைக்
கன்னல் மொழியாள், கண்ணீர் உகுத்துச்
சாப்பாடும் இன்றித் தான் நின்றிருப்பாள்;
என்நிலை அவள்பால் யார்போய் உரைப்பார்?
(வானில் பறவை ஒன்று மிதந்து போவதைக் காண்கின்றான்)

பறவையே ஒன்று கேள்! பறவையே ஒன்று கேள்!
நீ போம் பாங்கில் நேரிழை என் மனை,
மாபெரும் வீட்டு மணி ஒளி மாடியில்
உலவாது மேனி, உரையாது செவ்வாய்,
இமையாது வேற் கண், என்மேல் கருத்தாய்
இருப்பாள் அவள் பால் இனிது கூறுக:
பெருமையை உன்றன் அருமை மணாளன்
அடைந்தான், அவன் தன் அன்னை நாட்டுக்
குயிரைப் படைத்தான், உடலைப் படைத்தான்.
என்று கூறி ஏகுக மறந்திடேல்!

(தலைவன் தோள் உயர்த்தி உரத்த குரலில்)

பாண்டி மாநாடே, பாவையே,
வேண்டினேன் உம்பால் மீளா விடையே!

2. ஒன்பது சுவை

1. உவகை

(இரவு! அவள் மாடியின் நின்றபடி, தான் வரச் சொல்லியிருந்த காதலனை எதிர் பார்க்கிறாள். அவன் வருகின்றான்)

காதலன்

என் மேல் உன்றனுக் கெத்தனை அன்படி
என் உயிர் நீதான்! என்னுடல் நீதான்!
உன்னையன்றி இவ் வுலகின் ஆட்சியும்
பொன்னும் வேண்டேன், புகழும் வேண்டேன்,
காத்திருப் பேன் எனக் கழறினை வந்தேன்
பூத்திருக்கும் உன் புதுமுகம் காட்டினை,
மாளிகை உச்சியின் சாளரம் நீங்கி

நூலே ணியினைக் கால்விரல் பற்றித்
தொத்தும் கிளிபோல் தொடர்ந் திறங்குவதாய்
முத்தெழுத் தஞ்சல் எழுதினை; உயிரே
இறங்கடி ஏந்தும் என் கை நோக்கி.
(அவள் நூலேணி வழியாக இறங்குகிறாள்).

காதலன்

வா வா பறந்து! வா வா மயிலே!
(அவளைத் தோளில் தாங்கி இறங்குகிறாள்)

காதலன்

வளைந்தது கையில் மாம்பழக் குலைக்கிளை!
ஒரே ஒரு முத்தம் உதவு சரி! பற!

(இருவரும் விரைந்து சென்று அங்கிருந்த ஓர் குதிரை மேல் ஏறி அப்புறப் படுகிறார்கள்)

2. வியப்பு

(இருவரும் ஒரு சோலையை அடைகிறார்கள். குதிரையை ஒரு மரத்தில் கட்டி)

காதலன்

வந்து சேர்ந்தோம் மலர்ச் சோ லைக்கண்!
என்னிரு தோளும் உன் உடல் தாங்கவும்
உன்னிரு மலர்க் கைகள் என்மெய் தழுவவும்
ஆனது! நகரினை அகன்றோம் எளிதில்!

(இருவரும் உலாவுகின்றனர்)

காதலன்

சோம்பிக் கிடந்த தோகை மாமயில்
தழைவான் கண்டு மழைவான் என்று
களத்தாடு கின்றது காணடி! வியப்பிது!

(சிறிது தொலைவில் செல்லுகிறார்கள்)

3.இழிப்பு

காதலன்

குள்ளமும் தடிப்பும் கொண்ட மாமரத்
திருகிளை நடுவில் ஒரு முகம் தெரிந்தது!
சுருங்கிய விழியான்; சுருண்ட மயிரினன்
இழிந்த தோற்றத் தன் என்ன பார்க்கின்றான்?
நமை நோக்கி ஏனவன் நகரு கின்றான்?
உற்றுப் பார்! அவன் ஒருபெருங் கள்வன்
காலடி ஓசை காட்டாது மெல்லஅக்
கொடியோன் நம்மேற் குறியாய் வருவதை
உணர்க! அன்புக் குரியாய் உணர்க!

(தம்மை நோக்கி வரும் அத்தீயனை இருவரும் பார்க்கிறார்கள்)

4.வெகுளி (கோபம்)

காதலன்

வெகுளியை என் உளத்து விளைக்கின் றானவன்!
புலி பாய்ந்திடும் எனில் போய் ஒழிந்திடும் நரி
(காதலன் கண்ணிற் கனல் எழுகின்றது. தன் உள்ளங்கை மடங்குகின்றது. அந்தக் கள்வன் தன்னை நெருங்குவதையும் காதலன் காணுகின்றான். காதலி காணுகின்றாள்.)

5.நகை

காதலன்

நட்டு வீழ்ந்தான் நடை தடுமாறி;
கள்ளுண்டான். அவ் வெள்ளத்திலே தன்
உள்ளம் கரைத்தான். உணர் விழந்தான்.
உடைந்தது முன்பல் ஒழிகிற்று குருதி!

(இருவரும் சிரிக்கிறார்கள்).

காதலன்

ஆந்தை போல் விழித்தான். அடங்காச் சிரிப்பை
நமக்குப் பெண்ணே நல் விருந் தாக்கினான்.

(இருவரும் மறுபுறம் செல்கிறார்கள்)

6.மறம் (வீரம்)

காதலன்

என்ன முழக்கம்? யார் இங்கு வந்தனர்?
கால் பட்டுச் சருகு கலகல என்றது.

(உறையினின்று வாளை உருவும் ஓசை கேட்கிறது)

காதலன்

எவனோ உறையினின் றுருவினான் வாளை;
ஒலி ஒன்று கிலுக்கென்று கேட்டது பெண்ணே!
ஒரு புறம் சற்றே ஒதுங்கி நிற்பாய்.
நினது தந்தை நீண்முடி மன்னன்
அனுப்பிய மறவன் அவனே போலும்!

(காதலி ஒரு புறம் மறைந்து, நடப்பதை உற்று நோக்கியிருக்கிறாள்)

காதலன்

(தன்னெதிர் வந்து நின்ற மறவனை நோக்கி)

அரசன் ஆணையால் அடைந்தவன் நீயோ?
முரசு முழங்கும் முன்றிலுக் கப்பால்
அரண்மனை புனைந்த அழகு மாடியில்
வைத்த பூ மாலையை வாடாது கொணர்ந்தது
இத்தோள்; உனைஇங் கெதிர்ப்பதும் இத்தோள்!
நேரிழை இன்றி நிலைக்காது வாழ் வெனக்
கோரி அவளைக் கொணர்ந்ததும் இத்தோள்!
போர் மறவர் சூழ்பாரே எதிர்ப்பினும்
நேரில் எதிர்க்க நினைத்ததும் இத்தோள்!

உறையினின்று வாளை உருவினேன்
தமிழ் நாட்டு மறவன் நீ தமிழ் நாட்டு மறவன் நான்
என்னையும் என்பால் அன்பு வைத் தாளையும்
நன்று வாழ்த்தி நட வந்த வழி!
இலை எனில் சும்மா இராதே; தொடங்குபோர்!
(வாட் போர் நடக்கிறது)

காதலன்

மாண்டனை! என் வாள் மார்பில் ஏற்றாய்;
வாழி தோழா! நின் பெயர் வாழி!
(வந்தவன் இறந்து படுகிறான்)

7. அச்சம்

(காதலன் தன் காதலியைத் தேடிச் செல்கிறான்)

காதலன்

அன்பு மெல்லியல், அழகியோள் எங்கே?
பெருவாய் வாட்பல் அரிமாத் தின்றதோ?
கொஞ்சும் கிள்ளை அஞ்ச அஞ்ச
வஞ்சக் கள்வன் மாய்த் திட் டானோ!

(தேடிச் செல்லுகின்றான். பல புறங்களிலும் அவன் பார்வை சுழல்கின்றது).

8. அவலம்

(காதலி ஒரு புறம் இறந்து கிடக்கிறாள். காதலன் காணுகிறான்.)

காதலன்

ஐயகோ! அவள் தான்! அவள் தான்! மாண்டாள்.
பொறிவிழிக் கள்வன் புயலெனத் தோன்றி

சிறு காப்பியம் 147

அழகு விளக்கை அவித்தான்! நல்ல
கவிதையின் சுவையைக் கலைத் தான் ஐயகோ!
என்றன் அன்பே! என்றன் உயிரே!
என்னால் வந்தாய், என்னுடன் வந்தாய்,
பொன்னாம் உன்னுயிர் போனது! குருதியின்
சேற்றில் மிதந்ததுன் சாற்றுச் சுவையுடல்!
கண்கள் பொறுக்குமோ காண உன் நிலை?
எண்ணம் வெடித்ததே! எல்லாம் நீ என
இருந்தேன்; இவ்வகை இவ்விடம் இறந்தாய்.
தனித்தேன், உய்விலை, தையலே, தையலே,
என்பால் இயற்கை ஈந்த இன்பத்தைச்
சுவைக்கு முன் மண்ணில் சுவற வைத்து
கண்ணீர் பெருக்கி நான் கதற வைத்ததே!
ஐயகோ பிரிந்தாய்! ஐயகோ பிரிந்தாய்!

9. அறநிலை

கல்வி இல்லார்க்கு கல்வி ஈகிலார்
செல்வம் இல்லார்க்குச் செல்வம் ஈகிலார்
பசிப்பிணி, மடமைப் பரிமேல் ஏறி
சாக்காடு நோக்கித் தனி நடை கொண்டது.
அன்போ அருளோ அடக்கமோ பொறுமையோ
இன்சொலோ என்ன இருத்தல் கூடும்?
வாழ்வான் ஒருவன் வாழ்வானைக் காணின்
வீழ இடும்பை விளைக்கின் றானே!
வையம் உய்யு மாறு
செய்வன் செய்து கிடப்பேன் இனிதே!

3.காதல் வாழ்வு

ஒன்று

மணம் முடிந்தது

தனியிடம், விடுதலை பெற்ற இரண்டுள்ளம், அளவு கடந்த அன்பு - இவை மகிழ்ச்சிக் கொடியேற்றிக் காதல் முரசு முழங்கின - இன்ப விழா! முடியவில்லை!

இரண்டு

ஒரு நாள் அவர்கள் இந்த உலகில் இறங்கி வந்து பேசலுற்றார்கள். "மக்கள் தொடர்பில்லாதது தென்றலில் சிலிர்க்கும் தழை மரங்கள் உள்ளது. ஊற்றிற் சிறந்த நீர் நிலையின் துறையில் அமைந்த நுழைவாயிலுள்ளது. அழகிய சிறு குடில்! நாம் அங்கே தங்கலாம். இது என் அவா அத்தான்"

"ஆம் குறைவற்ற தனிமை"

பறந்தார்கள்.

மூன்று

"நாயின் நாக்கைப் போன்ற சிவந்த மெல்லடியைத் தூக்கி வை குடிசையில்"

"நான் மட்டுமா?"

அதிர்ந்தது அவள் உள்ளம்!

இமைப் போதில் ஒன்றில் ஒன்று புதைந்த இரண்டுடல் குடிசையில் நுழைந்தன.

"விட்டுப்பிரிவேன் என்று அச்சப்பட்டாயா?"

"மன்னிக்க வேண்டும்!"

குடிசை சாத்தப்பட்டது.

நாவற் பழம் நீர் நிலையில் விழுந்து கொண்டிருக்கும் இச்சிச்சு' என்ற ஒலி குடிசைக்குள் சென்றது. அதே ஒலி குடிசையினின்றும் வெளி வந்தது. இது எதிரொலியன்று!

நான்கு

"தேக்கும், அதில் உடல் பின்னிய சீந்தற் கொடியும் பார், நம்மைப் போல!"

"இல்லை, அரண்மனை கசந்தால் அழகிய குடிலில் குடியேறத் தேக்கு நடவாது; சீந்தல் நகராது"

வானில் ஓர் ஒலி!

"வைகையின் மங்கிய ஒளியில் மங்காத இன்னிசையை உதிர்த்தன வானப் புட்கள், ஆணும் பெண்ணுமாக!"

"நாமும் வானில் - அடடா சிறகில்லையே?"

நீர்நிலை கட்டித் தழுவிக் கொண்டது இருவரையும்.

ஐந்து

"கெண்டைகள் துள்ளி விளையாடி நீரின் அடி மட்டத்தில் அள்ளி நுகர்வன இன்பத்தை!"

"நாமும் அங்கு இன்பம் நுகர்வோம் - அடடா நாம் மீன்களல்லவே!"

"கண்ணிமைப் போது நான் நீருக்குள் ஒளிந்து கொள்கிறேன்! பிற்பகுதியும் கேள்."

"நிறுத்துங்கள்! முற்பகுதியே என் பாதி உயிரைப் போக்கிவிட்டது"!

மாற்றிச் சுவைக்கும் நான்கு விழிகள் தம்மிற் பிரியாமல் நீராடின.

ஆறு

"கரையேறுங்கள் என்னோடு!"

"மாலையின் குளிரும் நனைந்த சேலையின் குளிரும் உன் இன்பத்தைப் பெருக்கவில்லையா?"

"தவறு! நம் இருவர்க்கும் நடுவில் முயல் நுழையும் வெளி, இதற்கு நனைந்த ஆடை காரணம்"

"அதோ நம்மை நோக்கி நம் வீட்டு ஆள்" குடிசையில் மறைந்தார்கள் ஓடி!

ஏழு

"அழைத்து வரச் சொன்னார்கள், அப்பா"

"ஏன்?"

"கப்பல் வந்திருக்கிறது!"

"மெல்லப் பேசு!"

என்ன ஓசை குடிசையின் உட்கட்டில்? விட்டுவிட்டு இசைக்கும் ஒரு வகைச் சிட்டுக்குரல்!"

"என்ன சொன்னார் அப்பா?"

"அனுப்ப வேண்டுமாம் உம்மை?"

"சிங்கைக் கா?"

"ஆம்! - என்ன அங்கே திட்டென்று விழுந்த உடலின் ஓசை?"

"நாலு நாட்கள் நீடிக்கலாமா?"

"இன்றைக்கே, - இதென்ன குடிசையில் வெள்ளம்?"

"நீ போ, இதோ வருகின்றேன்"

எட்டு

தேம்பி அழுது திட்டென்று வீழ்ந்து கண்ணீரை ஆறாய்ப் பெருக்கினை அன்புடையாளே!

"இறக்கமாட்டேன் அத்தான். உனை விட்டுப் பிரியவில்லை என்று நீங்கள் உறுதி கூறுமட்டும்"

"கடமை என் வாயை அடைக்கிறது"

"என் மடமை கிடந்து துடிக்கிறது"

"மடமை அல்ல; உயிரின் இயற்கை"

"தந்தை சொற்படி நடக்கட்டும் என் அத்தான்' என்று என் நெஞ்சுக்குக் கூற என்னால் முடிகிறது. உயிருக்குச் சொல்லி நிறுத்த முடியவில்லை"

ஒன்பது

"தோழி, நான் அப்பாவிடம் போகிறேன்"

"நீர் நிலையை அடுத்த குடிசையிலா அப்பா இருக்கிறார்?"

"என் கால்கள் என்னை ஏமாற்றுகின்றன. என் பிரிவால் அவள் சாகிறாள்! சென்று காப்பாற்று"

"எவ்வளவு நேரம்"

"நேரமா?"

"எத்தனை நாள்?"

"நாளா?" அடுத்த ஆண்டில் - வந்து விடுவேன்"

சிறு காப்பியம்

"கால் நாழிகை சாக்காட்டின் கதவைச் சாத்திப் பிடித்துக் கொண்டிருக்க முடியும். ஐயா! அடுத்த ஆண்டில் அவள் உடலின் துகள் கலந்த மண்ணும் மட்கி வெளியுடன் வெளியாய்க் கலந்ததென்ற கதை பழமையாய் விடும்.

"என் துன்ப உள்ளத்தைத் தந்தையிடம் கூறுகிறேன்"

பத்து

(நூலேணியில் அழு குரல், கண்ணீர் - அவன் கப்பலேறுகிறான்)

கப்பலுக்குள் - "இங்கே உட்கார வேண்டும் நீவிர்"

"கணவனும் மனைவியும் தங்கும் இடமல்லவா இது?"

"இறந்திருப்பாளானால், அது அவள் செய்த முதல் குற்றம். இறந்த செய்தி என் காதில் எட்டாதிருக்க முயன்றிருப்பாளானால் அது இரண்டாவது குற்றம்"

"இரண்டாவது குற்றத்திற்கு அவள் ஆளாக வில்லை. தன் நிலைமையை விளக்கும்படி என்னை அனுப்பினாள்"

"பயனற்றது இவ்வுலகம்! ஒரு பற்று என்னை வாட்டுகின்றது. அவள் இறந்தாள்; ஆதலால் நான் இறப்பேன், இதை அவள் அறியாளே! நீவிர் சான்றாகக் கடலில் கலக்கிறேன்."

சிரிப்பு! - இரண்டு இளைஞர்கள் தோழியும் தலைவியுமாகிறார்கள்.

"அத்தான்! நாம் இருவரும் சிங்கைக்குப் போகிறோம்"

"தோழி! என் மாமாவிடமும் அத்தையிடமும் உடலும் உயிருமாக இருவரும் செல்கிறார்கள் என்று கூறு." வாழ்க! காதல் வாழ்வு!

இயற்கை

4. இயற்கைச் செல்வம்

விரிந்த வானே, வெளியே - எங்கும்
 விளைந்த பொருளின் முதலே,
திரிந்த காற்றும், புனலும் - மண்ணும்,
 செந்தீ யாவும் தந்தோய்,
தெரிந்த கதிரும் நிலவும் - பலவாச்
 செறிந்த உலகின் வித்தே,
புரிந்த உன்றன் செயல்கள் - எல்லாம்
 புதுமை! புதுமை! புதுமை!

அசைவைச் செய்தாய், ஆங்கே - ஒலியாம்
 அலையைச் செய்தாய் நீயே!
நசையால் காணும் வண்ணம் - நிலமே
 நான்காய் விரியச் செய்தாய்!
பசையாம் பொருள்கள் செய்தாய் - இயலாம்
 பைந்தமிழ் பேசச் செய்தாய்!
இசையாம் தமிழைத் தந்தாய் - பறவை,
 ஏந்திழை இனிமைக் குரலால்!

எல்லாம் அசையச் செய்தாய் - உயிர்கள்
 எதினும் அசைவைச் சேர்த்தாய்
சொல்லால் இசையால் இன்பம் - எமையே
 துய்க்கச் செய்தாய்! அடடா!
கல்லா மயில், வான் கோழி - புறவுகள்
 காட்டும் சுவை சேர் அசைவால்
அல்லல் விலக்கும் "ஆடற் - கலை" தான்
 அமையச் செய்தாய் வாழி!

5.அதிகாலை

அமைதியில் ஒளி அரும்பும் அதிகாலை - மிக
அழகான இருட் சோலை தனில்
(அமைதியில் ஒளி)
இமை திறந்தே தலைவி கேட்டாள் - சேவல்
எழுந்திருப்பீர் என்று கூவல் (அமைதியில் ஒளி)
தமிழ்த்தேன் எழுந்தது வீட்டினர் மொழியெலாம்
தண்ணீர் இறைத்தது தலைவாயில் வழியெலாம்
அமைத்த கோலம் இனித்தது விழியெலாம் - நீ
ராடி உடுத்தனர் அழகு பொற் கிழியெலாம்
(அமைதியில் ஒளி)
பெற்றவர் கூடத்தில் மனை மேற் பொருந்தித் - தம்
பிள்ளைகளோடு சிற்றுண வருந்தி
உற்ற வேலையில் கைகள் வருந்தி
உழைக்கலாயினர் அன்பு திருந்தி
(அமைதியில் ஒளி)

6.வானம்பாடி

வானந்தான் பாடிற்றா? வானிலவு பாடிற்றா?
தேனை அருந்திச் சிறுதும்பி மேலேறி
நல்லிசை நல்கிற்றா? - நடுங்கும் இடிக் குரலும்
மெல்லிசை பயின்று மிக இனிமை தந்ததுவோ?

வானூர்தி மேலிருந்து வல்ல தமிழிசைஞன்
தானூதும் வேய்ங் குழலா? யாழா? தனியொருத்தி
வையத்து மக்கள் மகிழக்குரல் எடுத்துப்
பெய்த அமுதா? என நானே பேசுகையில்

நீ நம்பாய் என்று, நிமிர்ந்த என் கண்ணேரில்
வானம் பாடிக் குருவி காட்சி வழங்கியது.

ஏந்தும் வான் வெள்ளத்தில் இன்ப வெள்ளம் தான் கலக்க
நீந்துகின்ற வானம் பாடிக்கு நிகழ்த்தினேன்.

உன்றன் மணிச் சிறகும் சின்னக் கருவிழியும்
என்றன் விழிகட்கே எட்டா உயர்வானில்
பாடிக்கொண்டே இருப்பாய்! பச்சைப் பசுந்தமிழர்
தேடிக் கொண்டே யிருப்பார் தென் பாங்கை உன்பால்!

அசையா மகிழ்ச்சி அடைக நீ! உன்றன்
இசை மழையால் இன்புறுவோம் யாம்:

7. மாவலிபுரச் செலவு

(ஏறத்தாழ 15 ஆண்டுகளுக்கு முன் ஒரு நாள் மாலை 4 மணிக்குச் சென்னை, பக்கிங்காம் கால்வாயில் தோணி ஏறி, மறுநாள் காலை 9 மணிக்கு மாவலிபுரம் சேர்ந்தோம், நானும் என் தோழர் பலரும். வழிப் போக்கின் இடை நேரம் இனிமையாய்க் கழிந்தது. எனினும் அப் பெருந் தோணியைக் கரையோரமாக ஒரு கயிறு பற்றி ஒருவன் இழுத்துச் சென்றமையும், மற்றோர் ஆள் பின்புறமாக ஒரு நீளக் கழியால் தள்ளிச் சென்றமையும் இரங்கத் தக்க காட்சி. அதையும் ஆங்குக் கண்ணைக் கவர்ந்த மற்றும் சில காட்சி களையும் விளக்கி அப்போது எழுதியதாகும் இப்பாட்டு).

சென்னையில் ஒரு வாய்க்கால் - புதுச்
சேரி வரை நீளும்.

அன்னதில் தோணிகள் ஓடும் - எழில்
அன்னம் மிதப்பது போலே.

என்னருந் தோழரும் நானும் - ஒன்றில்
ஏறி யமர்ந்திட்ட பின்பு

சென்னையை விட்டது தோணி - பின்பு
தீவிரப் பட்டது வேகம்.

தெற்குத் திசையினை நோக்கி - நாங்கள்
சென்றிடும் போது விசாலச்

சுற்றுப் புறத்தினில் எங்கும் - வெய்யில்
தூவிடும் பொன்னொளி கண்டோம்.

நெற்றி வளைத்து முகத்தை - நட்டு
நீரினை நோக்கியே நாங்கள்

அற்புதங் கண்டு மகிழ்ந்தோம் - புனல்
அத்தனையும் ஒளி வானம்.

சஞ்சீவி பர்வதச் சாரல் - என்று
சாற்றும் சுவடி திறந்து

சஞ்சார வானிலும் எங்கள் - செவி
தன்னிலும் நற்றமிழ் ஏற்றி

அஞ்சாறு பக்கம் முடித்தார் - மிக்க
ஆசையினால் ஒரு தோழர்

செஞ்சுடர் அச்சமயத்தில் - எம்மைச்
செய்தது தான் மிக்க மோசம்

மிக்க முரண் கொண்ட மாடு - தன்
மூக்குக் கயிற்றையும் மீறிப் -

பக்க மிருந்திடும் சேற்றில் - ஓடிப்
பாய்ச்சிடப் பட்டதோர் வண்டிச்

சக்கரம் போலிருள் வானில் - முற்றும்
சாய்ந்தது சூரிய வட்டம்!

புக்க பெருவெளி யெல்லாம் - இருள்
போர்த்தது! போனது தோணி.

வெட்ட வெளியினில் நாங்கள் - எதிர்
வேறொரு காட்சியும் கண்டோம்.

குட்டைப் பனைமரம் ஒன்றும் - எழில்
கூந்தல் சரிந்த தோர் ஈந்தும்

மட்டைக் கரங்கள் பிணைத்தே - இன்ப
வார்த்தைகள் பேசிடும் போது

கட்டுக் கடங்கா நகைப்பைப் - பனை
கலகல வென்று கொட்டிற்றே.

எட்டிய மட்டும் கிழக்குத் - திசை
ஏற்றிய எங்கள் விழிக்குப்

பட்டது கொஞ்சம் வெளிச்சம் அன்று
பௌர்ணமி என்பதும் கண்டோம்.

வட்டக் குளிர் மதி எங்கே - என்று
வரவு நோக்கி யிருந்தோம்.

ஒட்டக மேல் அரசன் போல் - மதி
ஓர் மரத் தண்டையில் தோன்றும் -

முத்துச் சுடர் முகம் ஏனோ - இன்று
முற்றும் சிவந்தது சொல்வாய்.

இத்தனை கோபம் நிலாவே - உனக்கு
ஏற்றிய தார் என்று கேட்டோம்.

உத்தர மாகஎம் நெஞ்சில் - மதி
ஒன்று புகன்றது கண்டீர்.

சித்தம் துடித்தது நாங்கள் - பின்னால்
திரும்பிப் பார்த்திட்ட போது.

தோணிக் கயிற்றினை ஓர் ஆள் - இரு
தோள் கொண்டிழுப்பது கண்டோம்

காணச் சகித்திடவில்லை - அவன்
கரையோடு நடந்திடுகின்றான்.

கோணி முதுகினைக் கையால் - ஒரு
கோல் நுனி யால் மலை போன்ற

தோணியை வேறொருவன் தான் - தள்ளித்
தொல்லை யுற்றான் பின் புறத்தில்

இந்த உலகினில் யாரும் - நல்
இன்ப மெனும் கரை யேறல்

சந்ததமும் தொழிலாளர் - புயம்
தரும் துணையன்றி வேறே

எந்த விதத்திலும் இல்லை - இதை
இருபது தரம் சொன்னோம்.

சிந்தை களித்த நிலாவும் - முத்துச்
சிந்தொளி சிந்தி உயர்ந்தான்.

நீல உடையினைப் போர்த்தே - அங்கு
நின்றிருந்தாள் உயர் விண்ணாள்,

வாலிப வெண்மதி கண்டான் - முத்து
மலையைக் கையிலிழுத்து

நாலு புறத்திலும் சிந்தி - ஒளி
நட்சத்திரக் குப்பை யாக்கிப்

பாலுடல் மறையக் காலை - நாங்கள்
பலிபுரக் கரை சேர்ந்தோம்.

8.இரு சுடரும் என் வாழ்வும்

காலை

ஒளியக் கண்டேன் கடல் மேல் - நல்
உணர்வைக் கண்டேன் நெஞ்சில்!
நெளியக் கண்டேன் பொன்னின் - கதிர்
நிறையக் கண்டேன் உவகை!
துளியைக் கண்டேன் முத்தாய்க் - களி
துள்ளக் கண்டேன் விழியில்!
தெளியக் கண்டேன் வையம் - என்
செயலிற் கண்டேன் அறமே!

மாலை

மறையக் கண்டேன் கதிர்தான் - போய்
மாயக் கண்டேன் சோர்வே!
நிறையக் கண்டேன் விண்மீன் - என்
நினைவிற் கண்டேன் புதுமை!
குறையக் கண்டேன் வெப்பம் - எனைக்
கூடக் கண்டேன் அமைதி!
உறையக் கண்டேன் குளிர்தான் - மேல்
ஓங்கக் கண்டேன் வாழ்வே!

9.தென்றல்

பொதிகை மலை விட்டெழுந்து சந்தனத்தின்
புது மணத்தில் தோய்ந்து, பூந் தாது வாரி,
நதி தழுவி அருவியின் தோள் உந்தித் தெற்கு
நன் முத்துக் கடல் அலையின் உச்சி தோறும்
சதிராடி, மூங்கிலிலே பண் எழுப்பித்
தாழையெலாம் மடற் கத்தி சுழற்ற வைத்து,
முதிர் தெங்கின் இளம் பாளை முகம் சுவைத்து,
முத்து திர்த்துத் தமிழகத்தின் வீதி நோக்கி,

அந்தியிலே இளமுல்லை சிலிர்க்கச் செந்நெல்
அடி தொடரும் மடைப்புனலும் சிலிர்க்க, என்றன்
சிந்தை உடல் அணு ஒவ்வொன்றும் சிலிர்க்கச்
செல்வம் ஒன்று வரும்; அதன் பேர் தென்றற் காற்று!
வெந்தயத்துக் கலயத்தைப் பூனை தள்ளி
விட்டதென என் மனைவி அறைக்குப் போனாள்.
அந்தியிலே கொல்லையில் நான் தனித்திருந்தேன்;
அங்கிருந்த விசுப்பலகை தனிற் படுத்தேன்.

பக்கத்தில் அமர்ந்திருந்து சிரித்துப் பேசிப்
பழந் தமிழின் சாற்றாலே காதல் சேர்த்து
மிக்க அவசர மாகச் சென்ற பெண்ணாள்
விரைவாக என்னிடத்தில் வருதல் வேண்டும்

அக்காலம் அறைக்கு வந்த பூனையின் மேல்
அடங்காத கோப முற்றேன் பிற நேரத்தில்
பக்காப் பூனைநூறு, பொருளையெல்லாம்
பாழாக்கினாலும் அதில் கவலை கொள்ளேன்.

வாழ்க்கை மலர் சொரிகின்ற இன்பத்தேனை
மனிதனது தனிமையினால் அடைதல் இல்லை;
சூழ்ந்ததுணை பிரிவதெனில் இரண்டு நெஞ்சும்
தொல்லையுறு வகை இருத்தல் வேண்டும் அங்கே
வீழ்ந்து கிடந்திட்ட எனைத் "தனிமை", "அந்தி"
இவை இரண்டும் நச்சுலகில் தூக்கித் தள்ளப்
பாழான அவளுடலின் குளிர்ச்சி, மென்மை,
மணம் இவற்றைப் பருகுவதே நினைவாயிற்று.

தெரியாமல் பின்புறமாய் வந்த பெண்ணாள்,
சிலிர்த்திடவே எனை நெருங்கிப் படுத்தாள் போலும்,
சரியாத குழல் சரிய லானாள் போலும்,
தடவினாள் போலும், எனைத் தன்க ரத்தால்!
புரியாத இன்பத்தைப் புரிந்தாள் போலும்!
புரியட்டும் என இருந்தேன் எதிரில் ஓர் பெண்
பிரிவுக்கு வருந்தி னே னென்றாள் ஓகோ!
பேசுமிவள் மனைவி; மற்றொருத்தி தென்றல்!

காதல்

10.தொழுதெழுவாள்

உண்டனன் உலவி னன்பின்
உள்ளறை இட்ட கட்டில்
அண்டையில் நின்ற வண்ணம்
என்வர வறிவா னாகி,
மண்டிடும் காதற் கண்ணான்
வாயிலில் நின்றிருந்தான்!
உண்டேன், என் மாமி என்னை
உறங்கப் போ என்று சொன்னாள்.

அறை வாயி லுட்பு குந்தேன்
அத்தான் தன் கையால் அள்ளி
நிறை வாயின் அமுது கேட்டுக்
கனி இதழ் நெடி துறிஞ்சி
மறை வாக்கிக் கதவை, என்னை
மணி விளக் கொளியிற் கண்டு
நறு மலர்ப் பஞ்ச ணைமேல்
நலியாதுட் கார வைத்தான்.

*கமழ் தேய்வு பூசி வேண்டிக்
கனியோடு பாலும் ஊட்டி
அமைவுற என் கால் தொட்டே
அவனுடை யால் துடைத்தே
தமிழ், அன்பு சேர்த்துப் பேசித்
தலையணை சாய்த்துச் சாய்ந்தே
இமையாது நோக்கி நோக்கி
எழில் நுதல் வியர்வை போக்கி,

---

* தேய்வு : சந்தனம்

தென்றலும் போதா தென்று
 சிவிறி கைக் கொண்டு வீசி
அன்றி ராப் பொழுதை இன்பம்
 அறாப் பொழு தாக்கி என்னை
நன்றுறத் துயிலிற் சேர்த்தான்
 நவிலுவேன் கேட்பாய் தோழி:

கண் மூக்குக் காது வாய் மெய்
 இன்பத்திற் கவிழ்ப்பான், மற்றும்
பெண் பெற்ற தாயும் போல்வான்.
 பெரும்பணி எனக்கிழைப்பான்.
வண்மையால் கால் துடைப்பான்
 மறுப்பினும் கேட்பானில்லை.
உண்மையில் நான் அவன் பால்
 உயர் மதிப்புடையேன் தோழி

மதிப்பிலாள் என்று நெஞ்சம்
 அன்புளான் வருந்து வானேல்
மதிகுன்றும் உயிர் போன் றாற்கு:
 மறம் (1) குன்றும்; செங்கோல் ஓச்சும்
அதிராத் தோள் அதிரலாகும்:
 அன்புறும் குடிகள் வாழ்வின்
நிதி குன்றும்; மன்னன் கையில்
 மறை குன்ற நேரும் அன்றோ?

நிலந்தொழேன் நீர்தொ ழேன் விண்
 வளி தொழேன் எரி தொழேன் நான்
அலங்கல் சேர் மார்பன் என்றன்
 அன்பனைத் தொழுவ தன்றி!
இலங்கிழைத் தோழி கேள்! பின்
 இரவு போயிற்றே, கோழி,
புலர்ந்தது பொழு தென் றோதப்
 பூத்த தென் கண்ண ரும்பு.

உயிர் போன்றான் துயில் களைந்தான்:
ஒளி முகம் குறுந கைப்புப்
பயின்றது. பரந்த மார்பில்
பன் மலர்த் தாரும் கண்டேன்.
வெயில் மணித்தோடும் காதும்
புதிய தோர் வியப்பைச் செய்ய
இயங்கிடும் உயிரன் னோனை
இருகையில் தொழுதெ ழுந்தேன்.
அழைத்தனர் எதிர் கொண் டெம்மை
அணி இசை பாடி வாழ்த்தி,
இழைத்திடு மன்று நோக்கி
ஏகினோம், குடிகள் அங்கே
“ஒழித்தது வறுமை அன்னாய்
உதவுக:: என்று நைந்தார்
“பிழைத்தது மழை என் அத்தான்
பெய்” என்றேன் குடி கட் கெல்லாம்
மழைத்தது (3) மழைக்கை (4) செந்நெல்
வண்டிகள் நடந்த யாண்டும்.

11.சொல்லும் செயலும்

சொல்வதென்றால் வெட்கமடி தோழி - சொல்லச்
சொல்லுகின்றாய் என் துணைவன்
சொன்னதையும் செய்ததையும்
(சொல்வதென்றால்...)
முல்லை விலை என்ன என்றான்
இல்லை என்று நான் சிரித்தேன்
பல்லை இதோ என்று காட்டிப்
பத்து முத்தம் வைத்து நின்றான்
(சொல்வதென்றால்)
பின்னலைப் பின்னே கரும்பாம்பென்றான் - உடன்

---

* மழைத்தது - மழை போல் செந்நெல் தந்தது
* மழைக்கை - கொடுக்குமியல்புள்ள மன்னன் கை

பேதை துடித்தேன் அணைத்து நின்றான்
கன்னல் என்றான் கனியிதழைக்
காதல் மருந் தென்று தின்றான்.
(சொல்வதென்றால்)

நிறையிருட்டில் ஒரு புதிரைப் போட்டான்;
நில வெறிப்ப தென்ன வென்று கேட்டான்.
குறை மதியும் இல்லை என்றேன்
குளிர் முகத்தில் முகம் அணைத்தான்.
(சொல்வதென்றால்)

12.இருவர் ஒற்றுமை

எனக்கும் உன் மேல் - விருப்பம் - இங்
குனக்கும் என் மேல் விருப்பம் அத்தான்
எனக்கும் உன் மேல்...
எனக்கு நீ துணை அன்றோ - இங்
குனக்கு நான் துணை அன்றோ - அத்தான்
எனக்கும் உன் மேல்...
இனிக்கும் என் செயல் உனக்கும் - இங்
கெனக்கும் உன் செயல் இனிக்கும்
தனித்தல் உனக்கும் எனக்கும் - நொடி
நினைப்பில் வருத்தம் மனத்தில்-அத்தான்
எனக்கும் உன் மேல்...
விழி தனிலுன தழகே - என்
அழகிலுனது விழியே
தொழுத பிறகுன் தழுவல் - நான்
தழுவிப் பிறகுன் தொழுதல்-அத்தான்
எனக்கும் உன் மேல்...

நீ உடல்! உயிர் நானே - நாம்
நிறை மண மலர் தேனே
ஓய் விலை நம தன்பும் - இங்கு
ஒழிய விலை பே ரின்பம் - அத்தான்
எனக்கும் உன் மேல்...

13. பந்துபட்ட தோள்

கட்டுடலிற் சட்டை மாட்டி - விட்டுக்
கத்தரித்த முடி சீவிப்
பட்டுச் சிறாய் இடை அணிந்தே - கையில்
பந்தடி கோலினை ஏந்திச்
சிட்டுப் பறந்தது போலே - எனை
விட்டுப் பிரிந்தனர் தோழி!
ஒட்டுற வற்றிட வில்லை - எனில்
உயிர் துடித்திட லானேன்.

வடக்குத் தெரு வெளி தன்னில் - அவர்
மற்றுள தோழர்களோடும்
எடுத்த தன் பந்தடி கோலால் - பந்தை
எதிர்த்தடித்தே விளையாடிக்
கடத்திடும் ஒவ் வொரு நொடியும் - சாக்
காட்டின் துறைப்படி அன்றோ
கொடுப்பதைப் பார் மிகத் துன்பம் - இக்
குளிர் நறுந் தென்றலும் என்றாள்.
வளர்ப்பு மயில்களின் ஆடல் - தோட்ட
மரங்கள், மலர்க் கிளை கூட்டம்,
கிளிக்குப் பழந் தரும் கொடிகள் - தென்னங்
கீற்று நடுக் குலைக் காய்கள்
அளித்த எழில் கண்டிருந்தாய் - உன்
அருகினில் இன்ப வெள்ளத்தால்
குளிர்ந்த இரண்டு புறாக்கள் - காதல்
கொணர்ந்தன உன்றன் நினைவில்"

தோழி இவ்வாறு ரைக்குங்கால் - அந்தத்
தோகையின் காதலன் வந்தான்.
"நாழிகை ஆவதன் முன்னே - நீவிர்
நண்ணிய தென் இங்கே; என்றாள்,
"தாழ் குழலே! அந்தப் பந்து - கைக்குத்
தப்பி என் தோளினைத் தாக்கி

வீழ்ந்தது; வந்ததுன் இன்ப
மேனி நினை'' வென்று சொன்னான்.

14.தன்மான உலகு

என்னை அத்தான் என்ற ழைத்தாள்
பொன் நிறை வண்டியொடு போந்து பல்லோர்
பெற்றோர் காலைப் பெரிது வணங்கி
நற்றாலி கட்ட நங்கையைக் கொடீர் என்று
வேண்டிட, அவரும் மெல்லிக்குச் சொல்லிடத்
தூண்டிற் புழுப் போல் துடித்து மடக்கொடி
"தன்மா னத்து மாப்பெரும் தகைக்கு நான்
என் மானத்தை ஈவேன்" என்று
மறுத்து, நான் வரும் வரை பொறுத் திருந்தே
சிறுத்த இடுப்புத் திடுக்கிட நடந்தே
என் வீடு கண்டு தன்பாடு கூறி
உண்ணாப் போதில் உதவுவெண் சோறு போல்
வெண்ணகை காட்டிச் செவ்விதழ் விரித்தே
என்னை அத்தான் என்றழைத்தாள்.
"ஏன்!" எனில் அதட்ட லென் றெண்ணு வாளோ!
"ஏனடி" என்றால் இல்லை அன்பென்னுமோ!
'ஏனடி என்றன் இன்னுயிரே' எனில்
பொய்யெனக் கருதிப் போய் விடுவாளோ?
என்று கருதி இறுதியில் நானே
"காத்திருக்கின்றேன், கட்டழகே" என
உண்மை கூறினேன் உவப்படைந்தாள்
ஒரு நொடிப் போதில் திருமணம் நடந்ததே.

என்னை அத்தான் என் றழைத்தாள்
காத்திருப்பது கழறினேன். உவந்தாள்.
ஒரு நொடிக்கப்புறம் மீண்டும்
திருமணம்! நாடொறும் திருமணம் நடந்ததே.

15.மெய்யன்பு

மலடி என்றேன், போ என்றேன் இங்கி ருந்தால்
மாய்த்திடுவேன் என்றுரைத்தேன், மங்கை நல்லாள்
கல கலனெ நீருகுத்த கண்ணீரோடும்,
கண கணெனத் தணல் பொங்கும் நெஞ்சத் தோடும்,
விலகினள்! விலகினவே சிலம்பின் பாட்டும்!
விண்ணிரங்கும் அழுகுரலோ இருட்டை நீந்தக்
கொலைக் கஞ்சாத் திருடரஞ்சும் காடு சென்றாள்,
கொள்ளாத துன்பத்தால் அங்கோர் பக்கம்.

உட்கார்ந்தாள். இடை ஒடிந்தாள், சாய்ந்து விட்டாள்.
உயிருண்டா? இல்லையா? யாரே கண்டார்!
இட்டலிக்கும் சுவை மிளகாய்ப் பொடிக்கும் நல்ல
எண்ணெய்க்கும் நானென்ன செய்வேன் இங்கே?
கட்டவிழ்த்த கொழுந்திலையைக் கழுவிச் சேர்த்துக்
காம்பகற்றி வடித்திடு சுண்ணாம்பு கூட்டி
வெட்டி வைத்த பாக்குத்தூள் இந்தா என்று
வெண் முல்லைச் சிரிப்போடு கண்ணாற் கொல்லும்

தெள்ளமுதம் கடைத் தெருவில் விற்ப துண்டோ?
தேடிச் சென்றேன் வானம் பாடி தன்னைச்
சொள் ளொழுகிப் போகுதடி என்வாய் - தேனைச்
சொட்டுகின்ற இதழாளே; பிழை பொறுப்பாய்
பிள்ளை பெற வேண்டாமே, உனை நான் பெற்றால்
பேறெல்லாம் பெற்றவனே ஆவேன்' என்றே
அள்ளி விடத் தாவினேன் அவளை! என்னை
அவள் சொன்னாள் அகல்வாய் "நீ அகல்வாய்" என்றே.

"மனைவிக்கும் கணவனுக்கும் இடையில் ஏதோ
மனக் கசப்பு வரல் இயற்கை. தினையை நீ தான்
பனையாக்கி, நம் உயர்ந்த வாழ்வின் பத்தைப்
பாழாக்க எண்ணுவதா? எழுந்திரென்றேன்.
எனை நோக்கிச் சொல்லலுற்றாள், 'நமக்கு மக்கள்
இல்லை எனில் உலக மக்கள் நமக்கு மக்கள்

என நோக்கும் பேரறிவோ உன் பால் இல்லை;
எனக்கும் இனி உயிரில்லை என்றாள்' செத்தாள்.

திடுக்கென்று கண் விழித்தேன் என் தோள் மீது
செங்காந்தள் மலர் போலும் அவள் கை கண்டேன்.
அடுத்தடுத்துப் பத்து முறை தொட்டுப் பார்த்தேன்
அடிமூக்கில் மூச்சருவி பெருகக் கண்டேன்.
படுக்கையிலே பொற்புதையல் கண்டதைப் போல்
பாவையினை உயிரோடு கண்ணாற் கண்டேன்.
சடக்கென்று நானென்னைத் தொட்டுப் பார்த்தேன்.
சாகாத நிலை கண்டேன் என்னிடத்தே.

16.பெற்றோர் இன்பம்

கூடத்து நடுவில் ஆடும் ஊஞ்சலில்
சோடித்து வைத்த துணைப்பொற் சிலைகள் போல்
துணைவனும் அன்பு கொள் துணைவியும் இருந்தனர்!
உணவு முடிந்ததால், உடையவள் கணவனுக்குக்
களி மயில் கழுத்தின் ஒளி நிகர் துளிரும்,
சுண்ணமும், பாக்குத்தூளும், கமழும்
வண்ணம் மடித்து மலர்க்கை ஏந்தினாள்.
துணைவன் அதனை மணிவிளக் கெதிரில்
மாணிக் கத்தை வைத்தது போல் உதடு
சிவக்கச் சிவக்கத் தின்று கொண்டிருந்தான்.
ஆயினும் அவன் உளம் அல்லலிற் கிடந்தது.

"கேட்டான் நண்பன் சீட்டு நாட்டின்றி;
நீட்டினேன் தொகை! நீட்டினான் கம்பி;
எண்ணூற் றைம்பது வெண் பொற் காசுகள்
மண்ணா யினஎன் கண்ணே" என்றான்.
தலைவன் இதனைச் சாற்றி முடிக்குமுன்
ஏகாலி அவன் எதிரில் வந்து
கூ கூ என்று குழறினான்; அழுதான்.
உழைத்துச் சிவந்ததன் உள்ளங் கைகள்

முழுக்க அவனது முகத்தை மறைத்தன.
மலை நிகர் மார்பில் அலை நிகர் கண்ணீர்
அருவி போல் இழிந்தது. "தெரிவி அழாதே
தெரிவி" என்று செப்பினான் தலைவன்.

"நூற்றிரண் டுருப்படி நூல் சிதையாமல்
ஆற்றில் வெளுத்துக் காற்றில் உலர்த்திப்
பெட்டி போட்டுக் கட்டி வைத்தேன்.
பட்டா ளத்தார் சட்டையும் குட்டையும்
உடன் இருந்தன. விடிந்தது பார்த்தேன்
உடல் நடுங்கிற்றே. ஒன்றும் இல்லை"
என்று கூறினான் ஏழை ஏகாலி.
அல்லல் மலிந்த அவ்வி டத்தில்,
வீட்டின் உட்புறத்து விளைந்த தான
இனிய யாழிசை கனிச்சாறு போலத்
தலைவன் தலைவியைத் தழுவலாயிற்று.

"நம் அரும் பெண்ணும் நல்லியும் உள்ளே
கும்மா ளமிடும் கொள்ளையோ" என்று
தலைவன் கேட்டான். தலைவி "ஆம்" என்று
விசையாய் எழுந்து வீட்டினுட் சென்றே
இசையில் மூழ்கிய இருபெண் களையும்
வருந்தப் பேசி வண்தமிழ் இசையை
அருந்தா திருக்க ஆணை போட்டாள்.
தலைவன் பால்வந்து தலைவி குந்தினாள்
மகளொடு வீணை வாசித் திருந்த
நாலாவது வீட்டு நல்லி எழுந்து
கூடத்துத் தலைவர் கொலுவை அடைந்தாள்.
"என்ன சேதி"? என்றான் தலைவன்.
நல்லி ஓர் புதுமை நவில லுற்றாள்.

"கடலின் அலைகள் தொடர்வது போல
மக்கள், சந்தைக்கு வந்து சேர்ந்தார்கள்

காதல் 169

ஆடவர் பற்பலர் அழகுப் போட்டி
போடுவார் போலப் புகுந்தனர் அங்கே!
என் விழி அங்கொரு பொன்மலர் நோக்கி
விரைந்தது, பின் அது மீள வில்லை.
பின்னர் அவன் விழி என்னைக் கொன்றது
என்னுளம் அவனுளம் இரண்டும் பின்னின.
நானும் அவனும் தேனும் சுவையும்
ஆனோம் - இவைகள் அகத்தில் நேர்ந்தவை.

மறுநாள் நிலவு வந்தது கண்டு
நல்லிக் காக நான், தெருக் குறட்டில்
காத்திருந்தேன்; அக்காளை வந்தான்
தேனாள் வீட்டின் 'எண்: தெரிவி என்றான்.
நான்கு - எனும் மொழியை நான் முடிக்கு முன்
நீயா என்று நெடுந் தோள் தொட்டுப்
பயிலுவ தானான் பதட்டடன்; என்றன்
உயிரில் தன் உயிர் உருக்கிச் சேர்த்து
மறைந்தான்" என்று மங்கை என்னிடம்
அறைந்தாள். உம்மிடம் அவள் இதைக் கூற
நாணினாள். ஆதலால் நான் இதைக் கூறினேன்.என்று
நல்லி இயம்பும் போதே
இன்னலிற் கிடந்த இருவர் உள்ளமும்
கன்னலின் சாற்றுக் கடலில் மூழ்கின.

"நல்லியே நல்லியே நம் பெண் உன்னிடம்
சொல்லியது இதுவா? நல்லது நல்லது,
பெண் பெற்ற போது பெருமை பெற்றோம்.
வண்ண மேனி வளர வளர, எம்
வாழ்வுக்கு - உரிய வண்ணம் பெற்றோம்;
ஏழ் நரம்பு கொள் யாழ்போல் அவள் வாய்
இன்னான் இடத்தில் என்அன் பென்று

சொன்னதால் இன்பம் சூழப் பெற்றோம்.
என் மகள் உள்ளத்தில் இருக்கும் தூயனின்
பொன்னடி தனில் எம் பொருளெல்லாம் வைத்தும்,
இரந்தும், பெண்ணை ஏற்றுக் குடித்தனம்
புரிந்திடச் செய்வோம் போ" என்றுரைத்தான்.

தலைவி சாற்றுவாள் தலை வனிடத்தில்,
'மலை போற் சுமந்த என் வயிற்றில் பிறந்த பெண்
நல்லியிடத்திற் சொன்னாள். இதனைச்
சொல்லும் போதில் என் செல்வியின் சொற்கள்
முல்லை வீசினவோ! நீல விழிகள்
உலவு மீன் போல் ஒளி வீசினவோ;
நான் கேட்கும் பேறு பெற்றிலேன்" என்று
மகள் தன் மணாளனைக் குறித்ததில்
இவர்கட்கு இத்தனை இன்பம் வந்ததே!

17.பணமும் மணமும்

அத்தை மகன் முத்தனும் ஆளிமகள் தத்தையும்
ஒத்த உளத்தால் ஒருமித்து - நித்த நித்தம்
பேசிப் பிரிவார்; பிறரறியா மற்கடி
தாசி எழுதியே தாமகிழ்வார் - நேசம்
வளர்ந்து வருகையிலே, மஞ்சினி, தன்மைந்தன்
குளிர்ந்த பெருமாளைக் கூட்டி - உளங் கனிந்தே
ஆளியிடம் வந்தான்; அமர்ந்தான்; பின் பெண் கேட்டான்,
ஆளி சிரித்தே அவனிடத்தில் - "கேளண்ணா
தத்தை விதவைப் பெண் சம்மதமா?" என்றுரைத்தான்.
"மெத்த விசேட" மெனச் சொல்லி மஞ்சினி தான் -
ஒத்துரைத்தான்

"சாதியிலே நான் மட்டம் சம்மதமா?" என்றே
ஓதினான் ஆளி. 'ஒரு போதும் - காதில் நான்
மட்டம் உயர்வென்ற வார்த்தையையும் ஏற்பதில்லை.
இட்டந்தான்" என்றுரைத்தான் மஞ்சினி - "கிட்டியே

ஊர்ப்பானை தன்னை உருட்டி உயிர் வாழும்
பார்ப்பானை நீக்கிப் புழிகாரர் - தீர்ப்பான
நையும் சடங்ககற்றி நற்றமிழர் ஒப்பும்மணம்
செய்வாயா?' என்றாளி செப்பினான் - "ஐயோ என்
உத்தேசம் பார்ப்பானைத் தேடேனே! சத்தியமாய்ச்
சொன்னேன்" என உரைத்தான் மஞ்சினி. சொன்னதும்
பின் ஆளி சம்மதித்தான் பெண் கொடுக்க; அந்நேரம்
வந்த தொரு தந்தி! வாசித்தான் ஆளி அதை;

கந்தவேள் பாங்கில் நீர் கட்டிய - சொந்தப்
பணம் இல்லை, பாங்கு முறிந்தது. யாதும்
குணமில்லை, என்றிருத்தல் கண்டு - திணறியே
'வீடும் எனக்கில்லை வெண்ணிலையும் ஒன்றுமில்லை,
ஆடு விற்றால் ரூபாய் ஒரு ஐந்நூறு - கூடி வரும்
மஞ்சினி யண்ணா மணத்தை நடத்துவோம்
அஞ்சாறு தேதிக் கதிகமாய் - மிஞ்சாமல்
நாளமைப்போம்" என்றந்த ஆளி நவிலவே,
தோளலுத்த மஞ்சினி, "ஆளியண்ணா - கேளிதை
இந்த வருடத்தில் நல்ல நாள் ஏதுமில்லை
சிந்திப்போம் பின்" என்று செப்பினான் - "எந்த
வருடத்திலே? எந்த வாரத்தில்? எந்தத்
தெருவில்? திருமணம் என்ற - ஒரு சொல்
நிச்சயமாய்ச் சொல்லண்ணா நீ" என்றான் ஆளி தான்!

பச்சோந்தி மஞ்சினி பாடலுற்றான்: - "பச்சையாய்த்
தாலியறுத்தவளைத் தாலி கட்டினால் ஊரார்
கேலி பண்ண மாட்டாரா கேளண்ணா மேலும்
சாதியிலே மட்டமென்று சாற்றுகின்றாய், அம்மட்டோ
வேதியனை நீக்கிடவும் வேண்டுமென்றாய் - ஏதும்
முடியாதே" என்று முடித் தெழுந்து சென்றான்.

படியேறி நின்ற மெய்க் காதல் - துடிதுடிக்கும்
முத்தன் அங்கு வந்தான். "முகூர்த்த நாள் நாளைக்கே.
தத்தையை நீ மணக்கச் சம்மதமா? -மெத்த
இருந்த சொத்தும் இல்லையப்பா ஏழை நான் நன்றாய்த்
தெரிந்ததா முத்தா? செலவும் - விரிவாக

இல்லை மணந்து கொள்';' என்றுரைத்தான் ஆளி! அந்தச்
சொல்லால் துளிர்த்துப் பூத்துக் காய்த்து - நல்ல
கனியாய்க் கனிந்திட்ட முத்தன் உளந்தான்
தனியாய் இராதே -"தடை ஏன் - இனி" என்றான்
முந்தி மணம் ஆயிற்றாம். பாங்கு முறியவில்லை.
தந்தி வந்து சேர்ந்ததாம் பின்பு!

18. திருமணம்

மாதிவள் இலை எனில் வாழ்தல் இலை எனும்
காதல் நெஞ்சக் காந்தமும், நாணத்
திரைக் குட் கிடந்து துடிக்கும் சேயிழை
நெஞ்ச இரும்பும் நெருங்கும்! மணம் பெறும்!

புணர்ச்சி இன்பம் கருதாப் பூவையின்
துணைப்பாடு கருதும் தூயோன், திருமணச்
சட்டத் தாற் பெறத் தக்க தீ நிலை
இருப்பினும் அதனை மேற் கொளல் இல்லை.
அஃது திருமணம் அல்ல ஆதலால்!

என்தின வறிந்து தன் செங்காந்தள்
அரும்பு விரற்கிளி அலகு நகத்தால்
நன்று சொறி வாள் என்று கருதி
மணச் சட்டத் தால் மடக்க நினைப்பது
திருந்தி வரும் நாட்டுக்குத் தீயஎடுத்துக் காட்டு!
மங்கையர் உலகின் மதிப்புக்குச் சாவு மணி!
மலம் மூடத் தான் மலர் பறித்தேன் எனில்
குளிர் மலர்ச் சோலை கோவென் றழாதா?
திருமண மின்றிச் செத்தான் அந்தச்
சில்லிட்ட பிணத் துக்குத் திருமணம் செய்ய
மெல்லிய வாழைக் கன்றை வெட்டுவது
புரோகிதன் புரட்டு நூல்! அதனைத்
திராவிடர் உள்ளம் தீண்டவும் நாணுமே!

கருத்துரைப்பாட்டு

19. தலைவன் கூற்று

(வேந்தனிட்ட வேலையை மேற்கொண்டு செல்லும் தலைவன், தன் தேர்ப்பாகனை நோக்கி, 'இன்று விரைந்து சென்று அரசன் இட்ட வேலையை முடித்து நாளைக்கே தலைவியின் இல்லத்தை அடைய வேண்டும். தேரை விரைவாக நடத்து' என்று கூறுவது)

நாமின்று சென்று நாளையே வருவோம்;
வீழும் அருவி போல் விரைந்து தேர் நடத்துவாய்;
இளம்பிறை போல் அதன் விளக் கொளி உருளை
விண் வீழ் கொள்ளி போல் விளை நிலம் படியக்
காற்றைப் போலக் கடிது மீள் வோம்;
வளையல் நிறைந்த கையுடை
இளையளை மாண்புற யான் மணந் துவக்கவே.

(குறுந் தொகை 189ஆம் பாடல், மதுரை ஈழத்துப் பூதன்றேவன் அருளியது)

20. தலைவி கூற்று

(தலைவனை நினைத்துத் தான் துயிலா திருத்தலைத் தோழிக்குத் தலைவி கூறியது)

ஆர்ப்புறும் இடிசேர் கார்ப் பரு வத்தைக்
கொல்லையின் 'மணந்த முல்லைக் கொடியின்
சிரிப்பென அரும்பு விரிக்கும் நாடனை
எண்ணித் துயில் நீக்கிய என்
கண்கள் இரண்டையும் காண்பாய் தோழியே!

(குறுந்தொகை *186*-ஆம் பாடல் ஒக்கூர் மாசாத்தியார் அருளியது)

21.தோழி கூற்று

(தலைவன் தலைவியை மணம் புரியாமல் நெடுநாள் பழகி ஒருநாள் வேலிப் புறத்திலேயே வந்து நிற்கிறான்! அவன் காதில் விழும்படி, தலைவியை நோக்கிக் கூறுகிறாள் தோழி, "தலைவன் நட்பினால் உன் தோள் வாடினாலும் உன் அன்பை அது குறைத்து விட வில்லை" என்று)

மிளகு நீள் கொடி வளர் மலைப் பாங்கில்
இரவில் முழங்கிக் கருமுகில் பொழிய,
ஆண் குரங்கு தாவிய சேண் கிளைப் பலாப்பழம்
அருவியால் ஊர்த்துறை வரும் எழிற் குன்ற
நாடனது நட்பு நின் தோளை
வாடச் செய்யினும் அன்பை மாய்க் காதே!

22.கதவு பேசுமா?

காதல் துரத்தக் கடிது வந்த வேல் முருகன்,
ஏதும் உரையாமல் இரு விரலை வீட்டுத்
தெருக் கதவில் ஊன்றினான் "திறந்தேன்" என்றோர் சொல்
வரக் கேட்டான், 'ஆ ஆ மரக் கதவும் பேசுமா?

என்ன புதுமை,' என ஏங்க, மறு நொடியில்
சின்னக் கதவு திறந்த ஒலி யோடு
தன்னருமைக் காதலியின் தாவு மலர்க்கை நுகர்ந்தான்!
புன் முறுவல் கண்டுள்ளம் பூரித்தான். "என்னேடி

தட்டு முன்பு தாழ் திறந்து விட்டாயே" என்றுரைத்தான்.
விட்டுப் பிரியாதார் மேவும் ஒரு பெண் நான்
பிரிந் தார் வரும் வரைக்கும் பேதை, தெருவில்
கரு மரத்தாற் செய்த கதவு.

பாரதி

23. புது நெறி காட்டிய புலவன்

தூய தமிழ் நாட்டுத் தோழியீர், தோழரே!
வாயார்ந் துங்கட்கு வணக்கம் சொன்னேன்!
வண்மை சேர் திருச்சி வானொலி நிலையம்
இந் நாள் ஐந்தாம் எழிற் கவியரங்கிற்
கென்னைத் தலைமை ஏற்கும் வண்ணம்
செய்தமைக்கு நன்றி செலுத்து கின்றேன்.

உய்வகை காட்டும் உயர்தமி ழுக்குப்
புது நெறி காட்டிய புலவன் பாரதி
நன்னாள் விழாவினை நானிலம் பரப்பும்
வானொலி நிலையம் வாழ்கென வாழ்த்தினேன்!
இக்கவி யரங்கு மிக்கு யர்ந்ததாம்
எக்கா ரணத்தால்? என்பீ ராயின்,
ஊர் ஒன் றாகி உணர்வொன் றாகி

நேர் ஒன்று பட்டு நெடு நாள் பழகிய
இருவ ரிற்சுப் பிரமணிய னென்று
சொற்பா ரதியைச் சோம சுந்தர
நற் பாரதி புகழ்ந்து சொற் பெருக் காற்றுவார்
அன்றியும் பாரதி அன்பர் பல்லோர்
இன்றவன் கவிதை எழிலினைக் கூறுவார்.

இங்குத் தலைமை ஏற்ற நானும்
திங்களைக் கண்ணிலான் சிறப்புறுத் தல்போல்
பாரதிப் புலவனைப் பற்றிச் சிற்சில

கூறுவேன், முடிவுரை கூறுவேன் பின்பே:-
கொலை மலிந்த நாளில் கொல்லா நோன்பு
நிலை பெற வேண்டி நெடுந்தவம் புரிந்த நம்
தாயகம் சமண் மதம் தனைப் பெற்ற தன்றோ?
முத்தியோ சிலரின் சொத்தென இருக்கையில்
இத் தமிழ் நாடு தன் இருந்தவப் பயனாய்
இராமா னுசனை ஈன்ற தன்றோ?
இந்நாடு வடகலை ஏன் என எண்ணித்
தென் கலை ஈன்று திகழ்ந்த தன்றோ?
துருக்கர் கிறித்தவர் சூழ் இந்துக்களென்
றிருப்பவர் தமிழரே என்ப துணராது
சச்சரவு பட்ட தண்டமிழ் நாடு,
மெச்சவும் காட்டுவோன் வேண்டுமென் றெண்ணி
இராம லிங்கனை ஈன்ற தன்றோ?
மக்கள் தொகுதி எக்குறை யாலே
மிக்க துன்பம் மேவுகின்றதோ
அக்குறை தீர்க்கும் ஆற்றல் வாய்ந் தோனைச்
சிக்கென ஈன்று சீர்பெறல் இயற்கையாம்.

ஜாரின் கொடுமை தாங்கா உருசியம்
ஏருற லெனினை ஈன்றே தீரும்!
செல்வர் சில்லோர் நல் வாழ்வுக்கே
எல்லா மக்களும் என்ற பிரான்சில்
குடிகள் குடிகட் கெனக் கவி குவிக்க
விக்டர் யூகோ மேவினான் அன்றோ?
தமிழரின் உயிர் நிகர் தமிழ்நிலை தாழ்ந்ததால்
இமை திறவாமல் இருந்த நிலையில்
தமிழகம், தமிழுக்குத் தகுமுயர் வளிக்கும்
தலைவனை எண்ணித் தவங் கிடக்கையில்
இலகு பாரதிப் புலவன் தோன்றினான்.
பைந்தமிழ்த் தேர்ப் பாகன். அவனொரு
செந்தமிழ்த் தேனீ, சிந்துக்குத் தந்தை!

குவிக்கும் கவிதைக் குயில்! இந் நாட்டினைக்
கவிழ்க்கும் பகையைக் கவிழ்க்கும் கவிமுரசு;
நீடு துயில் நீக்கப் பாடி வந்த நிலா;
காடு கமழும் கற்பூரச் சொற்கோ!
கற்பனை ஊற்றாம் கதையின் புதையல்
திறம் பாட வந்த மறவன், புதிய
அறம் பாட வந்த அறிஞன், நாட்டிற்
படரும் சாதிப் படைக்கு மருந்து!
மண்டும் மதங்கள் அண்டா நெருப்பவன்;
அயலார் எதிர்ப்புக் கணையா விளக்கவன்;
என்னென்று சொல்வேன் என்னென்று சொல்வேன்.
தமிழால், பாரதி தகுதி பெற்றதும்
தமிழ், பாரதியால் தகுதி பெற்றதும்
எவ்வாறென்பதை எடுத்துரைக் கின்றேன்.
கடவுளைக் குறிப்பதே கவிதை என்றும்
பிற பொருள் குறித்துப் பேசேல் என்றும்
கடவுளைக் குறிக்குமக் கவிதையும் பொருள் விளங்
கிட எழு துவதும் ஏற்கா தென்றும்
பொய்ம்மதம் பிறிதெனப் புளுகுவீர் என்றும்
கொந்தும் தன் சாதிக் குண்டு சட்டிதான்
இந்த உலக மென் றெழுதுக என்றும்
பழமை அனைத்தையும் பற்றுக என்றும்
புதுமை அனைத்தையும் புதைப்பீர் என்றும்
கொள்ளு மிவ்வுலகம் கூத்தாடி மீசை போல்
எள்ளத் தனை நிலை இலாத தென்றும்
எழிலுறு பெண்கள் பால் இன்புறும் போதும்
அழிவு பெண்ணால் என் றறைக என்றும்
கலம்பகம் பார்த்தொரு கலம்பகத்தையும்
அந்தாதி பார்த்தோர் அந்தாதி தனையும்
மாலை பார்த்தொரு மாலை தன்னையும்

காவியம் பார்த்தொரு காவியந் தன்னையும்
வரைந்து சாற்றுக் கவி திரிந்து பெற்று
விரைந்து தன் பேரை மேலே எழுதி
இரு நூறு சுவடி அருமையாய் அச்சிட்
டொரு நூற்றாண்டில் ஒன்றிரண்டு பரப்பி
வருவதே புலமை வழக்கா றென்றும்
இன்றைய தேவையை எழுதேல் என்றும்
முன்னாள் நிலையிலே முட்டுக என்றும்
வழக்கா றொழிந்ததை வைத் தெழுதித்தான்
பிழைக்கும் நிலைமை பெறலாம் என்றும்
புதுச் சொல் புது நடை போற்றேல் என்றும்
நந்தமிழ்ப்புலவர் நவின்றனர் நாளும்!
அந்தப்படியே அவரும் ஒழுகினர்;
தமிழனை உன் மொழி சாற்றெனக் கேட்டால்
தமிழ்மொழி என்று சாற்றவும் அறியா
இருள் நிலை யடைந் திருந்திட்டதின் பத்தமிழ்!
செய்யுள் ஏட்டைத் திருப்பியும் பார்த்தல்
செய்யா நிலையைச் சேர்ந்தது தீந்தமிழ்
விழுந்தார் விழித்தே எழுந்தார் என அவன்
மொழிந்த பாங்கு மொழியக் கேளீர்!
'வில்லினை யெடடா - கையில்
வில்லினை எடடா - அந்தப்
புல்லியர் கூட்டத்தைப் பூழ்தி செய் திடடா"
என்று கூறி, இருக்கும் பகையைப்
பகைத் தெழும்படி பகர லானான்.

"பாருக்குள்ளே நல்ல நாடு - இந்தப் பாரத நாடு"
என்பது போன்ற எழிலும் உணர்வும்
இந் நாட்டில் அன்பும் ஏற்றப் பாடினான்!
இந் நாடு மிகவும் தொன்மையானது

கருத்துரைப் பாட்டு 179

என்பதைப் பாரதி இயம்புதல் கேட்பீர்
"தொன்று நிகழ்ந்த தனைத்து முணர்ந்திடு
சூழ்கலை வாணர்களும் - இவள் என்று பிறந்தவள்
என்றுணராத இயல்பினளா மெங்கள் தாய்"
மக்கள் கணக்கும் வழங்கும் மொழியும்
மிக்குள பண்பையும் விளக்குகின்ற
கற்பனைத் திறத்தைக் காணுவீர்;
"முப்பது கோடி முகமுடையாள் உயிர்
மொய்ம்புற வொன்று டையாள் - அவள்
செப்பு மொழி பதினெட்டுடையாள் - எனிற்
சிந்தனை யொன்றுடையாள்"
இந் நாட்டின் தெற் கெல்லை இயம்புவான்
"நீலத் திரைக் கடல் ஓரத்திலே - நின்று
நித்தம் தவம் செய் குமரி எல்லை"
கற்பனைக் கிலக்கியம் காட்டி விட்டான்!
சுதந்திர ஆர்வம் முதிர்ந்திடுமாறு
மக்களுக் கவன் வழங்குதல் கேட்பீர்:
"இதந்தரு மனையி னீங்கி இடர் மிகு சிறைப்பட்டாலும்
பதம் திரு இரண்டு மாறிப் பழி மிகுந் திழிவுற்றாலும்
விதம் தருகோடி இன்னல் விளைத் தெனை யழித்திட்டாலும்
சுதந்தர தேவி நின்னைத் தொழுதிடல் மறக்கிலேனே"
பாரதி பெரிய உள்ளம் பார்த்திடுவீர்கள்:

"எங்கும் சுதந்திரம் என்பதே பேச்சு - நம்
எல்லோரும் சமமென்ப துறுதியாச்சு"
"விடுதலை! விடுதலை! விடுதலை!"
"மனிதர் யாரும் ஒரு நிகர்
சமானமாக வாழ்வமே" - என்றறைந்தான் அன்றோ?
பன்னீராயிரம் பாடிய கம்பனும்
இப்போது மக்கள் பால் இன் தமிழ் உணர்வை

எழுப்பிய துண்டோ? இல்லவே இல்லை.
செந்தமிழ் நாட்டைத் தேனாக்கிக் காட்டுவான்.

"செந்தமிழ் நாடென்னும் போதினிலே - இன்பத்
தேன் வந்து பாயுது காதினிலே" - என்றான்
சினம் பொங்கும் ஆண்டவன் செவ்விழி தன்னை
முனம் எங்கும் இல்லாத மொழியாலுரைத்தான்
"வில்லினை யொத்த புருவம் வளைத்தனை வேலவா அங்கு
வெற்பு நொறுங்கிப் பொடிப் பொடியானது
வேலவா" என்று கோலம் புதுக்கினான்.
பெண் உதட்டையும் கண்ணையும் அழகுறச்
சொல்லியுள்ளான் சொல்லுகின்றேன்:
"அமுதூற்றினை யொத்த இதழ்களும் - நில
வூறித் ததும்பும் விழிகளும்"
இந்த நாளில் இந் நாட்டு மக்கட்கு
வேண்டும் பண்பு வேண்டும் செயல்களைக்
கொஞ்சமும் பாரதி அஞ்சாது கூறினான்.

"முனை முகத்து நில்லேல்" - முதியவள் சொல் இது
"முனையிலே முகத்து நில்" - பாரதி முழக்கிது!
"மீதூண் விரும்பேல்" - மாதுரைத்தாள் இது
"ஊண்மிக விரும்பு" - என உரைத்தான் பாரதி
மேலும் கேளீர் - "கோல்கைக் கொண்டு வாழ்"
"குன்றென நிமிர்ந்து நில்" "நன்று கருது"
"நினைப்பது முடியும்," "நெற்றி சுருக்கிடேல்"
எழுத்தில் சிங்க ஏற்றின் குரலைப்
பாய்ச்சுகின்றான் பாரதிக் கவிஞன்!
அன்னோன் கவிதையின் அழகையும் தெளிவையும்
சொன்னால் மக்கள் சுவைக்கும் நிலையையும்
இங்கு முழுதும் எடுத்துக் கூற
இயலா தென்னுரை இதனோடு நிற்கவே.

(அனைத்திந்திய வானொலி திருச்சி நிலையத்தில் 5-வது கவியரங்கில் தலைமை யுரையும், முடிவுரையும் ஆகக் கூறப்பட்டது. 1946)

24.தேன் கவிகள் தேவை

பொழுது விடியப் புதுவையி லோர் வீட்டில்
விழிமலர்ந்த பாரதியார் காலை வினை முடித்து
மாடிக்குப் போவார், கடிதங்கள் வந்திருக்கும்
வாடிக்கை யாகவரும் அன்பரெல்லாம் வந்திருப்பார்.
சென்னைத் தினசரியின் சேதி சில பார்ப்பார்.
முன்னாள் அனுப்பிய கட்டுரையும் பாட்டும்
சரியாய்ப் படித்ததுண்டா இல்லையா என்று
வரிமேல் விரல் வைத்து வாசிப்பார் ஏட்டை.

அதன் மேல் அடுக்கடுக்காய் ஆர வா ரப்பண்!
நதிப் பெருக்கைப் போற்கவிதை நற்பெருக்கின் இன்பஒலி
கிண்டல்கள்! ஓயாச் சிரிப்பைக் கிளறுகின்ற
துண்டு துணுக்குரைகள்! வீரச் சுடர்க் கதைகள்!
என்னென்ன பாட்டுக்கள்! என்னென்ன பேச்சுக்கள்!
பன்னத் தகுவதுண்டோ நாங்கள் பெறும் பாக்கியத்தை?
வாய் திறப்பார் எங்கள் மாக் கவிஞர்; நாங்களெல்லாம்

போய் அச்சப் பேயைப் புதைத்துத் திரும்பிடுவோம்.
தாம்பூலம் தின்பார், தமிழ் ஒன்று சிந்திடுவார்.
காம்பிற் கனிச் சாறாய்க் காதலின் சாற்றைப்
பொழிகின்ற தன்மையால் எம்மைப் புதுக்கி
அழிகின்ற நெஞ்சத்தை அன்பில் நனைத்திடுவார்
மாடியின் மேல் ஓர்நாள் மணி எட்டரை இருக்கும்
கூடிக் கவிச் சுவையைக் கொள்ளையிடக் காத்திருந்தோம்;

பாரதியார் வந்த கடிதம் படித்திருந்தார்
சீரதிகம் கொண்டதொரு சென்னைத் தினசரியின்

ஆசிரியர் போட்ட கடிதம் அதுவாகும்.
வாசித்த ஐயர், மலர் முகத்தில் வாட்டமுற்றார்.
'என்னை வசன மட்டும் நித்தம் எழுதென்று
சென்னைத் தினசரியின் ஆசிரியர் செப்புகின்றார்.
பாட்டெழுத வேண்டாமாம் பார்த்தீரா அன்னவரின்
பாட்டின் பயனறியாப் பான்மையினை" என்றுரைத்தார்.

பாரதியார் உள்ளம் பதை பதைத்துச் "சோர்வெ"ன்னும்
காரிருளில் கால் வைத்தார் ஊக்கத்தால் மீண்டு விட்டார்.
"பாட்டின் சுவையறியும் பாக்கியந்தான் என்றடைவார்?"
என்று மொழிந்தார், இரங்கினார், சிந்தித்தார்;
'நன்று மிக நன்று, நான் சலிப்பதில்லை' என்றார்.
நாட்கள் சில செல்ல நம்மருமை நாவலரின்
பாட்டின் சுவையறிவோர் பற்பல பேராகிவிட்டார்.
ஆங்கிலம் வல்ல கசின்ஸ் என்னும் ஆங்கிலவர்
"நீங்கள் எழுதி நிரப்பும் சுவைக் கவியை
ஆங்கிலத்தில் ஆக்கி அகில அரங் கேற்றுகின்றேன்"
பாங்காய் எனக்கு நல்ல பாட்டெழுதித் தாருங்கள்"
என்றுவரைந்த கடிதத்தை எங்களிடம்
அன்றளித்தார். எம்மை அபிப்பிராயம் கேட்டார்.
"வேண்டும் எழுதத்தான் வேண்டும்" என்றோம். பாரதியார்

"வேண்டும் அடி எப்போதும் விடுதலை" என்
றாரம் பஞ் செய்தார்; அரை நொடியில் பாடி விட்டார்
ஈரிரண்டு நாளில் இனிமை குறையாமல்
ஆங்கிலத்தில் அந்தக் கவிதான் வெளியாகித்
தீங்கற்ற சென்னைத் தினசரியின் ஆசானின்
கண்ணைக் கவர்ந்து கருத்தில் தமிழ் விளைத்தே
எண்ணூறாண்டாய்க் கவிஞர் தோன்றவில்லை இங்கென்ற
வீ.வீ.எஸ்.ஐயர் விருப்பத்தைப் பூர்த்தி செய்து
பாவலராம் பாரதிக்கும் ஊக்கத்தைப் பாய்ச்சியதே!
ஆங்கிலவர், பாரதியார் ஆர்ந்த கவித் தேனை

வாங்கியுண்ணக் கண்ட பின்னர் வாயூறிச் சென்னைத்
தினசரியின் ஆசிரியர் "தேவையினித் தேவை,
இனிய கவி நீங்கள் எழுதுங்கள்" என்று ரைத்தார்;
தேவையில்லை என்று முன் செப்பிட்ட அம்மனிதர்
தேவையுண்டு! தேவையுண்டு! தேன் கவிகள் என்றுரைத்தார்!

"தாயாம் தமிழில் தரும் கவியின் நற் பயனைச்
சேயாம் தமிழன் தெரிந்து கொள்ள வில்லை
அயலார் சுவை கண்டறிவித்தார். பின்னர்
பயன் தெரிந்தார் நம் தமிழர்" என்றுரைத்தார் பாரதியார்
நல்ல கவியினிமை நம் தமிழர்நாடு நாள்
வெல்ல வருந் திரு நாள்!

25.பாரதி உள்ளம்

சாதி ஒழித்திடல் நன்று - நல்ல
தமிழ் வளர்த்தல் மற் றொன்று
பாதியை நாடு மறந்தால் - மற்றப்
பாதி துலங்குவதில்லை.
சாதி களைந்திட்ட ஏரி - நல்ல
தண்டமிழ் நீரினை ஏற்கும்
சாதிப் பிணிப்பற்ற தோளே - நல்ல
தண்டமிழ் வாளினைத் தூக்கும்!

என்றுரைப்பார் என்னிடத்தில் - அந்த
இன்ப உரைகளென் காதில்
இன்றும் மறந்திட வில்லை - நான்
இன்றும் இருப்பதனாலே!
பன்னும் நம் பாரதியாரின் - நல்ல
பச்சைஅன் புள்ளத்தி னின்று
நன்று பிறந்த இப் பேச்சு - நம்
நற்றமிழர்க் கெழில் மூச்சு!

மேலவர் கீழவர் இல்லை - இதை
மேலுக்குச் சொல்லிட வில்லை;
நாலு தெருக்களின் கூட்டில் - மக்கள்
நாலா யிரத்தவர் காணத்
தோலினில் தாழ்ந்தவர் என்று - சொல்லும்
தோழர் சமைத்ததை உண்பார்
மேலும் அப் பாரதி சொல்வார் - "சாதி
வேரைப் பொசுக்குங்கள்" என்றே.

செந்தமிழ் நாட்டினிற் பற்றும் - அதன்
சீருக்கு நல்ல தோர் தொண்டும்
நிந்தை இலாதவை அன்றோ! - எந்த
நேரமும் பாரதி நெஞ்சம்
கந்தையை எண்ணுவதில்லை - கையிற்
காசை நினைப்பதும் இல்லை.
செந்தமிழ் வாழிய! வாழி - நல்ல
செந்தமிழ் நாடென்று வாழ்ந்தார்.

26.மகாகவி

(-இது அந்நாளில் ஆனந்த விகடனில் "ரா.கி." (கல்கி) யால் பாரதி உலக கவியல்ல என்றும், அவர் பாடலில் வெறுக்கத்தக்கன உள்ளன என்றும் எழுதியதற்கு மறுப்பாக எழுதப்பட்டது)

பாரதியார் உலகக்கவி! - அகத்தில் அன்பும்
பரந்துயர்ந்த அறிவினிலே ஒளியும் வாய்ந்தோர்!
ஒருருக் கொரு நாட்டுக் குரிய தான
ஓட்டைச் சாண் நினைப் புடையர் அல்லர், மற்றும்
வீரர் அவர்! - மக்களிலே மேல் கீழ் என்று
விள்ளுவதைக் கிள்ளி விட வேண்டும் என்போர்!

சீருயர்ந்த கவிஞரிடம் எதிர்பார்க்கின்ற
செம்மை நலம் எல்லாமும் அவர்பாற் கண்டோம்.

அகத்திலுறும் எண்ணங்கள், உலகின் இன்னல்
அறுப்பவைகள்; புதியவைகள்; அவற்றையெல்லாம்
திகழ்ப்பார்க்குப் பாரதியார் எடுத்துச் சொல்வார்
தெளிவாக, அழகாக, உண்மையாக!
முகத்தினிலே களை யிழந்த மக்கள் தம்மை
முனை முகத்தும் சலியாத வீரராகப்
புகுத்து மொழிப் பேச்செல்லாம் பொன்னி யாற்றுப்
புனல் போலத் தொடர்வதுண்டாம் அன்னார்
பாட்டில்
பழையநடை, பழங்கவிதை, பழந்தமிழ் நூல்,
பார்த்தெழுதிப் பாரதியார் உயர்ந் தாரில்லை;
பொழிந்திடு செவ் வியஉள்ளம் கவிதை யுள்ளம்
பூண்டிருந்த பாரதியாராலே இந்நாள்
அழுந்தியிருந்த திட்ட தமிழ் எழுந்த தென்றே
ஆணையிட்டுச் சொல்லிடுவோம் அன்னை மீதில்!
அழகொளிசேர் பாரதியார் கவிதை தன்னை
அறிந்திலதே புவி என்றால் புவிமேற் குற்றம்!

கிராமியம் நன் னாகரிகம் பாடி வைத்தார்
கீர்த்தியுறத் தேசியம் சித்தி ரித்தார்,
சராசரம் சேர் லௌகிகத்தை நன்றாய்ச் சொன்னார்,
தங்குதடையற்ற உள்ளம்; சமத்துவ உள்ளம்;
இராததென ஒன்றில்லாப் பெரிய உள்ளம்!
இன்புள்ளம் அன்புள்ளம் அன்னார் உள்ளம்!
தராதலத்துப் பாஷைகளில், அண்ணல் தந்த
தமிழ்ப்பாட்டை மொழி பெயர்த்தால் தெரியும்
சேதி!

ஞான ரதம் போலொரு நூல் எழுதுதற்கு
நானிலத்தில் ஆளில்லை; கண்ணன் பாட்டுப்
போல் நவிலக் கற்பனைக்குப் போவதெங்கே?
புதிய நெறிப் பாஞ்சாலி சபதம் போலே
தேனினிப்பில் தருபவர் யார்! மற்றும் இந் நாள்
ஜெய பேரிகை கொட் டடா என் றோதிக்
கூனர்களும்குவலயத்தை அளாவும் வண்ணம்
கொட்டி வைத்த கவிதை திசை எட்டும் காணோம்!

"பார்ப்பானை ஐயரென்ற காலமும் போச்
சே" யென்ற பாரதியார் பெற்ற கீர்த்தி
போய்ப் பாழும் கிணற்றினிலே விழாதா என்று
பொழு தெல்லாம் தவங் கிடக்கும் கூட்டத்தார்கள்
வேர்ப்பார்கள்; பாரதியார் வேம் பென்பார்கள்;
வீணாக உலக கவி அன்றென்பார்கள்;
ஊர்ப்புறத்தில் தமக்கான ஒரு வனைப்போய்
உயர் கவிஞன் என்பார்கள் வஞ்ச கர்கள்.

"சாதிகளே இல்லையடி பாப்பா" என்றார்
"தாழ்ச்சி உயர்ச்சிகள் சொல்லல் பாவம்" என்றார்
சோதிக்கின் "சூத்திரற்கோர் நீதி தண்டச்
சோறுண்ணும் பாம்புக்கு வேறோர் நீதி"
ஓதியதைப் பாரதியார் வெறுத்தார். நாட்டில்
ஒடுக்கப் பட்டார் நிலைக்கு வருந்தி நின்றார்.
பாதிக்கும் படி "பழமை பழமை என்பீர்
பழமை இருந் திட்ட நிலை அறியீர்" என்றார்.

தேசத்தார் நல்லுணர்வு பெறும் பொருட்டுச்
சேரியிலே நாள் முழுதும் தங்கி யுண்டார்
காசு தந்து கடைத் தெருவில் துலுக்கர் விற்கும்
சிற்றுணவு வாங்கி, அதைக் கனிவாய் உண்டார்.

பேசி வந்த வசை பொறுத்தார் நாட்டிற் பல்லோர்
பிறப்பினிலே தாழ்வுயர்வு பேசுகின்ற
மோசத்தை நடக்கையினால், எழுத்தால், பேச்சால்
முரசறைந்தார். இங்கிவற்றால் வறுமை ஏற்றார்.

வையத்து மகாகவிஞர் மறைந்து போனார்;
வைதிகர்க்குப் பாரதியார் பகைவரேனும்,
செய்வ தென்ன? மேலுக்குப் புகழ்ந்தே வந்தார்;
சில நாட்கள் போகட்டும் என இருந்தார்.
உய்யும் வழி கெடாதிருக்க மெதுவாய் இந்நாள்
உலக கவி அல்ல அவர் எனத் தொட்ங்கி
ஐயர் கவிதைக் கிழுக்கும் கற்பிக்கின்றார்
அழகாக முடிச்சவிழ்த்தால் விடுவார் உண்டோ?

27.செந்தமிழ் நாடு

(செந்தமிழ் நாடென்னும் போதினிலே என்ற பாடலைப் பாரதி ஏன் பாடினார்?)

தமிழ் நாட்டைப் பற்றித் தமிழ்ப்பாக்கள் தந்தால்
அமைவான பாட்டுக் களிப்போம் பரிசென்று
சான்ற மதுரைத் தமிழ்ச் சங்கத்தார் உரைத்தார்
தேன் போற் கவி ஒன்று செப்புகநீர் என்று
பல நண்பர் வந்து பாரதியாரை
நலமாகக் கேட்டார்; அதற்கு நம் ஐயர்
என் கவிதான் நன்றாயிருந்திடினும் சங்கத்தார்
புன்கவி என்றே சொல்லிப் போட்டிடுவார்: போட்டால்தான்
சங்கத்தில் சர்க்கார் தயவிருக்கும்! ஆதலினால்,
உங்கட்கு வேண்டுமெனில் ஓதுகின்றேன் என்றுரைத்தார்!
'அந்த விதம் ஆகட்டும்' என்றார்கள் நண்பரெல்லாம்
'செந்தமிழ் நாடென்னும் போதினிலே யின்பத் -

தேன் வந்து பாயுது காதினிலே" என்
றழகுத் தமிழ் நாட்டை அப்படியே நெஞ்சால்
எழுதி முடித்தார்! இசையோடு பாடினார்!
காதினிக்கும் நல்ல கருத்தினிக்கும் அஃதிந்நாள்
மேதினியிற் சோதி விளக்கு!

28.திருப்பள்ளியெழுச்சி

(திருப்பள்ளி யெழுச்சி என்ற பாடலைப் பாரதி ஏன் பாடினார்?)

நற் பெரு மார்கழி மாதமோர் காலை
நமது நற் பாரதி யாரோடு நாங்கள்
பொற்பு மிகும் மடு நீரினில் ஆடிடப்
போகும் வழியினில் நண்பர் ஒருவரைப்
பெற்ற முதுவய தன்னை யார் 'ஐயரே,
பீடு தரும் "திருப்பள்ளியெழுச்சி" தான்
சொற்றிறத் தோடு நீர் பாடித் தரு கெனத்
தூய்மைக் கவிஞரும் சென்றனர் ஒப்பியே.
நீல மணி யிருட்காலை அமைதியில்
நெஞ்சு குளிரும் நெடுமரச் சாலையின்
கோல நடையிற் குதிக்கும் மகிழ்ச்சியால்,
கோரி உடன்வரும் நண்பர்கள் மத்தியில்,
காலை மலரக் கவிதை மலர்ந்தது;
ககன முழுமையும் தேனலை பாய்ந்தது!
ஞானப் "பொழுது புலர்ந்த" தென்றார்ந்த
நல்ல தமிழ்க் கவி நாமடைந் தோமே!

29.நாடக விமர்சனம்

ஒரு நாள் நம் பாரதியார் நண்ப ரோடும்
உட்கார்ந்து நாடகம் பார்த்திருந்தார், அங்கே

ஒரு மன்னன் விஷமருந்தி மயக்கத்தாலே
 உயிர் வாதை அடைகின்ற சமயம், அன்னோன்
இருந்த இடந் தனிலிருந்தே எழுந்து லாவி
 "என்றனுக்கோ ஒரு வித மயக்கந் தானே
வருகுதையோ" எனும் பாட்டைப் பாடலானான்?
 வாய் பதைத்துப் பாரதியார் கூவுகின்றார்.

மயக்கம் வந்தால் படுத்துக் கொள்வது தானே
 வசங்கெட்ட மனிதனுக்குப் பாட்டா என்றார்!
தயங்கிப் பின் சிரித்தார்கள் இருந்தோ ரெல்லாம்
 சரி தானே பாரதியார் சொன்ன வார்த்தை?
மயக்கம் வரும் மதுவருந்தி நடிக்க வந்தான்,
 மயக்க விஷம் உண்டது போல் நடிப்புக் காட்டும்
முயற்சியிலும் ஈடுபட்டான், தூங்கிவிட்டால்
 முடிவு நன்றாயிருந்திருக்கும் சிரமும் போம்!

திராவிடநாடு

30.இனப்பெயர்

1

'இனப் பெயர் என்' என்று பிறன் எனைக் கேட்டால்
மனத்தில் எனக்குச் சொல்லொணா மகிழ்ச்சியாம்.
"நான் தான் திராவிடன்" என்று நவில்கையில்
தேன் தான் நாவெலாம்! வான் தான் என் புகழ்!
'முன்னாள்' என்னும் பன் னெடுங்காலத்தின்
உச்சியில் "திராவிடன்" ஒளி செய்கின்றான்.
அன்னோன் கால் வழியாகிய தொடர் கயிற்று
மறுமுனை நான்! என் வாழ்வின் கால்வழி
யாகிய பொன்னிழை அளக்க ஒண்ணா
எதிர் காலத்தின் கடைசியோ டியைந்தது

சீர்த்தியால், அறத்தால் செழுமையால், வையப்
போர்த்திறத்தால் இயற்கை புனைந்த
ஒருயிர் நான்! என் உயிர் இனம் திராவிடம்!
ஆரியன் அல்லேன் என்னும் போதில்
எத்தனை மகிழ்ச்சி! எத்தனை மகிழ்ச்சி!
விரிந்த வரலாற்றுப் பெருமரம் கொண்ட
'திராவிடன்' ஆலின் சிறிய வித்தே!
இந்நாள் வாழ்வுக் கினி தினி தாகிய
பொன்னேர் கருத்துக்கள் பொதிந்துள அதனில்!
உன் இனப் பெயர் தான் என்ன என்று
கேட்கக் கேட்க அதனால் எனக்கு
மீட்டும் மீட்டும் இன்பம் விளைவதாம்.

2

கடந்த காலப் படம் இது.
அடேடே! வட பெருங் குன்றமும் இல்லை!

அவ்விடம் நீர்ப்பரப்பு. ஆழ்கடல் உள்ளதே!
அப்பெருங் கடல் அலை, அழகிய விந்திய
வெற்பின் வடபுறத்து விளையாடினவே!
மேற்கு, அரபிக் கடல் கிழக்கு வங்கக் கடல்
இல்லை! என்ன வியப்பு இது!
ஆப்பிரிக்கமும், ஆத்திரேலியமும்
குமரி ஆறுமாய் குளிர் தென் மதுரையும்
இடையீடின்றி நெடிது கிடந்த
'தொடித் தோள் வையம்" தோன்றக் கண்டேன்.
அங்குக் கண்டேன்:
தென்மது ரைத்தமி ழின்முதற் கழகம்!
அதன் பாற் கண்டேன்:
ஆன்ற முத்தமிழ் அறிஞர் பல்லோரை
நான் ஓர் திராவிடன், நனி மகிழ்வுடையேன்;
தொடித் தோள் வையம் நெடிய வானில்,
உடுக்கள் போற் பற்பல உயர் நாடுகளும்
அவற்றிடைத் திகழும் அழகு முழுமதித்
தென் மா மதுரையும் திகழ்வதாகப்
பெரு ஞாலத்தின் இருள் கெடத் தமிழறிவு -
திராவிடர் கொண்டு சேர்க்கின்றாரே,

3

என்னே! என்னே!
வடக்குக் கடல் நீர் தெற்கிற் பாய்ந்ததே!
தொடித்தோள் வையத் தூய நாடுகளில்
சிற்சில வற்றைச் சீறி விழுங் கிற்றே!
அத் தென் பாங்கினர் அடைந்தனர் இங்கே!
மீண்டும் தெற்கில் ஈண்டிற்று வெள்ளம்!
மற்றும் சிற்சில மண்ணகம் மறைந்தன.
என்னே கொடுமை!
அங்குளார் இங்கு வந்தனர் அலறியே
'தெய்' என்று செப்பும் தீ முதல் ஐந்தில்
நீர் ஒன்று - அடிக்கடி நெடுநிலம் விழுங்கலால்
சிதறி வந்த தென் புலத் தாரை
ஓம்பும் நாள் இடைவிடாது - உளவாயிற்றே!

4

கட்டற்கீழ்க் கிடந்த வட பெரும் பனிமலை
மேற் றோன்றும் படி மிகுபெருங் கடல்நீர்
தென்பால் ஐயகோ சீறி வந்ததால்
தொடித் தோள் வையமே படி மிசை மறைந்ததே!
இன்று தென் கடலில் இலங்கை முதலா
ஒன்று மில்லை.
மேற்கிடம் அரபிக் கடலும்
கிழக்கிடம் வங்கக் கடலும்
அன்றி வேறில்லை
வடபெரும் பனிமலை மண்மேற் றோன்ற
அங்கிருந்து விந்தியம் ஆம் குன்றம் மட்டும்
நிலப் பரப்பானது!
திகழ்விந்தியத்தின் தென்னாட்டுத் திராவிடர்
அங்கும் குடி புகுந் தழகு செய்தனர்.
ஆரியர் கால் நடை அமைய வந்தவர்,
பனி வரையடுத்த நனி பெரு நிலத்தில்
தங்கினர், தங்கித் தங்கள் வாழ்வையும்
மொழியையும் தமிழால் ஒழுங்கு செய்தனர்.
வடபால் இருந்து தென் குட பால் வந்த
ஆரியர் சிற்சிலர்
குட மலைச் சாரல் அடைந் தார் ஆதலின்
குடமலை தன்னைக் குடமுனி என்றனர்
ஆரியர் இங்குச் சீரிய தமிழில்
அறிவு பெற்றனர் அதிகா ரத்தின்
விருப்பால் நாடொறும் விளைத்தனர் சூழ்ச்சிகள்
இடைத் தமிழ்க் கழகம் கடைத் தமிழ்க் கழகம்
முதற் பெருங்கழகம் ஆகிய
எவற்றிலும் தம் பெயர் ஏற்றித் தம்மைத்

திராவிட இனத்திற் சேர்ந்தோர் போலக்
காட்ட முயன்றனர் அன்றோ
திராவிடன் நான்! என் பெருமை
இராவிடம் இல்லை மகிழ்ச்சி பெரியதே!

31. திராவிடன்

திராவிடன் கடமை

மன வீட்டைத் திறப்பாய் - சாதி
மதக் கதவுடைத்து (மனவீட்டைத்...)

இனமான திராவிடர் பண்பின்
எழில் காண உணர்வு விளக்கேற்று (மனவீட்டைத்...)

புனை சுருட் டுக்குப்பை அன்றோ - பழம்
புராண வழக்கங்கள் யாவும்?
இனி மேலும் விட்டுவைக் காதே
எடு துடைப்பத்தை இப் போதே
தனி உலகை ஆண்டனை முன்னாள்
தன் மானம் இழந்திடாதே இந்நாள்
(மனவீட்டைத்...)

வடநாடு தென்னாட்டை வீழ்த்தச் - செய்த
வஞ்சங்கள் சிறிதல்ல தம்பி
இடை நாளில் மட்டுமா? சென்ற
இரண்டாயிரத் தாண்டு பார்த்தார்
விடுவாயடா தன்ன லத்தை - உன்
விடுதலை திராவிடர் விடுதலையி லுண்டு
(மனவீட்டைத்...)

32. அது முடியாது

கோட்டை நாற்காலி இன்றுண்டு- நாளை
கொண்டு போய் விடுவான் திராவிடக் காளை.
(கோட்டை நாற்காலி...)

கேட்டை விளைத்துத் திராவிடர் கொள்கையைக்
கிள்ள நினைப்பது மடமையாம் செய்கை
(கோட்டை நாற்காலி...)

காட்டை அழிப்பது கூடும் - அலை
கடலையும் தூர்ப்பது கூடும்
மேட்டை அகழ்வதும் கூடும் - விரி
விண்ணை அளப்பதும் கூடும்
ஏட்டையும் நூலையும் தடுப்பது கூடும் - உரிமை
எண்ணத்தை மாற்றுதல் எப்படிக் கூடும்?
(கோட்டை நாற்காலி...)

அடக்குமுறை செய்திடல் முடியும் - கொள்கை
அழிக்குமுறை எவ்வாறு முடியும்?
ஒடுக்கு சிறை காட்டுதல் முடியும் - உணர்
வொடுக்குதல் எவ்வாறு முடியும்?
திடுக்கிடச் செய்திடும் உன்னை - இத்
திராவிடர் எழுச்சியை மாற்றவா முடியும்?
(கோட்டை நாற்காலி...)

33.பிரிவு தீது

கேரளம் என்றுபி ரிப்பதுவும் - நாம்
கேடுற, ஆந்திரம் பிய்ப்பதுவும்
சேரும் திராவிடர் சேரா தழித்திடச்
செய்திடும் சூழ்ச்சி அண்ணே - அதைக்
கொய்திட வேண்டும் அண்ணே.

கேரளம் என்னல் திராவிடமே - ஒரு
கேடற்ற ஆந்திரம் அவ்வாறே
கேரளம் ஆந்திரம் சேர்ந்த மொழிகள்
திராவிடம் ஆகும் அண்ணே - வேறு
இரா தெனல் உண்மை அண்ணே.

செந் தமிழ் கேரளம் ஆந்திரமும் - அவை
சேர்ந்திடும் கன்னடம் என்பதுவும்
நந்தம் திராவிட நாடெனல் அல்லது
வந்தவர் நாடாமோ? - அவை
வடவர் நாடாமோ?
செந்தமிழ் கேரளம் ஆந்திரமும் - அவை
சேர்ந்திடும் கன்னட நன் மொழிகள்
அந்த மிகுந்த திராவிடம் அல்லது
ஆரியச் சொல்லாமோ - அவர்
வேர் வந்த சொல் லாமோ?

34. உணரவில்லை

உணரச் செய்தான் உன்னை - அவன்
ஒவ்வொரு நாளும் ஒவ்வொரு நொடியும்
உணரச் செய்தான்...

தணலைத் தொழுவோன் உய் வென்கின்றான்- உனைத்
தணலில் தள்ள வழிபார்க் கின்றான்
உணரச் செய்தான்...
முணுமுணுவென்றே மறைவிற் சென்றே
முட்டாள் முட்டாள் திராவிடன் என்றே
பணிமனை ஆட்சிபட்டம் யாவும்
பார்ப்பானுக்கே என்று புகன்றே
உணரச் செய்தான்...
நானிலம் ஆண்டான் திராவிடன் அந் நாள்
நான் மேல் என்றான் பார்ப்பான் இந்நாள்

ஏனவன் காலில் வீழ்தல் வேண்டும்?
எண்ணில் கோடி மக்கட் குறவே
உணரச் செய்தான்...

35. உயிர் பெரிதில்லை

ஒருவன் உள்ள வரையில் - குருதி
ஒரு சொட்டுள்ள வரையில்
ஒருவன் உள்ள வரையில்...

திராவிட நாட்டின் உரிமைக்குப் போரிடச்
சிறிதும் பின்னிடல் இல்லை திராவிடன்
ஒருவன் உள்ள வரையில்...

பெரிது மானம்! உயிர் பெரி தில்லை!
பெற்ற தாயைப் பிறராள விடுவோன்
திராவிடன் அல்லன்! திராவிடன் அல்லன்!
தீமை செய்து பார்க்கட்டும் ஆள்வோர்!
ஒருவன் உள்ள வரையில்...

அடித்தோன் அடிபட நேர்ந்ததில் உலகில்
ஆள வந் தார் ஆட் பட்ல் உண்டு
நெடிய திராவிடம் எங்களின் உடைமை
நிறைவுணர் வுண்டெங் கள் பட்டாள முண்டு!
ஒருவன் உள்ள வரையில்...

வஞ்ச நரிகள் புலிக் காட்டை ஆளுமோ?
வடக்கர் எம்மை ஆளவும் மாளுமோ?
அஞ்சும் வழக்கம் திராவிடர்க் கில்லை
ஆள் வலி தோள் வலிக்கும் பஞ்சம் இல்லை!
ஒருவன் உள்ள வரையில்...

36.இனி எங்கள் ஆட்சி

தன்னினம் மாய்க்கும் தறு தலை யாட்சி
சற்றும் நிலைக்காது! மாளும்! தன்னினம்...

இந்நிலம் திராவிடர் ஆண்டோர்
இறந்த நாள் வரலாறு காண்க. தன்னினம்...

மன்னும் இமயத்தில் தன் வெற்றி நாட்டிய
மன்னவன் திராவிட மன்னவன் - எதிர்
வந்திட்ட ஆரிய ரைப்புறம் கண்ட தோள்!
திராவிட மன்னவன் தோளே!
சின்ன நினைப்புகள் தன்மான மற்ற
செயல்களை இனி விட்டு வையோம். தன்னினம்...
திராவிடப் பெருங்குடியில் வந்தவன் திராவிடத்
திரு நாடு பெற்ற சேய்தான்-இத்
திராவிடர்க் கின்னல் செய்து தன் நன்மை
தேடினான் எனிலவன் நாய்தான்!
எரிகின்ற எங்களின் நெஞ்சு மேல் ஆணை
இனி எங்கள் ஆட்சி இந் நாட்டில்
தன்னினம்...

37.தமிழனுக்கு வீழ்ச்சியில்லை

தமிழனுக்கு வீழ்ச்சியில்லை; தமிழன் சீர்த்தி
தாழ்வதில்லை! தமிழ்நாடு, தமிழ் மக்கள்,
தமிழ் என்னும் பேருணர்ச்சி இந் நாள் போலே
தமிழ் நாட்டில் எந்நாளும் இருந்த தில்லை!
தமிழர்க்குத் தொண்டு செய்யும் தமிழனுக்குத்
தடை செய்யும் நெடுங்குன்றும் தூளாய்ப் போகும்!
தமிழுக்குத் தொண்டு செய்வோன் சாவதில்லை.
தமிழ்த் தொண்டன் பாரதிதான் செத்ததுண்டோ?

தமிழகத்தில் மலை போன்ற செல்வத் தாரும்,
தம் ஆணை பிறர் ஏற்க வாழு வாரும்.
தமிழர்க்கோ தமிழுக்கோ இடையூ றொன்று
தாம் செய்து வாழ்ந்தநாள் மலையேறிற்றே?
உமிழ்ந்த சிறு பருக்கையினால் உயிர் வாழ் வாரும்
உரமிழந்து சாக்காட்டை நண்ணு வாரும்
தமிழ் என்று தமிழ ரென்று சிறிது தொண்டு
தாம் புரிவார் அவர் பெருமை அரசர்க்கில்லை!

ஒரு தமிழன் தமிழர்க்கே உயிர் வாழ் கின்றான்;
உயிர் வாழ்வோன் தமிழர்க்கே தனை ஈகின்றான்;
அரிய பெருஞ் செயலை யெலாம் தமிழ் நாட் டன்பின்
ஆழத்தில் காணுகின்றான்! தமிழன், இந்நாள்,
பெரிதான திட்டத்தைத் தொடங்கி விட்டான்
'பிறந்துளார் தமிழறிஞர் ஆதல் வேண்டும்;
வருந் தமிழர் வையத்தை ஆள வேண்டும்.
வாழ்க தமிழ்! இவ்வையம் வாழ்க நன்றே!

அந்நாளில் இலக்கியத்தை ஆய்தல் ஒன்றே
அரும்புலமை எனும் மடமை அகன்ற திங்கே!
இந் நாளில் பழந் தமிழிற் புதுமை ஏற்றி
எழுத் தெழுத்துக் கினிப் பேற்றிக் கவிதை தோறும்
தென் நாட்டின் தேவைக்குச் சுடரை யேற்றிக்
காவியத்தில் சிறப்பேற்றி, இந்த நாடு
பொன்னான கலைப் பேழை என்று சொல்லும்
புகழேற்றி வருகின்றார் - அறிஞர் வாழ்க!

38.தமிழன்

அறியச் செய்தோன் தமிழன்
அறிந்த அனைத்தும் வையத்தார்கள்
அறியச் செய்தோன்...

செறிந்து காணும் கலையின் பொருளும்
சிறந்த செயலும் அறமும் செய்து
நிறைந்த இன்ப வாழ்வைக் காண
நிகழ்த்தி, நிகழ்த்தி, நிகழ்த்தி முன்னாள்
அறியச் செய்தோன்...

காற்றுக் கனல் மண் புனலும், வானும்
தமிழன் கனவும் திறமும் கூட்டி
நாற்றிசை அழகை வாழ்வைச் செய்ய
நவின்று, நவின்று, நவின்று முன்னாள்
அறியச் செய்தோன்...

எங்கும் புலமை எங்கும் விடுதலை
எங்கும் புதுமை கண்டாய் நீ தான்!
அங்குத் தமிழன் திறமை கண்டாய்
அங்குத் தமிழன் தோளே கண்டாய்!
அறியச் செய்தோன்!...

39.பகை நடுக்கம்

தமிழர் என்று சொல்வோம் - பகைவர்
தமை நடுங்க வைப்போம்
இமய வெற்பின் முடியிற் - கொடியை
ஏற வைத்த நாங்கள் தமிழர் என்று...

நமதடா இந்நாடு - என்றும்
நாமிந் நாட்டின் வேந்தர்
சமம் இந் நாட்டு மக்கள் - என்றே
தாக்கடா வெற்றி முரசை! தமிழர் என்று...

எந்த நாளும் தமிழர் - தம்கை
ஏந்தி வாழ்ந்ததில்லை
இந்த நாளில் நம் ஆணை - செல்ல
ஏற்றடா - தமிழர் கொடியை தமிழர் என்று...

வையம் கண்டதுண்டு - நாட்டு
மறவர் வாழ்வு தன்னைப்

பெய்யும் முகிலின் இடி போல் - அடடே
பேரிகை முழக்கு.   தமிழர் என்று...

40. கூவாய் கருங்குயிலே

எங்கள் திருநாட்டில் எங்கள் நல் ஆட்சியே
பொங்கிடுக வாய்மை பொலிந்திடுக என்றே நீ
செங்கதிர் சீர்க்கையால் பொன்னள்ளிப் பூசிய
கங்குல் நிகர்த்த கருங்குயிலே கூவாயே.

கன்னடம் தெலுங்கு மலை யாளம் களிதுளுவம்
முன்னடைந்தும் மூவாது மூள் பகைக்கும் சோராது
மன்னும் தமிழ் தான் இவ் வையகத்தை யாள்க எனக்
கன்னற் குரலெடுத்துக் கூவாய் கருங்குயிலே.

வராதெனச் சொன்னாரும் வருந்தத்தன் ஆட்சி
இராத இடமில்லை என்ற நிலை நாட்டத்
திராவிட நாடு சிறை நீங்க என்று
குரலே முரசாகக் கூவாய் கருங்குயிலே.

உண்ணல் உடுத்தல் உயிர்த்தல் எனச் செந்தமிழை
நண்ணலும் ஆம் என்று நாட்டுக; வேறுமொழி
எண்ணல் நிறுவல் இலாது கல்வி கட்டாயம்
பண்ணல் பயன் என்று கூவாய் கருங் குயிலே.

செந்தமிழைச் செந்தமிழ் நாட்டைச் சிறை மீட்க
நந் தமிழர் உள்ளத்தில் வையம் நடுங்கும்
வெந்தணல் ஒன்று விரைந்து வளர்ந்த தென்று
குந்திக் குரலெடுத்துக் கூவாய் கருங் குயிலே.

இளைஞர் துடிக்கின்றார் தமிழின் நிலை எண்ணிக்
கிளைஞர் அடைகின்ற கேடு பொறார் இங்கு
விளையாட வேண்டாமே ஆளவந்தார்! வாழ்வின்
களை நீக் குக என்று கூவாய் கருங்குயிலே?

பாலோடு நேர் தமிழும் பைந்தமிழ் மக்களும்
ஆலோடு வேர் என்றறிந் திருந்தும் ஆள வந்தார்
மேலோடு பேசி விடுவரேல் அவ்வாட்சி
சாலோடு நீர் என்று சாற்றாய் கருங்குயிலே.

41.தமிழர்களின் எழுதுகோல்

கருத்தூற்று மலையூற்றாய்ப் பெருக் கெடுக்க வேண்டும்
கண்டதைமேற் கொண்டெழுதிக் கட்டுரையாக் குங்கால்
தெருத்தூற்றும்; ஊர் தூற்றும்; தம்முளமே தம் மேற்
சிரிப் பள்ளித் தூற்றும்! நலம் செந்தமிழ்க்கும் என்னாம்?
தரத்தம்மால் முடிந்த மட்டும் தர வேண்டும்; பின்னால்
சரசரெனக் கருத்தூறும் மனப் பழக்கத்தாலே!
இருக்கும் நிலை மாற்ற ஒரு புரட்சி மனப்பான்மை
ஏற்படுத்தல், பிறர்க்குழைக்கும் எழுத்தாளர் கடனாம்

விருப்பத்தை நிறை வேற்ற முயலுங்கால் வையம்
வெறுந் தோற்றம் என்னும் ஒரு வேதாந்தப் பேச்சேன்?
மரத்தடியில் மறைந் திருந்து வாலியினைக் கொன்ற
மட்ட முறு கருத்துக்கள் இப்போது வேண்டாம்.
உரத்தினிலே குண்டு புகும் வேளையிலும் மக்கள்
உயிர் காக்கும் மனப்பான்மை உண்டாக்க வேண்டும்!
பெரு நிலத்தார் எல்லோரும் ஒரு தாயின் மக்கள்
பிறர் தமர் என் றெண்ணுவது பேதமையே அன்றோ!

பொது மக்கள் நலம் நாடிப் புதுக் கருத்தைச் சொல்க!
புன் கருத்தைச் சொல்லுவதில் ஆயிரம் வந்தாலும்
அதற் கொப்ப வேண்டாமே! அந் தமிழர் மேன்மை
அழிப்பாரைப் போற்று தற்கும் ஏடு பல வாழ்ந்தால்
எதிர்ப் பதன்றோ தமிழர்களின் எழுதுகோல் வேலை?
ஏற்ற செயல் செய்தற்கும் ஏன் அஞ்ச வேண்டும்?
உதிர்த்திடுக பொன் மலர்கள் உயர்கைகள், நன்றே
உணர்ந்திடுக உளங் கவரும் புதுமணத்தை யாண்டும்.

42. இசைத் தமிழ்

மேசை விளக்கேற்றி நாற்காலி
மீதில் அமர்ந்தே நான்;

ஆசைத் தமிழ் படித்தேன் - என்னருமை
அம்மா அருகில் வந்தார்.

மீசைத் தமிழ் மன்னர் - தம் பகையை
வென்ற வரலாற்றை

ஓசையுடன் படித்தேன் - அன்னை மகிழ்
வுற்றதை என்ன சொல்வேன்!

செந்தமிழ் நாட்டினிலே - வாழ்கின்ற
சேயிழை யார் எவரும்

வந்த விருந் தோம்பும் - வழக்கத்தை
வாய் விட்டுச் சொல்லுகையில்

அந்தத் தமிழ் அன்னையின் - முகத்தினில்
அன்பு பெருகியதை

எந்த வகை உரைப்பேன்! - கேட்ட பின்பும்
இன்னும் சொல் என்றுரைத்தார்!

கிட்ட நெருங்கி எனைப் - பிள்ளாய் என்று
கெஞ்சி நறுந்தேனைச்

சொட்டுவதைப் போலே - வாய் திறந்து
சொல்லொரு பாடல் என்றார்

கட்டுக் கரும்பான - இசைத்தமிழ்
காதினிற் கேட்டவுடன்

எட்டு வகைச் செல்வமும் - தாம் பெற்றார்
என்னைச் சுமந்து பெற்றார்!

43. சிறுத்தையே வெளியில் வா

பூட்டிய இரும்புக் கூட்டின் கதவு
திறக்கப்பட்டது! சிறுத்தையே வெளியில்வா!
எலி என உன்னை இகழ்ந்தவர் நடுங்கப்
புலி எனச் செயல் செய்யப் புறப்படு வெளியில்!
நம்பினை பகலினை நள்ளிருள் என்றே
சிம்புட் பறவையே சிறகை விரி, எழு!
சிங்க இளைஞனே திருப்புமுகம்! திற விழி!
இங்குன் நாட்டுக் கிழிகழுதை ஆட்சியா?
கைவிரித் துவந்த கயவர், நம்மிடைப்
பொய் விரித் துவந்த நம் புலன்கள் மறைத்துத்
தமிழுக்கு விலங்கிட்டுத் தாயகம் பற்றி
நமக்குள உரிமை தமக் கென் பார் எனில்,
வழி வழி வந்த உன் மறத்தனம் எங்கே?
மொழிப் பற்றெங்கே? விழிப் புற்றெழுக!
இகழ்ச்சி நேர்ந்தால் இறப்போம் என்றும்
புகழ்ச்சி யே எம் பூணாம் என்றும்
வையம் ஆண்ட வண்டமிழ் மரபே;
கையி ருப்பைக் காட்ட எழுந்திடு!
குறிக்கும் உன் இளைஞர் கூட்டம் எங்கே?
மறிக் கொணாக் கடல் போல் மாப்பகை மேவிடு!
நன் மொழிக்கு விடுதலை நல்கிட எழுந்திரு!
பொன் மொழிக்கு நீ புதுமை ஏற்றுவாய்!
மக்களை ஒன்று சேர்! வாழ்வை யுயர்த்துக!
கைக்குள் திறமை காட்ட எழுந்திரு!
பொன் மொழிக்கு நீ புதுமை ஏற்றுவாய்!
மக்களை ஒன்று சேர்! வாழ்வை யுயர்த்துக!
கைக்குள திறமை காட்ட எழுந்திரு!
வாழ்க இளைஞனே, வாழ்க நின் கூட்டம்!
வாழ்க திராவிட நாடு!
வாழ்க நின் வையத்து மாப்புகழ் நன்றே!

44. தீவாளியா?

நரகனைக் கொன்ற நாள் நல்விழா நாளா?
நரகன் இறந்த தால் நன்மை யாருக்கு?
நரகன் என்பவன் நல்லனா? தீயனா?
அசுரன் என்றவனை அறைகின் றாரே?
இராக்கதன் என்றும் இயம்புகின் றாரே?
இப்பெய ரெல்லாம் யாரைக் குறிப்பன?
இன்றும் தமிழரை இராக்கதர் எனச்சிலர்
பன்னுகின்றனர் என்பது பொய்யா?
இவை களை நாம் எண்ண வேண்டும்.
எண்ணா தெதையும் நண்ணுவ தென்பது
படித்தவர் செயலும் பண்பும் ஆகுமா?
வழக்கம் என்பதில் ஒழுக்கம் இல்லையேல்
கழுத்துப் போயினும் கைக் கொள வேண்டாம்.
ஆயிரம் கோடி ஆண்டு செல்லினும்
தூயது தூயதாம் துரும்பிரும் பாகாது!
"உனக்கெது தெரியும், உள்ள நாளெல்லாம்
நினைத்து நடத்திய நிகழ்ச்சியை விடுவதா?"
என்று கேட்பவனை, "ஏனடா குழந்தாய்!
உனக்கெது தெரியும் உரைப்பாய்" என்று
கேட்கும் நாள், மடமை கிழிக்கும் நாள், அறிவை
ஊட்டும் நாள், மானம் உணரு நாள் இந்நாள்,
தீ வா வளியும் மானத்துக்குத்
தீ - வாளி ஆயின் சீ என்று விடுவரே!

45.பன்னீர்ச் செல்வம்

மார்புற அணைத்து நாதன்
மங்கைக்குத் தந்த இன்பம்
சார்புறத் தேகம் தன்னை
மனத் தினைத் தழுவும் நேரம்

நேரினில் இருந்த நாதன்
மறைந்தனன் என்றால் நேயக்
கார் குழல் மங்கை கொள்ளும்
கடுந்துயர்க் களவு முண்டோ?

இறைந்த நற்றமிழர் தம்மை
இணைத்த சீர் இராம சாமி
அறைந்த நல் வழியே இந்தி
"அரவினைக் கொன்றான் செல்வன்;
நிறைந்த அத் தேனை நாட்டார்
நினைந்துண்ணும் போதே அன்னோன்
மறைந் தனன் என்றால் யார் தாம்
மனம் துடி துடிக்க மாட்டார்?

எல்லையில் "தமிழர் நன்மை"
என்னுமோர் முத்துச் சோளக்
கொல்லையில் பார்ப்பா னென்ற
கொடு நரி உலவும் போது,
தொல்லை நீக் கிடஎ ழுந்த
தூயரில் பன்னீர்ச் செல்வன்
இல்லையேல் படைத் தலைவன்
இல்லை எம் தமிழ் வேந் துக்கே.

ஆங்கில நாட்டில் நல்ல
இந்திய அமைச் சனுக்குத்
தீங்கிலாத் துணையாய்ச் சென்றான்
சர் பன்னீர்ச் செல்வன் தான் மேல்
ஓங்கிய விண்வி மானம்
உடைந்ததோ ஒலி நீர் வெள்ளம்
தூங்கிய கடல் வீழ்ந் தானோ
துயர்க் கடல் வீழ்ந்தோம் நாங்கள்

பண் கெட்டுப் போன தான
பாட்டுப் போல் தமிழர் வாழும்
மண் கெட்டுப் போமே என்னும்
மதி கெட்டு மானம் கெட்டும்
எண் கெட்ட தமிழர் பல்லோர்
பார்ப்பனர்க் கேவ லாகிக்
கண் கெட்டு வீழும் போதோ
கடல் பட்ட தெங்கள் செல்வம்?

சிங்கத்தை நரிய டிக்கும்
திறமில்லை எனினும் சிங்கம்
பொங் குற்றே இறந்த தென்றால்
நரி மனம் பூரிக் காதோ?
எங்குற்றான் செல்வன் என்றே
தமிழர்கள் ஏங்கும் காலை
இங்குற்ற பூணூல் காரர்
எண்ணம் பூரிக்கின்றார்கள்.

பன்மணித்திரள்

46. அறம் செய்க

தொடங்குக பணியைத் தொடங்குக அறத்தை!
கடலிலும், வானிலும், கவினுறு நிலத்திலும்,
வாழுயிர் அனைத்தும், மக்கள் கூட்டமும்,
வாழுமாறு - அன்பு மணிக் குடை யின் கீழ்
உலகினை ஆண்டார் உயர்வுற நம்மவர்!

புலவர்கள் "உலகப் பொன்னி லக்கியம்"
ஆக்கினார்! மறவரோ, அறிவு - அறியாமையைத்
தாக்குமாறு அமைதியைத் தாழாது காக்கக்
கண்கள் மூடாமல் எண்டிசை வைத்தும்
அறம் புரிந்து இன்ப அருவி ஆடினார்!

தொடங்குக பணியை! அடங்கல் உலகும்
இடும் நம தாணை ஏற்று நடக்க வும்
தடங்கற் சுவரும் சாய்ந்து தூளாகவும்
தொடங்குக! செந்தமிழ்ச் சொல்லால் செயலால்
தடம் பெருந் தோளால் தொடங்குக "பணியை!"

இந்த உலகில் எண்ணிலா மதங்கள்
கந்தக வீட்டில் கனலின் கொள்ளிகள்!
சாதிக்குச் சாவுமணி அடிக்க! பழம்நிகர்
தமிழகம் வையத் தலையாய்
அமையத் தொடங்குக "அறம் இன்பம்" என்றே!

47. கற்பனை உலகில்

தெருப்பக்கம் கூண்டறையில் இருந்தேன்; மேசை
சிறிய தொரு நாற்காலி, தவிர மற்றும்,
இருந்த இடம் நிறைய மிகு பழந்தாள், பெட்டி,
எண்ணற்ற சிறு சாமான் கூட்டம்! காற்று
வருவதற்குச் சன்னல் உண்டு சிறிய தாக;
மாலை; மணி ஐந்திருக்கும் தனியாய்க் குந்தி,
ஒரு தடவை வெளியினிலே பார்த்தேன். அங்கே
ஒரு பழைய நினைப்பு வந்து சேர்ந்த தென்பால்!

நெஞ்சத்தில் 'அவள்' வந்தாள்; கடைக் கண்ணால் என்
நிலைமைதனை மாற்றி விட்டாள்; சிரித்தாள் பின்னர்
கஞ்ச மலர் முகத்தினையே திருப்பிக் கோபம்
காட்டினாள்! பூமலர்ந்த கூந்தல் தன்னில்
மிஞ்சும் எழில் காட்டினாள்! அவள் தன் கோபம்
மிகலாபம் விளைத்த தன்றோ என்றனுக்கே!
'அஞ்சுகமே வா' என்று கெஞ்சி னேன் நான்
அசைந்தாடிக் கைப்புறத்தில் வந்து சாய்ந்தாள்!

இவ்வுலகம் ஏகாந்தத் தின் விரோதி!
இதோ பாராய் பிச்சை என ஒருத்தி வந்தாள்.
திவ்வியமாம் ஒரு சேதி என்று சொல்லித்
தெரு நண்பர் வருவார்கள் உயிரை வாங்க!
'வவ்வவ் வென்றொரு கிழவி வருவாள். உன்றன்
மணநாளில் என்னை அழை என்று சொல்வாள்!
ஒவ்வொன்றா?... என் செயலாம்! நீயும் நானும்
உயர் வானில் ஏறிடுவோம் 'பறப்பாய்' என்றேன்.

மல்லிகையின் அரும்பு போல் அலகும், நல்ல
மாணிக்கக் காலும், மணிவிழியும், பால் போல்
துல்லிய வெண் சிறகும் உற்ற பெண் புறவாய்த்
துலங்கினாள், நானும் ஆண் புறவாய்ப் போனேன்.

அல்லலற வான் வெளியில் இருவர் நாங்கள்;
அநாயச முத்தங்கள்; கணக்கேயில்லை
இல்லை என்று சொல்லாமல் இதழ்கள்மாற்றி
அவை சாய்த்த அமுதுண்டோம்; இன்னும் போனோம்.

பொன்னிறத்துக் கதிர் பாயும் முகிலிற்பட்டுப்
புறஞ்சிதறும் கோடி வண்ண மணிக்குலம் போல்;
மின்னும் மணிக் குவிய லெல்லாம் மேகம் மாய்த்து
விரிக்கும் இருள்! இருள் வானம் ஒளி வான் ஆகச்
சென்னியை என் சென்னியுடன் சேர்த்தாள். ஆங்கே
சிறகினொடு சிறகுதனைப் பின்னிக் கொண்டோம்!
என்னை அறியேன்! தன்னை அறியாள்! பின்னர்
இமை திறந்தோம் ஆகாய வாணி வீட்டில்!

'பாரத நாட் டாரடி நாம் வாவா' என்றேன்.
பழஞ்சாமான் சிறுமேசைக் கூண்டறைக்குள்,
ஓரண்டை நாற்காலி தன்னில் முன் போல்
உட்கார்ந்த படியிருந்தேன். பின்னும், உள்ளம்
நேர் ஓடிப் பறக்காமல் பெண்டு, பிள்ளை,
நெடிய பல தொந்தரைகள், நியதி அற்ற
பாராளும் தலைவர்களின் செய்கை எல்லாம்
பதட்டமுடன் என் மனத்திற் பாய்ந்த தன்றே.

48. குழந்தை

மெல்லென அதிர்ந்த மின்னல், அந்தச்
செல்வக் குழந்தையின் சிரிப்பு! நல்ல
இன்பம் வேண்டுவோர் இங்குள்ளார் வாழ
அருஞ் செயல் செய்துதான் அடைய வேண் டுமோ!

குளிர்வா ழைப்பூக் கொப்பூழ் போன்ற
ஒளி இமை விலக்கி வெளிப்படும் கண்ணால்
முதுவை யத்தின் புதுமை கண்டதோ?
என்னவோ அதனை எவர் தான் அறிவார்?

தங்க மாதுளைச் செங்கனி பிளந்த
மாணிக்கம் அந்த மதலையின் சிரிப்பு!
வாரீர்! அனைத்து மகிழ வேண்டாமோ?
பாரீர் அள்ளிப் பருக மாட் டோமோ?
செம்ப வழத்துச் சிமிழ் சாய்ந்த அமுதாய்ச்
சிரித்தது, பிள்ளை சிரிக்கையில்
சிரித்தது வையம்! சிரித்தது வானமே!

49.தொழில்

தொழிலே வாழி நீ! தொழிலே வாழி நீ!
எழிலை உலகம் தழுவும் வண்ணம்
ஒழியா வளர்ச்சியில் உயரும் பல்வகைத்
தொழிலே வாழி நீ! தொழிலே வாழி நீ!

இந்த வான், மண், கனல், எரி, வளி உருப்படா
அந்த நாள் எழுந்த ஓர் "அசைவினால்" வானொடு
வெண்ணிலாவும், விரி கதிர் தானும்
எண்ணிலா தனவும் எழுந்தன வாகும்.
அணுத் தொறும் இயங்கும் அவ்வசை வியக்கத்தைத்
துணிப்பிலா இயற்கையின் தொழிலெனச் சொல்வார்.
அழியா தியங்கும் அவ் வசைவே மக்களின்
தொழிலுக்கு வேறெனச் சொல்லினும் பொருந்தும்
ஆயினும் உன்னினும் அது சிறந்த தன்று,
தாயினும் வேண்டுவது தந்திடுந் தொழிலே!
மக்களின் தேவை வளர்ந்திடும் அளவுக்குத்
தக்கவாறு தளிர்த்திடு கின்ற
அறிவிலே தோன்றுவை; அறத்தோள் தழுவுவை!
மறுவிலாக் கருவியில் வாய்விட்டுச் சிரிப்பை;
பொருள் பல நல்கி அப் பொருள் தொறும் கலைத் திறம்
அருள் புரிந்து குறைபா டகற்றுவை தொழிலே!
பசித்தவன் புசித்திடப் பறப்பது போன்ற ஓர்

அசைப்பிலா ஆவலும், அசைப்பிலா ஊக்கமும்
அடைந்தோர் உனைத் தம், ஆயிரம் ஆயிரம்
தடந்தோள் தழுவியே கடந்தனர் வறுமை!

தொழிலே காது கொடு! சொல்வேன், எங்கள்
அதிர்தோள் உன்றன் அழகிய மேனி
முழுவதும் தழுவ முனைந்தன பார் நீ
அழகிய நாட்டில் அந் நாள் இல்லாத
சாதியும் மதமும் தடை செயும் வலிவிலே
மோது தோள் அனைத்தும் மொய்த்தன ஒன்றாய்!
கெண்டை விழியாற் கண்டு கொள் தொழிலே
வாராய் எம்மிடை வாராய் உயிரே
வாராய் உணர்வே வாராய் திறலே!

அலுப்பிலோம் இருப்புக் கலப்பை துடைத்தோம்;
மலையெனச் செந்நெல் வழங்களம் தோளில்வா!
கரும் பாலைக்கும் கண்ணெலாம் நெய்யிட்
டிரும் பாலைக்கு வரும் பழு தகற்றினோம்
பண்டம் இந் நாட்டிற் பல்க மகிழ்ந்து வா!
சூட்டிரும்பும் துளியும் போல எம்
தோட் கூட்டத்தில் தொழிலுன் வல்லமை
சேர்வது நாங்கள் விடுதலை சேர்வதாம்!

யாமும் நீயும் இரண்டறக் கலப்பின்
தூய்மை மிக்க தொழிலாளிகள் யாம்,
சுப்பல் முடைவோம் கப்பல் கட்டுவோம்
பூ நாறு தித்திப்புத் தேனாறு சேர்ப்போம்
வானூர்தி யாலிவ் வையம் ஆள்வோம்.
ஐயப்படாதே அறிவு புகட்டும்
வையநூல் பலஎம் மனத்தில் அடுக்கினோம்;
மாசு தவிர்ந்தோம்; மாசிலா மணியே
பேசு; நெருங்கு; பிணை தோளொடு தோள்;
இன்பம்! இன்பம்! இதோ பார் கிடந்த

துன்பம் தொலைந்தது! தொலைந்தது மிடிமை!
வாழிய தொழிலே! செந்தமிழ்
வாழிய வாழிய வண்டமிழ் நாடே!

50. குழந்தைப் பள்ளிக்கூடம் தேவை

காட்டின் சிட்டுக் குருவிக் குஞ்சு
வீட்டின் கூடத்தில் விழுந்து விட்டது!
யாழ் நரம்பு தெறித்த இன்னிசை போலக்
கீச்சுக் கீச் சென்று கூச்சலிட்டது.
கடுகு விழியால் தடவிற்றுத் தாயை;
தீனிக்குச் சென்றதாய் திரும்ப வில்லையே!

தும்பைப் பூவின் துளி முனை போன்ற
சிற்றடி தத்தித் திரிந்து, சிறிய
இறக்கையால் அதற்குப் பறக்கவோ முடியும்!

மின் இயக்க விசிறி இறக்கையால்
சரேலென விரைந்து தாய்க் குருவி வந்தது
கல்வி சிறிதும் இல்லாத் தனது
செல்வத்தின் நிலை தெரிந்து வருந்தி,
'இப்படிவா' என இச் இச் என்றதே!
அப்படிப் போவதை அறிந்து துடித்ததே!
காக்கையும் கழுகும் ஆக்கம் பெற்றன!
தாக்கலும் கொலையும் தலை விரித்தாடின;
அல்லல் உலகியல் அணுவள வேனும்
கல்லாக் குழந்தையே கடிதுவா இப்புறம்
என்றது! துடித்த தெங்கண்ணும் பார்த்தது!
மேலிருந்து காக்கை விழிசாய்த்து நோக்கிப்
பஞ்சு போற் குஞ்சைப் பறித்துச் சென்றதே!
எழுந்து லாவும் இளங் குழந்தைகளை
இழந்து போக நேரும்;
குழந்தைப் பள்ளிக் கூடங்கள் தேவையே!

51. கடவுளுக்கு வால் உண்டு

காணாத கடவுள் ஒரு குரங் கென்பதும்,
கருங் குரங்கின் வாலிலே
கட்டிப் வளையந் தொங்க, அதிலேயும் மதம் என்ற
கழுதைதான் ஊசலாட
வீணாக அக் கழுதையின் வால் இடுக்கிலே
வெறி கொண்ட சாதி யென்னும்
வெறும் போக்கிரிப் பையன் வௌ வாலெனத் தொங்கி
மேதினி கலங்கும் வண்ணம்

வாணங் கொளுத்து கின்றான் என்பதும் வயிறு
வளர்க்கும் ஆத்திகர் கருத்து
மாநிலம் பொசுங்கு முன் கடவுளுக்குத் தொங்கும்
வாலையடி யோடறுத்தல்
சேணேறு கடவுளுக்கும் சுமை அகன்றிடும்
தீராத சாதி சமயத்
தீயும் விழுந் தொழியும் எனல் என் கருத்தாகும்
திருவார்ந்த என்றன் நாடே.

52. மலையிலிருந்து

சோபன முகூர்த்தத்தின் முன் அந்த மாப்பிள்ளைச்
சுப்பனைக் காணலானேன்
"தொல்லுலகில் மனிதர்க்கு மதம் தேவையில்லையே"
என்று நான் சொன்ன வுடனே.

கோபித்த மாப்பிள்ளை "மதம் என்னல் மலையுச்சி
நான் அதில் கொய்யாப் பழம்
கொய்யாப் பழம் சிறிது மலையுச்சி நழுவினால்
கோட்டமே" என்று சொன்னான்.

தாபித்த அந் நிலையில் அம்மாப் பிள்ளைக்கு நான்
தக்க மொழி சொல்லி அவனைத்
தள்ளினேன். மலையுச்சி மீதே யிருந்தவன்
தன் புதுப் பெண்டாட்டியின்

சோபனக் கட்டிலில் தொப்பென்று விழுந்தனன்.
துயரமும் மன மகிழ்வும்
சுப்பனே அறிகுவான் நானென்ன சொல்லுவேன்
தூயென் அன்னை நாடே

53. எந்த நாளும் உண்டு

மாடறுக் கப்போகும் நாட்டுத் துருக்கன் நலம்
மறிக்கின்ற இந்து மதமும்,
மசூதியின் பக்கமாய் மேளாம் வா சித்திடினும்
வாள் தூக்கும் மக மதியமும்,

வாட வருணாச்சிர மடமைக் கொழுந்தினை
"மகாத்மீயம்" என்னும் நிலையும்
வழி பறிக்கும் தொல்லை இன்றியே "பொதுமக்கள்
மதிப்பைப் பறித்தெறிந்து,

பாடின்றி வாழ்த்திட நினைத்திடும் பாதகப்
பார்ப்பனர், குருக்கள், தரகர்,
பரலோகம் காட்டுவார்" என்கிற பேதமையும்
பகை மிஞ்சு கடவுள் வெறியும்

ஆடாமல் அசையாமல் இருந்திடக் கேட்கின்ற
அவ்வுரிமை நாளும் இங்கே
அமைந்திருக்கின்றதே அறிவியக்கங் கண்ட
அழகு செந்தமிழ் வையமே!

54. பெண் குரங்குத் திருமணம்

பெரும் பணக்காரனிடம் ஏழை யண்ணாசாமி
"பெண் வேண்டும் மகனுக்" கெனப்
"பெற்ற பெண் ணைக் கொடேன் வளர்க்கின்ற பெண்"ணுண்டு
பேச்செல்லாம் கீச்" என்றனன்.

"இருந்தால் அதற்கென்ன" என்னவே, எனது பெண்
"இரட்டை வால் அல்ல" என்றான்.

ஏழையண்ணா சாமி "மகிழ்ச்சிதான்" என்றனன்
 "என்றன் பெண் கால் வரைக்கும்
கருங் கூந்தல் உண் "டென்ன, ஏழையண்ணாசாமி
 கடிது மண நாள் குறித்தான்.
கண்ணுள்ள மகனுக்குத் தந்தை நியமித்த பெண்
 கழுதையா? அல்ல. அதுதான்.

பெரும் பணக்காரன் வளர்த்திட்ட ஒற்றை வால்
 பெட்டைக் கருங் குரங்கு!
பீடு சுய மரியாதை கண்டு நல முண்டிடும்
 பெரிய என் அன்னை நாடே!

55. கற்பின் சோதனை

கப்பல் உடை பட்டதால் நாயகன் இறந்த தாய்க்
 கருதியே கைம்மை கொண்ட
கண்ணம்மை எதிரிலே ஓர் நாள் தன் கணவனும்
 கணவனின் வைப்பாட்டியும்

ஒப்பியே வந்தார்கள். கண்ணம்மை நோக்கினாள்
 "உடன் இப்பெண் யார்" என்றனள்.
"உன் சக்களத்தி தான்" என்றனன், கண்ணம்மை
 உணவுக்கு வழி கேட்டனள்.

"இப்பத்து மாதமாய்க் கற்பு நீ தவறாமல்
 இன்னபடி வாழ்ந்து வந்தாய்
என்பதனை எண்பிக்க எங்களிரு வர்க்கும் நீ
 ஈந்து வா உண வெ"ன்றனன்.

அப்படியும் ஒப்பினாள் கண்ணம்மை ஆயினும்
 அடிமையாம் பலிபீடமேல்
அவள் உயிர் நிலைக்குமோ? அறிவியக் கங்கண்ட
 அழகு சேர் அன்னை நாடே!

56.தலையுண்டு! செருப்புண்டு!

நிலம் ஆளும் மனிதரே! நிலமாளுமுன் எனது
நேரான சொற்கள் கேட்பீர்
நீர் மொள்ளவும், தீ வளர்க்கவும் காற்றுதனை
நெடு வெளியை அடைவதற்கும்
பலருக்கும் உரிமை ஏன்? பறி போக லாகுமோ
பணக் காரரர் நன்மையெல்லாம்?
பறித்திட்ட நிலம் ஒன்று! பாக்கியோ நன்குண்டு!
பறித்துத் தொலைத்து விட்டால்

நலமுண்டு! பணக்காரரர் வயிறுண்டு! தொழிலாளர்
நஞ்சுண்டு சாகட்டுமே!
நற்காற்று, வானம், நீர், அனல், பொது அடைந்ததால்
நன் செயும் பொதுவே எனத்

தலையற்ற முண்டங்கள் சொன்னாற் பெரும் பெரும்
தலையெலாம் உம்மில் உண்டு!
தாழ்ந்தவர்க் கேதுண்டு; காற் செருப்பே உண்டு
தகை கொண்ட அன்னை நிலமே!

57.எண்ணத்தின் தொடர்பே!

குடியேறும் ஆரியப் பாதகர்கள் சூழ்ச்சியால்
கொலையுண்ட தமிழர் நெஞ்சும்
குறு நெறிச் சங்கரன் புத்தநெறி மாற்றிடக்
கொல்வித்த தமிழர் நெஞ்சும்,
படியேறும் சமண்கொள்கை மாற்றிடச் சம்பந்தப்
பார்ப்பனன் சூழ்ச்சி செய்து

படு கொலை புரிந்திட்ட பல்லா யிரங் கொண்ட
பண்பு சேர் தமிழர் நெஞ்சும்,
கொடி தான தம் வயிற்றுக் குகை நிரப்பிடும்
கொள்கையால் வேத நூலின்

கொடு வலையிலே சிக்கி விடுகின்ற போதெலாம்
கொலை யுண்ட தமிழர் நெஞ்சும்,

துடிதுடித்துச் சிந்தும் எண்ணங்கள் யாவுமே
தூய சுய மரியாதையாய்ச்
சுடர் கொண் டெழுந்ததே சமத்துவம் வழங்கிடத்
தூய என் அன்னை நிலமே!

58. சங்கங்கள்

சங்கங்களால் - நல்ல
சங்கங்களால் - மக்கள்
சாதித்தல் கூடும் பெரும் பெருங் காரியம்

சிங்கங்கள் போல் - இளஞ்
சிங்கங்கள் போல் - பலம்
சேர்ந்திடும் ஒற்றுமை சார்ந்திட லாலே.

பொங்கும் நிலா - ஒளி
பொங்கும் நிலா - எனப்
பூரிக்கும் நெஞ்சிற் புதுப் புதுக் கோரிக்கை
மங்கிடுமோ? - உள்ளம்
மங்கிடுமோ - என்றும்
மங்காது நல்லறிவும் தெளிவும் வரும்.

சங்கங்களை - நல்ல
சங்கங்களை - அந்தச்
சட்ட திட்டங்களை மூச்சென வே காக்க!

அங்கம் கொள்க! - அதில்
அங்கம் கொள்க! - எனில்
அன்பினை மேற் கொண்டு முன்னின்றுழைத்திட

எங்கும் சொல்க! - கொள்கை
எங்கும் சொல்க! - இதில்
ஏது தடை வந்த போதிலும் அஞ்சற்க!

தங்கத்தைப் போல் - கட்டித்
தங்கத்தைப் போல் - மக்கள்
தங்களை எண்ணுக! சங்கங் களிற் சேர்க்க!
  தங்கத்தைப் போல்...

கொள்கை இல்லார் - ஒரு
கொள்கை இல்லார் - மக்கள்
கூட்டத்தில் இல்லை! சங்கங்களின் சார்பினைத்

தள்ளுவதோ? - மக்கள்
தள்ளுவதோ? - சங்கத்
தாய் வந்து தாவும் தளிர்க்கையைத் தீதென்று

விள்ளுவதோ? - மக்கள்
விள்ளுவதோ - மக்கள்
வெற்றி யெல்லாம் சங்க மேன்மையிலே உண்டு.

கொள்ளுகவே - வெறி
கொள்ளுகவே - சங்கம்
கூட்டிடவும் கொள்கை நாட்டிடவும் வெறி
  கொள்ளுகவே...

சாதி மதம் - பல
சாதி மதம் - தீய
சச்சரவுக்குள்ளே பேத வுணர்ச்சிகள்

போதத்தையே - மக்கள்
போதத்தையே - அறப்
போக்கிடும் மூட வழக்கங்கள் யாவும் இல்

லாத இடம் - தீதி
லாத இடம் - நோக்கி
யேகிடுதே இந்த வைய இலக்கியம்!

ஆதலினால் - உண்மை
ஆதலினால் - சங்கம்
அத்தனையும் அதை ஒத்து நடத்துக!

உள்ளத்திலே - நல்ல
உள்ளத்திலே - எழுந்
தூறி வரும் கொள்கை யாகிய பைம் புனல்

வெள்ளத்திலே - இன்ப
வெள்ளத்திலே - இந்த
மேதினி மக்கள் நலம் பெறு வாரென்று

தள்ளத் தகாப் - பல
தள்ளத் தகா - நல்ல
சங்கங்கள் எங்கணும் நிறுவுவர் சான்றவர்!

பள்ளத்திலே - இருட்
பள்ளத்திலே - வீழ்ந்த
பஞ்சை கட்கும் சங்கம் நெஞ்சிற் சுடர் கூட்டும்
                    சங்கங்களால்...

'தாய் தந்தையர் நல்ல
தாய் தந்தையர் - மண்ணில்
தாம் பெற்ற பிள்ளைகள் சங்கத்திற்கே என்ற

நேயத்தினால் - மிக்க
நேயத்தினால் - நித்தம்
நித்தம் வளர்க்க! நற்புத்தி புகட்டுக!

ஆய பொருள் - உண்
டாய பொருள் - முற்றும்
அங்கங் கிருந் திடும் சங்கங்களுக்கென்றே

தூய எண்ணம் - மிகு
தூய எண்ணம் - இங்குத்
தோன்றிடில் இன்பங்கள் தோன்றிடும் ஞாலத்தில்.

59.குடியானவன்

ஏலாது படுக்கும் எண்சாண் உடம்பை,
நாலு சாண் அகன்ற ஓலைக் குடிசையில்
முழங்கால் மூட்டு முகம் வரச் சுருட்டி,
வழங்கு தமிழரசு வளைத்த வில்லெனக்
"கிடப்பவன்" பகலெல்லாம் கடுக்க "உழைப்பவன்"
"குடியானவன்" எனக் கூறு கின்றனர்.
முடிபுனை அரசரும், மிடி இலாச் செல்வரும்!
அக்குடியானவன், அரசர் செல்வ ரோடு
இக் கொடு நாட்டில் இருப்பதும் உண்மை!
அழகிய நகரை அவன் அறிந்த தில்லை
அறு சுவை உணவுக்கு - அவன் வாழ்ந்த தில்லை
அழகிய நகருக்கு - அறு சுவை உணவை
வழங்குவது அவனது வழக்கம்; அதனை
விழுங்குதல் மற்றவர் மேன்மை ஒழுக்கம்!

"சமைத்தல்", "உழைத்தல்" சாற்றும் இவற்றிடை
இமைக்கும் நேரமும் இல்லை ஓய்வு - எனும்
குடியானவனின் குறுகிய காதில்
நெடிய ஓர் செய்தி நேராய் வந்தது;
"உலகிற் பெரும் போர்" "உலகைப் பெறும் போர்"
"உலகின் உரிமை உறிஞ்சும் கொடும் போர்"

மூண்டது மூண்டது மூண்டது - ஆகையால்
ஆண் தகை மக்கள் அனைவரும் எழுக" -
அந்த ஏழையும் ஆண் தகை தானாம்!

ஒருவன் ஆண் தகைமை உற்றறி யத்தகும்
திருநாள் வாழ்க - எனச் செப்பினான் அவனும்!

அருமை மகளுக்கு - ஒரு தாய் சேர்த்தல் போல்,
பெருங் கடல் அளக்கும் பெரும் போர்க் கப்பல்,

குண்டுகள், கொடிய வண்டிகள், சாப்புகை,
வண்டெனப் பறக்கும் வான ஊர்திகள்,
அனைய அனைத்தும் அடுக் கடுக்காக
மறைவினில் சேர்த்து வைத்த இட்லர்,
இறை முதல் குடிகள் யார்க்கும் போர் வெறி
முடுக முடுக்கித் திடீரென எழுந்தான்!
பெல்ஜியம் போலந்து முதல் நல்ல நாடுகள்
பலவும் அழித்துப் பல் பொருள் பெற்றான்.
முடியரசு நாடு, குடியரசு கொள்ள
முடியும் என்பதை முடித்த பிரான்சை
வஞ்சம், சூழ்ச்சியால் மடக்கி ஏறி
அஞ்சாது செல்வம் அடி யோடு பறித்தான்,
இத்தாலி சேர்த்தே இன்னல் சூழ்ந்தவன்,
கொத்தாய் ஆசியாக் கொள்கையை நாடும்
ஐப்பான் போக்கையும் தட்டிக் கொடுத்தான்.

ஆங்கில நாட்டையும் அமெரிக் காவையும்
எரிக்க நினைத்த இட்லர் என்னுங்
"குருவி" நெருப்புக் குழியில் வீழ்ந்தது!
எத்தனை நாட்டின் சொத்துக் குவியல்!
எத்தனை நாட்டில் இருந்த படைகள்!
எத்தனை நாட்டில் இருந்த கா லாட்கள்!
அத்தனையும் சேர்த்து - அலை அலையாக
உருசிய நாட்டை அழிக்கச் செலுத்தினான்!
உலகின் உயிரை ஒழிக்கச் செலுத்தினான்!
பெரிதினும் மிகவும் பெருநிலை கண்ட
உருசிய நாட்டை ஒழிக்கச் செலுத்தினான்
மக்கள் வாழ்வின் மதிப்பு - இன்னதென,
ஒக்க வாழும் உறுதி இதுவென,
முதிய பெரிய முழு நிலத்திற்கும்,
புதிய தாகப் புகட்டிய நாட்டில்
செலுத்தினான். இட்லர் தீர்ந்தான்; முற்றிற்று!

உருசிய நாட்டின் உடைமையைக் கடமையை
மக்கள் தொகையால் வகுத்தே, வகுத்ததை
உடலில் வைத்தே உயிரினால் காக்கும்
உருசியத்தை இட்லர் உணர்கிலான்!

ஐப்பான் காரன் தன் கொடி நாட்ட
இப் பெரு நாட்டின் எழில் நகரங் களில்
குண்டெறிகின்றான்; கொலையைத் தொடங்கினான்!
பண்டை நாள் மறத் தொண்டுகற் கண்டென
நாய்க்குட்டி நாடுகள் நன்று காணக்
காட்டிய தமிழகம் கை கட்டி நிற்குமா?
ஊட்டத் தோளை ஓலைத்தோ ளென்னுமா?

இந்த நாட்டின் இருப்பையும், மூச்சையும்,
வந்துள பகையை வாட்டும் படையாய்
மாற்றி அமைத்து வைத்தனர் அன்றோ!
முகத்தைப் பின்னும் முன்னும் திருப்பாது
விடியு முன் எருதின் வால் அடி பற்றிப் பகல்
முடிவினில் எருதின் முதுகிற் சாய்ந்து
வருங்குடியானவன் அருகில் இச் செய்தி
வலியச் சென்று வாயைத் திறந்தது!
எழும் அரசர், செல்வர், எதிரி இம்மூன்றுக்கு-

உழைக்க வேண்டும் அவ்வோலைக் குடிசை,
உச்சியினின்றும் ஓராயிரம் அடிக்கீழ்
வைச்ச கனலும் மலை மேல் வழிதல் போல்,
அந்த நெஞ்சத்தில் ஆயிரம் ஆண்டு முன்
குவியப் புதைந்த அவியா மறக்கனல்,
அக் குடியானவன் அழகிய தோளிலும்,
விழியிலும் எழுந்து மின்ன, அவ் வேழை
எழுந்தான்; அவனுக்கு. இதற்கு முன் வைத்த

இழிநிலை, அதன் பயன் என்னும் வறுமை
இவை, அவன் காலை இழுத்தன கடித்து!

மெத்தை வீடு, மென்மை ஆப்பிள்,
முத்தரிசி பாலில் முழுங்கிய சோறு,
விலை தந்து தன் புகழ் விதைக்கும் ஆட்கள்,
இவற்றினின்று தான் இன்பமும் அறமும்,
துவங்கும் என்று சொல்லல் பொய்ம்மை!
இதை அவன் கண்டதில்லை; ஆயினும்
அக் குடியானவன் எழுந்தான்
நிற்க வில்லை; நிறைந்தான் போரிலே!

(வையப் போரில் ரஷ்யாவை ஜெர்மனி தாக்கத் துவங்கிய போது எழுதியது).

60. மடமை ஓவியம்

பார்த்ததைப் பார்ப்பதும், கேட்டதைக் கேட்பதும்,
படத்தின் நோக்கமெனில்,
போர்த்த அழுக் குடை மாற்றமும், வேறு
புதுக்கலும் தீதாமோ?
காத்தது முன்னைப் பழங்கதை தான் எனில்,
கற்பனை தோற்றதுவோ?
மாத்தமிழ் நாட்டினர் எந்தப் புதுக் கதை
பார்க்க மறுத்தார்கள்?

பாமர மக்கள் மகிழ்ந்திட வைத்தல்
படங்களின் நோக்கமெனில்,
நாமம் குழைத்திடவோ அறிவாளர்கள்
நற்கலை கண்டார்கள்?
தூய்மைத் தமிழ்ப்படம் செந்தமிழ் நாட்டில்
தொடங்கையில் செல்வரெலாம்

தாமறிந்துள்ள தமிழ்ப் புலவோர் களைச்
சந்திப்ப தேனும் உண்டோ?

நேர்மை இலாவகை இத்தனை நாளும்
நிகழ்ந்த படங்களெல்லாம்
சீர்மிகு செந்தமிழ்ச் செல்வர்கள் பார்வைத்
திறத்திற் பிறந்திருந்தால்,
ஓர் தமிழ் நாட்டில் உருசிய நாட்டையும்
உண்டாக்கித் தீர்த்திடலாம்
ஆர் செய்யும் பூச்சாண்டி இங்குப் பலித்திடும்?
அடிமையும் தீர்த்திடலாம்!

61. நாடகம் சினிமா நிலை

சீரிய நற் கொள்கையினை எடுத்துக் காட்டச்
சினிமாக்கள் நாடகங்கள் நடத்த வேண்டும்
கோரிக்கை பணம் ஒன்றே என்று சொன்னால்
கொடுமையிதை விட வேறே என்ன வேண்டும்?
பாராத காட்சியெலாம் பார்ப்பதற்கும்
பழைமை நிலை நீங்கி நலம் சேர்ப்பதற்கும்
ஆராய்ந்து மேல் நாட்டார் நாடகங்கள்
அமைக்கின்றார் முன்னேற்றம் அடைகின்றார்கள்.

ஒரு நாட்டின் வேரிலுள்ள பகையை நீக்கி
உட்புறத்தில் புத் தொளியைச் சேர்ப்பதற்கும்
பெருநாட்கள் முயன்றாலும் முடியா ஒன்றைப்
பிடித்த பிடியில் பிடித்துத் தீர்ப்பதற்கும்
பெருநோக்கம் கொள்வதற்கும் பிற நாட்டார்கள்
நாடகங்கள், சினிமாக்கள் செய்வார். என்றன்
திருநாட்டில் பயனற்ற நாடகங்கள்
சினிமாக்கள் தமிழர்களைப் பின்னே தள்ளும்.

தமிழ்நாட்டில் நாடகத்தால் சம் பாதிப்போர்
தமிழ் மொழியின் பகைவரே! கொள்கையற்றோர்
இமய மலை யவ்வளவு சுய நலத்தார்
இதம் அகிதம் சிறிதேனும் அறியா மக்கள்
தமைக் காக்கப் பிறர் நலமும் காக்க என்னும்
தரும குண மேனுமுண்டோ? இல்லை இந்த
அமானிகள் பால் சினிமாக்கள் நாடகங்கள்
அடிமையுற்றுக் கிடக்கு மட்டும் நன்மையில்லை.

முன்னேற்றம் கோருகின்ற இற்றை நாளில்
மூளி செயல் தாங்காத நல்ல தங்கை
தானேழு பிள்ளைகளைக் கிணற்றில் போட்ட
சரிதத்தைக் காட்டுகின்றார் சினிமாக் காரர்;
இந்நிலையில் நாடகத்தில் தமிழோ, காதை
இருகையால் மூடிக் கொள் என்று சொல்லும்;
தென்னாட்டின் நிலை நினைத்தால் வெடிக்கும் உள்ளம்
செந்தமிழர் நிலை நினைத்தால் துடிக்கும் நெஞ்சம்.

62. படத்தொழிற் பயன்

கேள்வி

நூறாயிரக் கணக்காகச் செலவிட்டு
நூற்றுக் கணக்காய்த் திரைப்படம் ஆக்கினர்
மாறான எண்ணத்தை மட்டக் கதைகளை
மக்களுக் கீந்தனர் அண்ணே - அது
தக்கது வோ புகல் அண்ணே

விடை

கூறும் தொகைக்காகக் கூட்டுத் தொழில் வைப்பர்
கூட்டுத் தொழில் முறை நாட்டுக்கு நல்லது!
ஏறாக் கருத்தை இங்கில்லாக் கதைகளை
ஏற்றினரோ அவர் தம்பி? - இது
மாறாதிருக்குமோ தம்பி?

கேள்வி

தன்னருந் தொண்டினில் தக்கதோர் நம்பிக்கை
தாங்கருந் தீங்கினில் நீங்கிடும் நல்லாற்றல்,
என்னும் இவைகள் திரைப்படத் தேயில்லை
என்றைக்கு வந்திடும் அண்ணே? - இங்
கெழுத் தாளரே இல்லை அண்ணே.

விடை

சென்னையைக் காட்டி வைகுந்தமென்பார் ஒரு
செக்கினைக் காட்டிச் சிவன் பிள்ளை என்பார்கள்
நன்னெறி காணாத மூதேவி தன்னையும்
நான் முகன் பெண்டென்பர் தம்பி - தொலைந்
தேன் என்னும் பொய்க் கதை தம்பி.

கேள்வி

செந்தமிழ் நாட்டில் தெலுங்குப் படங்கள்!
தெலுங் கருக் கிங்கு நடிப்பெதற்காக?
வந்திடு கேரளர் வாத் திமை பெற்றார்.
வளர்ந்திடு மோகலை அண்ணே? - இங்கு
மாயும் படக் கலை அண்ணே.

விடை

அந்தத் தெலுங்கு மலையாள கன்னடம்
அத்தனையும் தமிழ் என்று விளங்கிட
வந்திடும் ஓர் நிலை, இப் படத் தாலன்றோ
வாழ்த்துகநீ யிதைத் தம்பி - இதைத்
தாழ்த்துதல் தீயது தம்பி.

கேள்வி

அங்கங் கிருந் திடும் நாகரிகப்படி
அங்கங் கிருப்பவர் பேசும் மொழிப்படி
செங்கைத் திறத்தால் திரைப்படம் ஆக்கிடில்
தீமை ஒழிந்திடும் அண்ணே - நம்
செந்தமிழ் நேருறும் அண்ணே.

விடை

கங்குல், பகல், அதி காலையும் மாலையும்
காலத்தின் பேராய் விளங்குதல் போலே
இங்குத் தமிழ் மலையாளம் தெலுங்கெனல்
எல்லாம் திராவிடம் தம்பி - இதில்
பொல்லாங் கொன்றில்லையே தம்பி!

63. வள்ளுவர் வழங்கிய முத்துக்கள்

கட்டளைக் கலித் துறை

தெள்ளு தமிழ் நடை,
   சின்னஞ் சிறிய இரண்டடிகள்,
அள்ளு தொறுஞ் சுவை
   உள்ளுந்தொறும் உணர்வாகும் வண்ணம்

கொள்ளும் அறம், பொருள்
   இன்பம் அனைத்தும் கொடுத்த திரு
வள்ளு வனைப் பெற்ற
   தாற் பெற்ற தேபுகழ் வையகமே!

வெல்லாத இல்லை,
   திருவள்ளுவன் வாய் விளைத்த வற்றுள்,
பொல்லாத தில்லை,
   புரை தீர்ந்த வாழ்வினிலே அழைத்துச்
செல்லாத தில்லை,
   பொதுமறையான திருக்குறளில்
இல்லாத தில்லை,
   இணையில்லை முப்பாலுக்கிந் நிலத்தே!

தொன்னூற் படியில்லை!
   திராவிடர் தூய கலை ஒழுக்கம்

பின்னூற் படியிற்
    பெறும்படி இல்லை! பிழை படியா
அந்நூற் படிதிரு
    வள்ளுவன் தந்தனன் ஆயிரத்து
முந்நூற்று முப்பதும்
    முத்தாக மூன்று படியளந்தே!

கன்னல் இது எனக்
    காட்டியே மக்கள் கடித்துணுமோர்
இன்னல் தராது
    பருகுக சாறென ஈவது போல்
பின்னல் அகற்றிப்
    பிழைதீர் நெறி இது பேணிர் என்றே
பன்னல் உடையது
    வள்ளுவன் முப்பாற் பனுவ லொன்றே!

வித்திப் பிழைக்கும்
    உழவனும் வேந்தனும் நாடனைத்தும்
ஒத்துப் பிழைக்க
    வழி காட்டி வள்ளுவன்ஓதிய நூல்
எத்துப் பழுத்தவர்
    ஏமாற்றும் ஆரியர் நான் மறை போல்
அத்திப் பழமன்று;
    தித்திக்கும் முப்பழம் ஆம் படிக்கே!

64.இசை பெறு திருக்குறள்

கசடறக் கற்க

பகவத் கீதை பகர்ந்த கண்ணனை
நல்வட மதுரைக் கச்சென நவில்வர்;
திருக்குறள் அருளிய திருவள்ளுவரோ

தென் மதுரைக் கோர் அச்செனச் செப்புவர்
* இன்னணம் நல்கூர் வேள்வியர் இயம்பினார்!

இதனால் அறிவ தென்ன வென்றால்
இரு வேறு நூற்கள், இரு வேறு கொள்கைகள்,
இரு வெறு மொழிகள், இருவேறு பண்பாடு
உள என உணர்த்தல் வேண்டுமென்றோ?

கீதையைக் கண்ணன் தோதுள நான் மறை
அடிப்படை தன்னில் அருளினான் என்க!
அது போல் வள்ளுவர் அருமைக் குறளை
எதனடிப் படையில் இயற்றினார் என்றால்
ஆரூர்க் கபிலர் அருளிய எண்ணூல்

அடிப்படை தன்னில் அருளினார் என்க!
எண்ணூல் தன்னைச் சாங்கியம் என்று

வட மொழியாளர் வழங்குகின்றார்;
பரிமேலழகர் திருக்குறளுக்குச்
சாங்கியக் கருத்தைத் தாம்மேற் கொண்ட
உரை செய்தாரா? இல்லை என்றுணர்க!
ஆதலின் அவ்வுரை அமை விலதாகும்!

சமயக் கணக்கர் மதிவழி கூறாது
உலகியல் கூறிப் பொருளிது வென்ற
வள்ளுவர் எந்த மதத்தையும் சார்கிலார்!
சாங்கியம் மதமன்று; தத்துவ நூலே!
பரிமே லழகர் பெருவைணவரே.
மதமிலார் நூற்கு மதமுளார் உரை செயின்
அமைவ தாகுமோ? ஆய்தல் வேண்டும்.

திருவள்ளுவர் தாம் இரண்டாயிர மெனும்
ஆண்டின் முன் குறளை அளித்தார் என்பர்
ஆயிரத் தெழு நூறாண்டுகள் கழிந்த பின்

---

* திருவள்ளுவ மாலை. பாடல் எண் : 7

பரிமேலழகர் உரை செய்துள்ளார்
என்பதும் நினைவில் இருத்தல் வேண்டும்
பரிமேலழகர் உரையோ வள்ளுவர்
திருவுள் ளத்தின் திரையே ஆனது!
நிற வேறு பாட்டை அறவே ஒதுக்கிய
தமிழ்த் திருவள்ளுவர் அமிழ்தக் கொள்கையை
நஞ்சென்று நாட்டினார் பரிமேலழகர்.

பழந்தமிழ் நாட்டின் பண்பே பண்பென
அன்னார் ஆய்ந்த அறமே அறமென

ஒழுக்கமே ஒழுக்க விலக்கணம் ஆமென
வள்ளுவர் நாட்டினார், தெள்ளு தமிழர்
சீர்த்தியைத் திறம்பட எடுத்துக் காட்டினார்.
பரிமேலழகர் செய்த உரையில்

தமிழரைக் காணு மாறில்லை, தமிழரின்
எதிர்ப் புறத்துள்ள இனத்தார் மேன்மையின்
செருகலே கண்டோம்; செருகலே கண்டோம்!

வடநூல் கொண்டே வள்ளுவர், குறளை
இயற்றினார் என்ற எண்ண மேற்படும் படி
உரை செய்துள்ளார் பரிமேலழகர்!
எடுத்துக் காட்டொன்றியம் புகின்றேன்;
*"ஒழுக்க முடைமை, குடிமை" என்பதற்கு

உரை சொல் கின்றார் பரிமேலழகர்
"தத்தம் வருணத்திற்கும், நிலைக்கும்
ஓதப் பட்ட ஒழுக்கந் தன்னை
உடைய ராதல்" - உரை தானா இது?

"ஒழுக்க முடைமை, உயர் தமிழ்க் குடிகளின்
தன்மை யுடைய ராதல்" - தகும் இது;
குடிமை என்பது குடிகளின் தன்மையே!

* திருக்குறள் எண்: 133

*"வழங்குவதுள் வீழ்ந்தக் கண்ணும் பழங்குடி
பண்பில் தலைப்பிரிதல் இல்" எனப் பகர்ந்ததில்
பழங்குடி குறித்த பாங்கும் அறிக.
நன்று யாம் நவில வந்த தென் எனில்
திருவள்ளுவரின் திருக்குறள் தன்னைக்
கசடறக் கற்க; கற்றே
இசை யொடு தமிழர் இனிது வாழ்கவே!

65.வாழ்வு

அச்சம் தவிர்ந்தது வாழ்வு - நல்
லன்பின் விளைவது வாழ்வு
மச்சினில் வாழ்பவரேனும் - அவர்
மானத்தில் வாழ்வது வாழ்வு!
உச்சி மலை விளக்காக - உல
கோங்கும் புகழ் கொண்ட தான
பச்சைப் பசுந் தமிழ் நாட்டில் - தமிழ்
பாய்ந்திட வாழ்வது வாழ்வு!
மூதறிவுள்ளது வாழ்வு - நறும்
முத்தமிழ் கற்பது வாழ்வு!
காதினில் கேட்டதைக் கண்ணின் - முன்
கண்டதை ஓவியம் ஆக்கும்.
பாதித் தொழில் செயலின்றி - உளம்
பாய்ச்சும் கருத்திலும் செய்கை
யாதிலும் தன்னை விளக்கும் - கலை
இன்பத்தில் வாய்ப்பது வாழ்வு!

ஆயிரம் சாதிகள் ஒப்பி - நரி
அன்னவர் காலிடை வீழ்ந்து
நாய்களைப் போல் தமக்குள்ளே - சண்டை

நாளும் வளர்க்கும் மதங்கள்
தூயனவாம் என்று நம்பிப் - பல

* திருக்குறள் எண்: 955

தொல்லை யடைகுவ தின்றி
நீ எனல் நானெனல் ஒன்றே - என்ற
நெஞ்சில் விளைவது வாழ்வு!

66.கொட்டு முரசே

எல் லார்க்கும் நல்லின்பம்
எல் லார்க்கும் செல்வங்கள்
எட்டும் விளைந்த தென்று
கொட்டு முரசே - வாழ்வில்
கட்டுத் தொலைந்த தென்று
கொட்டு முரசே!
இல்லாமை என்னும் பிணி
இல்லாமல் கல்வி நலம்
எல்லார்க்கும் என்று சொல்லி
கொட்டு முரசே - வாழ்வில்
பொல்லாங்கு தீர்ந்த தென்று
கொட்டு முரசே!

சான்றாண்மை இவ்வுலகில்
தோன்றத் துளிர்த்த தமிழ்
மூன்றும் செழித்த தென்று
கொட்டு முரசே - வாழ்வில்
ஊன்றிய புகழ் சொல்லிக்
கொட்டு முரசே!

ஈன்று புறந்தருதல்
தாயின் கடன்! உழைத்தல்
எல்லார்க்கும் கடனென்று
கொட்டு முரசே! - வாழ்வில்
தேன் மழை பெய்த தென்று
கொட்டு முரசே!

தொகுதி - 3

கடல்மேற் குமிழிகள்

கதை உறுப்பினர்

திறல் நாடு

புலித் திறல்	மன்னன்
புலித்திறல் மன்னி	மனைவி
வையத்திறல்	மகன்
செம்மறித்திறல்	மன்னன் தம்பி
பொன்னி	மன்னன் கொழுந்தி
ஆண்டி	காவற் காரன்
அழகன்	மகன்
ஆண்டாள்	பூக்காரி
மின்னொளி	மகள்

பெருநாடு

பெருநாட்டான்	அரசன்
பெருந்திரு	மகள்
பிச்சன்	அமைச்சன்

மலைநாடு

மலையன்	அரசன்
மலர்க்குழல்	மகள்

1

இடம்:	**திறல் நாட்டின் அரண்மனைத் தனியிடம்**
நேரம்:	**பகல் உணவுக்குப் பின்**
உறுப்பினர்:	**புலித்திறல் மன்னன், அவன் தம்பி செம்மறித்திறல்**

அகவல்

புலித்திறல் உண்டபின் பொன்னொளிர் கட்டிலில்
ஒரு புறம் தனிமையில் உட்கார்ந்திருந்தான்.
செம்மறித் திறல் அங்கு வந்தான்.
"இம் மொழி கேட்பாய்" என்றான் வணங்கியே.

விருத்தம்

"பொன்னியை மணக்க வேண்டும்
அதைத் தானே புகல வந்தாய்?
பொன்னி என் கொழுந்தி, நீயோ
புலைச்சியின் மகனே அன்றோ?
என்னருந் தந்தை, வேடர்
இனத்தவள் தன்னைக் கூடி
உன்னை இங் கீன்றார், என்பால்
உறவு கொண்டாட வந்தாய்?"

புலித் திறல் இவ் வாறோதப்
"புலைச்சி என்தாய்! என்தந்தை
நிலத்தினை ஆளும் வேந்தன்
நின் தந்தை அன்றோ அண்ணா?
புலப்பட உரைக்கின்றேன் நான்,
பொன்னி உன் கொழுந்தி என்னைக்
கலப்புறு மணத்தாற் கொள்ளக்
கருதினாள் மறுப்ப தேனோ?"

என்று செம் மறிதான் கூற
புலித்திறல் "இராதே" என்றான்.
பொன்னி அந்நேரம் ஆங்கே
பொதுக்கென எதிரில் வந்து
தன் எழில் மூத்தார் காலைத்
தளிர்க்கையால் பற்றி, "என்னை
உன் தம்பி மணக்கும் வண்ணம்
உதவுக" என்று சொன்னாள்.

"தமக்கையை எனக் களித்தாய்
சாதியில் இழிவு பெற்று
நமக்கெல்லாம் பழிப்பா வானை
நங்கை நீ நாடு கின்றாய்
இமைக்கு முன் புறஞ் செல் உன்றன்
எண்ணந் தான் மாறு மட்டும்
அமைக்கின்றேன் உன்னை என்றன்
அரண்மனைக் காவல் தன்னில்"

என்று காவலரைக் கூவ,
இருவர் வந்தழைத்துச் சென்றார்,
நின்ற செம் மறித் திறற்கு
நிகழ்த்துவான்: "அரண்மனைக்குள்
என்றுமே நுழைதல் வேண்டாம்
ஏகுக" என்று சொல்ல,
நன்றெனக் குன்றத் தோட்செம்
மறித்திறல் நடக்க லானான்.

2

இடம்: **அரண்மனையில் ஒரு காவல் துறை**
நேரம்: **மாலை**
உறுப்பினர்: **பொன்னி, புலித்திறல் மன்னி, காவலர்.**

அகவல்

உலக மக்களில் உயர்வுதாழ் வுரைக்கும்
கலக மக்களைக் கருத்தால் தூற்றிக்
காதற் கண்ணீர் வெளிப்பட
மாது நின்றனள் வன்காப் பறையிலே.

கண்ணி

"என்ன உனக்கில்லை பொன்னி? - உனக்
கேனிந்த எண்ணம்? புலைச்சி
தன்மகன் மேல்மைய லுற்றாய் - எமைத்
தாழ்வு படுத்த நினைத்தாய்"
என்று புலித்திறல் மன்னி - மிக
ஏசிக் கொண்டே எதிர் வந்தாள்!
"இந்நில மக்கள் எல் லோரும் - நிகர்"
என்று புகன்றனள் பொன்னி.

"நாலு வகுப்பினர் மக்கள் - எனில்
நானிலம் ஆள்பவர் தாமே
மேலொரு பார்ப்பனர் கூட்டம் - உண்டு!
மூன்றா மவர் பொருள் விற்போர்!
காலத னாலிட்ட வேலை - தனைக்
கைகளினாற் செய்து வாழும்
கூலி வகுப்பினன் அன்னோன்" - என்று
கூறி முடித்தனள் மன்னி.

"ஆளப் பிறந்தவர் தாமும் - மே
லானவர் என்பவர் தாமும்
கூளங்கள் அல்லர்; கடல் மேல் - காணும்
குமிழிகள் அன்னர் என்பேன்
மாளாப் பெருங்கடல் மக்கள் - அங்கு
மறைபவர் ஆள்பவர் என்பேன்
வேளை வரும் அக்கா - தீரும்

வேற்றுமை" என்றனள் பொன்னி.
"உன்னை மணந்திட வேண்டி - இவ்
வுலகிடை எண்ணிக்கை யில்லா
மன்னர்கள் உள்ளனர் பொன்னி - உன்
மனநிலை மாறுதல் வேண்டும்
அன்னது மட்டும் கிடப்பாய் - பிறர்
அண்டுதல் இல்லா அறைக்குள்
என்னடி வேண்டும் இப்போது - சொல்"
என்றாள் புலித்திறல் மன்னி.

"கன்னங் கறுப்புடை ஒன்றும் - மாற்றிக்
கட்டிடப் பின் னொன்றும் வேண்டும்"
என்றே உரைத்தனள் பொன்னி - ஒன்
றீந்தாள் புலித்திறல் மன்னி.
"என்னுயிர் போன்ற வன் தன்னை - இனி
யானடைந் தின்புறு மட்டும்
என்னுடைநீ என்றுடுத்தாள் - நகை
யாவும் கழற்றினள் பொன்னி.

3

இடம்: **ஆற்றிடை என்னும் சிற்றூர்**
நேரம்: **நிலவெறிக்கும் இரவு**
உறுப்பினர்: **செம்மறித்திறல்**

அகவல்

இந்நிலத்தில் இரு குரல் - ஒன்று
"மன்னர் நாங்கள்" என்பது, மற்றொன்று
"பெரு நிலத்தில் யாம் பெருமக்கள்" என்பதாம்
சரிநிகர் மக்கள் என்னும் அரிய தோர்
அமைதிக் குரலினை ஆர்தல் எந்நாள்?
சமையம் சாதி தவிர்வ தெந்நாள்?
என்று செம்மறித்திறல் கறுப்புடை
ஒன்றினை ஏந்தி உரைப்பான் அங்கே.

பஃறொடை வெண்பா

“மன்னர் பலரும் மணக்க இருக்கையிலும்
என்னை மணப்பதென்றே எண்ணினாள் எண்ணியதால்
என்ன இடர்ப் பட்டாள்! ஏச்செல்லாம் ஏற்றாளே!
அன்னவளை நான் மணக்கும் ஆவலினால் வாழ்கின்றேன்.

தன்னன்பு மூத்தாளைத் தானிழக்க வுந்துணிந்தாள்
இன்னந்தன் மேன்மை எலாமிழக்கவுந் துணிந்தாள்
என்னன்பு நோக்கினிலே யான் நோக்கத் தன்னருமைத்
தென்னம் பாளைச் சிரிப்பால் தின்னுவளே என் ஆவி!

போகு மட்டும் பூரிப்பாள் போகவிடை பெற்றுப்பின்
ஏகு மட்டும் பின்னழகு பார்த்திருப்பாள் யான் திரும்பித்
தோகையினை மட்டாக நோக்கினால் தான் குனிந்து
சாகு மட்டும் நான் மறவாப்புன்னகையைச் சாய்த்திடுவாள்

மூத்தாள் மணவாளன் முடிவேந்தைக் கேட்டபின்
போய்த்தார் மணமன்றில் பூண்போம்; பெருமக்கள்
வாழ்த்திடும் வாழ்த்தால் மகிழ்வோம் பின், பஞ்சணையில்
தீர்த்தோம் நம் ஆவல் எனச் சேர்ந் திருப்போம்
என்றுரைப்பாள்

பொன்னால் மணியால் புனைந்த நகையிழந்தாள்
தன்னால் முடியாத தொல்லையினால் சாய்ந்தாளோ!
மின்னால் செயப்பட்ட மெல்லிடைக்கு நேர்ந்தவெல்லாம்
என்னால் என்னால் என்னால் காராடை ஏற்கிறேன்!

தண்ணிலவு கொண்ட மகிழ்ச்சி தனைக் கருதி
வெண்மை உடையணிந்து விண்ணில் துலங்கு வதாம்
துன்பம் உடையேன் கரிய துகில் பூண்டேன்.
என்னருமைப் பொன்னியை நான் எந்நாள் மணப் பேனோ?

பொன்னியும் நானும் ஒரு காதற் புனல் முழுகா
திந்நாள் தடுப்ப தெது? “மண்ணாள ஏற்றவர்கள்”
“இன்னலுற ஏற்றவர்கள்” என்னும் பிளவன்றோ?
இந்நிலையை மாற்றா திரேன்.

4

இருபது ஆண்டுகளின் பின் ஒரு நாள்

இடம்: **அரண்மனை**
நேரம்: **மாலை**
உறுப்பினர்: **புலித்திறல் மன்னி, அவள் மகன் வையத்திறல், ஆண்டாள், அவள் மகள் மின்னொளி, காவற்காரன் மகன் அழகன்.**

அகவல்

மன்னியைச் சுமந்த பொன்னூசல், கூடத்தில்
தென்னாட்டுத் தோழியர் செந்தமிழ்ப் பாட்டில்
மிதந்து கொண்டிருந்தது மென்கை அசைத்ததால்!
எதிரில் ஆண்டாள், இவள் மகள் மின்னொளி
மன்னி ஆணைக்கு வாய் பார்த்திருந்தனர்
மன்னி திருவாய் மலர்ந்தருள்கின்றாள்:
"வையத் திறல் நம் பையன் பிறந்த நாள்!
நாளை! அவ் விழா நன் மலர் அனைத்தும்
வேளையோடு நீ தரல் வேண்டும். அதன் விலைப்
பொன்னும் பெறுவாய், பரிசிலும் பூணுவாய்.
மின்னொளியுடன் நீ விருந்தும் அருந்தலாம்"
என்றாள்! ஆண்டாள் இளித்தாள்!
நின்ற மின்னொளி ஆழ்ந்தாள் நினைவிலே

கண்ணிகள்

வாழிய வாழிய - ஊசல்
மகிழ்ந் தாடு கின்றனை மன்னீ
தோழியர் ஆட்டினர் ஊசல் - கை
சோர்ந்திட நின்றனர் மன்னீ

தோழியரும் சற்று நேரம் - ஆடச்
சொல்லுக என்னருந் தாயே
வாழிய வாழிய மன்னீ - அவர்
மகிழ்ந்தாடவும் செய்க தாயே!"

என்றனள் மின்னொளி தானும்! - மன்னி
எள்ளி நகைத்துப் புகல்வாள்;
"மன்னியும் தோழியர் தாமும் - நில
மாந்தரில் ஒப்புடை யாரோ?
என்னடி மின்னொளி இன்னும் - உனக்
கேதும் தெரிந்திட வில்லை?"
என்றுரைத்தாள்! அந்த நேரம் - மகன்
'என்ன'வென்றே அங்கு வந்தான்.

"தூண்டா விளக்கே என் கண்ணே - என்
தூய வையத்திறல் மைந்தா!
ஆண்டாள் மகள் சொன்ன தைக்கேள் - ஊசல்
ஆட்டிய தோழிகள் ஆட
வேண்டு மென்றே சொல்லி நின்றாள் - இவள்
வேற்றுமை காணாத பேதை
வேண்டாம் இப் பேச்சுக்கள் என்றேன்" - என்று
விண்டனள் சேயிடம் மன்னி!

மாவடு வொத்த கண்ணாளை - இள
வஞ்சிக் கொடிக் கிணை யாளைத்
தாவி நல் வாயிதழ் ஓரம் - உயிர்
தாக்கிடும் புன்சிரிப் பாளைத்
'தேவை உன் எண்ணமும் பெண்ணே - அதில்
தீங்கில்லை வையத்துக்" கென்றான்.
பாவையும் அம் மொழி கேட்டாள் - எனில்
பாங்கியர் ஆடுதல் காணாள்.

அழகனும் அவ்விடம் வந்தான் - தன்
அன்புறு தோழனை நோக்கி
"எழுதிய ஓவியந் தன்னை - நீ
ஏன் வந்து பார்த்திடவில்லை?
பிழையிருந்தால் உரைப்பாயே - என்
பின் வருவாய்" என்று சொல்ல
வழியில்லை தப்புதற் கென்றே - அவ்
வையத் திறல் பிரிந்திட்டான்.

5

இடம்:	அரண்மனைக் கூடம்
நேரம்:	நடு வேளை
உறுப்பினர்:	ஆள வந்தார் கூட்டம், புலித் திறல் மன்னன், வையத்திறல், மின்னொளி, ஆண்டாள், தோழியர்.

அகவல்

திறல் நாட்டு மன்னனின் திருமகன் இருபதாண்டு
நிறைவு விழாவில் நிகழ்ந்த விருந்தில்
ஆளப் பிறந்தார் அனைவரும்
வேளையோடு வந்தார் விருப் போடு ண்ணவே

கண்ணிகள்

பத்தாயிரம் பெயர்கள் - அரண்மனைப்
பாங்கிலோர் கூடத்திலே
ஒத்த தலை வாழை - இலைக் கெதிர்
உண்டிட வந்த மர்ந்தார்
எத்தாவிலும் கிடையா - தெனும்படி

எண்ணி ரண்டு வகையாம்
புத்தம் புதிய கறிகள் - நறுமணம்

பூரிக்கவே படைத்தார்
தித்திக்கும் பண்ணியங்கள், - அப்ப வகை
தேடரு முக்கனிகள்,
தைத்திடும் கல்லையிலே - நறு நெய்யும்
தயிர் ஒரு குடமும்
அத்தனை பேர்களுக்கும் - எதிரினில்
அமைத்து நெய்ச்சோறு
முத்துக் குவித்தாற் போல் - பருப்போடு
முயங்கவே படைத்தார்!

முன் உண்ண அள்ளிடுவார் - உயர்த்திய
முழங்கை நெய் வழியும்
பின் உண்ண ஊன்றிய கை - கறி வகை
பெற்றிட ஆவலுறும்
மன்னவன் உண்டிருந்தான் - அவன் மகன்
வையத்திறலினுடன்!
இன்ன நிலைமை எல்லாம் - அரண்மனை
ஏழையர் பார்த்திருந்தார்.

ஏழைப் பணியாளர் - ஒரு புறம்
ஏங்கி இருந்தார்கள்.
கூழைக் கரைத்தவுடன் - ஒரு புறம்
கூப்பிடப் பட்டார்கள்.
தோழியர் கூழ் குடித்தார் - ஒருபுறம்
தோகை நல் மின்னொளிதான்
தாழையின் தொன்னையிலே - கூழினைத்
தாங்கிக் குடித்திருந் தாள்.

விழவு தீர்ந்தவுடன் - சிறப்புடன்
விருந்து தீர்ந்தவுடன்
அழகு மின் னொளி பால் - அவள் தாய்
ஆண்டாள் "என் மகளே,

விழவு மிக்க நன்றே - அவ்விருந்தும்
மேல்!" என்று சொல்ல, அவள்!
"இழவு பெற்றார்கள் என் அன்னாய்
ஏழையர்" என்றுரைத்தாள்.

"ஆளும் இனத்தார்க்கும் - பார்ப்பனர்
அத்தனை பேர்களுக்கும்
தாளா மகிழ்ச்சி யன்றோ!
தனிச் சிறப்பன்றோ!
ஆளாகி வாழும் இடம் - விருந்துண்ண!
ஆவலும் கொள் வதுவோ?
நாளும் அவர் மகிழ்ச்சி - நம் மகிழ்ச்சி!"
என்று நவின்றாள் தாய்!

6

இடம்:   அரண்மனையில் தனியறை
நேரம்:   உணவுக்குப் பின், இரவு
உறுப்பினர்:   வையத்திறல், அழகன்

அகவல்

நிலவு குளிர் வார்க்கக் காற்று நெளிய,
அலை கடல் இசையை அளிக்க மலர்சேர்
பஞ்சணையில் தனியே படுத்தான்.
நெஞ்சில் அவள் கூத்து நிகழ்த்து கின்றாளே!

கண்ணிகள்

மின்னொளி இன்முக நிலவே - நிலவு!
விண்ணில வேஅக லாயோ!
அன்னவள் இன்சொல் இசையே - இசையாம்
ஆர்கடல் வாயடக் காயோ!
கன்னருங் கருங்குழல் மணமே - மணமாம்!

காட்டில் மலர்காள் அகல்வீர்!
என்ன உரைப்பினும் இனியும் - எனையேன்
இன்னற் படுத்து கின்றீர்கள்?
காவற் பணி செய்யும் அழகன் - இன்னும்
காணப் படவில்லை இங்கே!
ஆவலெல்லாம் அவனிடமே - கூறி
ஆவன செய்திட வேண்டும்.
பாவை ஆம் மின்னொளி தன்னை - நானே
பார்க்கவும் பேசவும் வேண்டும்.
தேவைப்ப டுமிந்த நேரம் - தெரிந்தும்
தீமை புரிந்திடுகின்றான்.

என்று துடிக்கின்ற வேளை - அழகன்
"இளவரசே" என்று வந்தான்.
ஒன்று செய் ஒன்று செய் அழகா - அழகா!
ஒண்டொடி வீட்டுக்குச் செல்வாய்.
நன்று கிழவனை நோக்கிப் - பழங்கள்
நாலைந்து கொண்டு வரச் சொல்
சென்றிடுவான் பழத்தோட்டம் - நோக்கிச்
செல்லுக" என்றான் இளங்கோ!
(அழகன் போகின்றான்)

7

இடம்: **சிற்றூர், மின்னொளி வீடு**

நேரம்: **நள்ளிரவு**

உறுப்பினர்: **மின்னொளி, அவள் தந்தையாகிய கிழவன், அழகன், வையத்திறல்**

அகவல்

"அன்னை இன்றிரவில் அரசர் அரண்மனை
தன்னில் தங்கினாள் போலும்! தந்தையே,
சிறிது நேரம், செந்தமிழ்ப் பாட்டொன்று
பாடுக' என்றாள் மின்னொளி!
பாடுமுன் வந்தான் அழகன் பரிந்தே!

பஃறொடை வெண்பா

"அன்பு முதிர்ந்தவரே, ஐயா விரைவில் நீர்
மன்னர் மகன் விரும்பும் மாங்கனிகள் ஐந்தாறு
தூயவனாய்க் கொண்டு வரத் தோப்புக்குப் போய் வாரும்
வாயூறிப் போகின்றான் வையத்திறல் அங்கே
என்றான் அழகன், உடன் ஏகினான் அம் முதியோன்!

"மன்றிடை ஆடும் மயில் நல் மின்னொளியே!
மாவின் கனி மீது மையலுற்ற நம் இளங்கோ,
மாவின் மேல் ஏறியிங்கு வந்திடுவான் இந்நேரம்!"
என்றான் - இளமங்கை " ஏன் நீ நடந்து வந்தாய்?
மன்னன் மகன் குதிரை ஏறி வருவதென்ன?
உன்னிளங்கால் நோகா திருக்குமா? மன்னன் மகன்
தன் கால்கள் மட்டுமா மென் கால்கள்?" என்றே
அழகன் நிலைமைக் கிரங்கி அவனை
முழுதன் பால் நோக்கி முழுநிலவு சாய்த்திருந் தாள்.
வையத்திறல் வந்தான். வஞ்சி வரவேற்றாள்.
கையால் தடுக்கிட்டாள் காற்சிலம்பால் பாட்டிசைத்தாள்
இன் புருக் காட்டி எதிரினிலே நின்றிருந்தாள்:
அன்பால் 'அமர்க' என வையத்திறல் சொன்னான்:
சற்றே விலகித் தரையினிலே கையூன்றி
மற்றுமிரு வாழைத் துடைகள் ஒருக் கணித்து
மின்னொளியும் உட்கார்ந்தாள் மேலாடை தான் திருத்தி

"மின்னொளியே வீட்டில் விருந்தும் அருந்தினையோ?"
என்று வினவினான், கேட்ட எழில், வஞ்சி,

"அந்தப் பெரிய விருந் தேழைக் கருத் 'தினை'யோ?
இந்த வகை நீ மட்டும் ஏன் தான் அருந்தினையோ?
கூழ் குடித்தார் இவ்வூர்க் குடித்தனத்தார் எல்லோரும்
வாழ்வுக்கே வந்தவர்கள் வாய்ப்பாய் விழுங்கினரே"
என்றாள் முகஞ்சுருக்கி, "இன்னல் உளங்கவர
மன்னர் வகுப்பென்றும் மற்ற வகுப்பென்றும்
இந்நாட்டில் இல்லாதினிமேற் புரிந்திடுவேன்"
என்றான்! அவ்வேளை முதியோன் எதிர் வந்து
"தித்திக்கும் மாம்பழங்கள் தேடிக் கொணர்ந்தேன் நான்
பத்துக்கு மேலிருக்கும் பாராய் இளங் கோவே"
என்றான். பழத்தோடு வையத் திறலோ, தன்
குன்றை நிகர்த்தகுதிரை ஏறிச் சென்றான்!

"போய் வருவேன்" என்றான் அழகன்; இளவஞ்சி
வாயு மிரங்க; மனமிரங்க "நீ நடந்தா
போகின்றாய்?" என்றாள். "புதிதல்ல" என்றழகன்
ஏகலுற்றான் மின்னொளியை ஏய்த்து.

8

இடம்:   **அரண்மனை**
நேரம்:   **காலை**
உறுப்பினர்:   **பெருநாட்டின் அமைச்சன்,
புலித்திறல்**

அகவல்

அரியணை அமர்ந்த அரசனின் எதிரில்
பெரு நாட் டமைச்சன் பிச்சனும் அமர்ந்தே
"அரசே, உன்னைநான் அணுகியதேன் எனில்

பெரு நாட்டு மன்னனின் ஒரு மகளான
பெருந்திரு என்னும் அப் பேரெழிலாளை உன்
திருமகன் வையத்திறல் மணப்பது
இந்த உறவினால், இவ்வையகத்தில்
எந்தப் பகைவரும் இல்லா தொழிவர்;
அதனால், திறல் நாடும் அப்பெரு நாடும்
எதனாலும் மேன்மை எய்துதல் கூடும்!
திருவுளம் யா'' தெனக் கேட்டான்.
அரசன் மகிழ்ச்சியால் அறைவான் ஆங்கே.

கண்ணிகள்

மிக்க மகிழ்ச்சி அமைச்சே - மிக
மேன்மையுடைய திவ் வெண்ணம்
சிக்கல்கள் பற்பல தீரும் - பல
தீமைகள் மாய்வது திண்ணம்:
திக்கை நடுங்கிட வைக்கும் - இத்
திருமண வுறவு! மெய்யன்றோ!
விக்குள் எடுக்கையில் தண்ணீர் - உன்
விண்ணப்பம் என்றனன் மன்னன்.
"வையத் திறற்கிதைச் சொல்க - அவன்
மணந்து கொள் ளத்தக்க வண்ணம்
செய்க எனக் கிதை நாளை - நீ
தெரிவிக்க" என்றனன் பிச்சன்.
"செய்திடு வேனிதை இன்றே - நான்
செப்பிடுவேன் பதிலை நாளை!
துய்ய என் மன்னி கருத்தும் - கேட்டுச்
சொல்லுவேன்" என்றனன் மன்னன்.

9

இடம்: **அரண்மனை மகளிர் இல்லம்**
நேரம்: **முதிர் காலை**
உறுப்பினர்: **புலித்திறல், மன்னி**

அகவல்

பாங்கியர் அப்புறப் படுத்தப் பட்டனர்
ஆங்கொரு கட்டிலில் அரசனும், மன்னியும்
விரைவில் வந்தமர்ந்தனர்; வேந்தன் முகத்தில்
புதுமை கண்டாள் மன்னி!
அதனை யறிய ஆவல் கொண் டனளே!

கண்ணிகள்

"பெண்ணே உன் மகனுக்குப் பெரு நாட்டான் - தன்
பெண்ணைக் கொடுப்பதேனும் நல்ல செய்தியைக்
கொண்டு வந்தான் அமைச்சன் என்ன சொல்லுகின்றாய் -உன்

கொள்கையும் தெரிந்திட வேண்டு மல்லவோ? -
அண்டை நாட்டரசின் உறவாலே - நமக்
கல்லல் குறையு மெனல் உண்மையல்லவோ?
தொண்டைக் கனி நிகர்த்த இதழாளே - எண்ணம்
சொல்லுக" என்று மன்னன் சொன்ன அளவில்,

"அண்ணன் எனக் கிருக்க மகளிருக்கப் - பெண்
அயலிற் கொள்வது தக்க தல்லவே!
வெண்ணெயை வைத்து நறு நெய்க்கழுவதா - என்ன
வேடிக்கை" என்று மன்னி துன்ப மடைந்தாள்!
"கண்ணுக்குப் பிடித்தவள் அண்ணன் மகளா - அக்
கட்டழகியா இதனை, மைந்தனிடமே
எண்ணியுரைக்கும்படி சொல்லி விடுவோம் - அவன்
எண்ணப் படி நடப்பம்" என்றனன் மன்னன்.

"சேயை அழைத்து வரச் சொல்லுக"வென்றான் - அவன்
"தேரேறி நகர்வலம் சென்றனன்" என்றாள்!
ஆயினும் காவலரை விரைந்தனுப்பி - இங்
கழைப் பிக்க வேண்டு மென" மன்னன் உரைத்தான்
"தூய எல்லைப் புறத்தின் காட்சி தனையே - அவன்

துய்த்திடச் சென்ற துண்டு வந்த பிறகே
ஆய இச் செய்தி தனை அறிவிக்கலாம்" - என
அரசி அரசனிடம் சொல்லி மறுத்தாள்!

10

இடம்: **அரண்மனைத் தனியறை**

நேரம்: **காலை**

உறுப்பினர்: **மன்னி, வையத்திறல், மன்னன்**

அகவல்

வையத் திறலை மன்னி யழைத்துத்
"துய்ய மகனே, வையத் திறலே,
உன் மணம் பற்றி உன்னிடம் பேச
மன்னர் தேடினார் மகன் இல்லை என்று
சொன்னேன், உன்னை முன்னே நான் கண்
டென் கருத்தினை இயம்ப எண்ணினேன்.
பெரு நாட்டானின் "பெருந்திரு" தனை நீ
திருமணம் செய்யத் திட்ட மிட்டனர்.
என்னருந் தமையன் ஈன்ற பெண்ணாள்
உன்னரும் பண்புக் கொத்தவள் அன்றோ?
அழகிற் குறைவா? அன்பிற் குறைவா?
ஒழுக்கம் அனைத்தும் ஓருரு வானவள்
அவளை நீ மணப்பதாக
அவரிடம் கூறுவாய்" என்றாள் அரசியே!

கண்ணிகள்

"ஆய கலைகள் அறுபத்து நான்கையும் அம்மா - நான்
ஆய்ந்த பின்னே மணம் ஆர்ந்திட எண்ணினேன் அம்மா
தீயன நல்லன காணாத இப்பருவத்தே - ஒரு
சேயிழை யோடறம் செய்வ தெவ்வாறுளம் ஒத்தே?

தூய இந் நாட்டினை ஆளும் திறம் பெற வேண்டும் - நான்
தொல்லறி வோரிடம் கல்வி பயின்றிட வேண்டும்.
பாயும் பகைவர் தமக்கிடையே உலகாள - எனைப்
பாரோடு போராடும் வண்ணம் பயிற்றுக" என்றான்.

வையத்திறல் சொன்ன பேச்சினைக் கேட்டனள் மன்னி-தன்
வாயை அடக்கினள் ஏதும் சொல்லா மலிருந்தாள்.
பைய வந்தானந்த நேரத்திலே எழில் மன்னன் - 'எந்தப்
பாவையை நீ மணம் செய்திட எண்ணினை" என்றே
துய்ய தன் மைந்தனைக் கேட்டனன். அன்னை யுரைப்பாள்
"அவன்
துய்க்க நினைப்பது பல்கலையே" என்று சொன்னாள்.
வையக மாளும் புலித்திறல் மன்னவன் கேட்டே-தன்
மைந்தன் கருத்தினை நன்றெனச் சொல்லி நடந்தான்.

11

இடம் : அரண்மனை

நேரம் : மறு நாட் காலை

உறுப்பினர் : புலித்திறல், பிச்சன்,

அகவல்

ஏந்தலைப் பிச்சன் எதிர்பார்த்தபடி
அரண்மனைத் தனியிடத் தமர்ந் திருந்தான்.
புலித்திறல் ஏந்தல் புறப்படு கதிர் போல்
வந்தான் பிச்சன் மழை நாட் குருவி போல்
ஆவலோடு வணங்கி அமர அமர்ந்தான்
"என் மகன் வேறோர் எழிலுறு பாவை பால்
தன் உளம் போக்கினான்" என்றான் மன்னன்.
"அவள் யார்" என்றான் கவலையொடு பிச்சன்.
"பல் கலைப் பெண்" என்று மன்னன்
சொல்ல, அமைச்சன் சொல்வான் எழுந்தே.

கண்ணிகள்

"வையத்திறல் மொழி பொய்யே - அவன்
மணம் வெறுத்திடவில்லை
தையல் ஒருத்தியை மைந்தன் - உள்ளம்
தாவியிருப்பது மெய்ம்மை
துய்யவ னாம் பெரு நாட் டான் - பெற்ற
தோகை மணத்தை விலக்கப்
பொய்யு ரைத் தான்! கலை மீது - நெஞ்சு
போன தென்றான்! அது பொய்யே!

காளை முகத் தினிற் கண்டேன் - உயிர்
காதல் வருத் தத்தின் வீச்சு
மீளவும் மைந் தனிடத்தே - மண
மேன்மையைச் சொல்லுக" என்றான்.
"காளை யுரைத்தது மெய்யே - அவன்
கருத்தில் ஐயுறவில்லை
மீளவும் மைந்தனிடத்தே - சொல்லல்
வீணென்று மன்னவன் - சொன்னான்
"மலையன் எம் பகை மன்னன் - அவன்
மகளைக் கட்டுவதால் உன்
நிலை யுயர்ந்திடும் என்றே - நீ
நினைத்திருக்கவும் கூடும்.
பல பல நினை யாதே - எம்
பாவையை ஒப்புக" - என்றான்
"கலை பயில்க என் மைந்தன்" - என்று
கழறினன் புலித்திறலே (அமைச்சன் சென்றான்)

12

இடம்: **திறல் நாட்டின் வயல்வெளி**

நேரம்: **காலை**

உறுப்பினர்: **காருடை பூண்ட செம்மறித்திறல், வயலுழுவோர்.**

அகவல்

மேழி பிடித்த "கை" மேலாம் இடது 'கை'
தாழாக் கோல் "கை" வலது "கை" யாக
முழங்கால் சேற்றில் முழுக, வாய் திறந்து
பழந் தமிழ் பாடினர் வயலில் உழுவோர்.
அவ் வழி அணுகிய செம்மறித் திறலின்
விழிகள் தொழிற்படும் உழவர் பால் விரைந்தன
கருத்தோ கடலுலகு நிலைமையில் ஆழ்ந்தது!
செம்மறித்திறல் பாடுவான்
அம் முழுதுழைப்போர் அகத்தை நோக்கியே.

பாட்டு
எடுப்பு

ஆளுவோர் என்ற சிலரை
அமைத்த துண்டோ நீ உலகே?-

உடனெடுப்பு

மீளு மாறின்றி மிகு பெரு மக்களைக்
கருவினில் விளைத்ததும் உண்டோ?   (ஆளு)

அடிகள்

வாளொடு பெற்ற துண்டோ சிலரை?
வடுவொடு பெற்றாயோ பலரை?
நாளும் உழைப்பவர் தமைப் பெற்ற தாயே,
நய வஞ்சகரைப் பெற்று ளாயோ?
மேலவர் என்றொரு சாதியையும்,
வீழ்ந்தவர் என்றொரு சாதியையும்
தோலில் குருதியில் அமைந்திடுமாறு
தோற்று வித்தாயோ கூறு!

அகவல்

உழைப்பவர் என்றே ஓரினம் உண்டோ,
பழிப்பிலா துலகின் பயனை நுகரும்
ஓரினம் உண்டோ பிறவியில்? என்றே
ஏரும் நிறுத்தி எண்ணினர் உழுநரே!
        (செம்மறித்திறல் செல்கிறான்)

13

இடம்:	மின்னொளி வீட்டின் எதிரிலுள்ள தோட்டம்
நேரம்:	இரவு உண்ட பின்
உறுப்பினர்:	அழகன், மின்னொளி, வையத்திறல், கிழவன்.

அகவல்

பழத் தோட்டத்தைக் கிழவன் நண்ணினான்.
அழகன், மின்னொளி அருகரு கமர்ந்தே
அரசன் மகன் தான் அனுப்பிய பண்ணியம்
அருந்து கின்றனர். அழகன் அருந்த
மின்னொளி விரும்பி, வேண்டுவாள் அவனை,
அதனை மின்னொளிக் களிப்பான் அழகன்,
உற்ற தந்தைக் கென ஒரு பங்கு வைத்து
மற்றவை இருவர் அருந்தினர்.
தெற்றென வந்தான் அரசன் சேயே.

கண்ணிகள்

"பெருநாட்டு மன்னவன் பெண்ணை - நான்
பெற்றிட வேண்டு மென் றார்கள்

ஒரு நாட்டு மன்னவன் பெண்ணும் - எனக்
குண்மையில் வேண்டுவதில்லை
திரு நாட்டிலே யொரு பாவை - அவள்
செல்வத்தின் மேற் பகையாவாள்
இரு நாட்டம் அன்னவள் மேலே - நான்
இட்டு விட்டேன் என்று சொன்னேன்.

இவ்வாறு நான் சொன்ன தாலே எனை
ஈன்றவர் ஒப்பிட லானார்:
அவ்விடத்தே பெரு நாட்டின் - ஓர்
அமைச்சனிடத்திலும் சொன்னார்.
வெவ்வுளத் தோடவன் சென்றான் - இந்த
வேடிக்கை எப்படி?'' என்றே
மைவிழி மின்னொளி தன் பால் - எழில்
வையத்திறல் வந்து சொன்னான்.

"இத்திரு நாட்டினிற் பாவை - அவள்
யார்?'' என்று கேட்டனள் வஞ்சி.
"முத்தமிழ்'' என்றனன் செம்மல்! - இதை
மொய் குழல் கேட்டு வியந்தாள்.
"தித்திக்கப் பேசும் திறந்தான் - பெருஞ்
செல்வர் கட்கே வரக் கூடும்!
மெத்த வியப்புறும் பேச்சும் - நல்ல
வேந்தருக்கே வரக் கூடும்!

ஏழையர் கற்றதுமில்லை - கல்வி
எய்திடவும் வழி இல்லை.
கூழை அருந்திக் கிடப்பார் - தம்
கூரையில் தூங்கி எழுந்தே
பாழும் உழைப் பினில் ஆழ்வார் - நல்ல
பாங்கினில் பேசுதல் எங்கே?
வீழும் நிலை கொண்ட மக்கள் - எந்நாள்
மீளுவர்?'' என்றனள் பாவை

"இன்புறப் பேசி இருப்போம் - என
எண்ணி இங்கே வரும் போதில்
துன்புறும் பேச்சுக்கள் பேசி - எனைத்
துன்பத்தில் ஆழ்த்திடுகின்றாய்!
தன்னலக் காரரை எண்ணி - மிகத்
தாழ்ந்தவர் தம் நிலை எண்ணி
மின்னொளியே எனை நொந்தாய் - இது
வீண் செயல்" என்றனன் செம்மல்

மேலும் வையத்திறல் சொல்வான் - நீ
வேண்டிய நற்பண்ணியங்கள்
சால அனுப்பி வைத் தேனே - அவை
தக்கனவோ எனக் கேட்டான்
"ஏலு மட்டும் புசித்தேன் நான் - அவை
ஏழையர் அத்தனை பேர்க்கும்
ஞாலத்தில் எந் நாள் கிடைக்கும்?" - என
நங்கை உரைத்தனள் ஆங்கே!

மாம்பழம் கொண்டு வந்திட்டான் - அம்
மங்கையின் தந்தை; விரைவில்
கூம்பும் முகத் தோடு செம்மல் - பழங்
கொண்டு சென்றான் பரியேறி
ஆம்பல் நிகர்த்திடும் வாயாள் - அங்
கழகனை நோக்கிப் புகல்வாள்;
"பாம்பு கிடந்திடும் பாதை - நன்று
பார்த்துச் செல்" என்றனள்; சென்றான்.

14

இடம்: **பெருநாடு, ஆய்வு மன்றம்**

நேரம்: **காலை**

உறுப்பினர்: **பெருநாட்டு மன்னன், அமைச்சனான பிச்சன், படைத் தலைவன்.**

அகவல்

வையத்திறல் என் மகளை மறுத்தான்.
பெரு நாட்டுப் பெருமையைத்திறல் நாடு மறுத்தது!
இதனை ஆய்க" என்று
பதறினான் மன்னன் பாங்குளார் இடத்தே.

ஆனந்தக் களிப்பு (எடுப்பு)

"திறல் நாடும், மலை நாடும் சேர்ந்தே - நம்
திருநாட்டை மாய்த்திட ஒரு நாட்டம் வைத்தான்!
நறுமலர்க் கூந்தலி னாளை - நல்ல
நம் பெண்ணைப் பின் ஏன் மணக்க மறுத்தான்!
திறலற்ற மலையவன் பெண்ணை - அவன்
திருமணம் செய்திட வே நினைக் கின்றான்.
இறையே படை யெடுப்போம் நாம்" - என்ன
இயம்பினன் ஆங்கே படைத் தலைவன் தான்.
"அந்தத் திறல் நாட்டு மன்னன் - நம்
ஆயிழை தன்னை மறுத்தது மெய்தான்!
மந்தி மலையவன் பெண்ணை - அந்த
வையத்திறல் மணம் செய்ய நினைத்தல்
எந்த வகை அறிந்தாய் நீ - அதை
எப்படி நம்புவ" தென்றனன் மன்னன்:
குந்தி யிருந்த அமைச்சன் - தன்
கோவை வணங்கி யுரைத்திட லானான்:

"தேர்ந்த நல் ஒற்றர்கள் வேண்டும் - அத்
திறல் நாட்டிலே அவர் தங்குதல் வேண்டும்:
தேர்ந்த நிகழ்ச்சிகள் யாவும் - அங்கு
நேரில் உணர்ந்து நிகழ்த்துதல் வேண்டும்

சேர்ந்து மலையவன் பெண்ணை - அவன்
திருமணம் செய்திடல் மெய்யெனக் கண்டால்,
ஆர்ந்த பெரும் படை கூட்டி - அவன்
ஆட்சியைக் கைப்பற்றலாம்" என்று சொன்னான்.

'நன்றிது' என்றனன் மன்னன் - உடன்
நால்வர் நல் ஒற்றர்கள் தம்மை யழைத்தான்
"இன்று திறல் நாடு சென்றே -அங்
கியலும் நிலைமைகள் யாவையும் இங்கே
அன்றன் றுரைத்திட வேண்டும் - இடை
அஞ்சற் படுத்திடும் ஆட்களினோடு
சென்றிடுவீரென்று சொன்னான் - உடன்
சென்றனர் ஒற்றர்கள், கோவை வணங்கி,

15

இடம்: **திறல் நாட்டின் புறநகரான வெண்ணகர்**

நேரம்: **மாலை**

உறுப்பினர்: **புலித்திறல் மன்னன்,**
நகரமக்கள், செம்மறித்திறல்

அகவல்

திறல் நாடு சார்ந்த வெண்ணகர் சென்று
அற நிலையங்களை, பிறநிறு வனங்களை
வழக்குத் தீர்ப்பார் ஒழுக்க மதனைச்
செழிப்பினை ஆய்ந்து திருநகர் மக்கள்
விரும்பிய வண்ணம் வீற்றிருக் கின்றான்
பெருமணி மன்றில் அரும் புலித் திறல்தான்
ஆங்கே ஒரு குரல் எழுந்தது!
மாங்குயில் அன்றது மக்கள் பாட்டே!

கண்ணிகள்

குரல்

மாந்தரில் நான்கு வகுப்புகள் என்பதும் இல்லை - இல்லை
மன்னவனாகப் பிறந்தவன் யாவனுமில்லை!

புலித்திறல்

மாந்தரில் நான்கு வகுப்புகள் உண்டெனல் மெய்யே - மெய்யே
மன்னவனாகப் பிறந்தவன் நான் எனல் மெய்யே!

குரல்

நால் வகுப்பென்பது நூல் வகுப் பா தமிழ் நாட்டில்
நற்றமிழ் மக்கள் ஒரேவகுப்பே தமிழ்ஏட்டில்

புலித்திறல்

நால் வகுப்பென்பது நன்மனுவே சொன்னதாகும்-அது
நற்றமிழ் மக்கள் எவர்க்கும் பொருந்து வதாகும்.

குரல்

மேல் வர எண்ணிய ஆரியர் நூல்கள் நமக்கோ-மிகு
வீழ்ச்சியும் தாழ்ச்சியும் செந்தமிழ் மக்கள் தமக்கோ?

புலித்திறல்

கோல்கைக் கொண்டுள மன்னவன் நான் என்றன் ஆணை -அக்
கொள்கையைப் பின்பற்ற ஒப்பாதவர் நிலை கோணை?

குரல்

கோலை எடுத்தவன் மேலெனக் கூறுதல் குற்றம்-பெருங்
குற்ற மன்றோ மக்கள் தாழ்வென்று கூறுதல் முற்றும்?

புலித்திறல்

நூலை மறுத்து நம் கோலை எதிர்ப்பவர் தம்மை - நாம்
நோவ ஒறுத்திடில் யார் தடுப்பார் இங்கு நம்மை?

குரல்

ஆள்பவர் சிற்சிலர்! ஆட்பட்டிருப்பவர் பல்லோர் - எனில்
அல்லல் அடைபவர் அப்படியே என்றும் நில்லார்.

புலித்திறல்

வாளுண்டு கையினில் இன்றைக்கும் நாளைக்கும் உண்டு நிலை மாற்ற நினைப்பவர் வந்திடலாமா?

அகவல்

செம்மறித்திறல் அரையடி செப்பவும்
புலித்திறல் அரையடி புகலவும் ஆக
அங்குள குடிகள், அனைத்தும் அறிந்தார்
இங்கிது கண்ட புலித்திறல்,
எங்கே செம்மறி என்றெழுந் தானே!

அறுசீர் விருத்தம்

இருக்கை விட்டெழுந்தான் சீறி
ஏகினான் வெளிப்புறத்தே!
ஒருத்தனை உணர்ச்சி மிக்க
செம்மறித் திறலை நோக்கிப்
"பிரித்தேன் உன் ஆவி" என்றான்
மன்னவன் பிடித்த வாளைச்
சிரித்த செம் மறித்திறல் வாள்
சிதைத்தது, திகைத்தான் மன்னன்.

செம்மறி செப்புகின்றான்;
"திறல் நாட்டு மக்கள் தம்பால்
மெய்ம்மையே புகல்வேன்! மக்கள்
மேல் என்றும் மட்ட மென்றும்
பொய்ம் மையால் புகலும் ஏட்டை
புகலுவார் தம் ஏற் பாட்டை,'
இம் மாநிலத்தில் மாற்ற
ஆவன இயற்றித் தீர்வேன்

"இதுவே நான் மக்கட் கிந்நாள்
இயற்றிட எண்ணும் தொண்டு
முதியோன் நீ உடன் பிறந்தாய்
உன்னுயிர் முடிப்ப துன்றன்
அதிகாரம், அல்லால் என்கை
அவ்வினை செய்வதில்லை!
பொதுமக்கள் உள்ளம் நோக்கிப்
போகிறேன்" என்று போனான்.

16

இடம்: **திறல் நாட்டின் நகர்ப்புறத்தில் ஒரு குளக்கரை**

நேரம்: **காலை**

உறுப்பினர்: **அழகன், பெருநாட்டின் ஒற்றனான வேலன்.**

அகவல்

குளக்கரை தன்னில் கொம்பு கொண்டு, பல்
விளக்கும் அழகனை வேலன் அணுகி,
"எவ்வூர்? என அவன் இவ்வூர் என்றான்
"என்ன அலுவல்"' என்றான், அழகன்
"மன்னன் மகனின் துணையாள்"
என்றான். வேலன் 'வணக்கம்' என்றான்!

அறுசீர் விருத்தம்

"பொன்னாற்றூர் முத்துச்செட்டி
புதல்வன் நான் வாணி கத்தில்
பொன்னெலாம் இழந்தேன் என்றன்
புதுமனை யாளும் செத்தாள்
என்னை நீ காக்க வேண்டும்

எளியன் நான்" என்றான் வேலன்.
"என்ன நான் செய்யக் கூடும்"
என்றந்த அழகன் சொன்னான்.

"அரண்மனை அலுவல் ஒன்று
சின்னதாய் அடைந்தால் போதும்
அரசரின் மகனுக்கோ நீ
அன்பான துணைவன் அன்றோ?
உரைத்தால் நீ, இளங்கோ கேட்பான்
ஒரு காலும் மறுக்க மாட்டான்.
அருள் என் மேல் வைக்க வேண்டும்.
அன்பனே" என்றான் வேலன்.

"நாளைவா நண்பா" என்றே
அழகனும் நவின்றான். வேலன்
"வேளை நான் தவற மாட்டேன்
வருகின்றேன்" என விளம்பி
காளை அவ்வரசன் மைந்தன்
"கடி மணம் எப்போ" தென்றான்.
"கேளாதே அதனை" என்று
கிளத்தினான் அழகன் ஆங்கே!

"கேட்டது குற்ற மானால்
மன்னிப்புக் கேட்கின்றேன் நான்!
நாட்டினில் நானோர் ஏழை"
நாளைக்கே அலுவல் ஒன்று
காட்டினால் மிக நன்றாகும்.
கைக் கூலி நூறு பொன்னும்
நீட்டுவேன் உனக்கே" என்று
நிகழ்த்திட லானான் வேலன்.

"ஏழை நீ நூறு பொன்னும்
எனக் கெவ் வாறீதல் கூடும்?
தோழனே, உன்றன் சொல்லில்
ஐயமே தோன்றச் செய்தாய்
வாழி நீ உண்மை கூறு
மறையேல்" என்றழகன் கூறத்
"தோழனே நாளைக்கு வந்து
சொல்லுவேன்" என்று போனான்.

17

இடம்: **படை வீடு**
நேரம்: **உண்டபின்**
உறுப்பினர்: **படை மறவர், செம்மறித்திறல்**

அகவல்

படை மறவர் உண்டார், படுக்கை சார்ந்தார்
இடை வானம் ஈந்த அமுது போல் ஒரு குரல்
காதிற் புகுந்தது மறவர்
யாதெனக் கருத்தில் ஏற்கலாயினரே.

எண்சீர் விருத்தம்

குரல்

இந்த நாடு பொதுமக்கள் சிறையே!
எவரும் நிகரென்ற பொதுவுரிமை தனைப்
பொந்தில் ஆந்தை நிகர் மன்னன் பறித்தான்.
போரின் மறவரே உங்களின் துணை யினால்!
கந்தையின்றி உணர்வின்றிப் பொதுவினர்
காலந் தள்ளி வருவது கண்டிரோ?
இந்த நாடு பொது மக்கள் நாடன்றோ?
நீவிரெல் லீரும் இந் நாட்டு மன்னரே?
மன்னராகப் பிறந் திட்டோம் என்கின்றார்

மக்கள் ஆட்படப் பிறந்தவர் என் கின்றார்
இன்னவர்க்கு நுந்துணை இல்லையேல்
மன்னர் எங்கே, பெரும் படை, மறவரே?
இந் நிலத்துப் பெருமக்கள் ஓர் கடல்
இடர் செய் மன்னவர் அக்கடற் குமிழிகள்,
இன்று கருதுக குடிகளே, மறவரே,
நாளைக்கே குடி யரசினை நாட்டலாம்.
தமிழ் மொழிக்குள ஆக்கத்தைப் போக்கினார்
தமிழர் கொள்கையைத் தலை சாய்க்க எண்ணியே
அமுதை நீக்கியோர் நஞ்சை வார்க்கின்றனர்
அத்தனைக்கும் நம் துணை கேட்கின்றார்.
உமையெலாம் அந்த மன்னவர் கைகளின்
உளிகளாக்கி; நாட்டைப் பிளப்பதோ?
நமது கொள்கை மக்களெலாம் நிகர்
நான்கு சாதிகள் ஆரியர் கொள்கையே.

அகவல்

படை வீட்டுப் படுக்கையில் இக்குரல் புகுந்து
நடைமுறை தன்னில், நாணிட வைத்தது.
மறவர்கள் தூக்கம் மாய்ந்திட
இறவாப் பெரு விருப் பெய்தினர் ஆங்கே.

18

இடம்: **திறல்நாடு, அரண்மனையின் உட்புறம்**

நேரம்: **காலை**

உறுப்பினர்: **ஆண்டாள், மின்னொளி**

அகவல்

அரண்மனை தன்னில் ஆங்காங்குச் சென்று
மின்னொளி தன் தாய் தன்னைத் தேடினாள்:
காவல் அறையில் பொன்னியோடு!
மேவி இருப்பது கண்டு வியந் தாளே!

கண்ணிகள்

"வீட்டை மறந்தாயோ - எனையும்
வேம்பென விட்டாயோ?
நாட்டில் அரண்மனையே - உனக்கு
நன்றெனக் கொண்டாயோ?
போட்டது போட்டப்படி - விடுத்தே
போனாள் அரண்மனைக்கே
கேட்டுவா என்றுரைத்தார் - தந்தையார்"
என்றனள் கிள்ளை மின்னாள்.

"மன்னர் கொழுந்தியடி - நிலைமை
மங்கிடலான தடி
கன்னல் மொழியாளை - மன்னவன்
காவலில் வைத் தானே
என்னைத் துணை யாக - வைத்தனன்
ஏந்தலின் நன் மகன் தான்!
உன்னை மறக்க வில்லை - தந்தையை
உளம் மறந்த தில்லை"

என்றனள் ஆண்டாள்தான் - இந்நிலை
ஏனென்று கேட்ட வளாய்
மின்னொளி நின்றிருந்தாள் - அவள் தாய்
மேலும் உரைக்கின் றாள்;
"மன்னவன் தம்பியினை - அச் செம்

கடல்மேற் குமிழிகள் 265

மறித்திறல் தனையே
பொன்னியும் காதலித்தாள் - இதனைப்
புலித்திறல் எதிர்த்தான்.

புகலும் செம்மறிதான் - வேடர் தம்
புலைச்சியின் மகனாம்
இகழத் தக்கவ னாம் - அவனை
இவ்விடம் வைக்காமல்
அகற்றி விட்டார்கள் - இந்த நல்
அரண்மனைக் குடையார்
மிக இரக்கமடி - நினைத்தால்
வெந்திடும் உள்ள'' மென்றாள்.

''வேட்டுவ மங்கையிடம் - மறிதான்
வேந்தனுக்கே பிறந்தான்
நாட்டில் அவன் புலையன் - எனவே
நவிலல் என்ன முறை?
ஏட்டினில் உள்ளதுவோ - தமிழர்
இனத்தில் வேற்றுமை தான்?
வேட்டுவர் மக்களன்றோ'' - எனவே
விண்டனள் மின்னொளி தான்.

''தோட்டத்தில் ஆடியிரு - மகளே
தூய வையத் திறலைக்
கேட்டு வருகின்றேன் - விரைவில்
கிள்ளையே வீட்டுக்''கென
நாட்டம் உரைத்தாளே - ஆண்டாளும்
மின்னொளி நன்றென்றே
தோட்டம் புகுந்தாளே - அழகிய
தோகை மயில் கண்டாள்.

19

இடம்: **அரண்மனைத் தோட்டம்**

நேரம்: **காலை**

உறுப்பினர்: **மின்னொளி, வையத்திறல், ஆண்டாள், மன்னி**

அகவல்

பசும் புற் பச்சைப் பட்டு விரித்த
விசும்பு நிகர்த்த விரிதரை தன்னில்
முல்லை படர்ந்து போய் விளாவை அளாவச்
செல்வச் செழுமலர் கொன்றை திரட்டி
ஆயிரம் கிளைக் கையால் அளித்து நிற்க
வாய டங்காத மணிப்புள் பாடப்
புன்னை மலர்க் கிளை தென்றற் பூரிப்பொடு
மின்னொளி வருகென அழைக்க
அன்ன நடையாள் அணுகினாள் ஆங்கே.

வெண்பா

வளர்ப்பு மயில்தான் மரத்தடியில் ஓடிக்
களித்தாடக் கண்டு களித்தாள் - கிளிப்பேடு
கெஞ்சியது சேவற் கிளி வந்தருள் புரிய
வஞ்சியது கண்டாள் மகிழ்ந்து.

தனியிருக்கும் தாழ்பலவைக் கண்டாள் பின் வேரில்
கனியிருக்கக் கண்டு வியந்தாள் - இனியவாம்
'பூ'க் கண்டாள் பூவில் புதிய பண் பாடுகின்ற
ஈக் கண்டாள் இன்பங் கண்டாள்.

கோணிக் கொம்பாட்டிய செங்கொத்தலரிப்பூக் கண்டான்
மாணிக்கம் க்ண்டாள் மகிழ் கொண்டாள் - சேண் நிற்கும்

தென்னையிலே பாளை சிரிக்கச் சிரிக்கின்றாள்
புன்னையிலே போய்க் கண்டாள் முத்து

மின்னொளி ஆங்கே வெயிலில் உலவுகின்றாள்
மன்னன் மகனோ தொலைவினிலே - நின்றபடி
கண்டுகளிக் கின்றான் கட்டழகைத் தன்னுளத்தால்
உண்டுகளிக் கின்றான் உற்று.

மான் கண்டு பூரிக்கும் மங்கையினை மன்னன் மகன்
தான் கண்டு பூரிப்பான்; தையல் நல்லாள் - வான் கண்ட
செம்மாதுளங் கண்டு; சேல்விழி பூரிக்க அவன்
அம்மா துளங் காண்பான் ஆங்கு!

கோவைக் கனி கண்டு கோவை யிதழ் பூரிக்கும்
பாவை எழில் கண்டு பதறுகின்றான் - பூவை தான்
மாங்கனிக்குத் தாவு கின்றாள் மன்னன் மகன் உள்ளம் அத்
தீங்கனிக்குத் தாவும் தெரிந்து.

மின்னிடையும் தானசைய மேலாடையும் பறக்க
அன்ன நடை போடும் அழகு கண்டும் - அன்னவளின்
பஞ்சேறு மெல்லடியைப் பாடாமல் தன் காதல்
நெஞ்சேற நின்றான் நிலைத்து.

தேசு வெயிலது தான் தேக்கு நிழற் கீழே பொற்
காசு கிடப்பது போல் காட்சி தர - மாசில்லாள்
செங் காந் தட்கை முகவாய் சேர்ந்தாள். இளங்கோ வாய்
அங் காந்தான் அண்ணாந்த வாறு

அன்னோன் நிலை யனைத்தும் அங்கவனைத் தேடி வந்த
மன்னி மறைந்திருந்து பார்க்கின்றாள் - மின்னொளிமேற்
கண்ணானான் பிள்ளை கருத்தழிந்தானோ என்று
புண்ணா னாள் நெஞ்சு புகைந்து

"வையத்திறலே, மகனே, திருவமுது
செய்யவா! செந்தீ விளைக்கின்ற - வெய்யில்
விழி பார்த்தல் தீமை விளைக்கும், அரசர்
வழி பார்த்திருக்கின்றார் வா!"

என்றுரைக்க மன்னி எதிரேதும் சொல்லாமல்
சென்றான் திறலோன் அரண்மனைக்கே - பின்னர் அங்கே
ஆண்டாளும் வந்தாள் அழைத் திட்டாள் தன் மகளை
மீண்டாள் தன் வீட்டுக்கு மின்.

20

இடம்: **அரண்மனைத் தனியறை**

நேரம்: **காலை**

உறுப்பினர்: **புலித்திறல், புலித்திறல் மன்னி.**

அகவல்

வேண்டுகோள் விட்டாள் வேந்தன் வந்தான்
"ஈண்டமர்க ஈண்டமர்க" என்றாள் மன்னி
ம்ன்னன் முகத்தை மலர்க்கையால் ஈர்த்தே
"ஐயம் அடைந்தேன்" என்றாள்.
வையத்திறலின் வருகை யுரைப் பாளே!

கலிவெண்பா

"பூக்காரியின் மகளைப் பூங்காவில் நம்பிள்ளை
நோக்கிய நோக்கின் நிலையினை நான் - போய்க் கண்டேன்
கீழ் மகளைப் பிள்ளை மனம் கிட்டிற்றா? அல்லதவள்
தாழ் நிலையி லேயிரக்கம் தட்டிற்றா? வாழ்வில்
தனக்கு நிகரில்லாத் தையல் பால் பிள்ளை
மனத்தைப் பறி கொடுக்க மாட்டான் - எனினும்,
தடுக்குத் தவறும் குழந்தை போல் காளை

துடுக் கடைந்தால் என் செய்யக் கூடும்? - வெடுக்கென்று
வையத்திறலுக்கென் அண்ணன் மகளை மணம்
செய்து வைத்தல் நல்ல தெனச்" செப்பினாள் -துய்யதென்று
மன்னன் உரைத்தான்; மகனை வரவழைக்கச்
சொன்னான்; தொடர்ந்தாள் அம்மாது.

21

இடம்:	அரண்மனைத் தனியிடம்
நேரம்:	முதிர் காலை
உறுப்பினர்:	புலித்திறல், வையத்திறல், மன்னி.

அகவல்

மன்னனும் மன்னியும் மைந்தனை "நில்" என்று
கூறித் தமது கொள்கையைக்
கூறுகின்றார் சீறும் உளத் தோடே!

கண்ணிகள்

"மணம் செய்து கொள்ளுதல் வேண்டும் - உன்
மாமனின் பெண்ணை மணந்திட வேண்டும்
இணங் கிட வேண்டும் இதற்கே - நீ
ஏதும் தடை சொல்ல லாகாது கண்டாய்.
அணுகும் உன் அன்னையின் அண்ணன் - பெற்ற
ஆரெழில் மங்கையை நீ மணந் திட்டால்
வணங்குமிந் நானிலம் உன்னை" - என்று
மன்னவன் சொல்ல, மறுத்துரைப்பான் சேய்;

"மணம் செய்து கொள்பவன் நானா? - அன்றி
மாநிலம் ஆளும் இம் மன்னவன் தானோ?
இணங்கிட வேண்டு மென் கின்றீர் - எனில்
என் மனமோ மணம் ஒப்பிடவில்லை.
அணங்கினை மாமனின் பெண்ணை - எனை

அச்சுறுத்திப் பெறுமாறு புகன்றீர்
வணங்குகின்றேன் தந்தை தாயே - நான்
மணம் புரியேன்" என்று செம்மல் மறுத்தான்.

காவலர் தம்மை அழைத்தான் மன்னன்
"கட்டுக இங்கிவன் கை களை" என்றான்.
"ஆவல் மறுத்த தினாலே - என்றன்
ஆணைக்குக் கீழ்ப்படி யாத தினாலே
காவற் சிறைக் கிவன் செல்க - என்றன்
கட்டளை தன்னை மறுத்திடு வீரேல்
சாவது மெய்"யென்று சொன்னான் - அந்தத்
தறு கண்ணர் செம்மலைச் சிறையினிற் சேர்த்தார்

வையத்திறல் சிறை சென்றான். பின்னர்
மன்னவன் தன் மனையாளிடம் சொல்வான்:
"பையனை விட்டு வைத்திட்டால் - அந்தப்
பாவையைக் கூட்டி நடந்திடல் கூடும்
வையம் பழித்திடு முன்னே - அவன்
மனது திரும்பிடும் என்று நினைத்தே
வெய்ய சிறை தன்னில் வைத்தேன்" - என்று
வேந்தன் உரைத்தனன், மன்னி மகிழ்ந்தாள்.

22

இடம்: அரண்மனையில் வையத்திறல்
அறை
நேரம்: முன் மாலை
உறுப்பினர்: அழகன், மன்னன், மன்னி

அகவல்

அழகன், வையத்திறல் அறைக்குச் சென்றான்
முழுதும் ஆய்ந்த விழிகள் ஏமாந்தன

புலித்திறல் மன்னிபால் போனான்.
நலிப்புடன் அவளிடம் நவில லாயினனே.

கண்ணிகள்

"வையத்திறல் வந்த துண்டோ - அன்னாய்
மற்றெங்குச் சென்றனன் சொல்வாய்
வெய்யில் கொதிக் கின்ற நேரம் - அவன்
வேறெங்கும் சென்றிட மாட்டான்
துய்யவன் தன்னறை பார்த்தேன் - அங்கும்
தோன்றலை நான் காணவில்லை.
எய்தநல் அம்பினைப் போலே - உடன்
இங்கு வந்தேன்" என்று சொன்னான்.

ஆண்டாள் மகள் மீதில் அன்பால் - "என்றன்
அண்ணனின் பெண்ணை மறுத்தான்.
பூண்டான் பெரும் பழி தன்னை! - மனம்
புண்படச் செய்ததினாலே
ஈண்டு சிறைப்பட லானான் - அவன்
எண்ணம் திருந் திட வேண்டும்.
யாண்டும் இதைச் சொல்ல வேண்டாம் - இது
என் ஆணை" என்றனள் மன்னி.

"இப்பிழை செய்திட வில்லை - நெஞ்சம்
ஏந்திழை மேல் வைத்த தில்லை
செப்புவது ண்மை என் தாயே - அவன்
சிறையிடை வாழ்வது முறையோ
கற்பது தான் அவன் நோக்கம் - பின்னர்
கடிமணம் செய்வது நோக்கம்
மெய்ப்படவே உரைக் கின்றேன் - அவன்
மீளும் வகை செய்க" - என்றான்.

மன்னன் அவ்விடம் வந்தான் - அந்த
மன்னவன் மைந்தனின் நண்பன்
பின்னும் உரைத்திட லானான் - "உன்றன்
பிள்ளையின் மேற் பிழையில்லை
மின்னொளி மேற் கருத்தில்லை - அவன்
வெஞ்சிறை வாழ்வது நன்றோ"
என்றுரைத்தே நின்ற போது - மன்னன்
"என் அழகா இது கேட்பாய்;

அன்னவன் உள்ளக் கிடக்கை - நானும்
ஆய்ந்திட வேண்டும்; அதற்குள்
உன் மொழி நம்பிட மாட்டேன் - அவன்
உற்ற சிறை மீட்க மாட்டேன்;
இன்ன நிகழ்ச்சிகள் யாவும் - நீயே
எங்கும் உரைத்திட வேண்டாம்"
என்றான் புலித் திறல் மன்னன் - 'சரி'
என்று ரைத்தான் அழகன் தான்.

23.

இடம்:	சிறைக்கூடம்
நேரம்:	முன்னிரவு
உறுப்பினர்:	வேல் விழி, சிறைக் காவற்காரன், செக்கான்.

அகவல்

சிறையில் வையத் திறலிருக் கின்றான்
காவற்காரன் கடிது சென்று
"மின்னொளி பார்க்க வேண்டு மென்றாள்"
என்று சொன்னான் "இட்டு வா இட்டு வா"
என்றான் இளங்கோ! "வேல் விழி" யாளவள்
முகமலர் மறைய முக்காடிட்டு

விரைந்தாள்! இரும்பு வேலிப் புறத்தே
இருக்கும் செம்மல் இருவிழி மலர்ந்தே
"மின்னொளி! மின்னொளி விளையாடும் மயிலே!
உன் மேல் வைத்த காதல் உளவறிந்து
மன்னவன் என்னைச் சிறையில் வைத்தான்!
என்றன் உயிரே வா வா" என்றனன்.
"மின்னொளி அன்று நான் வேல் விழி அன்றோ
மன்னியின் அண்ணன் மகள் நான் அன்றோ
என்னை மணந்து கொள்" என்றாள்.
மன்னவன் மகனின் உள்ளம் எரிந்ததே.

கண்ணிகள்

"என் னெதிர் நிற்கவும் வேண்டாம் - இங்
கேதும் புகன்றிட வேண்டாம்
உன்னை மணந்திட மாட்டேன் - நீ
ஒட்டாரம் செய்திட வேண்டாம்.
மின்னொளி என்னுயிர்" என்றான் - வந்த
வேல் விழி ஓடி மறைந்தாள்.

24

இடம்: **சிறைக்கூடம்**
நேரம்: **இரவு**
உறுப்பினர்: **புலித்திறல், வையத்திறல், அழகன்**

அகவல்

வையத்திறலை மன்னன் அணுகினான்
சிறையின் கதவு திறக்கப்பட்டது.
புலித்திறல் புகுந்தான் புதல்வனைப் பற்றி
வலிதில் இழுத்து மண்ணிற் சாய்த்துச்
சாட்டையாற் கைகள் சலிக்க அடித்தான்.

"ஆட்படும் இனத்தின் அணங்கை மணப்பதா?
வாட்படை மன்னரின் மாண்பைக் குறைப்பதா?
மின்னொளி தன்னை வெறுப்பதாகவும்
வேல்விழி தன்னை விரும்பு வதாகவும்
விளம்பும் வரைக்கும் மீள மாட்டாய்"
என்று கூறி, மன்னன் ஏகினான்.
அழகன் உணவுடன் அங்கு வந்தான்.
குருதிப் பெருக்கில் கொற்றவன் மகன்
கிடந்தது கண்டு நடுங்கி, "அன்பனே,
எவரால் நேர்ந்த இன்னல்? ஐயோ?"
என்று பதறினான். இளங்கோ, "அழகனே,
வேல்விழி தன்னை வெறுத்ததால் என்னைத்
தந்தை சாட்டையால் அடித்தார்" என்றான்.
அழகன் அவ்வுரை கேட்டே
அழல்படு நெஞ்சுடன் சென்றான் அயலிலே.

25

இடம்: **திறல் நாட்டின் நகர்ப்புறம்**

நேரம்: **நள்ளிரவு**

உறுப்பினர்: **பெருநாட்டின் ஒற்றர், அழகன்**

அகவல்

அனல் பட்டுத் தாண்டுவோன் போலும் அழகன்
பெரு நாட்டின் ஒற்றர் எதிரில்
விரைந்தோடி நின்றான் விளம்பு கின்றானே.

பஃறொடை வெண்பா

"பெரு நாட்டான் பெற்ற பெருந்திருவை அன்றி
ஒரு நாட்டு மங்கையையும் நான் மணக்க ஒப்பேனே"
என்றுரைத்தான் மன்னன் மகன் என்ன பிழையிதிலே?

அன்றே சிறை வைத் தான் ஆணழகை அவ்வரசன்
காட்டு மலையன் மகளைக் கட்டிக் கொள் என்று சொல்லிச்
சாட்டையினால் சாகப் புடைக்கின்றான் தன் கையால்!
செங்குருதிச் சேற்றில் சிறையில் மடிகின்றான்.
எங்கிதனைச் சொல்வேன் இரக்கம் உமக்கில்லையோ?
அஞ்சல் எழுதி விட்டான் ஆட்களையும் போக விட்டான்.
வஞ்சியொடும் அந்த மலை வேந்தன் வந்திடுவான்.
ஏழெட்டு நாளிலந்த ஏந்திழையைத் தான் மணந்து
வாழட்டும் அல்லதவன் மாயட்டும் என்கின்றான்.
"பெண்ணில் பெருந் திருவை யான் மணப்பேன் அல்லாது
மண்ணில் மறைந் திடுவேன் என்கின்றான் மன்னன் மகன்"
என்றே முடித்தான் அழகன்! - இது கேட்டு
நின்றிருந்த ஒற்றர் நெடு மூச்செறிந்தவராய்
"இங்கிதனை யாரிடத்தும் சொல்லாதே; நாளைக்கே
அங்குள்ள எங்கள் அரசர் பெரும்படை தான்
பொங்கும் கடல் போற் புறப்பட்டு வந்து விடும்
மங்காத நெஞ்சத்து வையத்திறல் மீள்வான்
அன்றே பெருந் திருவை அன்னோன் மணந்திடலாம்
இன்றே இதோ நாங்கள் செல்கின்றோம்" என்றுரைத்தே
தம் குதிரை மேலேறித் தட்டினார்
அங்கே மகிழ்ந் திருந்தான் அன்று

26

இடம்: **ஏரிக்கரை**
நேரம்: **காலை**
உறுப்பினர்: **மண்ணெடுப்போர், அழகன்**

அகவல்

ஏரி தூர்க்குமண் எடுப்பார் பல்லோர்
ஆங்கே அழகன் சென்று தன்
தாங்காத் துயரம் சாற்றினான் மிகவே.

எண் சீர் விருத்தம்

"ஏரியிலே மண்ணெடுத்துக்கரை உயர்த்தும்
தோழர்களே இப்பெரிய நாட்டின் ஆணி
வேரினிலே பெரு நெற்றி வியர்வை நீரை
விட்டு வளர்த்திடு கின்ற நாட்டு மக்காள்
ஊரினிலே தெருவினிலே வீட்டில் எங்கும்
உம் உழைப்பைப் பொன்னெழுத்தால் காண்பதன்றி
ஆரிங்கே உழைத்தார்கள்? அரசன் என்போன்
அரசியொடு பொன்னூசல் ஆடுகின்றான்.

சடுசடு வென்றே நெய்வீர் கந்தை யில்லை
தார் வேந்தன் கட்டுவது சரிகை வேட்டி
கடல் நடுவில் முத் தெடுப்பீர் கஞ்சியில்லை
கடனறியா வேந்துக்கு முத்துத் தொங்கல்
மடுப்புனலும் செங்குருதிப் புனலும் வார்த்து
வள வயலில் களை எடுத்துக் காத்த செந்நெல்
அடுக்களையில் கண்டீரோ! அரசன் வீட்டில்
ஆன் நெய்யில் சீரகச்சம் பா மிதக்கும்!

எவன் படைத்தான் இந் நாட்டை? இந்த நாட்டை
எவன் காத்தான், காக்கின்றான்? காப்பான்? கேளீர்!
தவழ்ந்தெழுந்து, நடந்து வளர் குழந்தை போலும்
தரை, வீடு, தெரு, சிற்றூர், நகரம் ஆக

அவிழ்ந்த தலை முடிவதற்கும் ஓயாக் கையால்
அணி நாட்டைப் பெற்றவர்கள் கண்ணுறங்கிக்
கவிழ்ந்திட ஓர் ஈச்சம்பாய் இல்லை; தங்கக்
கட்டிலிலே ஆள வந் தார் நாயுறங்கும்!

சிற்றூரில் ஆயிரம் பேர், செழு நகர்க்குள்
திகழ் பன் னூறாயிரம் பேர் விழுக் காடாக
முற்று முள நாட்டிலுறு மக்கள், எண்ண
முடியாத தொகையினர்கள், அவர்கள் எல்லாம்
கொற்றவரின், பார்ப்பனரின் விரல் விட்டெண்ணும்'
குடும்பங்கள் இடும் பணிக்குத் தலை வணங்கிக்
குற்றேவல் செயப் பிறந்தார் என்றார்; மற்றும்
கொழுக் கட்டையாய்ப் பிறந்தோம் நாங்கள் என்றார்

மின்னொளி மேல் மன்னன் மகன் எண்ணம் வைத்தான்
மின்னொளியோ நம்மவரின் பெண்ணே அந்த
மின்னொளி தான் மிகத் தாழ்ந்த சாதிப் பெண்ணாம்!
மின்னொளியைத் தன் மைந்தன் எண்ணும் போதே
மன்ன னெனும் தன் சாதிக் கிழிவாயிற்றாம்!
மன்னன் மகன் சிறையினிலே வைக்கப் பட்டான்.
தன் சாதிக் குமிழிகளை நிலை என் கின்றான்.
தடங்கடலின் மக்களினம் தாழ்வென் கின்றான்.

மக்களிலே தாழ் வுயர்வே இல்லை என்று
மன்னன் மகன் எண்ணுவதும் பிழையாம் அன்றோ!
கக்கு முடற் குருதியிலே சேய்மி தக்கக்
கைச் சாட்டை ஓயு மட்டும் அடித்தான் மன்னன்.
மிக்குயர்ந்த சாதி கீழ்ச்சாதி என்னும்
வேற்றுமைகள் தமிழ்க்கில்லை; தமிழர்க்கில்லை.
பொய்க் கூற்றே சாதி எனல், ஆரியச் சொல்
புறநஞ்சு! பொன் விலங்கு; பகையின் ஈட்டி

"கடற் குமிழி உடைந்திடுக சாதி வீழ்க
கடல் மக்களிடை வேந்தர் மறைந்து போகக்
குடியரசு தழைக" என அழகன் சொல்லிக்
கொடி வழியைத் தாண்டி அயற்புறத்தே சென்றான்
"நெடி துழைப் போர் மேடழிந்தே உணர்ச்சி என்னும்
நீர் மட்டம் கண்டார்கள்; உழைத்த நாளுக்
கடை கூலி காற் பொன்னே! மாதந் தோறும்!
ஆள் வாருக் கறு பதினாயிரம் பொன்" என்றார்.

27

இடம்: **அரண்மனையில் காவலறை**

நேரம்: **காலை**

உறுப்பினர்: **செம்மறித்திறல், பொன்னி, காவற்காரர், படைமறவர், மன்னன்**

அகவல்

உணவு வட்டில் ஒரு கையில் மறுகையில்
குடிநீர்ச் செம்பும் கொண்டு, காவல்
அறையில் பொன்னியை அணுகினான் ஒருவன்
நிறை நிலாமுகம் நிலத்திற் கவிழக்
கருங்குழல் அவிழக் கண் நீர் உகுக்க்
இருளிற் கிடந்த பொன்னி எழுந்தாள்.
"செம்மறித்திறல் நான்" என்ற தீங்குரல்,
மெல்லெனப் பொன்னி காதில் விழுந்ததே.
அவள் அவன் அணைப்பும் பிணைப்பும் ஆனார்
உள்ளம் இரண்டும் உலகை மறந்தன.

வாயிலோர் "அழகன் வராத தேன் வெளியில்?
போயினான் என்ன புரிந்தான் இன்னும்?"
என்றனர்; ஐயம் எய்தினர், ஒருவன்
அறைக்குள், ஒரு கண் அரை முகம் சாய்த்தான்;

இரண்டுடல் ஒன்றி லொன் றிறுகுதல் கண்டான்;
அவன் பதைத் தோடினான் அரசனிடத்தில்!
அரசன், மறவர் ஒரு சில ரோடு
விரைவில் வந்தான். "வெளியில் வருவீர்
இருவரும்" என்று பெருங்குரல் பாய்ச்சினான்.
அழகன் உடையில் அங்குச் செம்மறி
மழமழ வென்று வந்து நின்று
கொழ கொழ வென்று சில சொற் கூறினான்
முக்காடு நீக்கி முடியரசன் கண்டான்

செம்மறித்திறல் செழுமலர் முகத்தை!
இவனைக் கட்டி இழுத்துச் செல்க
சிறைக் கென்று! 'மன்னன் செப்பினான்; மறவர்
அவ்வாறு பிணித்தே அழைத்துச் சென்றனர்.
காவலிற் பொன்னியைக் கண்ணால் வெதும்பிப்
"புலைச்சி மகனைப் புணர்ந்த புலைச்சி
கொலைக்குக் காத்திரு" என்று
நிலத்திடி எனவேந்து நேர் நடந்தானே.

28

இடம்: **அரண்மனைவாயில், தெருக்கள், தொழிற்சாலை**

நேரம்: **காலை முதல் இரவு வரைக்கும்.**

உறுப்பினர்: **அழகன், தோழிமார், தெருவினர், தொழிற்சாலையினர்.**

இணைக்குறள் ஆசிரியப்பா

தூய்மொழி என்னும் தோழி, அரண்மனை
வாயிலில் நின்றாள், அவளை,

அழகன் அணுகிக் கூறு கிறான்;
"நாமெல்லாம் தாழ்ந்தவர், தாமெலாம் உயர்ந்தவர்
என்று மன்னர் இயம்பினார் அன்றோ?
நம்மில் ஒருத்தியை அம்மன்னன் மகன்
மணக்க நினைத்தான் என்று
சிறையில் வைத்ததும் தெரிந்தாய் அன்றோ?

மன்னியின் தங்கையாம் பொன்னி செம்மறியை
மணக்க நினைத்ததால் மாளப் போவதை
அறிவாயன்றோ?
செம்மறித் திறலும் சிறையில் உள்ளான்
அம்மங்கை தனை அணுகிய தாலே
கண்டாய் அன்றோ?
தன் மானத்தைத் தமிழர் இழப்பதா?
பொன்னே தரினும் மன்னன் அரண்மனை
வாயில் மிதிப்பதும் தீயதே"
என்றான் அழகன்.
புருவம் நெற்றி ஏற இரு விழி
ஏரியைச் சொரிய" என் போன்றோர்க்கும்
இங்கென்ன வேலை?" என்றே
அங்கிருப்போரை அணுகினாள் விரைந்தே!
சில நாழிகையில்,
தோழிமார் அரண்மனை துறந்தனர்.
பணிப் பெண்டிர்கள் பறந்தனர்.
காவலர் போயினர்.
பாவலர் எட்டியும் பாரோம் என்றனர்
மெய்க் காப்பாளரும் வீடு திரும்பினர்.
அடுக்களை ஆக்குநர் இல்லை.
அரண்மனை இவ்வாறாகத்
தெருவெலாம் தெருவின் வீடெலாம், வீட்டின்
விருந்தினர் பொருந்தினோர் வருந்தலானார்.
பிறப்பில் தாழ்ந்தது பெருமக்கள் கூட்டமா?

பிறப்பில் உயர்ந்ததச் சிறிய கூட்டமா?
என்றே ஆர்த் தார்த்து எழுந்தனர்.

ஆலைத் தொழிலினர் அங்கொரு பாங்கில்
"கூலிக் கென்றே ஞாலத்திற் பிறந்தோம்
கோலைத் தாங்கியே பிறந்தனர் கொற்றவர்"
என்றனர்; மன்னன் வீழ்க! என்றனர்;
பார்ப்பனர் வீழ்க! என்று கூவினர்.
மனத் தாங் கல்கள் வளர்ந்தன!
இனத்தின் எழுச்சி நாடெலாம் எழுந்ததே.

29

இடம்: **அரண்மனைக் கூடம்**
நேரம்: **காலை**
உறுப்பினர்: **புலித்திறல், மன்னி, பார்ப்பனர், அழகன்**

இணைக்குறள் ஆசிரியப்பா

"யாமிட்ட சோறு கறி எப்படி" என்று
நாட்டு மன்னனைக் கேட்டனர் பார்ப்பனர்
"நன்று மிகவும்" என்றான் மன்னன்,
மேலும் மன்னன் விளம்புவான்;
"தாழ்ந்தவர் தம்மில் ஒன்று சேர்ந்தனர்
உயர்ந்தவர் நாமும் ஒன்று சேர்ந்தோம்"
என்றான் - பார்ப்பனர்.
"இப்படி விடுவதும் ஏற்றதல்ல
தாழ்ந்தார் போக்கைத் தடுக்க வேண்டும்.
அவர்களின் நன்மைக்காகவே!
அவர் மேல் படையை அனுப்ப வேண்டும்.
அவர்கள் நன்மை கருதியே!

அரண்மனை வேலையை அவர்கள் மறுத்தது
குற்றமன்றோ?
பொறுக்கலாமோ? ஒறுக்க வேண்டும்
அவர் நன்மைக்கே
அவர்களில்
ஓரா யிரம் பேர் ஒழிந்து போகட்டுமே?
மற்றவர், வழிக்கு வருவாரன்றோ?
திருத்த வேண்டும், திருந்துவர்
மக்களைத் திருத்தல் மன்னன் கடமை
மனுநூல் நாட்டில் வழங்க வேண்டுமே?
அதற்குப்
பார்ப்பனர் காப்பாற்றப் படுதல் வேண்டும்;
ஆள்வோர் பார்ப்பனர் சொற்படி
ஆள வேண்டும்.

விளை பொருள் விற்பவர் வேண்டும்
வள வயல் உழவும், குளச்சே றெடுக்கவும்,
இரும் படிக்கவும், கரும்பு நடவும்,
உப்புக் காய்ச்சவும், தப்படிக்கவும்
சுவர் எழுப்பவும், உவர்மண் எடுக்கவும்,
பருப்புப் புடைக்கவும், செருப்புத் தைக்கவும்,
மாடு மேய்க்கவும், ஆடு காக்கவும்,
வழிகள் அமைக்கவும், கழி வடை சுமக்கவும்
திருவடி தொழுது நம் பெருமை காக்கவும்
வரும்படி நமக்கு வைத்து வணங்கவும்,
நாலாம் வகுப்பு நமக்கு வேண்டுமே" என்றனர்.

"படைத் தலைவரைக் கடிதில் அழைப்பிக்க"
என்றான் மன்னன்.
குதித் தோடினான் ஒரு குள்ளப் பார்ப்பான்.
பார்ப்பனர் பால் பகர்வான் மன்னன்!
"அரண்மனை வேலைகள் அனைத்தும் நீவிர்

பார்த்திட வேண்டும், பணியாளர்கள்
வரும் வரைக்கும்'' என்ன,
''அடடா! செருப்புத் துடைப்பது முதல்
அடுப்புத் தொழில் வரை நடத்துவோம்'' என்றனர்.
பார்ப்பன ஆடவர் பார்ப்பனப்பெண்டிர்
அனைவரும் பணிசெய அரண் மனை வந்தனர்
மன்னனும் மன்னியும் மகிழ்ந் திருந்தனர்.
அழகன் வந்தான்.
''எங்கு வந்தாய்?'' என் எரிந்தான் மன்னன்.
''செம்மறித் திறலும் சேல்விழிப் பொன்னியும்
பொன்னூசல் ஆடிப் பொழுது போக்கு கின்றார்;
வையத் திறலோ
மாசுடை நீக்கித் தேசுடை அணிவான்;
ஏனெனில்,
ஆண்டாளான தன் அன்பு மாமி
மாப்பிள்ளை பார்க்க வருகின்றாளாம்''
என்றான்
மன்னி அழுதாள். மன்னவன் சீறி,
''இவர்கள் சிறையினின் றெப்படி வந்தனர்?''
என்று கேட்டான்.
''காவலர் எவரும் காணேன் அங்கே''
என்றான் அழகன்.
''எப்படி வரலாம், இவர்கள்?'' என்று
மன்னன் கேட்டான்.
''அவர்களைக் கேட்க வேண்டும். அவர்கள்
வாளைக் கையில் வைத்திருக் கின்றனர்''
என்றான் அழகன்.
பார்ப்பனர் தம்மைக் கூப்பிட்டு மன்னன்,
''வையத் திறலை, மறியை, வஞ்சியைக்
கடுஞ்சிறை வைத்துக் காவலிடுங்கள்;
என்றன் ஆணை இது'' வெனக் கூறினான்.

"புல்லேந்து கையில் வில்லேந்து வோம்யாம்"
என்று பார்ப்பனர் இயம்பினர்.
'மகிழ்ச்சி!' என்றான் மன்னன்.
"ஆயினும்,
மல்லேந்து மன்னர்க்குச் செல்வாக் கில்லையே!
எப்படி அது செய ஏலும்?" என்றனர்.
அழகன் சிரித்தான்
நன்றென, மன்னன் இஞ்சி
தின்ற குரங்கு போல் திகைத்தான் குந்தியே.

30

இடம்:   அரண்மனை
நேரம்:   காலை
உறுப்பினர்:   படைத்தலைவன், மன்னன்.

அகவல்

தாங்கா ஆவலில் தன் படைத் தலைவனை
ஆங்கெதிர் பார்த்தமர்ந்திருந்தான் அரசன்
அன்னவன் வந்து வணங்கினான்
தன் ஆணை மன்னன் சாற்றுவான் மிகவே:

அறுசீர் விருத்தம்

"விரைந்து செல்! மானம் காப்பாய்
அரண்மனை வேலைக் காரர்
புரிந்தனர் தீமை விட்டுப்
போயினர் காவலர் கள்
பிரிந்தனர் சிறை திறந்து
பெயர்ந்தனர் குற்றஞ் செய்தோர்!
விரைந்து செல் பணியாளர்கள்
வேண்டும் இப்போதே" என்றான்.

மேலுமே உரைப் பான் மன்னன்;
"வெந்திறல் மறவர் தம்மை
வேலொடு தெருவி லெல்லாம்
நிறுத்தி வைத்திடுதல் வேண்டும்.
வாலசைத் திடுவார் தம்மை
மண்ணிடைப் புதைக்க வேண்டும்.
தோலினை உரிப்பாய் நம்மைத்
தூற்றுவார் தம்மை" என்றான்.

படைத் தலை வன்பு கல்வான்
"படை சார்ந்த மறவர் எல்லாம்
கடைச் சாதி என்று நாமே
கழறியதுண்டோ" என்றான்
விடுத்த இவ் வினாவைக் கேட்ட
வேந்தனும் "ஆம் ஆம்!" என்றான்
"கெடுத்தனிர் அரசே அந்தக்
கீழ் மக்கள் வருந் தினார்கள்.

ஆயினும் அவர் கட்கான
ஆறுதல் கூறுகின்றேன்
போயினி நீங்கள் சொன்ன
செயலினைப் புரிய வேண்டும்
நாயினும் தாழ்ந்தா ரேனும்
நாட்டினிற் பெருங் கூட்டத்தார்!
பாயுமேல் மக்கள் வெள்ளம்
நம்மாள் வார் பறக்க வேண்டும்"
உயர் சாதிப் படைத்தலைவன்
இங்ஙனம் உரைத்துச் சென்றான்.

துயர் பாதி அச்சம் பாதி
தொடர்ந்திடத் தூக்கமென்னும்
அயலுல கடைந்தான் மன்னன்

உணவுண்ணான் அவன் விருப்பம்!
கயல் மீனும் சோறும் பார்ப்பார்
கட்டாய உணவாய்க் கொண்டார்!

31

இடம்: **அரண்மனை**
நேரம்: **காலை**
உறுப்பினர்: **ஆளும் சாதி அதிகாரிகள், அரசன்**

அகவல்

ஆளும் சாதியார் அதி காரத்தினர்
வாளும் கையுமாய் வந்து மன்னனை
"நாலாஞ் சாதியும் மேலாஞ் சாதியும்
ஆலும் விழுதும் ஆவார் இதனை
நாமறிவோமே, அறிந்தும் இத்
தீமை புரிந்தது தீமை" என்றாரே!

அறுசீர் விருத்தம்

"நேர்ந்திட்ட நிலைமை தன்னை
நிகழ்த்துவேன் உறவி னோரே
சார்ந்திட்ட ஆண்டாள் என்னும்
பூக்காரி தன் பெண் ணாளைத்
தேர்ந்திட்டான் மணமே செய்யத்
திருமகன்" என்றான் மன்னன்!
ஆர்ந்தது விழியிற் செந்தீ;
"ஐயையோ" என்றார் வந்தோர்

அன்றியும் என் கொழுந்தி
செம்மறித் திறலை அண்டி

நின்றனள். சிறையில் வைத்தேன்
நிலை கெட்ட செம்மறிக்கும்
பன்முறை சொன்னேன்; கேளான்
படுசிறை என்றேன். மேலும்
என்பிள்ளை என்றும் பாரேன்.
சிறையினில் இருக்கச் செய்தேன்.

பணியாளர் தோழி மார்கள்
இதையெல்லாம் பார்த்திருந்தார்
அணியணி யாகச் சென்றார்
அரண் மனை வேலை விட்டே!
துணிவுடன் நகரைக் கூட்டித்
தூற்றினார் மேல் வகுப்பை!
பணிவுடன் பணிகள் செய்து
பார்ப்பனர் உதவுகின்றனர்.

"அரண்மனைப் பின் புறத்தே
அம்மறித்திறலும், பொன்னி
ஒருத்தி யோடுள்ளான் என்றன்
உயர்மைந்தன் பணிப் பெண்ணாளைத்
திருமணம் புரிய வேண்டி
ஆவன செய்கின்றானாம்
அருஞ் சிறைக் காவல் இல்லை
அனைவரும் இவ்வாறானார்"

என்றனன் மன்னன்; இந்த
இழிவினைக் கேட்டிருந்த
மன்னரின் மரபினோர்கள்
வாளொடு கிளம்பினார்கள்
"புன்றொழில் புரிந்துளாரைப்
புதைக்கின்றோம்" எனக் கொதித்தார்

சென்றனர், "சாதி வாழ்க
தீயர்கள் வீழ்க" என்றே.

போயினர் அரண்மனைக்குப்
புறக்கட்டில், அவர்கள் இல்லை
"தீயர்கள் மறைந்தார்" என்று
செப்பினார். அரசன் கேட்டு
"நாயினை ஒப்பாரோடு
நகரினிற் கலகம் செய்யப்
போயினார். போவீர்" என்றான்
அஞ்சினர் பொய்கை யாள்வார்.

32

இடம்:	திறல் நாட்டு நகர்
நேரம்:	காலை
உறுப்பினர்:	ஒற்றர் படைத் தலைவன், பெருமக்கள்

அகவல்:

"பெரு நாட்டுப்படை, திருநாடு தன்னை
முற்றுகை யிட்டதே முற்றுகையிட்டதே"
என்று கூவினர் எங் கணும் மக்கள்!
தீமை குறித்தது செழுநகர்ப் பெருமணி!
அரசன், படையை அழைத்தான் விரைவில்!
படையின் தலைவன் பரபரப் புற்றான்.
தேர்ப்படை ஒன்று சேர்ப்பீர் என்றான்.
பரிப்படை எழுக என்று பகர்ந்தான்.
யானைப் படையும் எழுக என்றான்
காலாட் படையும் காண்க என்றான்
நாலாஞ் சாதியார் நாமாட் டோம் என்றனர்.
மூன்றாஞ் சாதியார் முணு முணுத்தனர்

இரண்டாம் சாதியார் இருநூறு பேர்கள்
திரண்டெழுந்தனர் மருண்ட நெஞ்சோடு
முதன்மைச் சாதியார் மூக்கைப் பிடிக்க
அரண்மனைச் சோற்றை அருந்துவ தன்றிப்
போரை யணுகாமே "நமோ
நாராயணா" என்று நவின்று சென்றனரே.

33

இடம்: **கடல் மேற்குமிழிகள்**
நேரம்: **இரவு**
உறுப்பினர்: **வையத்திறல், செம்மறித்திறல், பெருமக்கள்**

அகவல்

நாட்டு மக்கட்கு நல்வழி காட்டச்
சேய்வை யத்திறல், செம்மறித்திறல்
சொற் பெருக் காற்றுவார் என்று
நற் பெருமக்கள் நண்ணினார் ஆங்கே.

எண்சீர் விருத்தம்

மேடையின் மேல் ஏறி நின்றான் மன்னன் மைந்தன்
விருப்பத்தால் நகர மக்கள் 'வாழ்க' என்றார்.
வாடாத மலர் முகத்தான் வணக்கம் கூறி
"மாண்புடையீர், திறல்நாட்டு மக்காள், கேளீர்!
பீடுடைய நம்திறல்நா டமனை தனை நோக்கிப்
பெருநாட்டான் பெரும்படையைக் கூட்டி வந்தான்
வாடிடநாம் முற்றுகையும் போட்டு விட்டான்
மன்னவரின் அதிர் வெடியில் மருந்தே யில்லை.

பிரமன் உடல் தனில் நான்கு வகையாம் மக்கள்
பிறந்தாராம், பார்த்தானாம் என்றன் தந்தை

பிரமன் முகந் தனிற் பார்ப்பார் பிறந்திட்டாராம்
பிரமன் தோள் பெற்றது வாம் மன்னர் தம்மைப்
பிரமனிடை தனிற் பிறந்தார் வாணிகர்கள்
பிரமனடி தனிற் பிறந்தார் உலகிலுள்ள
பெருமக்கள் இது மனு நூல் ஆரியர் சொல்
பிழைக்க வந்த ஏமாற்றுக்காரர் சூழ்ச்சி.

அரசன் மகன் உங்களினப் பெண்ணை நத்தல்
அடுக்காதாம் அதற்கென்னைச் சிறையில் வைத்தான்
அரசன் எழிற் கொழுந்தியார் என் சிற்றன்னை
அகம் பறித்தார் செம்மறியார் அதுவும் குற்றம்
பெருஞ்சிறையில் மூவருமே அடைக்கப்பட்டோம்.
பெருமக்கள் இதையறிந்தீர்; தன் மானத்தால்
வருந்துகின்றீர்; ஆள்வோர் பால் ஒத்துழைக்க
மறந்து விட்டீர்; வாழ்க நீர் வாழ்க வாழ்க!

“பெருநாட்டான் படையெடுப்பைத் தகர்க்க வேண்டும்
பெருமறவர் கூட்டமே வாரீர்” என்று
திருநாடாம் திறல் நாட்டின் மன்னர் சென்று
திரு முழங்காற் படியிட்டுக் கெஞ்சலானார்
வர மாட்டோம் என மறவர் மறுத்து விட்டார்
வாழ்க நனி வாழ்க அவர் வாழ்க வாழ்க!
இருசாதி தான் மீதி, மன்னர் கையில்
இவர் சாதி ஒன்று மற்றொன் றினாம்தார் கூட்டம்

அரண்மனையின் அறைக்குள்ளே வாள் சுழற்ற
அட்டியில்லை என்றததோ அரசச் சாதி!
பிரமனார் திருமுகத்துப் பெருங் காயங்கள்
பெண்டாட்டி பிள்ளையுடன் அரண்மனைக்குள்

பெருநாட்டான் அருள் பெற்று விபீஷணன் தான்
பெற்ற பயன் பெறுமோ எனக் கயிற்றை
அருணாசலப் பெரும் புராணம் சாத்தி
அவனடியே உய்யும் வழி என்கின்றார்கள்.

மேற் சாதியார் நிலைமை இவ்வாறாக
மேலும் நாம் செயத்தக்க தின்ன தென்று
சேற் கருங்கண் பொன்னியார்க் கன்பரான
செம்மறியார் என்னருமைச் சிறிய தந்தை
சாற்றிடுவார் கருத்தோடு கேட்பீர்'' என்று
தன்னுரையை முடித் தமர்ந்தான் மன்னன் மைந்தன்
மாற்றுயர்ந்த பொன் போன்ற திறல் நாட்டாரே
வணங்குகின்றேன் என்றுரைத்து மறி புகல்வான்;

"திறல் நாட்டின் மேல் வந்த பெரு நாட்டானைச்
சிதறடிக்க வேண்டுமெனச் செப்புகின்றீர்
பொறுத்திருங்கள் பெருநாட்டான் வரட்டும் உள்ளே
போடட்டும் தன்கொடியை! மகிழ்ந்திடட்டும்
வெறுக்காதீர் படைமறவர் விளையாடட்டும்
வெற்றி விழாக் கொண்டாட்டம் நடந்தேறட்டும்
திறல் நாட்டின் தம் மறவர் தமக்கும் இந்தத்
திட்டத்தை நன்றாகச் சொல்லி வைப்பீர்.

தனித் தனியே பகைமறவர் தம்மைக் கொண்டு
தாழ் சாதி என நம் மேல் உயர்ந்தோர் வைத்த
மனப் போக்கை அவர் மனத்தில் ஏற்ற வேண்டும்.
மற்றவற்றை யாமுரைப்போம் அவ்வப் போதில்,
இனத்தோடு இனம் சேரும்! ஆளும் சாதி
இங்குள்ள ஆளுஞ் சாதியையே சேரும்
அனைத்துள்ள கோல் கொண்டார் நூல் கொண்டாரை
ஆட் கொள்ள வேண்டியவர் நாமே'' என்றான்

(கூட்டம் முடிந்தது)

34

இடம்: திறல் நாட்டு நகர்
காலம்: காலை
உறுப்பிப்பினர்: பெருநாட்டு மன்னன், பெரு
நாட்டுப் படைகள், திறல்
நாட்டு மக்கள்,

அகவல்

கோட்டை மேல் வெள்ளைக் கொடி பறந்தது
பேட்டையில் பெரு நாட்டுப் படைகள் நுழைந்தன
பெரும்படை பின்வர ஒரு மணித் தேரில்
பெருநாட்டு மன்னன் திருநகர் புகுங்கால்
நேற்றுப் புலித்திறல் சோற்றை உண்ட
சிறுமதிப் பார்ப்பனர் நிறை நீர்க் குடத் தொடும்
நறுமலர்த் தாரொடும் நன்றெதிர் கொண்டு
"வருக பெரு நாட்டு மன்னரே வருக!
திருமால் பிறப்பெனும் செம்மலே வருக!
புலித்திறல் மன்னனால் பட்டது போதும்
மனுநூல் தன்னை மன்னரே காக்க!
இனி மேல் எங்கள் தனி நலந் தன்னை
நாடுக நாடுக நன்றே வாழ்க
சூடுக மாலை" என்று சூட்டி
நல் வர வேற்பு நடத்திய அளவில்
அரசனும் வணங்கி, அறம் பிசகாமல்
பெருமை மனுநூல் பிழைபடாமல்
பார்ப்பனர் நன்மை பழுது படாமல்
காப்போம்" என்று கதறி முடித்தான்.
நாற்படை முழக் கொடு நகர் மேற் சென்றன
தேன்கூட்டில் ஈக்கள் செறிந்தன போல

வானுயர் வீடு தொறும் வாயிலில் மக்கள்
தலை வைத்திருந்தார் தம் முளம் மறைத்தே.
பெரு நாட்டுப் பிறைக் கொடி திறல் நாடு பெற்றது
பெரு நாட்டு மன்னனும் பெரும் படை மறவரும்
திறல் நாட்டரண் மனை சேர்ந்தனர் உடனே,
புலித்திறல் சிறையில் புகுத்தப் பட்டான்
பிரமன் தோளிற் பிறந்த பெட்டைகள்
மரியாதை யாகப் பெருஞ்சிறை சென்றனர்

மருமகனாகும் வையத்திறலை
விரைவில் தேட விடுத்தான் ஆட்களை
பெருநாட்டான் தன் பெரும்படை மறவர்க்கு
விடுமுறை தந்தான், வேண்டிப் பார்ப்பனர்
அரண்மனை அரிசியால் விருந்துண் பித்தார்.

முரசறை வோனை அரசன் அழைத்தே
"அரசியல் திட்டம் அமைப்பதற்கும்
வையத்திறலை என் மகளுக் காகத்
திருமண உறுதி செய் வதற்கும்
நாளைக் காலை நாட்டு மக்கள்
மாளிகை வரும்படி மணி முரசறைக"
என்றான். யானை வள்ளுவன்
நன்றெனப் பணிந்து நடந்தான் ஆங்கே.

35

இடம்: **திறல் நாட்டு மாளிகை**

நேரம்: **காலை**

உறுப்பினர்: **அனைவரும்**

அகவல்

மென்பட்டு மெத்தை விரித்த பெருந்தரை
நன்முறை ஓவிய நாற்புறச் சுவர்

கற்றச்சர் கைத்திறம் காட்டும் ஆயிரங்கால்,
பொற்கட்டில் பன்மணி புதைத்த மேன்மூட்டு
வருகெனப் பொற்பாவை வரவேற்கும் முன் வாயில்
பெருமக்கள் மகிழ்ந்துபோம் பின்புறப் பெருவாயில்
நறுந் தென்றல் வார்க்கும் நாற்சுவர்ச் சன்னல்கள்
நிறந்தரு பவழம், நீலம், மாணிக்கம்
சுடர்விடு முத்துத் தொங்கல்கள் இடையிடை,
அடை சுவர் சேர அங்குக் கலைப் பொருள்
ஆன மாளிகைநடு அடலேறு சுமப்பதோர்
வானில வெறித்த மணிக்குடை இருக்கையில்
வென்ற பெருநாட்டான் வீற்றிருந்தான்
அன்னோன் அமைச்சன் அருகினில் இருந்தான்.
படையின் தலைவனும் பாங்கில் அமர்ந்தான்.
முரசு முழங்கும் முன்புற வாயிலால்
வரும் பெரு மக்கள் மலைப்புரள் அருவி
திறல் நாட்டு மறவரும் செம்மறித் திறலும்
வையத்திறலும் தம் முரு மாற்றி
நீறு பூத்த நெருப்பென இருந்தனர்
ஆண்டாள் ஒரு புறம் அவள் மகள் ஒரு புறம்
ஈண்டிழைப் பொன்னி ஒருபுறம் இருந்தனர்.
தொலை விலோர் மூலையில் தோன்றா வண்ணம்
அழகன் இருந் தான் அச்சத் தோடே,
பழந்திறல் நாட்டினர் பல்லாயிரவர்,
பெருநாட்டு மறவர் ஒரு சில நூற்றுவர்
ஆங்கே கலந்தபடி அமர்ந்திருந்தனர்.
பெருநாட்டு மன்னன் பேசத் தொடங்குமுன்
“வையத்திறலோன் வந்து விட்டானா?”
என்று பன்முறை கேட்டான் “இல்லை” என்று
சொன்னார். சொற்பொழிவு தொடங்கினான்:

கடல்மேற் குமிழிகள்

"திறல் நாட்டு மக்களே, செப்புதல் கேட்பீர்:
இத்திறல் நாடோ, என் பகையான
மலை நாட்டோடு கலந்து கொள்ள
இருப்பதால் நான் படை எடுக்க நேர்ந்தது
வென்றேன். சிறையில் உம் வேந்தரை அடைத்தேன்.
திறல் நாடு தனில் என் பிறைக் கொடி ஏற்றினேன்.
இவ்வாறிருக்க, இனி இந் நாட்டின்
ஆட்சிமுறை எவ்வாறமைய வேண்டும்?
என்பது பற்றி இயம்பு கின்றேன்:
என்றன் உறவினன். மன்னர் மரபினன்
ஆன ஒருவனே இந் நாட்டரசன்,
வரும் அவ்வரசன் பெருநாட்டுக்குப்
போர்த்துணை நாளும் புரிய வேண்டும்.
மேலும் அந்த வேந்தன், பார்ப்பனர்
மறை நூலுக்கு மதிப்பீய வேண்டும்.
இத்தனை கருதி இந்நாட்டு மன்னரின்
மகனுக்கே எம் மகளைத் தரவும்
விரும்பினேன். அவனும் விரும்புவதாக
அறிந்தேன்: மகிழ்ந்தேன் ஆதலால் இந்தத்
திறல் நாட்டை யாள்வோன் திறல் நாட்டினனே!
வையத்திறல் என் மகளை மணப்பதாய்
இன்றே உறுதி இயம்பினால், நாளையே
மணமுடித்து மணிமுடி பெறலாம்!
வையத் திறலோன் வராமையாலே
அன்னோன் சார்பில் இந் நாட்டார்கள்
உறுதி கூறினும் ஒப்புக் கொள்வேன்"
என்று மன்னன் இயம்பிய அளவில்,
கூனும் கோலும் குள்ளமும் வெள்ளைத்
தாடியும் மீசையும் தள்ளா உடலுமாய்
எழுந்து நின்றான் ஒரு
கிழவன்; அரசனைக் கேட்டான் ஆங்கே;

இணைக்குறள் ஆசிரியப்பா

"உங்கள் உறவுதான் ஊராள வேண்டுமோ?
வேந்தன் சேய்தான் வேந்தாக வேண்டுமோ?
என்று கிழவன் கேட்டான்.
"கேட்பீர் கேட்பீர்" என்று
முன்னுள்ள மக்கள் முழக்கஞ் செய்தனர்!
"எங்கள் உறவு தான் ஆள ஏற்றவன்;
வேந்தன் சேய்தான் வேந்தாக வேண்டும்."
என்றான் வேந்தன்.
"எங்களில் ஒருவன் ஏன் ஆளக் கூடாது?-
சொல்க" என்றான் கிழவன்.
"நாடாள் வதன்று நாலாஞ் சாதி"
என்றான் மன்னன்.
"சாதி ஒழிக சாதி ஒழிக"
என்று முழங்கினர் எதிரில் மக்கள்!
'எங்கள் நாட்டுக்கினி வரும் மன்னன்
உங்கட்குப் போரில் உதவ வேண்டுமோ?
பாரோர் நாட்டை நீர் பறிக்க நினைத்தால்
சீராம் திறல் நாடு சேர வேண்டுமோ?"
என்று கேட்டான் முதியோன்.
"நன்று கேட்டீர் நன்று கேட்டீர்"
என்றனர் மக்கள்.
"ஆம் ஆம்!" என்றே அதிர்ந்தான் மன்னன்.
"பார்ப்பனர் மறையைப் பைந்தமிழ் மக்கள்
மாய்ப்பது தீதோ வளர்ப்பது கடனோ?"
என்றான் முதியோன்.
"ஆம்! என்று மன்னன் தீமுகம் காட்டினான்.
"பார்ப்பனர் பொய்ம்மறை பாழ்பட" என்று
கூப்பாடு போட்டனர் மக்கள்.
"வையத்திறல் உம் மகளை மணக்கும்

எண்ணம் அவனுக் கிருந்த தில்லை;
இருக்கப் போவதும் இல்லை; இதனை
இளங்கோ சார்பில் யானுரைக் கின்றேன்"
என்றான் முதியோன்.
"ஆம் ஆம்" என்றே அனைவரும் கூவினர்!
சின்ன முகத்துடன் மன்னன் "கிழவரே!
வையத்திறலை மன்னன் ஒறுத்தது
பொய் யோ!" என்றான்.
"மன்னன் தன்னன்பு மைத்துனர் மகளை
மணக்கச் சொன்னான்; மறுத்தான் வையன்;
அதனால்
ஒறுத்தான்" என்றான்.
"சிறை மீட்டு வருக புலித்திறலை என்று
பெருநாட்டு மன்னன் உரைத்தான்.
திறல் நாட்டு மன்னன் அவ்விடம் சேர்ந்தான்
"வையத்திறலைச் சிறையில் வைத்தனை
மெய்யாக் காரணம் விளம்" பெனக் கேட்கப்
புலித்திறல் புகல்வான்;
"உன் மகள் தனையும் என் மகன் மறுத்தான்
வேலைக் காரி மின் னொளி தன்னை
மாலையிட்டு மன்னர் மரபையே
அழிக்க எண்ணினான்! அடைத் தேன் சிறையில்!"
என்ன,
பெருநாட்டான் வாள் உருவி
"புரட்சியோ! புரட்சியோ! கிழவரே,
உரைப்பதென்ன?" என்று
மன்னன் கேட்கக்
கிழவன், 'மன்னா! கிளத்துதல் கேட்க:
சாதியில்லை!
பார்ப்பன வகுப்பும் பார்ப்பன நூற்களும்
பொய்யே!

மதம் எனல் தமிழ் வையத்தின் பகை!
ஆள்வோர் என்றும் அடங்குவோர் என்றும்
பிறந்தார் என்பது சரடு!
தனி ஒரு மனிதன் தன் விருப்பப்படி
இனி நாட்டை ஆள்வ தென்ப தில்லை!
மக்கள் சரி நிகர்!
எல்லாத் துறையிலும் எவரும் நிகரே!
நெடு நாட்டு மக்களின் படியினர்
குடியரசு நாட்டல் எம் கொள்கையாகும்"
என்று கிழவன் இளைஞனாய் நின்றான்.
மன்னன் வையத்திறலைக் கண்டான்.
கையாள் தன் வாள் காட்டி,
"என் மகள் 'பெருந்திரு' என்னும் மங்கையை
மணந்து கொள்; இன்றேல் மன்னன் மைத்துனன்
மகளை மணந்து கொள்! மக்களில் தாழ்ந்த
மின்னொளி தன்னை விரும்புதல் நீக்குக;
என்னொளி வாளுக் கிரையாகாதே"
என்றான்.
'ஏஏ'! என்றனர் இருந்த மக்கள்!
வையத்திறல் தன் வாளை உருவினான்.
"படையின் தலைவனே பற்றுக இவனை"
என்று படைத் தலைவனுக்குக்
கட்டளையிட்டான் மன்னன்!
எட்டிற்று மறித்திறல் இடிக்குரல் எங்குமே

பிரதிநிதிகள்

பாட்டு

மக்களின் உரிமைக்குத் தூக்குவீர் வாளை
மன்னரின் தனியாட்சி வீழ்க - நாட்டு

மக்கள் உரிமைக்கு

(திறல் நாட்டு மறவர் மக்களின் வாள்கள்
சுழலுகின்றன. பெருநாட்டுப் படைத் தலைவனும்,
அவனைச் சார்ந்த சில மறவர்களும் எதிர்க்கிறார்கள்)

மக்கட் கடலில் மறைக் குமிழிகள்
மறுப்பவர் மாள்க மாள்கவே - நாட்டு
மக்கள் உரிமைக்கு...

(எதிர்த்தோர் இறந்து படுகின்றனர். இரு
மன்னரும், படைத் தலைவர்களும், ஆளும்
இனத்தோரும் பிணிக்கப்படுகின்றனர்)

தக்கதோர் ஆட்சி மக்களின் மன்றம்
சரி நிகர் எல்லோரும் என்றோம்
பொய்க்கதை மறையெனல் புரட்டே
புரட்சியில் மலர்க இன்ப வாழ்வே! மக்கள் உரிமைக்கு...

(பிணிக்கப் பெற்றவர் சிறை சேர்க்கப் பெற்றனர்)

36

இடம்: **நகர்கள், சிற்றூர்கள்**

நேரம்: **மாலை**

உறுப்பினர்: **முரசறைவோன்**

அகவல்

யானை மேல் வள்ளுவன் இயம்புவான் முரசறைந்து:
“பூனைக் கண் போலும் பொரிக் கறிக் காக
ஆளுக் கிரண்டு கத் தரிக்காய் அடைக.
செங்கை இரண்டளவு சீரகச் சம்பா
அடைக அங்கங்கு மக்கள் அனைவரும்
பொன்னிறப் பருப்பும் புத்துருக்கு நெய்யும்
ஒரு கையளவு பெறுக ஒவ் வொருவரும்
பாகற் புளிக் குழம்பும் பழ மிளகின்சாறும்

ஆகத் தக்கன அடைக எவரும்!
ஆழாக் குத்தயிர் அடைக்காய் ஒவ்வொரு
வாழை இலை இவை வழங்குவார் தெருத்தோறும்
விருந்தே நாளை விடியலில் அனைவரும்
அருந்துக குடியாட்சி அமைக்கும் நினைவிலே?"
இது கேட்டுத் தெருத்தோறும் பொது வில்லம்
எது வெனக் கேட்டே ஏகினர்
அதுவது பெற்றே அடைந்தனர் வீட்டையே.

37

இடம்:   மின்னொளி வீட்டு முன்வெளி
நேரம்:   விடியல்
உறுப்பினர்:   மின்னொளி, ஆண்டாள், விருந்தினர்,
              வையத்திறல்

அகவல்

வீட்டெதிர் ஆண்டாள், மின் னொளிக்குத்
தலை வாருகின்றாள். "தையல் மின்னொளியே
மன்னன் மகனை நீ மணந்த பின்னர்
என்னை மறப்பாயோ?" என்றாள் அன்னை.
"ஏழைகள் அனைவரும் கூழைக் குடிக்க,
வாழை இலையில் வார்த்த நெய் ஓடையில்
மிதக்கும் பல்கறிச் சோறு விழுங்கும்
மன்னன் மகனை மணக்கவே மாட்டேன்"
என்றாள் மின்னொளி, அன்னை திடுக்கிட்டு,
"முன்னர் உன் காதல் மொய்த்த தெவன்மேல்?"
என்று கேட்டாள் ஏந்திழை: "அம்மா
ஏழ்மை கண்ட இடமெல்லாம் காதல்
தாழ்மை மேல் என் உளம் தாவுதல் அன்றி
உடல் மிசைக் காதல் உற்றிலேன்" என்றாள்.
"அழகனை உன் உளம் அண்டிற்றோ "என

அன்னை மின்னொளி தன்னைக் கேட்டாள்.
“அழகன் ஏழ்மையை அணுகிய தென்னுளம்
என்னுடல் அவனுடற் கில்லை” என்றாள்.
“மின்னொளி என்னுடன் விரைவில் வருக
அருந்திட வேண்டும் விருந்” தென்றாள் தாய்
இருவரும் எழுந்தார் விருந்துக் கேகினார்.
வாகை நீழலில் மறித்திறல், பொன்னி
ஓகை யோடும் உண்டனர் விருந்தே!
அரசின் நீழலில் அழகனும் பிறரும்
அருந்தினர் இனிய விருந்து மகிழ்ந்தே!
வேங்கையின் நீழலில் வேறு பலப் பலர்
தாங்கா மகிழ்ச்சியில் தாம் உண்டிருந்தார்!
மாவின் நீழலில் வையத் திறலோன்
பாவையை எதிர் பார்த்திருந்தனன்.

வீட்டினர் யாரும் விருந்துண்ணு நிலை
பார்த்து வந்தாள் பாவை மின்னொளி,
மரத்து நீழலில் வாயார உண்பார்
சரிநிலை கண்டாள் தையல் மின்னொளி
அரசின் நீழலில் அழகனைக் கண்டாள்
அழகன் வையனை அணுகுநீ என்றான்.
அழகன் பால் ஏழ்மை அறிகிலாள் மின்னொளி.

மாவின் நீழலில் வையனைக் கண்டாள்.
மன்னன் மகனை வையத்திறலிடம்
காணுகில்லாள்! கண்ட வையத்திறல்
அண்டையில் அமர்கென ஆவலில் அழைத்தான்.
கெண்டை விழியாள் கிட்ட அமர்ந்தாள்.
“கத்திரிப் பொரியலும், கரும் பாகற் குழம்பும்,
புத்துருக்கு நெய்யும், பொன்னிறப் பருப்பும்,
மிளகின் சாறும், புளியாத தயிரும்,
அனைவர்க்கும் நிகரே! ஆயினும் மின்னொளி,

உனக் கொன்றதிகம்" என்று ரைத்தான் வையன்"
'என்ன' என்றாள் மின்னொளி.
சின்ன தோர் முத்தம் தந்தான்.
அன்னத னோடே அருந்தினாள் விருந்தே!

38

இடம்:   திறல் நாட்டு அரண்மனை
நேரம்:   மாலை
உறுப்பினர்: அனைவரும்

அகவல்

அனைவரும் திறல் நாட்டரண்மனை நிறைந்தனர்;
செம்மறித் திறல் எழுந்து
கைம் மலர் கூப்பிக் கழறுவான் ஆங்கே;

எண்சீர் விருத்தம்

நாட்டினிலே குடியரசு நாட்டி விட்டோம் இந் நாள்
நல்ல பல சட்டங்கள் அமைத்திடுதல் வேண்டும்
காட்டாமே சாதிமணம்! கலப்பு மணம் ஒன்றே
நல் வழிக்குக் கை காட்டி! கட்டாயக் கல்வி
ஊட்டிடுவோம் முதியோர்க்கும் மாணவர்க்கும் நன்றே;
உழையானை நோயாளி ஊர் திருடி என்போம்;
கேட்டை இனி விலை கொடுத்து வாங்கோமே; சாதி
கீழ்மேல் என்று ரைப்பவர்கள் வாழுவது சிறையே!

ஒரு கடவுள் உண்டென்போம்! உரு வணக்கம் ஒழிப்போம்
உள்ள பல சண்டையெல்லாம் ஒழியும் மதம் ஒழிந்தால்!
திருக்கோயில் தொழிற்சாலை! பார்ப்பனரும், கையில்
செங் கோலேந்தும் பிறரும் மக்களைச் சார்ந்தோரே!
பெருவாழ்வுக் கிவையெல்லாம் அடிப்படைத் திட்டங்கள்

பிறிதுள்ள சட்டங்கள் அறிஞர்கள் அமைப்பார்கள்
வரு நாளில் குடிமக்கள் படியினரின் தேர்தல்
வகுப்பதற்கே இன்று சிறு குழு அமைப்பீர்" என்றான்.
செம்மறியே முதலாகப் பதின் மர்களைத் தேர்ந்தார்
திறல்நாட்டின் குடியரசைச் செயற்படுத்தச் சொன்னார்.
செம்மறிக்கும் பொன்னிக்கும் மின்னொளிக்கும் வையத்
திறலுக்கும் நடை பெற்ற திருமணம் பாராட்டி,
நம்மருமை நாடன்றிப் பெரு நாட்டை இந்த
நன்னிலையில் சேர்ப்பதற்கும் திட்டமிட்டார் மக்கள்:
"செம்மையுறத் திருநாட்டில் மணிக் கொடியும் ஏற்றித்
திகழ்ந்திடுக உலக மெலாம் குடியரசே" என்றார்.

அமிழ்து எது?

பஃறொடை வெண்பா

தலைவி

இது தான் தைத்திங்கள் எனக் கடல் மேல் வந்த
புதிய இளங்கதிர் பொன் அத்தான். பொன்! பொன்!
பொன்!

தலைவன்

ஆம் ஆம் என் அன்பின் உருவே அது "சுடர்ப் பொன்"
நீர் மேல், நில மேல், நிழல் தரும் பூஞ் சோலை மேல்,
உன் மேல் தன தொளியை, வீசி உளத்தி லெல்லாம்
அன்பின் எழுச்சியினை ஆக்கியது வாழ்க கதிர்!
காலை மலர்ந்ததுவே கண்ணே நான் சென்று, வயல்
வேலை தொடங்கி விளைச்சல் அறுத்து வந்தே
இந் நாளில் இந்தா எனக் கொடுக்கச் செல்கின்றேன்
பொன்னே புனலாடி இல்லம் புதுக்கிடு நீ!

தலைவி

செல்வப் பரிதி சிரித்து வந்த தைக் கண்டீர்
கொல்லைக் கொடிகள் குலுங்கச் சிரித்தது போல்
காலை மலர்ந்ததையும் கண்டீர் - விரைந்து வயல்
வேலை தொடங்கி விளைச்சல் அரிந்த அரிக்
கட்டடித்துத் தூற்றியொரு கட்டை வண்டி மேலேற்றிப்
பட்ட பெரும் பாட்டின் பயனிந்தா என்பீர்: பின்
உள்ள மகிழ்ந் துங்கள் உழு தோளை நான் தொழுது
வெள்ளத் தெடுத்து விடி வெள்ளி போலரிசி
ஆக்கி நல்ல பானையிலே ஆவின் தனிப் பாலைத்

தேக்கி அதிலிட்டுச் செங்கரும்பின் கட்டியிட்டு,
"திங்களோ தைத் திங்கள்" "செந்தமிழே தாய் மொழியாம்"
"பொங்கலோ பொங்கல்" எனப் பொங்கி வரப் புத்துருக்கு
நெய்யும் பருப்பும் நறும் பொடியும் நேர் கொடுத்து
மெய் யன் பினோடு தமிழர் விழா வாழ்த்திப்
பானை இறக்கிப் பல பேர்க் கிலையிட்டுத்
தேனைப் பழச் சுளையைச் சேர்த்துப் படைப்பேன்
எடுத்துண்டு நீவிர் அதை என்ன வென்று சொல்வீர்?

தலைவன்

அடடா! இப் பொங்கல் அமிழ் தமிழ் தென்பேன் நான்

தலைவி

அப் பொங்கல் தன்னை அமிழ்தென்று சொல்வ துண்டோ?
ஒப்புவரோ பொங்கல் அமிழ் தென் றுரைத்து விட்டால்?

தலைவன்

ஆமாம் நான் சொல்வேன் அமிழ்து தான் அப் பொங்கல்
தீமை என்ன?

தலைவி

தீமை ஒன்றும் இல்லை அத்தான்:
நீங்கள் உண்ணும்
பொங்கலா அத்தான் அமிழ்து? புகலுங்கள்,

தலைவன்

பொங்கல் அமிழ்து தான் பொய்யில்லை, கட்டிக்
கரும்பும் அமிழ்து; கனி அமிழ்து; முல்லை
அரும்ப மிழ்து; தேனமிழ்து; அப்பம் அமிழ்து
குழந்தை குதலை மொழியமிழ்து; குன்றாப்
பழந்தமிழும் பாட்டும் அமிழ்து; தமிழ்ப் பண் அமிழ்து;
திங்கள் அமிழ்து; திகழ் ஆவின்பாலமிழ்து!

இங்கெனக்கும் அமிழ்து! நானுனக் கெப்படியோ?
வாய்மை அமிழ்து; மடி சுமந்து பெற்றுவக்கும்
தாய்மை அமிழ்து, தனி இன்ப வீட மிழ்து.
தென்றல் அமிழ்து. நறுஞ் செவ் விள நீரமிழ்து
ஒன்றல்ல எல்லாம் அமிழ் தென் றுரைக்கலாம்.

தலைவி

ஏன் அத்தான்? எல்லாம் அமிழ்தென்றால் அந்தச் சொல்
ஏன் அத்தான்? ஏதோ அமிழ் தொன்றிருக்கும்.

தலைவன்

உயர்ந்த பொருட்கெல்லாம் உயர்வு குறிக்க
உயர்ந்தோர் அமிழ்தை உரைப்பார்கள் பெண்ணரசி.

தலைவி

பேர் இருந்தால் பேர் குறிக்கும் அந்தப் பொருள் இருக்கும்
ஆரிடத்தில் இந்த அளப்பை அளக்கின்றீர்?
எது அமிழ்தத்தான்? எனக் கதை சொன்னால்
புது நாளில் இன்ப நறும் பொங்கலுண்ணு முன்னரே
நல்ல அமிழ்து தனை நான் கண்ட தாகாதா?
சொல்லுவீர் அத்தான் அமிழ் தெது?

தலைவன்

மானே
புதுநெல் அறுத்து வரப் போம் போது நீயோ
எது தான் அமிழ்தத னைச் சொல்வீர் எனக் கேட்டாய்
அப்படியே உன்றன் அருட்படி ஆகட்டும் நான்
செப்புவதை உற்றுக் கேள் தித்திக்கும் தேனே
அமிழ் தென்றால் மேல்நின் றமிழும் உணவாம்.
'அமிழ்' என்றும் 'து'வ்வென்றும் சொல் இரண்டுண்டத் தொடரில்
அவ்வளவு தான் இப்போதேனும் அறிந் தாயா?
இவ்வளவோ டென்னை நீ விட்டிடுவாய் ஏந்திழையே!

தலைவி

இல்லையத்தான்! மேல் நின்றிறங்கும் உண வென்று
சொல்லிவிட்டால் போதுமா? ஒன்றுமே தோன்றவில்லை
மேலிருந்து தான் விழும் விளாம் பழமும், அஃதமிழ்தா?
மேலான தாய் இருக்க வேண்டும் அமிழ்து?
தெரிந்து கொள்ளக் கேட்டேன் தெரிவித்தாலென்ன?

தலைவன்

சரி என்றன் கேள்விக்குச் சற்றே விடை புகல்வாய்!
அவ் வானத்தே இருந்து அமிழ்ந்து வருவ தெது?
இவ்வுலகுக் கின்பம் பொதுவாக ஈவதெது?
கண்ணுக் கெதிரில் கட கடென வீழும், அதை
எண்ணிப்பார் இன்னதென்று.

தலைவி

வானத்தி லேயிருந்து வானூர்தி தான் அமிழும்
வானூர்த அஃதா? சிரிப்பு வருகிறதத்தான்.

தலைவன்

தேனே என் செல்வமே செப்புகின்றேன் நீ கேட்பாய்
ஆன தமிழ்ச் சான்றோர். அருளிய ஓர் செய்யுள் இது:
*"மாமழை போற்றுதும்
மாமழை போற்றுதும்
நாம நீர் வேலி உலகுக் கவனளி போல்
மேல் நின்று தான் சுரத்தலான்" என்றிளங்கோ
தானுரைத்த செய்யுள் தரும் பொருளைக் கண்டு கொள்வாய்

தலைவி

அச்சோ மழை தான் மழையே தான் அத்தான்
இச் சேதி இப்போது தானத்தான் நானறிந்தேன்

தலைவன்

தேனான இன்பச் சிலப்பதிகாரத்தினிலே
"மேல் நின்று தான் சுரத்தலான்" என்று விண்டதனால்

---

* சிலப்பதிகாரம் : மங்கல வாழ்த்துக் காதை

வான் நின் றுமிழும் மழை தான் அமிழ் தென்று
நீ நன் றறிந்தாயா நேரிழையே இப்போது?
தலைவி
நன்றாய் மழை தான் அமிழ் தென்று நானுணர்ந்தேன்
ஒன்றிருக்க வேறொன்றில் ஓடிற் றென் நெஞ்சம்
அருகில் இருக்கும் மழை அமிழ் தென்று
தெரியவில்லை; சொல்லத் தெரிந்து கொண்டேன். ஆனால்
மழை தான் அமிழ் தென்றால், மக்கள் அதனைப்
பிழை தான் எனச் சொன்னால் என்ன பதில் பேசுவது?
தலைவன்
*"வானின்றுலகம் வழங்கி வருதலால்
தானமிழ்தம் என்றுணரற்பாற்" றென்று சாற்றிய
வள்ளுவர் பாட்டை வகையாகச் சொல்லி, அதற்
குள்ள கருத்தை உரை அதையும் கேட்பாய்
அமிழ் தென் றுணரும் அருமை மழைக்கே
அமையும் என உரைத்தார் வள்ளுவரே அல்லவா?
கண்டவை எல்லாம் அமிழ்தே என்று கதை பேசிக்
கொண்டிருப்போர் பேதமையைக் கண்டே
இவ்வாறுரைத்தார்!

தலைவி

சாவா மருந் தென்று சாற்றுகின்றாரே, அஃதென்ன?
தலைவன்
சாவா மருந்து தனியல்ல இவ்வமிழ்தே?
வான் பெய்து கொண்டிருக்கும் ஆதலினால் மண்ணுலகம்
தான் சிறக்கும் என்று குறள் சாற்றியதைக் கேட்டாயே.

தலைவி

ஐயம் இன்னும் கேட்பேன் அதற்காக நீங்களென்னை
வையக் கூடாது.

தலைவன்:

மயிலே வைவேனா?

---

* திருக்குறள் - எண் : 11

அமிழ்து எது

தலைவி
அமிழ்தா? அமுதா? அமிழ்தமா? இன்னும்
அமுதா? இங்கிவைகள் அத்தனையும் ஒன்றா?

தலைவன்
அமிழ்தே 'அம்' சாரியையும் ஆன திரிபும் பெற்று-
அமிழ்தம், அமுதம் என்றாகும் பெண்ணே.

தலைவி
அமிர்தம் என்றாலென்ன?

தலைவன்
......அதுவா?
அமிர்தக் கதையை அறிவிக்கின்றேன் கேள் நீ:
தேவர் அசுரரெல்லாம் சண்டையிட்டுச் செத்திடுவார்
சாவைத் தடுக்க ஓர் அம்ருதங் கடைவதென்று
திட்டமிட்டார். சேடன் கயிறாக மேருமலை
இட்ட மத் தாக்கி இருந்த திருப்பாற் கடலைச்
சேர்ந்து கடைந்தார்கள் தேவர் அசுரரெல்லாம்
ஆர்த்து வெளிப்பட்டதே அம்ருதமென்பார்கள்.

தலைவி
அமிழ்து தனி, அம்ருதம் அஃதொன்றா அத்தான்?

தலைவன்
அமிழ்து வேறம்ருகம்வேறல்லவா பெண்ணே?

தலைவி
இரண்டும் சாவைத் தடுப்பதென்றீர் நீரே: பின்
இரண்டும் தனித்தனி என்று ரைத்ததென்ன?

தலைவன்
இரண்டும் சாவைத் தடுப்பதென்றாலும் அந்த
இரண்டுக்கும் வேறுபாடில்லாமல் இல்லை.
உணவால் உயிர் நிலைக்கும் ஆகவே பெண்ணே

அத்தேவர் இன்னுயிரும் அவ்வமிழ்தாலே அமையும்
அத்தேவர் அம்ருதத்தின் முன்பு அமிழ்துண்டு.
பெரிதுல கோடு பிறந்த தமிழமுது;
கிரேதா யுகத்திற் கிடைத்தது தான அம்ருதம்
யாவர்க்கும் ஆதி முதல் எங்கும் அமிழ்து உயிர்.

தலைவி

அத்தானே நான் ஓர் அறிஞர் துணை வியன்றோ!
இத்தனை நாள் நானே அதனை அறியேன்.
மழையே அமிழ்து மழையே உலகை
அழியாது காப்பாற்றும் அப்படி இருக்கையிலே
ஏனிதனை யாரும்வெளிப் படையாய்ச் சொல்லவில்லை?

தலைவன்

மானே நம் வள்ளுவர் தாம்வாய்விட்டுச் சொன்னாரே?

தலைவி

பின்னாள் புலவரிதைப்பேசுவதே இல்லை அத்தான்

தலைவன்

பொன்னே புதிய அமிர்தொன்று வந்ததிங்கே?
பூட்டாத வீட்டின் புதிதாய் நுழைந்தவர்க்கே
நாட்டார் சலுகையெல்லாம் காட்டுவார். வீட்டில்
இருந்தார் இருளில் இருப்பார்கள். வந்த
விருந்துக்குத் தாமே விடிவிளக்கு வைப்பார்கள்?
என்று அமிழ்துண்டு இதன் பெருமை உண்டு: மற்
றொன்றும் அமிழ்தென்று போட்டியிட்டோடி வந்தால்
நாட்டார் நினைவிலது நாலு நாள் கூத்தாட
மாட்டாதா? ஆனாலும் உண்மை மறையாது.

தலைவி

ஆமத்தான்! ஆமத்தான் ஆனால் மழை எனும் பேர்
நாமும் அறிவோம்: நம் நாட்டாரும் தாமறிவார்
அந்தப் பெயர் தான் இருக்க அமிழ்தென்ற
இந்தப் பெயர் ஒன் றெதற்காக வீணாக?

தலைவன்

நன்று நகை முத்தே காற்றென்ற பேர் இருக்கத்
தென்றலென்ற பேர் ஏன்? சிறப்பு நிலை காட்ட அன்றோ?
நீர், தீ, நிலம், காற்று, விண்ணென்ற ஐம் பொருளில்
நீரின் நிலை கேள் முகிலென்றும் கொண்ட லென்றும்
விண்ணென்றும் கார் என்றும் மேலும் மழை என்றும்
அண்ணாந்து நோக்கும் அமிழ்த மென்றும் மாரிஎன்றும்
ஆயிரம் உண்டன்றோ? அவற்றில் அமிழ்தென்னும்
தூய நிலைக் கருதித் தோன்றியதே அப்பெயர்
முற்றும் கேள்: வெப்பம் முகந்த நீரே முகிலாம்:
குற்ற மறக் கொண்ட நீர் கொண்டல்: அக் கொண்டலோ
மேற் போய் இருந்த நிலை விண்வான் விசும் பென்பார்:
காற்றால் கருமை பெறக்காராகும்; கார்தான்
மழைக்கும் நிலையில் மழையாம்: மழைதான்
தழைய அமிழ் உண வாவது தான் அமிழ்து,

தலைவி

வாழ்வா ருக்காக வளங் கொழிக்க, அந்தநீர்
வீழும் நிலையில் அதை மேலார் அமிழ்தென்றார்
என்று புகன்றீர் இதி லோர் மனக் குறை:
என்ன வெனில் இவ்வமிழ்தை மேலான தென்றிருந்தேன்
இப்போ தமிழ்து மழை தானே...
சப்பென்று போயிற்றுத் தையலாள் என்றனுக்கே.

தலைவன்

செப்பிய உன் பேச்சில் சிறப்பில்லை, என் கண்ணே,
தப்புக் கணக் கிட்டாய். தாங்கும் மழையை,
அமிழ்தின் பெருமை அடுக்கடுக்காய்ச் சொன்னேன்.
அமிழ்தே மழை என்றேன் அப்படியும் நீயோ
மழையின் உயர்வை மதிக்கவில்லை. இந்தப்
பிழையை இளைய வரும் செய்யாரே பெண்ணரசி!

எங்கும் உளது மழை. என்றும் உளது மழை.
தாங்கும் உல குயிரைச் சாவாது காக் குமழை
அந்த மழை தான் அளிக்குமோர் இன்பத்தைச்
செந்தமிழால் வள்ளுவரும் நன்றாய்த் தெரிவித்தார்.
வாழ்வார்க்கு வானம் பயந்தற்றால் வீழ்வார்க்கு
வீழ்வார் அளிக்கும் அளி' என்றார்! விள்ளக்கேள்
சென்று திரும்பி வந்து சேர்ந்து அவர் எனக் களிக்கும்
இன்பந்தான் எவ்வாறிருக்கு மென்றால், இவ்வுலகில்
வாழ்வார்கள் நல்ல மழை பெற்றாற் போலிருக்கும்
யாழ் மொழியே! அந்தக் குறளின் கருத்திதுவே.

தலைவி

பாவையரின் உள்ளப் படப்பிடிப்பே தானத்தான்
ஆவல் இனி ஒன்றே அதையும் அகற்றுங்கள்:
இந்த மழை தான் அமிழ் தென்ற எண்ணத்தில்
எந்தப்புலவர் எழுதியுள்ளார் செய்யுள்?

தலைவன்

சிறந்த ஒரு கேள்வியே கேட்டாய், திருவே
*உறுதோ றுயிர்தளிர்ப்பத் தீண்டலாற் பேதைக்
கமிழ்தின் இயன்றன தோள்'' என்ற பாட்டில்
கமழும் கருத்தை நீ காண்பாய் உயிர் தளிர்க்கத்
தீண்டினாள் தன் துணைவி அன்னதற்குக் காரணம் அம்
மாண்புடையாள் தோளேயாம் அத்தோள் அமிழ்தாம்
தளிர்க் கவைப் பதியாது? மழையன்றோ? அந்தக்
குளிர் மழையை அன்னார் அமிழ் தென்றார்! கூறும்
அதனால் அமிழ்தை மழை என்றே சொன்ன
மதியுடையார் சொல்லால் மகிழ்ந்து நலமடை வாய்

---

* திருக்குறள் - எண் : 1106

தலைவி

ஐயமே இல்லை, அமிழ்தேமழையத்தான்
வைய மழையே அமிழ் தமிழ்து மெய்யாலும்!
அத்தான் எனது மகிழ்ச்சிக் களவில்லை
முத்து மழை பொழிக முத்தமிழ் நாட்டில்!
அமிழ்து பொழிக அழகு தமிழ் நாட்டில்!
தமிழ்தான் தழைகவே பொங்கலோ பாற் பொங்கல்!

தலைவன்

இன்று போல என்றும் மகிழ்ச்சி இலகுகவே!
நன்று தமிழர் நலிவின்றி வாழ்க!
அமிழ்தே அனைய பாற் பொங்கலோ பொங்கல்!
தமிழ் நாடு வாழ்க தழைத்து!

முற்றும்

அகத்தியன் விட்ட
புதுக்கரடி

அகத்தியக்குள்ளன் ஆரியர் கொள்கையைப்
புகுத்தினான் செந்தமிழ்ப் பொன்னா டதனில்!
ஆதலால் "குள்ளனை அணுவும் நம் பாதே"
என்ற பழமொழி அன்று பிறந்தது!

பழைய திராவிடம் செழுமை மிக்கது.
வழுவா அரசியல் வாய்ப்பும் பெற்றது.
செந்தமிழ் இலக்கணச் சிறப்புற் றிருந்தது
வையக வாணிகம் மாட்சி பெற் றிருந்தது
ஓவியம் தருநரும் பாவியம் புனை நரும்
ஆடல் பாடல் வல்லுநர் அனைவரும்
திராவிடர் தமக்குப் பெரும்புகழ் சேர்த்தனர்
இராத தொன்றில்லை திராவிட நாட்டில்
இந்த நிலையில் வந்தான் அகத்தியன்.

சந்தனப் பொதிகையில் தமிழ்ப்பெரும் புலவரின்
மன்றினில் ஒன்றி ஒன்றி மாத்தமிழ்
நன்று பயின்றான் குன்றாச் சுவைத்தமிழ்
இயற்றமிழ் இசைத்தமிழ் இனியஆ டற்றமிழ்
முயற்சியிற் பயின்றபின், முடிபுனை மன்னனின்
நல்லாதரவை நாடுவா னாகிச்
'செல்வம் முற்பிறப்பிற் செய்த நல் வினைப்பயன்'
என்று புதுக்கரடி ஒன்றை ஏவினான்.
மன்றில் புலவர் வாய்விட்டுச் சிரித்தனர்.

ஒரு நாள் மன்னனின் திருமணி மன்றில்
அகத்தியன் புதிதாய்ப்புகுத்திய கருத்தை
ஆய்ந்திட, மன்னன், "அகத்தியோய் அகத்தியோய்!
பிறந்த உடலும் பிணைந்த உயிரும்
இறந்தபின் இல்லா தொழிந்தன.
எதுபின் உயிர் உடல் எய்தும்" என்றான்.
"ஆன்மா என்றும் அழியா" தென்று
மற்றொரு புதுக்கரடி தெற்றென விட்டான்,
மேலும் அகத்தியன் விளம்புகின்றான்;
"வேந்தனாக வீற்றிருக் கின்றாய்;
ஆய்ந்து பார்ப்பின் அறிகுவை காரணம்!
செல்வம்முற் பிறப்பில் செய்தநல் வினைப்பயன்
மணிமுடி பூண்பரோ மக்கள் யாரும்?
பணிவொடு வாழ்வது பார்ப்பின், புரியும்,
சிறுமைமுற் பிறப்பில் செய்ததீ வினைப்பயன்"
என்னலும்: மன்னன் "பின்னொரு நாள் இதைப்
புகல்க" என்றனன்: போயினன் அகத்தியன்.

அழல்வெரூவக் கோட்டத்துக் கப்பால் ஒரு நாள்
பழித்துறைக் கள்வன், பாங்கர் சூழ
நகர் அலைத்து நற்பொருள் பறித்து
'மிகு புகழ் உடையேன் வேந்தன் நான்' என்றான்.

ஊர்க்கா வலர்கள் ஓடி மன்னன்பால்
இன்ன துரைத்தனர் எழுந்தனன் மன்னன்.

பழித்துறைக் கள்வன் படையும் மன்னனின்
அழிப்புறு படையும் அழல்வெரூவக் கோட்டப்
பாங்கினில் இருநாள் ஓங்குபோர் விளைக்கவே
பழித்துறை பிடிக்கப்பட்டான் அரசனால்!
மறவர்சூழ் அரச மன்றில் நடுவில்
பழித்துறை கட்டப் பட்ட கையுடன்

நின்றான். மன்னன் நிகழ்த்து கின்றான்:
"ஏன் என் ஆட்சியை எதிர்த்தனை? ஏன்
கோன் என் படைவலி குறைந்ததோ? என்றன்,
தோள்வலி குறைந்ததோ? சொல்லுக" சொல்லுக!
ஆள்வலி பெரிதோ? அறைக!' என்னலும்
பழித்துறை மன்னனைப் பார்த்துக் கூறுவான்;
"இந்நாள் உண்டு பின்னாள் இலைஎனும்
வறுமை எமக்கு! வளமை உமக்கோ?
ஆள்வலி இல்லை: ஆயினும் நாளை
தோள் மறவர் தோன்றுவார்! இந்நாள்
என்னுயிர் போக்கல் எளிதாம்: உனக்கே
இன்னுயிர் போக்குவார் உண்டாகின்றார்"

சினத்தோடு பழித்துறை இவ்வாறு செப்பலும்,
மன்னன் அவனைச் சிறையினில் வைத்தான்.

செல்வமுற்பிறப்பில் செய்தநல் வினைப்பயன்
சிறுமைமுற் பிறப்பில் செய்ததீ வினைப்பயன்
இக்கருத்து நாட்டில் எங்கும் பரவினால்
மக்கள் எதிர்ப்பாரோ மன்னன் ஆட்சியை?
எதிர்க்க மாட்டார். தாங்கள் எய்திய
"சிறுமை" முற்பிறப்பில் செய்த தீ வினைப்பயன்
என்று சும்மா இருப்பார் அன்றோ?

"அகத்தியோய் அகத்தியோய் அனைவரிடத்தும்
புகுத்துக உன்றன் புதிய கொள்கையை"
என்று மன்னன் இயம்பினான் அகத்தியன்
அன்றுதான் ஒருபடி அதிகாரம் ஏறினான்.

இப்பிறப்பு முற்பிறப் பிருவினை ஆன்மா,
ஊழ் இவை யனைத்தும் உரைத்த அகத்தியன்
அரசே இன்னும் அறைவேன் கேட்பாய்;
மண்ணவர் மண்ணில் வாழ்வார் அதுபோல்
விண்ணவர், விண்ணில் மேவினார் என்றான்.

அன்னவர் நம்மை அணுகுவார் என்றான்
இன்னல் ஒழிப்பார் என்று புளுகினான்.
விண்ணவர் விரும்புற வேண்டு மானால்
மண்ணிடை நான் மறை வளர்ப்பாய் என்றான்
மந்திரத்தாலே மகிழ்வர் வானவர்
என்று பலப்பல இயம்பிச் சென்றான்

ஒருநாள் குறுங்கா டொன்று தீப்பட்
டெரிந்தது; சிற்றூர் எரிந்தது! மக்கள்
தெய்யோ தெய்யோ என்றே
அரச னிடத்தில் அலறினார் ஓடி!
அங்கிருந்த அகத்தியன். "அரசே!
தீ ஒரு தெய்வம் செம்புனல் தெய்வம்
காற்றொரு தெய்வம் கடுவளி தெய்வம்
நிலம் ஒரு தெய்வம் நீ இதை உணர்க
தெய் எனல் அழிவு! தெய்வம் அழிப்பது
இந்திரன் தெய்வம் எதற்கும் இறைவன்
மந்திர வேள்வியால் மகிழும் அவ்விந்திரன்'
என்று கூறி ஏகினான் அகத்தியன்.

அரச மன்றின் அருந்தமிழ்ப் புலவர்
அரசன், அகத்தியன் ஆட்டும் பாவையாய்
இருத்தல் கண்டார் இரங்கினார். தீய
கருத்து நாட்டிற் பரவுதற் கண்டு
கொதித்தார் உள்ளம் என் செயல் கூடும்?

ஒருநாள் அரசனின் உறவினள் ஒருத்தி
பகைவனை அன்போடு பார்த்தாள். அவனும்
அவள் மேல் மிகுந்த அன்பு கொண்டான்
இருவரும் உயிரொன் றிரண்டுடல் ஆனார்.
அரசன் எரிச்சல் அடைந்தான். அகத்தியன்
இதனை அறிந்தான். அறைவான் ஆங்கே:
"மணமுறை மிகுதியும் மாறுதல் வேண்டும்;

ஒருத்தியும் ஒருவனும் உள்ளம் ஒப்பினால்
மணம் எனக் கூறுதல் வாய்மையன்று.
மணம் எனல் பார்ப்பனர் மந்திர வழியே
இயலுதல் வேண்டும்" என்று கூறினான்.
அரசன், 'ஆம் ஆம் ஆம்' என் றொப்பினான்.
அகத்தியன் அரசனே ஆகி விட்டான்
அரசனும் அகத்தியன் அடிமை யானான்.
தமிழர் கலைபண் பொழுக்கம் தகர்ந்தன.
பழந்தமிழ் நூற்கள் பற்றி எரிந்தன.
அகத்தியம் பிறந்ததே அருந்தமி ழகத்திலே.

(முற்றும்)

நல்லமுத்துக் கதை

காட்சி-1

திருமண முயற்சி

விரசலூர் வெள்ளையப்பன் மனைவியாகிய மண்ணாங் கட்டியிடம் கூறுகிறான்.

உன்னைத்தானே; என்ன செய் கின்றாய்?
இங்குவா! இதைக் கேள்! இப்படி உட்கார்!
பைய னுக்கு மணத்தைப் பண்ணிக்
கண்ணால் பார்க்கக் கருதினேன். உன்றன்
எண்ணம் எப்படி? ஏனெனில் பையனுக்
காண்டோ இருபது ஆகி விட்டது
பாண்டியன் தானோ பழைய சோழனோ
சேரனே இப்படித் தெருவில்வந் தானோ
என்று பலரும் எண்ணு கின்றனர்.
அத்தனை அழகும் அத்தனை வாட்டமும்
உடையவன். திருமணம் முடிக்கா விட்டால்
நடையே பிசகி விடவும் கூடும்.
நாட்டின் நிலையோ நன்றாயில்லை.
சாதி என்பதும் சாத்திரம் என்பதும்
தள்ளடா என்று சாற்றவும் தொடங்கினார்.
பார்ப்பனர் நடத்தும் பழமண முறையைப்
பழிக்கவும் தொடங்கினார் பழிகாரரர்கள்.
இளைஞரை, அவர்கள் இவ்வாறு கெடுப்பதே
வழமை யாக வைத்திருக் கின்றனர்.
இந்த நிலையில் எவளோ ஒருத்தியைப்
பையன் ஏறிட்டுப் பார்த்தால் போதும்:
வெடுக்கென மணத்தை முடித்திடு வார்கள்
என்ன? நான் சொல்வ தெப்படி ஏன்? உம்?

மனைவியாகிய மண்ணாங்கட்டி

இன்று தான் பிறந்ததோ இந்த உறுதி?
பையனுக்குப் பத்து வயசு
தொடங்கியதிலிருந்து சொல்லி வந்தேன்;
காது கேட்டதா? கருத்தில் பட்டதா?
ஐயரை உடனே அழைக்க வேண்டும்.
கிழக்குத் திசையில் கிடைக்குமா பெண்?
எந்தத் திசையில் இருக்கின் றாள் பெண்?
சொத்துள் ளவளா? தோதான இடமா?
மங்கை சிவப்பா?-மாஞ்செ வலையா?
என்று பெண் பார்க்க இங்கிருந்து நாம்
புறப்பட வேண்டும்? புரிய வேண்டுமே!

வெள்ளையப்பன்

புரோகிதன் நல்லநாள் பொறுக்குவான்? அவனை
இராகுகா லத்திலா இங்க ழைப்பது?
ஆக்கப் பொறுத்தோம் ஆறப் பொறுப்போம்.
நடந்ததை இனிமேல் நடக்கப் போவதை
நடந்து கொண்டிருப்பதை நன்றாய்ச் சொல்வான்.
பகை குறுக்கிடு வதைப் பார்த்துச் சொல்வான்
எல்லாம் சொல்வான்; ஏற்படுகின்ற
பொல்லாங் கெல்லாம் போக்கவும் முடியும்.
ஒரு பொழுதுக் கான அரிசி வாங்க
அரைரூ பாயையும் அவனுண்டு பண்ண
முடியுமா? நம்மால் முடிந்த வரைக்கும்
ஏற்பாடு செய்து கொண்டிட்டு வருவோம்,

காட்சி-2

மாப்பிள்ளையின் சாதகம் பார்த்தல்

சொறி பிடித்த கொக்குப் புரோகிதனிடம் வீட்டுக்கார வெள்ளையப்பன் சொல்லுகின்றான்:

இதுதான் ஐயரே என் மகன் சாதகம்
திருமணம் விரைவில் செய்ய வேண்டும்.
எப்போது முடியும்? எங்கே மணமகள்?

மணமகட்குரிய வாய்ப்பெல்லாம் எப்படி?
அயலா? உறவா? அண்மையா? சேய்மையா
பொறுமையாய்ப் பார்த்துப் புகல வேண்டும்.

மண்ணாங்கட்டி புரோகிதனிடம் கூறுகிறாள்

காலையில் வருவதாய்க் கழறி னீரே
மாலையில் வந்தீர் என்ன காரணம்?

சொறி பிடித்த கொக்கு சொல்லுகிறான்

தெரியா மலென் பெரிய பெண்ணைத்
திருட்டுப் பயலுக்குத் திருமணம் செய்தேன்;
வட்டிக் கடையில் வயிர நகையைப்
பெட்டி யோடு தட்டிக் கொண்டதால்
சிறைக்குப் போனான். செத்தும் தொலைந்தான்
கட்டிய தாலியைக் கழற்றி எறிந்து
மொட்டைத் தலையுடன் மூதேவி போலப்
பெரியவள் பிறந்தகம் வர நேர்ந்து விட்டது.
சின்னப் பெண்ணைப் பின்னத் தூரில்
கப்பல் கப்பலாய்க் கருவா டேற்றும்
வாசனுக்கு மணம் செய்வித்தேன்.
மணம் முடித்த மறுநாள் தெரிந்தது
வாசன் கருவாட்டு வாணிகன் அல்லன்
வாணிகன் கூலியாள் வாசன் என்பது!
ஒரு நாள் வாசன் பெருங்குடி வெறியால்
நாயைக் கடித்தான் நாயும் கடித்தது
நஞ்சே றியதால் நாய் போல் குரைத்தே
அஞ்சாறு நாளாய் அல்லல் பட்டே
இரண்டு நாளின் முன் இறந்து போனான்
ஓலை வந்தது காலையில்! கையில்-
கேட்டா லுஞ்சரி விட்டா லுஞ்சரி-
இரண்டணாக் காசும் இல்லை மெய்யாய்!
இந்நேர மட்டும் ஏதே தோநான்
தில்லு மல்லுகள் செய்து பார்த்தேன்

யாரும் சிறிதும் ஏமாற வில்லை
உங்களிடத்தில் ஓடி வந்தேன்.
சாதகம் பார்த்துச் சரியாய்ச் சொல்வேன்:
முன் நடந் தவைகளை முதலில் சொல்வேன்
ஐயா இது ஓர் ஆணின் சாதகம்:

வெள்ளையப்பன்

ஆமாம் அடடா! ஆமாம் மெய்தான்!

புரோகிதன்

ஆண்டோ இருப தாயிற்றுப் பிள்ளைக்கு

வெள்ளையப்பன்

மெய்தான் மெய்தான்! மேலும் சொல்வீர்!

புரோகிதன்

பையனோ நல்ல பையன் அறிஞன்.
ஈன்றதாய் தந்தை இருக்கி றார்கள்.
உங்களுக் கிவனோ ஒரே பையன் தான்.
பையன் தந்தை பலசரக்கு விற்பவர்
தாய்க்கோ ஒருகால் சரியாய் இராது.

மண்ணாங்கட்டி

அத்தனை யும் சரி அத்தனையும் சரி
எப்போது திருமணம் ஏற்படக் கூடும்?

புரோகிதன்

இந்தவை காசி எட்டுத் தேதிக்கு
முந்தியே திருமணம் முடிந்திட வேண்டும்.

மண்ணாங்கட்டி

அத்தனை விரைவிலா? அத்தனை விரைவிலா?

புரோகிதன்

நடுவில் ஒரே ஒரு தடை யிருப்பதால்

ஆடியில் திருமணம் கூடுதல் உறுதி.

வெள்ளையப்பன்

ஆடியில் திருமணம் கூடுமா ஐயரே!

புரோகிதன்

ஆடி கடைசியில் ஆகும் என்றால்
ஆவணி முதலில் என்று தான் அர்த்தம்.

வெள்ளையப்பன்

அப்படிச் சொல்லுக: அது தானே சரி!

மண்ணாங்கட்டி

மணப் பெண், என்ன பணக்காரி தானா?

புரோகிதன்

மணப் பெண், கொழுத்த பணக்கா ரன்மகள்:
பெற் றவர் கட்கும் உற்ற பெண் ஒருத்தி தான்
மணமு டிந்தபின் மறு மாதத்தில்
ஈன்றவர் இருவரும் இறந்துபோ வார்கள்.
பெண்ணின் சொத்து பிள்ளைக்கு வந்திடும்.

மண்ணாங்கட்டி

எந்தத் திசையில் இருக்கிறாள் பெண்?

புரோகிதன்

வடகி ழக்கில் மணப்பெண் கிடைப்பாள்.
தொலைவில் அல்ல தொண்ணூறு கல்லில்

மண்ணாங்கட்டி

அப்படி யானால் அரசலூர் தானா?

புரோகிதன்

இருக்கலாம் இருக்கலாம்: ஏன் இருக்காது?

வெள்ளையப்பன்

எப்போது கிளம்பலாம் இதை விட்டு நானே?

மண்ணாங்கட்டி

எப்போது கிளம்பலாம் இதை விட்டு நாங்கள்?

வெள்ளையப்பன்

யான் மட்டும் போகவா? இருவரும் போகவா? புரோகிதன்:
நாளைக் காலையில் நாலு மணிக்கு
நீவீர் மட்டும் போவது நன்மை
நாழிகை ஆயிற்று நான் போக வேண்டும்.

மண்ணாங்கட்டி

இன்னும் ஒன்றே ஒன்று சொல்லுவீர்:
என்ன என்றால் - வேறொன்றுமில்லை
எனக்குக் குழந்தை இன்னும் பிறக்குமா?

வெள்ளையப்பன்

ஹுக்கும் இனிமேல் உனக்கா பிள்ளை?

புரோகிதன்

இனிமேல் பிள்ளை இல்லை இல்லை

மண்ணாங்கட்டி

இந்தா நாலணா எழுந்து போம் ஐயரே!
புரோகிதன்:
ஆயினும் இந்த ஆவணிக்குப் பின்
பெண் குழந்தை பிறக்கும் உறுதி;
போதாது நாலணா, போட்டுக் கொடுங்கள்

மண்ணாங்கட்டி

சரி இந் தாரும் ஒருரூ பாய்தான்!

காட்சி-3

புதிய தொடர்பு

அரசலூர் அம்மாக் கண்ணுவிடம் **விரசலூர் வெள்ளையப்பன்**

சொல்லுகிறான்:

நிறைய உண்டேன் நீங்கள் இட்டதைக்
கறிவகை மிகவும் கணக்காய் இருந்தன.

அரசலூர் வந்ததை அறிவிக் கின்றேன்;
இரிசன் மகளை எம் மகனுக்குக்
கேட்க வந்தேன்: கேட்டேன் ஒப்பினான்
சாப்பிடச் சொன்னான்: சாப்பாடு முடிந்தது
மாப்பிள்ளை பார்க்க வருவதாய்ச் சொன்னான்;
சரி தான் என்றேன்! வரும் வழி தன்னில்
உன்னைப் பார்க்க் உள்ளம் விரும்பவே
வந்தேன் மிகவும் மகிழ்ச்சி கொண்டேன்
பெண் குழந்தை பெறவில்லை நீ
மருந்து போல் ஒரு மகன் வாய்த்திருக் கின்றான்.
அவனுக்கும் திருமணம் ஆக வேண்டும்
உன்றன் கணவர் உயிருடன் இருந்தால்
திருமணம் மகனுக்குச் செய் திருப்பார்.

அரசலூர் அம்மாக்கண்ணு சொல்கிறாள்

அவர் இறந் தின்றைக் கைந்தாண் டாயின
பதினெட்டு வயது பையனுக்காயின
எந்தக் குறையும் எங்களுக்கில்லை.
நன் செயில் நறுக்காய் நாற்பது காணியும்
புன்செயில் பொறுக்காய் ஒன்பது காணியும்
இந்த வீடும் இன்னொரு வீடும்
சந்தைத் தோப்பும் தக்கமாந் தோப்பும்
சொத்தா கத்தான் வைத்துப் போனார்.
என்ன குறை எனில் சின்ன வயதில்
என்னை விட்டுச் சென்றார் அதுதான்!
பார்ப்பவர் ஏதும் பழுதுசொல் லாது
தனியே காலந் தள்ளி வந்தேன்
இனிமேல் என்னமோ? யாரதை அறிவார்?

விரசலூர் வெள்ளையப்பன் சொல்லுகின்றான்

நடந்தது பற்றி நாவருந் தாதே
கடந்தது பற்றிக் கண் கலங்காதே
நான் இன்று மாலை நாலரை மணிக்கெல்லாம்
விரசலூர் போகவேண்டும்! என்ன?

அரசலூர் அம்மாக்கண்ணு சொல்லுகிறாள்

ஹீஹீம் நான் அதை ஒப்ப மாட்டேன்
இன்றிரவு நன்றாய் இங்குத் தங்கிக்
காலையில் அடுப்பில் காய்ந்த வெந்நீரில்
ஆர அமர அழகாய் முழுகி
இட்டிலி மசால்வடை, சுட்டதும், சுடச்சுட
வெண்ணெய் உருக்கும், மிளகாய்ப்பொடியும்
தொட்டும் தோய்த்தும் ஒட்ட உண்டு
சற்று நேரம் கட்டிலில் துயின்றால்,
இரவில் கண்விழித்த இளைப்புத் தீரும்
திருந்த நடுப் பகல் விருந்து முடித்துப்
போக நினைத்தால் போவது தானே!

விரசலூர் வெள்ளையப்பன் சொல்லுகிறான்

அன்பு மிக்க அம்மாக் கண்ணே!
பின்பு நான் என்ன பேச முடியும்?
அப்படியே என் அம்மாக் கண்ணு!
சொற்படி நடப்பேன் சொற்படி நடப்பேன்

காட்சி-4

பெண் எப்படி?

விரசலூர் வெள்ளையப்பன் மனைவி மண்ணாங்கட்டிக்குக் கூறுகிறான்:

நல்ல உயரம் நல்ல கட்டுடல்
நல்ல பண்பு நல்ல சிவப்பே
எல்லாம் பொருந்தும்! எனக்குப் பிடித்தம்
செல்லாக் காசும் செலவில்லை நமக்கே
அனைத்தும் அவர்கள் பொறுப்பே ஆகும்.
மணமகள் வீட்டில் மணம் வைத் துள்ளார்.

மண்ணாங்கட்டி

சாதியில் ஏதும் தாழ்த்தி இல்லை!
சொத்தில் ஏதும் சுருக்கம் இல்லை!
ஏழு பெண்களில் இவள்தான் தலைச்சனா!
எப்படி யாகிலும் இருந்து போகட்டும்
பெண்கள் ஏழுபேர் பிறந்தனர்: ஆணோ
பிறக்கவில்லை பெரிய குறைதான்
எப்படியாகிலும் இருந்து போகட்டும்.
எழுபது காணி நன் செய் என்றால்
பையனுக்குப் பத்துக் காணிதான்
எழுபதாயிரம் இருப்புப் பணமா?
பையனுக்குப் பதினாயிரம் வரும்?
எப்படி யாகிலும் இருந்து போகட்டும்
மாப்பிள்ளை பார்க்க எப்போது வருவார்?

வெள்ளையப்பன் விள்ளுகிறான்

காலையில் வருவார் கட்டாயமாக.

காட்சி - 5

மாப்பிள்ளை பார்த்தல்

(விரசலூர் வெள்ளையப்பனும் அரசலூர் இரிசனும் பேசுகிறார்கள்:

வெள்ளையப்பன்

வருக வருக இரிசப்ப னாரே
அமர்க அமர்க அந்தநாற் காலியில்
குடிப்பீர் குடிப்பீர் கொத்தமல்லி நீர்
வீட்டில் அனைவரும் மிக நலந் தானே?
பிள்ளைகள் எல்லாம் பெருநலந் தானே?

என் மகன் இந்த எதிர்த்த அறையில்
படித்திருக்கிறான் பார்க்க லாமே

இரிசன் இயம்புகிறான்

பையன் முகத்தை பார்க்க வேண்டும்.
பிள்ளையாண் டானொடு பேச வேண்டும்
இங்கே இருங்கள் யான் போய்ப் பார்ப்பேன்.
(நல்ல முத்துவும், இரிசனும் பேசுகிறார்கள்)

நல்ல முத்து

யார் நீர் ஐயா? எங்கு வந்தீர்
ஊர் பேர் அறியேன்! உள்வர லாமா?
அப்பா இல்லையா அவ்வி டத்தில்.

இரிசன்

அப்பா முந்தர நாள் அரசலூர் வந்தார்.
அது தெரியாதா?

நல்லமுத்து

அரசலூர் சென்றார் அப்பா என்றால்
அறியேன். ஏனதை அறிய வேண்டும்?

இரிசன்

திருமணம் உனக்கு செய்ய எண்ணினார்.
அதற்கா கத்தான் அங்கு வந்தார்.
உன் பெயர் என்ன? உரைப்பாய் தம்பி.

நல்லமுத்து

என் பெயர் நல்லமுத் தென்றி சைப்பார்.

நல்லமுத்துக் கதை 329

இரிசன்

என்ன படிக்கிறாய் இந்நேரத்தில்!

நல்லமுத்து

காலே அரைக்கால் கம்பரா மாயணம்

இரிசன்

காலே அரைக்கால் கம்பரா மாயண
நூலும் உண்டோ நுவலுக தம்பி

நல்லமுத்து

*சிதம்பர நாதர் திருவரு ளாலே
அரையே அரைக்கால் அழிந்து போக,
மேலும் மொழிமாற்று வேலைப் பாட்டுடன்
காலே அரைக்கால் கம்பரா மாயணம்
அச்சிடப் பட்டதை அறியீரோ நீர்?

இரிசன்

உனக்குத் திருமணம் உடனே நடத்த
எம்மக ளைத்தான் உன் தந்தை கேட்டார்.
பெண்ணை உன் தந்தை பேசினார், பார்த்தார்.
நீயும் ஒரு முறை நேரில் பார்ப்பாய்.

நல்லமுத்து

அப்பா பார்த்தால் அதுவே போதும்!

இரிசன்

மணந்து கொள்வார் இணங்க வேண்டுமே!

---

* (ரசிகமணி டி,கே, சிதம்பரநாத முதலியாரின் கம்ப இராமாயணப் பதிப்பு, நிறைய பாடல்களை நீக்கியது,)

நல்லமுத்து

அப்பா இணங்கினார்! அதுவே போதும்

இரிசன்

கட்டிக் கொள்பவர் கண்ணுக்கும் பிடித்தமா
என்பது தானே எனக்கு வேண்டும்.

நல்லமுத்து

பெற்ற தந்தைக்குப் பிடித்ததா இல்லையா?
பிடித்தம் என்றால், எனக்குப் பிடித்தமே.

இரிசன்

என் மகள் ஒருமுறை உன்னைப் பார்க்க
நினைப்ப தாலே நீவர வேண்டும்.

நல்லமுத்து

என் அப்பாவைப் பார்த் தால் அதுவே போதும்.
அப்பா கருத்துக் கட்டி உண்டோ?
இந்த ராமாயணம் இயம்புவதென்ன
தந்தை சொல்லைத் தட்டலா காதே
என்று தானே இயம்பு கின்றது?

இரிசன்

மகிழ்ச்சி, தம்பி வருகின் றேன்நான்.

இரிசன் வெள்ளையப்பனிடம்

நல்ல முத்து மிகவும் நல்லவன்.
தகப்பனாரை மிகவும் மதிப்பவன்
அடக்க முடையவன் அன்பு மிகுந்தவன்
பொழுது போயிற்றுப் போய், வருகின்றேன்

வெள்ளையப்பன்

போகலாம் நாளைக்குப் பொழுது போயிற்றே!

இரிசப்பன்

பொறுத்துக் கொள்க. போய்வரு கின்றேன்.

காட்சி-6

அம்மாக்கண்ணுக்கு ஆளானான்

(அம்மாக்கண்ணும் வெள்ளையப்பனும்)

வெள்ளையப்பன்

உன்றன் நினைவால் ஓடி வந்தேன்.
இரண்டு நாள்முன் இரிசன் வந்து
மாப்பிள்ளை பார்த்தான் மகிழ்ச்சி கொண்டான்.
திரும ணத்தின் தேதி குறிக்க
வருவது போல் வந்தேன் இங்கே
மண்ணாங் கட்டியும் வருவேன் என்றாள்
தட்டிக் கழித்து நான் தனியே வந்தேன்.

அம்மாக்கண்ணு

இன்று நீங்கள் இங்கு வராவிடில்
என்றன் உயிரே ஏன் இருக்கும்!
பிரிந்து சென்றீர்! பிசைந்த சோற்றைக்
கையால் அள்ளினால் வாயோ கசக்கும்!
பச்சைத் தண்ணீர் பருகி யறியேன்
ஏக்கம் இருக்கையில் தூக்கமா வரும்?
பூனை உருட்டும் பானையை அவ்வொலி
நீங்கள் வரும் ஒலி என்று நினைப்பேன்.
தெரு நாய் குரைக்கும் வருகின் றாரோ
என்று நினைப்பேன் ஏமாந்து போவேன்
கழுதை கத்தும் கனைத்தீர் என்று
எழுந்து செல்வேன் ஏமாந்து நிற்பேன்
உம்மைஎப் போதும் உள்ளத்தில் வைத்ததால்
அம்மியும் நீங்கள் அடுப்பும் நீங்கள்
சட்டியும் நீங்கள் பானையும் நீங்கள்
வீடும் நீங்கள் மாடும் நீங்கள்

திகைப்படைந்து தெருவிற் போனால்
மரமும் நீங்கள் மட்டையும் நீங்கள்
கழுதையும் நீங்கள் குதிரையும் நீங்கள்
திகைப்படைந்து தெருவிற் போனால்
எல்லாம் நீங்களாய் எனக்குத் தோன்றும்.
இனிமேல் நொடியும் என்னை விட்டுப்
பிரிந்தால் என்னுயிர் பிரிந்து போகும்.

வெள்ளையப்பன் சொல்கிறான்

அழாதே, தரையில் அம்மாக் கண்ணு
விழாதே, உன்னை விட்டுப் பிரியேன்:
துடைகண் ணீரைப் புடைவையும் நனைந்ததே.
பயித்தியக் காரி பச்சையாய்ச் சொல்வேன்
என்னுயிர் இந்தா! பிடி உன் னது தான்!

அம்மாக்கண்ணு

இரிசன் மகளையும் என்மக னுக்கே
பேசி முடிப்பீர்: பின்பு நீங்களும்
இங்கே யேதான் தங்கினால் என்ன?
என் மகன் உங்கள் பொன் மகன் அல்லனோ?
இங்குள தெல்லாம் உங்கள் சொத்தே.
மண்ணாங் கட்டிதான் மனைவியோ? இங்குள
பொன்னாங் கட்டி போயொழிந்தாளோ?

வெள்ளையப்பன்

உறுதி, உறுதி உன்மக னுக்கே
இரிசன் மகளை ஏற்பாடு செய்வேன்.
என் மகன் பெரியதோர் இளிச்ச வாயன்:
மண்ணாங் கட்டி மண்ணாங் கட்டி தான்!
பெண்ணா அவள்? ஒரு பேய் மூதேவி!
இரு! போய் அந்த இரிசனைக் கண்டு
பேசிவிட்டுப் பின் வருகின்றேன்.

நல்லமுத்துக் கதை

காட்சி-7
வெள்ளையப்பன் மாறுபாடு

வெள்ளையப்பன்

இரிசனார் வீட்டில் இருக்கின் றாரா?

இரிசப்பன்

உள்ளே வருவீர் வெள்ளையப்பரே?
எப்போது வந்தீர் இப்போது தானா?
மனைவிமார் உம்முடன் வந்திட வில்லையா
நல்ல முத்து நலமா? அமர்க.

வெள்ளையப்பன்

மனைவி வயிற்று வலியோ டிருந்தாள்!
பையன் நிலையைப் பகர வந்தேன்:
திருமணம் வேண்டாம் என்று செப்பினான்

இரிசப்பன்

வெளியிற் சொன்னால் வெட்கக் கேடு
வெள்ளை யப்பரே வெந்தது நெஞ்சம்
பேச்சை நம்பி ஏச்சுப் பெற்றேன்,
திருமணம் விரைவில் செய்ய எண்ணி
எல்லாம் செய்தேன் எவர்க்கும் சொன்னேன்.
என்னை ஊரார் என்ன நினைப்பார்?
எப்படி வெளியில் இனி மேற் செல்வேன்?
மணம் வேண் டாமென மறுத்த தெதற்கு
அடங்கி நடப்பவன் அல்லவா உன் மகன்?
நல்லமுத்தா சொல்லைத் தட்டுவான்?
சொல் வது தானே நல்லமுத் துக்கு?

வெள்ளையப்பன்

நூறு தடவை கூறிப் பார்த்தேன்:
வேண்டாம் மணமென விளம்பி விட்டான்.
மனம்புண் பட்டு வந்தே னிங்கே.

அம்மாக் கண்ணுவின் அழகு மகனுக்குத்
தங்கள் பெண்ணைத் தருவது நல்லது:
வைத்த நாளில் மணத்தை முடிக்கலாம்:
என்ன சொல் கின்றீர் இரிசப்பனாரே?

இரிசப்பன்

அம்மாக் கண்ணை அறிவேன் நானும்.
வெள்ளை யப்பரே வீண்பேச் செதற்கு?
நீவீர் விரைவாய் நீட்டுவீர் நடையை.

காட்சி - 8

வலையில் சிக்கினார் கணவர்

இரிசப்பன் மண்ணாங்கட்டியிடம் வந்து கூறுகிறான்

நல்ல முத்து நல்ல பிள்ளை
நீங்களும் மிகவும் நேர்மையுடையவர்
வெள்ளை யப்பர் மிகவும் தீயவர்
அரசலூரில் அம்மாக் கண்ணின்
வலையிற் சிக்கி வாழு கின்றார்.
அங்கே யே அவர் தங்கி விட்டார்.
இன்னும் இங்கே ஏன் வரவில்லை?
மான மிழந்து வாழுகின்றார்!
அம்மாக் கண்ணின் அழகு மகனுக்கு
நான் என் பெண்ணை நல்க வேண்டுமாம்!
மணம் வேண் டாமென மறுத்தா னாம் மகன்!
நேரில் உம்மிடம் நிகழ்த்த வந்தேன் இதை!
உங்கள் கருத்தை உரைக்க வேண்டும்.

மண்ணாங்கட்டி

கெடுத்தா ளாஎன் குடித் தனத்தை?
விருந்து வைத்து மருந்தும் வைத்தாள்.

சோற்றைப் போட்டு மாற்றினாள் மனதை!
ஏமாந் தாரா என்றன் கணவர்?
போய்ப்புகுந் தாரா புலியின் வாயில்?
எங்கள் பிள்ளை உங்கள் பெண்ணை
வேண்டாமென்று விளம்ப வில்லையே!
அவள் மகனுக்கே அவளைக் கட்ட
இப்படி எல்லாம் இயம்பினார் போலும்!
மாதம் ஒன் றாகியும் வரவில்லை அவர்.
மகனை இங்கே வரவழைக் கின்றேன்.
சொல்லிப் பார்ப்போம்: சொன்னாற் கேட்பான்.
(நல்லமுத்துவிடம் மண்ணாங்கட்டியும்
இரிசனும் சொல்கிறார்கள்)

மண்ணாங்கட்டி

ஒரு மாத மாக உன்றன் தந்தையார்
அரசலூரில் அம்மாக் கண்ணிடம்
விளையாடுகின்றார். வீட்டை மறந்தார்.
அவர் தாம் அப்படி ஆனார் உன்றன்
திருமணம் பற்றிய சேதி எப்படி?
இரிசனார் பெண்ணை ஏற்பாடு செய்தோம்:
உடனே மணத்தை முடிக்க வேண்டும்.

நல்ல முத்து

அப்பா இல்லை: அது முடியாது.
விவாஹ முகூர்த்த விளம்ப ரத்தில்
அப்பா கையெழுத் தமைய வேண்டும்.
பாத பூசை பண்ணிக் கொள்ள
அப்பா இல்லை! எப்படி முடியும்?
திருமண வேளையில் தெருவில் நின்று
வருபவர் தம்மை வரவேற் பதற்கும்
அப்பா இல்லை! எப்படி முடியும்?
புரோகிதர் தம்மைப் போயழைக்க

அப்பா இல்லை எப்படி முடியும்?
அரசாணிக் கால்நட அம்மி போட
நலுங்கு வைக்க நாலு பேரை
அழைக்க, நல்லநாள் அமைக்க, அம்மன்
பூசை போடப் பொங்கல் வைக்க
அப்பா இல்லை! எப்படி முடியும்?

இரிசப்பன்

அப்பன் இல்லையே. அதற் கென்ன செய்வது?

நல்லமுத்து

சோற்றை உண்டு சும்மா இருப்பது!

மண்ணாங்கட்டி

அம்மாக் கண்ணின் அழகு மகனுக்கு
மகளைக் கட்டி வைக்கச் சொல்லி
கெஞ்சினா ராமே அவரை
இரக்கம் இருந்ததா இனிய தந்தைக்கே?

நல்லமுத்து

என்னருந் தந்தை இயம்பிய படியே
இவரின் மகளை அவன் மணக் கட்டும்.
"தெருவில் என்ன பெரிய கூச்சல்?"
போய் வரு கின்றேன் பொறுப்பீர் என்னை!
(நல்ல முத்து போன பின், இரிசனும்,
மண்ணாங்கட்டியும் பேசுகின்றார்கள்)

மண்ணாங்கட்டி

தன்மானம் இல்லாத் தடிப்பயல் என் மகன்.
உணர்ச்சி இல்லா ஊமை என் மகன்.
அடிமை எண்ணம் உடையவன் என் மகன்.

தனக்குப் பார்த்த தையலை, அப்பன்
அயலான் மணக்கச் செயலும் செய்தால்
துடிக்க வேண்டுமே தடிக்கழு தைம னம்!
இல்லவே இல்லை: என்ன செய்யலாம்?
சாப்பிடுங்கள். சற்று நேரத்தில்
வருவான் பையன் ஒருமுறைக் கிருமுறை
சொல்லிப் பார்ப்போம்: துன்பம் வேண்டாம்

காட்சி-9

தமிழ் உணர்ச்சி

(இரிசப்பனும் மண்ணாங்கட்டியும் பேசியிருக் கிறார்கள்)

இரிசப்பன்

எங்கே போனான் உங்கள் பிள்ளை?

மண்ணாங்கட்டி

கூச்சல் கேட்டதாய்க் கூறிப் போனான்.

இரிசப்பன்

என்ன கூச்சல்? எங்கே கேட்டது?

மண்ணாங்கட்டி

கேட்டது மெய் தான் கிழக்குப் பாங்கில்
வாழ்க தமிழ்! வீழ்க இந்தி! என்று

இரிசப்பன்

எந்த உணர்ச்சியும் இல்லாப் பிள்ளை
அந்த இடத்தை அடைந்த தென்ன?

மண்ணாங்கட்டி

என்ன இழவோ? யார்கண்டார்கள்?
(தமிழ்ப்புலவர் அமுதனார் வந்து, இரிசனிடத்திலும் மண்ணாங்கட்டி யிடத்திலும் சொல்லுகிறார்)

அமுதனார்

உங்கள் பிள்ளையா நல்லமுத் தென்பவன்?

மண்ணாங்கட்டி

ஆம் ஆம் ஐயா! அன்னவன் எங்கே?

அமுதனார்

யானதைச் சொல்லவே இங்கு வந்தேன்.
இந்த அரசினர் செந்தமிழ் ஒழித்துத்
தீய இந்தியைத் திணிக்கின் றார்கள்.
தமிழ் அழிந்திட்டால் தமிழர் அழுவார்.
நம் தமிழ் காப்பது நம் கடன் அன்றோ?
போருக்குத் திராவிடர் புறப்பட் டார்கள்.
திராவிடர் கழகம் சேர்ந்தான் உங்கள்
நல்ல முத்தும்! நல்லது தானே!

இரிசப்பன்

எந்த உணர்ச்சியும் இல்லாப் பிள்ளை
இந்த கிளர்ச்சியில் என்ன செய்வான்?

மண்ணாங்கட்டி

திருமணம் செய்யச் சேயிழை ஒருத்தியை
அமைத் திருந்தார் அவனின் தந்தையார்
பாரடா நீ போய்ப் பாவை தன்னை
என்றால், அதையும் ஏற்க வில்லை.

அந்தப் பெண்ணை அயலொருவனுக்குத்
தரும்படி சொன்னார் தந்தை என்றால்.
அப்பா மனப்படி ஆகுக என்றான்.
இப்படிப் பட்டவன் என்ன செய்வான்.
அப்பா அயலவன் அகத்தில் நுழைந்தார்.
இப்பக் கத்தில் இனிவரார் ஆதலால்
திருமணத்தை நீ செய்து கொள் என்றால்
ஓலை விடுக்கவும், ஊரைக் கூட்டவும்,
சாலும்கரகம் தனியே வாங்கவும்
பாத பூசை பண்ணிக் கொள்ளவும்
அப்பா வேண்டும் என் றொப்பனை வைக்கிறான்

அமுதனார்

மடமையில் மூழ்கி மடிகின் றான் அவன்
தன் மா னத்தைச் சாகடிக்கின்றான்.
மரக்கட்டைபோல் வாழ்ந்து வந்தான்.
இந்த நிலைக்கெல்லாம் ஈன்றவர் காரணர்
ஆயினும் தமிழ்ப்பற்றவனிடம் இருந்தது.
திராவிடர் கழகம் சேர்ந்து விட்டான்.
இனிமேல் அவனோர் தனியொரு மறவன்!
அரசினர் சிறையில் அடைத்தார் அவனை!

இரிசப்பன்

என்ன? என்ன? எப்போது விடுவார்?

மண்ணாங்கட்டி

இருந்தும் பயனிலான்: இருக்கட்டும் சிறையில்

அமுதனார்

எப்போது வருவான் என்பதறி யோம்
துப்பிலா அரசினர் சொல்வதே தீர்ப்பு
நான் வருகிறேன். நல்லமுத்துவின்
திருமணம் விரைவில் சிறப்படைக!

காட்சி-10

திருமணம் என் விருப்பம்

(இரிசப்பன் வீட்டில் வெள்ளையப்பன் வந்து பேசுகிறான்)

வெள்ளையப்பன்

அம்மாக் கண்தன் சொத்தெல்லாம் அளிப்பாள்.
உம்மகள் தன்னை, அம்மாக் கண்ணின்
மகனுக்கே திருமணம் செய்விப்பீர்
என் மகன் பெரியதோர் இளிச்ச வாயன்!

இரிசப்பன்

அம்மாக் கண்ணின் அடியை நத்தி
வீணில் வாழும் வெள்ளை யப்பரே!
உமது சொல்லில் உயர்வே யில்லை.
எனது கொள்கை இப்படி யில்லை
நல்லமுத் துக்கே நம் பெண் உரியவள்
பொல்லாப் பேச்சைப் புகல வேண்டாம்.
(அதே சமயத்தில் நல்லமுத்து வந்து,
இரிசனிடம் இயம்புகின்றான்.)

நல்லமுத்து

உம் மகள் என்னை உயிரென்று மதித்தாள்
திருமணம் எனக்கே செய்து வைத் திடுக:
(வெள்ளையப்பன், தன் மகனான
நல்லமுத்துவை நோக்கிக் கூறுகின்றான்:)
என் விருப் பத்தை எதிர்க்கவும் துணிந்தாய்.
உன் விருப் பத்தால் என்ன முடியும்?
இன்று தொட்டு நீ என் வீட்டு வாயிலின்
வழியும் காலெடுத்து வைக்க வேண்டாம்
என்றன் சொத்தில் இம்மியும் அடையாய்,
நான் சொன் னபடி நடந்து கொண்டால்

திருமணம் பிறகு செய்து வைப்பேன்,
அம்மாக் கண்ணின் அழகு மகனே.
இந் நாள் இந்த எழில்ம டந்தையை
மணந்து கொள் ளட்டும் மறுக்க வேண்டாம்.

நல்லமுத்து

திருமணம் எனது விருப்ப மாகும்.
ஒருத்தியும் ஒருவனும் உள்ளம் கலத்தல்
திருமணம் என்க. இரிசனார் மகளும்
என்னை உயிரென எண்ணி விட்டாள்.
நானும் என்னை நங்கைக் களித்தேன்.
உம் வீட்டு வாயிலை ஒரு நாளும் மிதியேன்.
உம் பொருள் எனக்கேன் ஒன்றும் வேண்டேன்.
நானும் என் துணைவியும் நான்கு தெருக்கள்
ஏனமும் கையுமாய் எம்நிலை கூறி
ஒரு சாண் வயிற்றை ஓம்புதல் அரிதோ?
ஆட்சித் தொட்டியில் அறியாமை நீர் பெய்து
சூழ்ச்சி இந்தி இட்டுத் துடுக்குத் துடுப்பால்
துழவிப் பழந்தமிழ் அன்னாய் முழுகென
அழுக்குறு நெஞ்சத் *தமைச்சர் சொன்னார்.
இழுக்குறும் இந்நிலை இடர வேண்டி
நானும் என் துணைவியும் நாளும் முயல்வதில்
சிறைப்படல் காதல் தேனருந் துவதாம்!
இறப்புறல் எங்கள் இன்பத்தி னெல்லையாம்!
(வெள்ளையப்பனை நோக்கி இரிசன்
சொல்லுகிறான்)

இரிசன்

வெள்ளை யப்பரே வெளியில் போவீர்
எம் மகள் உன் மகன் இருவரும் நாளைக்குக்

---

* அமைச்சர் - டி,வி,எஸ் அவிநாசிலிங்கம் செட்டியார்

காதல் திருமணம் காண்பார். நீவீரோ
அம்மாக் கண்ணோடும் அழகு மகனொடும்
இம்மா நிலத்தில் இன்புற் றிருங்கள்.
 (நல்ல முத்து. தன் திருமணத்திற்குப்
 பின் துணைவியுடன் இந்தி எதிர்ப்பு
 மறியலுக்குப் புறப்படுகின்றான்)

நல்லமுத்து

வாழிய செந்தமிழ் வாழ்க நற் றமிழர்
இந்தி ஒழிக! இந்தி ஒழிக!
 (சென்று கொண்டிருக்கையில் நல்லமுத்தின்
 தாய் அவர்களைத் தொடர்கிறாள்)

மண்ணாங்கட்டி

இன்பத் தமிழுக்கின்னல் விளைக்கையில்
கன்னலோ என்னுயிர்? கணவனும் வேண்டேன்;
உற்றார் வேண்டேன். உடைமை வேண்டேன்;
இந்தி வீழ்க! இந்தி வீழ்க!
திராவிட நாடு வாழிய!
அருமைச் செந்தமிழ் வாழிய நன்றே!

ஏற்றப்பாட்டு

முற்பகல்

ஓங்கு கதிர் வா வா - நீ
(ஒன்றுடனே) வாழி
மாங் கனியும் நீ தான் - அந்த
வானம் என்னும் தோப்பில்!
நீங்கும் பனி என்றே - இங்கு
நீ சிரித்து வந்தாய்!
நாங்கள் மறப் போமா - நீ
(நாலு டனே) வாழி
ஐந் துடனே - வாழி - நீ
அள்ளி வைத்த தங்கம்!

முந்திய, கருக்கல் - எந்த
மூலை யிலும் இல்லை.
சந்து பொந்தில் எங்கும் - உன்
தங்க வெய்யில் கண்டோம்.
இந்த நன்மை செய்தாய் - நீ
(எட்டு டனே) வாழி!

திராவிட நாட்டு வாழ்த்து

இன்பம் உள்ள நாடு - தம்பி
இத் திராவி டந்தான்
உன்னி வாழ்த்து வோமே - தம்பி

(ஒன்ப துடன்) வாழி!
திராவிட நாட்டின் சிறப்பு

நன்மை யுள்ள நாடு - தம்பி
நாவலந் தீவுக்குள்
தென்னை வளம் சேரும் - நல்ல
தெற்கு வள நாடு
கன்னி முதல் வங்கம் - இரு
கடல் கிழக்கு மேற்கு
சின்ன நல்ல தம்பி - நம்
திராவிட நன் னாடு!
முன்ன ரசர் நாடு - நல்ல
மூன்றரசர் நாடு

மன்னர் வில்எ டுத்தால் - பனி
வட மலை நடுங்கும்
பாண்டி யன்பேர் சொன்னால் - இந்தப்
பார் நடுங்கும் தம்பி
ஆண்டிருந்த சேரன் - அவன்
ஆரியரை வென்றான்.
மாண்ட துண்டு சோழன் - அவன்
ஆரியரை வென்றான்.
மாண்ட துண்டு சோழன் - அவன்
மா நிலத்தைக் காத்தான்.
மாண்டு விட்டால் என்ன - அவன்
வழி வந்தவர் நாமே!

(இருபதுடன் ஒன்றே) - வளம்
எக்க ளிக்கும் நாட்டில்
எரு தடிப்ப தாலே - தம்பி
என்ன பயன் என்று
பொருந்த யானை கட்டி - நெல்
போர் அடித்தல் உண்டு.
கரும்பு தரும் சாறோ - தம்பி
காவிரியின் ஆறு.
முப் பழமும் தேனும் - நல்ல
முந்தி ரிப்ப ருப்பும்

ஏற்றப்பாட்டு

எப்பொழுதும் காணும் - தம்பி
(இருபதுடன் ஆறு)
கப்பல் கொண்டு போகும் - இங்குக்
காணும் சரக் கெல்லாம்.
சிப்ப மாகச் சாயும் - பல
சீமைச் சரக் கெல்லாம்
கெட்டி முத்துச் சாயும் - நம்
கீழ்க் கடலில் தம்பி.
முட்டில் லாத நாடு - தம்பி
(முப்பதுடன்) வாழி!   30

வெட்டும் இட மெல்லாம் - நாம்
வேண்டிய பொன் கிட்டும்
எட்டுத் திசை பாடும் - நம்
இன்பத் திரு நாட்டை!
நாக ரிக நாடு: - நம்
நல்ல பெரு நாடு!
தோகை மயில் ஆடும் பூந்
தோட்டங்களில் எல்லாம்.
வேக வைக்கும் கோடை - அதை
விழுந் தவிக்கும் தென்றல்   35

வாழ் கறவை மாடு - தம்பி
மாம லையின் ஈடு!
சந்த னத்துச் சோலை - அதைச்
சார்ந்து நிற்கும் குன்றம்
அந்தப் "பொதிகை" போல் - தம்பி
ஆருங் கண்ட தில்லை
சிந்தருவி உண்டு - தம்பி
தெங் கிள நீர் போலே!
நந்து புனல் ஆறு - தம்பி
(நாற்பதுடன்) வாழி!   40

காவிரி நல்வைகை - பல
கண் கவரும் பொய்கை

பூ விரியும் சோலை - நல்ல
பொன் கொழிக்கும் நன்செய்!
யாவும் உண்டு கண்டாய் - தம்பி
இத் திரா விடத்தில்
தேவை எல்லாம் சாயும் - நம்
தெற்கு வள நாட்டில்.
திராவிடர் கலை ஒழுக்கம்
குற்ற மற்ற கொள்கை தம்பி
கொண்ட திந்த நாடு

கற்றவருக் கெல்லாம் - தம்பி
கல்வி தந்த நாடு
வெற்றி மறவர்கள் - தம்பி
வேல் - மறவர் நாடு.
மற்ற வரும் வாழத் - தம்பி
வழி வகுத்த நாடு.
ஈரடியும் தந்தான் - தம்பி
இங்கு வள்ளு வன் தான்
ஆரும் அறம் கண்டோம் தம்பி
(ஐம்ப துடன்) வாழி!.

சீருடைய நாடு - தம்பி
திராவிட நன் னாடு
பேருடைய நாடு - தம்பி
பெருந் திராவி டந்தான்.
ஓர் கடவுள் உண்டு - தம்பி
உண்மை கண்ட நாட்டில்
பேரும் அதற்கில்லை - தம்பி
பெண்டும் அதற்கில்லை
தேரும் அதற்கில்லை - தம்பி
சேயும் அதற்கில்லை

ஆரும் அதன் மக்கள் - அது
அத்த னைக்கும் வித்து!
உள்ளதொரு தெய்வம் - அதற்
குருவ மில்லை தம்பி

நல்லமுத்துக் கதை 347

அள்ளி வைத்த ஆப்பி* - தம்பி
அதிற் கடவுள் இல்லை
குள்ளமில்லை தெய்வம் - அது
கோயில் களில் இல்லை.
தெள்ளு பொடி பூசும் - தம்பி
சிவன் கடவு ளல்ல

(அறுப துடன் ஒன்று) தம்பி
அரி கடவுள் அல்ல -
அறுமுகனும் அல்ல - தம்பி
ஐங் கையனும் அல்ல.
அறு சமயம் சொல்லும் - தம்பி
அது கடவுள் அல்ல.
பிற மதத்தில் இல்லை - அந்தப்
பெரிய பொருள் தம்பி.
திராவி டர்கள் முன்னே - தம்பி
தெரிந் துணர்ந்த உண்மை

ஒரு மதமும் வேண்டாம் - தம்பி
உண்மையுடை யார்க்கே
பெரு மதங்கள் என்னும் - அந்தப்
பேய் பிடிக்க வேண்டாம்.
திருட்டுக் குரு மாரின் - கெட்ட
செயலை ஒப்ப வேண்டாம்!
காணிக்கைகள் கொட்டி - நீ
கண் கலங்க வேண்டாம்!.
ஏணி ஏற்ற மாட்டார் - தம்பி
(எழுபதுடன்) வாழி!

தோணி யினில் ஏற்றி - நல்ல
சொர்க்கம் சேர்க்க மாட்டார்.
நாண மற்ற பேச்சை - நீ
நம்ப வேண்டாம் தம்பி
சாதியில்லை தம்பி - மக்கள்

---

* ஆப்பி - பசுவின் சாணம்

தாழ் வுயர்வும் இல்லை.
தீத கற்ற வந்த - நம்
திருக்குறளைப் பாராய்
நீதி பொதுதம்பி - இந்த
நீணிலத்தில் யார்க்கும்.   75

மாத ருக்கும் நீதி - ஆண்
மக்க ளுக்கும் ஒன்றே
பச்சை விளக் காகும் - உன்
பகுத் தறிவு தம்பி
பச்சை விளக் காலே - நல்ல
பாதை பிடி தம்பி!
அச்சமில்லை தம்பி - நல்ல
அறம் இருக்கும் போது!
எச்சரிக்கை கண்டாய் - தம்பி
(எண்பதுடன்) வாழி!   80

வள்ளு வரின் நூலே - நல்ல
வழி யளிக்கும் தம்பி!
குள்ளர் வழிச் சென்று - நீ
குழியில் விழ வேண்டாம்.
உள்ள இனத்தார்கள் - உளம்
ஒன்று பட வேண்டும்.
தள்ளுக 'பொறாமை' - ஒரு
தாய் வயிற்று மக்கள்,
நீக்குக பே. ராசை - தம்பி
நிகர் எவரும் ஆவார்.
போக்கு சினம் தீச் சொல் - நீ
பொன் அறத்தை வாழ்த்து   85

சேர்க்கும் அறம் உன்னை - ஒரு
தீங்கும் அற்ற வாழ்வில்
ஊர்க் குழைக்க வேண்டும் - நீ
உண்மை யுடன் தம்பி!
நாட்டுக் குழை தம்பி - இந்த
நானி லத்தை எண்ணி!

வீட்டுக்குழை தம்பி - இங்கு
மீதிப் பெயர் எண்ணி

தேட்டம் பொது தம்பி - இந்தச்
சீமை பொது தம்பி
தோட்டம் பொது தம்பி - உணர்
(தொண்ணூ றோடிரண்டே)
கண் அடித் தழைக்கும் - ஒரு
கட்டழகி தன்னை
எண்ணம் ஒத்திருந்தால் - நீ
ஏற்றுக் கொள்ள வேண்டும்.
பண்ணி வைப்பதாக - வரும்
பார்ப்பு மணம் வேண்டாம்

கண்மணியும் நீயும் - நல்ல
காதல் மணம் கொள்வீர்
திராவிடத்தை மீட்பீர் - நம்
செந்தமிழை மீட்பீர்
திராவிடர்கள் ஒன்றாய்த் - தம்பி
சேர்ந்துழைக்க வேண்டும்
திராவிடத்தில் மாற்றார் - தமைச்
சேர விட வேண்டாம்
ஒரே உறுதி கொள்வாய் - தம்பி
(ஒரு நூறுடன்) வாழி

பிற்பகல்

மாலை

உச்சி குடை சாய்ந்தான் - கதிர்
(ஒன்றுடனே) வாழி!
மச்சு வேய்ந்திருந்தான் -அந்த
மாற்றுயர்ந்த பொன்னன்
மெச்சுதடி பெண்ணே - அந்த

வெய்யி லையும் வையம்
வைச்ச புள்ளி மாறான் - அவன்
மாலை மாற்றப் போவான்

ஒழுக்கம்

நல்லொழுக்கம் ஒன்றே - பெண்ணே
நல்ல நிலை சேர்க்கும்

புல் ஒழுக்கம் தீமை - பெண்ணே
பொய் உரைத்தல் தீமை!

இல்லறமே பெண்ணே - இங்கு
நல் லறமென் பார்கள்
*கல்வியுடையோரே - பெண்ணே

நற்பொறுமை வேண்டும்
நன்றி மறவாதே - பெண்ணே
கண்ணுடையராவார்
இன் சொல் இனிதாகும் - பெண்ணே
இன்னல் செய்ய வேண்டாம்.
உன்னருமை நாட்டின் - பெண்ணே
உண்மை நிலை காண்பாய்.

இந் நிலத்தின் தொண்டில் - நீ
ஈடு பட வேண்டும்.
(பத்துடனே மூன்று) - நீ
பகுத்தறிவைப் போற்று!
நத்தியிரு பெண்ணே - நீ
நல்லவரை என்றும்!
சொத்து வரும் என்று - நீ
தோது தவறாதே

---
* திருக்குறள் - எண் : 398

ஏற்றப்பாட்டு

முத்து வரும் என்று - நீ
முறை தவற வேண்டாம்.
கனியத் தமிழ்பாடு - பெண்ணே
கச்சேரி செய்யாதே.
சினிமாவிற் சேர்ந்து - நீ
தீமை யடையாதே!
தனித்து வரும் போது - கெட்ட
தறுதலை கண் வைத்தால்
இனிக்க நலம் கூறு - பெண்ணே
இல்லாவிடில் தாக்கு. 20

(இருபதுடன் ஒன்றே) - பெண்ணே
இத்திரா விடத்தில்.
அரிசி மட்டும் இல்லை - பெண்ணே
ஆட்சி மட்டும் உண்டு.
இரிசன் மகன் முத்தை - பெண்ணே
"இந்திபடி" என்றான்.
வரிசை கெட்ட மூளி - அவன்
வைத்தது தான் சட்டம்!
(இருபதுடன் ஐந்தே) - நம்
இனிய தமிழ்த் தாயைக்
கருவறுத்துப் போடும் - ஒரு
கத்தியடி இந்தி
அரிய செயல் ஒன்று - பெண்ணே
ஆளுபவர் - செய்தார் 25

ஒருவருக்கும் கள்ளைப் - பெண்ணே
ஒழிக்கச் சட்டம் செய்தா!
கள்ளை விட்ட பேர்க்குப்/ பெண்ணே
கைப் பணமும் மீதி
முள்விலக்கினார்கள் - பெண்ணே
(முப்பதுடன்) வாழி! 30

கள்ளை விட்டுக் கையில் / பெண்ணே
காசு மீத்தச் செய்தார்.
கள்ளக் கடை போட்டார் - அதைக்
கழற்ற வழி செய்தார்
ஆளவந்தார் உண்டு - பெண்ணே
ஐயோ பெரும் மண்டு
நாளும் கையில் மட்டும் - பெண்ணே
நல்ல வருமானம்!
ஆளுக் கென்ன பஞ்சம் - பெண்ணே
அடிமடியில் லஞ்சம்

தோளிலே மிடுக்காம் - அவர்
தோழுவதோ வடக்காம்!
கெண்டை விழியாளே அடி
கிள்ளை மொழி யாளே!
கொண்டையிலே பூவும் - உன்
கோணை நெடு வாக்கும்
தண்டையிலே பாட்டும் - உன்
தாழ் அடியில் கூத்தும்
கண்டவுடன் காதல் - நான்
கொண்டேனே உன் மீதில்

(நாற்பதுடன் ஒன்று) - பெண்ணே
நான் உனக்கு மாமன்
நேற்று வந்து போனாய் - அடி
நீல மயில் போலே
மாற்றுயர்ந்த பொன்னே - அடி
மாணிக்கம் கேளாய்
சோற்றை மறந் தேனே - அடி
தூக்கமில்லை மானே...

உன் நினைப்புத் தானே - அடி
ஊற்றெடுத்த தேனே!
என்னைக் கொல்லுதேடி - அடி
ஏதுக் கிந்த மோடி?

ஏற்றப்பாட்டு

சின்ன வயதாளே - அடி
சிரித்த முகத் தாளே;
அன்ன நடையாளே - நல்ல
அச்ச இடையாளே!
துள்ளுவதென் ஆசை - அடி
துடித்த தடி மீசை.
அள்ளுவதென் காதல் - அடி
(ஐம்பதுடன்) வாழி! 50

தள்ளத் தகு மோடி - நான்
தாய்க்குத் தலைப்பிள்ளை
நொள்ளை யல்ல பெண்ணே - நான்
நொண்டியல்ல பெண்ணே
வருத்தம் இல்லை பெண்ணே - என்
மாமிக்கும் என் மேலே
கருத்து உண்டு மாமன் - என்னைக்
கட்டிக் கொள்ளச் சொல்வான்
சிரிப்பு மலர் வாயால் - அடி
தெரிவி ஒரு பேச்சே 55

கருத்தை வரை கொஞ்சம் - பெண்ணே
கல்லடி உன் நெஞ்சம்
பார் இரண்டு சிட்டு - பெண்ணே
பழகும் ஒன்று பட்டு.
யார் தடுக்கக் கூடும் - பெண்ணே
(ஐம்பதுடன் எட்டு)
பீர்க்க மலர் பூக்கும் - அடி
பின் பொழுதும் கண்டாய்.
ஆர்க்கு தடி வண்டும் - பெண்ணே
(அறுபதுடன்) வாழி! 60

விரிந்ததடி முல்லை - அடி
வீசியது தென்றல்
சரிந்த தடி பெண்ணே - மலர்
தங்கப் பொடி எங்கும்.

எரிந்த தடிமேனி - பெண்ணே
இனிப் பொறுக்க மாட்டேன்.
புரிந்தனை இந்நேரம் - அடி
பொல்லாத ஒட் டாரம்
பூட்டி வைத்த வீட்டின் - அடி
புது விளக்கும் நீயே.

மாட்டி வைத்த கூட்டில் - அடி
மணிக் கிளியும் நீயே
போட்டு வைத்த சம்பா - இனிப்
பொங்கிடும் முன் னாலே
கூட்டி வைத்த வீட்டின் - நல்ல
குடும்ப விளக் காவாய்.
கூண்டு வண்டி கட்டி - நாம்
கூடலூர் அடைந்தால்.
பாண்டியன்கு டும்பம் - என்று
பார்த்து மகிழ் வார்கள்

தாண்டு நடை போட்டு - நாம்
தக தகென்று போனால்
மாண்ட நெடுஞ் சோழன் - அவன்
வளர் குடும்பம் என்பார்
தையல் என்றன் வீட்டில் - நீ
சமையல் செய்யும் போதுன்
கையழகு பார்த்து - நான்
களித் திடுவேன். பெண்ணே
கையில் விளக்கேந்தி - நீ
கடைசி அறை போவாய்

பொய் யல்லவே பெண்ணே - மிகப்
பூரிக்கும் என் மேனி
(எழுபதுடன் ஏழு) பெண்ணே
இளமை மாறிப் போகும்
அழகு மாறிப் போகும் - நீ
அறிந்து நட பெண்ணே

குழந்தை குட்டி பெற்று - நாம்
குறை தவிர்க்க வேண்டும்.
பிழிந்த பழச்சாறே - அடி
பேச்சும் உண்டோ வேறே

தங்கக் கதிர் மேற்கில் - மெல்லத்
தவழ்ந்தபடி பெண்ணே.
மங்கிற்றடி வெய்யில் - அதோ
மகிழ்ந்ததடி அல்லி
தங்கும் தாமரைப்பூ - மானே
தளர்ந்ததடி மேனி.
பொங்கிற்றடி காதல் - அடி
பூவை யே உன் மீதில்!
(எண்பதுடன் ஐந்தே) - பெண்ணே
எருதுகளின் கூட்டம்
கண் மகிழ்ந்து பெண்ணே - அவை
கழனி விட்டுப் போகும்.
பெண் மயிலே என்னை - நீ
பெருமை படச் செய்வாய்
உண்மையிலே நானே - உன்
ஊழியம் செய் வேனே.
பட்டதடி உன்கை - பெண்ணே
பலித்த தடி வாழ்வு.
தொட்டது துலங்கும் - இனித்
(தொண்ணூறுடன்) வாழி!
இட்டது நீ சட்டம் - என்
இன்பப் பெரு மாட்டி

விட்டுப் பிரியாதே -எந்த
வேலையிலும் மாதே
ஆறுதலைச் செய்வாய் - என்
அண்டை யிலிருந்தே
மாறிடுமோ கண்ணே - நம்
வாழ்க் கையிலே எண்ணம்?
மாறும்படி செய்வார் - இவ்

வையகத்தில் இல்லை. 95

ஊறுதடி அன்பும் - பெண்ணே
ஏங் கிடுதே இன்பம்.
தேக்கி யது நீலம் - அந்தச்
செங்கதிரின் மேலே.
பூக்கும் மணமுல்லை - இனிப்
போகுமடி மாலை
வாய்க்க விளக் கேற்றி - நகர்
மாதரும் மகிழ்ந்தார்.
நோக்கியது வையம் - பெண்ணே
(நூறுடனே) வாழி! 100

திராவிடர் திருப்பாடல்

காலைப்பத்து

வெண்டளையான் வந்த தரவிணைக் கொச்சகக் கலிப்பா

கிழக்கு மலரணையில் தூங்கிக் கிடந்து
விழித்தான்: எழுந்தான்: விரிகதிரோன் வாழி!
அழைத்தார்கள் அன்பால் திராவிடர்கள் உம்மை!
மொழிப் போர் விடுதலைப் போர் மூண்டனவே இங்கே!
விழிப் பெய்த மாட்டீரோ? தூங்குவீரோ மேலும்!
அழிப்பார் தமிழை! அடிமையிற் சேர்ப்பார்!
ஒழிப்பீர் பகையை! நொடியில் மறவர்
வழித்தோன்றும் மங்கையீர் காளையரே வாரீரோ! 1

எழுந்த புட்கள்: சிறகடித்துப் பண்ணே
முழங்கின! ஏருழவர் முன் செல் எருதை
அழிஞ்சிக் கோல் காட்டி அதட்டலும் கேட்பீர்.
எழுந்திருப் பீர் வீட்டினரே இன்னும் துயிலோ?
பழந்தமிழர் செல்வம் கலையொழுக்கம் பண்பே
ஒழிந்துபட வடக்கர் ஒட்டாரம் செய்தார்.
அழிந்தோமா வென்றோமா என்ப துணர்த்த
எழில் மடவீர் காளையரே இன்னே நீர் வாரீரோ! 2

காக்கைக் கழுத்துப் போல் வல்லிருளும் கட்டவிழும்!
தாக்கும் மணி முரசு தன் முழக்கம் கேட்டீரோ?

தூக்கமோ இன்னும்? திராவிடர்கள் சூழ்ந்து நின்றார்.
தூக்கறியார் வாளொன்றும்! போராடும் துப்பிலார்.
சாய்க்கின்றார் இன்பத் தமிழைக் குறட் கருத்தைப்
போக் கேதும் இல்லா வடக்கர் கொடுஞ்செயலும்
வாய்க்க அவர் வால்பிடிக்கும் இங்குள்ளார் கீழ்ச்செயலும்
போக்க மடவீரே காளையரே வாரீரோ! 3

தங்கம் உருக்கிப் பெருவான் தடவுகிறான்
செங்கதிர்ச் செல்வன்! திராவிடர்கள் பல்லோர்கள்
தங்கள் விடுதலைக்கோர் ஆதரவு தாங்கேட்டே
இங்குப் புடை சூழ்ந்தார் இன்னும் துயில்வீரோ!
பொங்கும் வடநாட்டுப் பொய்யும் புனை சுருட்டும்
எங்கும் தலைவிரித்தே இன்னல் விளைத்தனவே
வங்கத்துக் கிப்பால் குடியரசு வாய்ப்படைய
மங்கையீர் காளையரே வாரீரோ வாரீரோ! 4

தேர்கலி கொள்ள அமர்ந்து செழும்பரிதி
ஆர்கலிமேற் காட்சி அளிக்கிறான். கீழ்த் திசையில்!
ஊர் மலர்ந்தும் உங்கள் விழி மலர ஒண்ணாதோ?
சீர் மலிந்த அன்பின் திராவிடர்கள் பல்லோர்கள்
நேர் மலிந்தார் பெற்ற நெருக் கடிக்குத் தீர்ப்பளிப்பார்
பார் கலந்த கீர்த்திப் பழைய திராவிடத்தை
வேர் கலங்கச் செய்ய வடக்கர் விரைகின்றார்:
கார் குழலீர் காளையரே வாரீரோ வாரீரோ! செஞ்சூட்டுச்
சேவல்கள் கூவின கேட்டீரோ?
மிஞ்சும் இருள்மீது பொன்னொளி வீழ்ந்ததுவே!
பஞ்சணை விட்டெழுந்து பாரீர் திராவிடத்தை
நஞ்சுநிகர் இந்தியினை நாட்டித் தமிழமுதை
வெஞ் சேற்றுப் பாழ்ங்கிணற்றில் வீழ்த்த நினைத்தாரோ!
நெஞ்சிளைப் போமோ? நெடுந்தோள் தளர் வோமோ?
அஞ்சுவமோ என்று வடக்கர்க் கறிவிக்க
கொஞ்சுங் குயில்களே காளையரே வாரீரோ! 6

கோவாழும் இல்லொன்றே கோவிலாம் மற்றவை
நாவாலும் மேல் என்னோம்; நல்லறமே நாடுவோம்!
தேவர்யாம் என்பவரைத் தெய்வரென எதிர்ப்போம்
சாவு தவிர்ந்த மறுமையினை ஒப்புகிலோம்.
வாழ்விலறம் தந்து மறுமைப் பயன் வாங்கோம்
மேவும் இக்கொள்கைத் திராவிடத்தை அவ்வடக்கர்
தாவித் தலை கவிழ்க்க வந்தார்தமை எதிர்க்கப்
பாவையரே காளையரே பல்லோரும் வாரீரோ! 7

மன்னிய கீழ்க்கடல் மேல் பொன்னங் கதிர்ச் செல்வன்
துன்னினான்! இன்னும் நீர் தூங்கல் இனிதாமோ?
முன்னாள் தமிழ்காத்த மூவேந்தர் தம் உலகில்
*"அன்பும் அறனும் உடைத்தாயின் இல்வாழ்க்கைப்
பண்பும் பயனும் அது" என்னும் நன்னாட்டில்
சின்ன வடக்கரும் வால் பிடிக்கும் தீயர்களும்,
இன்னலே சூழ்கின்றார் இன்பத் திராவிடத்துக்
கன்னல் மொழி மங்கையீர் காளையரே வாரீரோ! 8

நீல உடையூடு பொன்னிழை நேர்ந்ததென
ஞால இருளின் நடுவில் கதிர் பரப்பிக்
கோலஞ் செய்கின்றான் இளம் பரிதி! கொண்டதுயில்
ஏலுமோ? உம்மை எதிர்பார்த் திருக்கின்றார்
தோலிருக்க உள்ளே சுளையைப் பறிப்பவரைப்
போல வடக்கர்தம் பொய்ந்நூல் தனைப்புகுத்தி
மேலும் நமை மாய்க்க விரைகின்றார் வீழ்த்தோமோ?
வாலிழையீர் காளையரே வாரீரோ வாரீரோ! 9

அருவி, மலை, மரங்கள் அத்தனையும் பொன்னின்
மெருகு படுத்தி விரிகதிரோன் வந்தான்.
விரியாவோ உங்கள் விழித்தா மரைகள்?
அருகு திராவிடர்கள் பல்லோர்கள் ஆர்த்தார்
ஒரு மகளை ஐவர் உவக்கும் வடக்கர்
திருநாட்டைத் தம்மடிக்கீழ்ச் சேர்க்க நினைத்தார்.

---

* திருக்குறள் எண்: 45

உருவிய வாளின், முரசின் ஒலி கேட்பீர்,
வரை தோளீர் காளையரே வாரீரோ வாரீரோ 10

விடுதலைப் பாட்டு

மீள்வது நோக்கம் - இந்த
மேன்மைத் திராவிடர் மீளுவதின்றேல்
மாள்வது நோக்கம் - இதை
வஞ்ச வடக்கர்க் கெம் வாள் முனை கூறும்!
ஆள்வது நோக்கம் - எங்கள்
அன்னை நிலத்தினிலே இன்னொரு வன்கால்
நீள்வது காணோம் - இதை
நீண்ட எம் செந்தூக்கு வாள்முனை கூறும்!
(மீள்வது நோக்கம்)

கனவொன்று கண்டார் - தங்கள்
கையிருப்பிவ் விடம் செல்வதுண்டோ?
இனநலம் காண்பார் - எனில்
இங்கென்ன வேலை அடக்குக வாலை!
தினவுண்டு தோளில் - வரத்
திறல்மிக உண்டெனில் வந்து பார்க் கட்டும்!
மனநோய் அடைந்தார் - அந்த
வடக்கர்க்கு நல்விடை வாள்முனை கூறும்?
(கனவொன்று கண்டார்)

திராவிடர் நாங்கள் - இத்தி
ராவிட நாடெங்கும் செல்வப் பெருக்கம்
ஒரே இனத்தார்கள் - எமக்
கொன்றே கலைபண் பொழுக்கமும் ஒன்றே!
சரேலென ஓர் சொல் - இங்குத்
தாவுதல் கேட்டெம் ஆவி துடித்தோம்
வராதவர் வந்தார் - இங்கு
வந்தவர் எம்மிடம் வாளுண்டு காண்பார்!
(திராவிடர் நாங்கள்)

இராப்பத்து

வெண்டளையான் வந்த இயற்றரவிணைக்

கொச்சகக் கலிப்பா

திருவிளக் கேற்றி இரவு சிறக்க
வருவிருந் தோடு மகிழ்ந்துணவுண்டீர்!
அருகு மடவார் அடைகாய் தரவும்
பருகுபால் காத்திருக்கப் பஞ்சணை மேவித்
தெருவினில் யாம் பாடும் செந்தமிழும் கேட்பீர்!
பெருவாழ்வு வாழ்ந்த திராவிடநாள்
திருகுவட நாட்டார் கையினிற் சிக்கி
உருவழிந்து போகாமே காப்பாற்றல் உங்கடனே 1

ஆற்றும் பணிகள் பகலெல்லாம் ஆற்றிய பின்
சேற்றில் முளைத்திட்ட செந்தாமரை போலும்
தோற்றும் இரவும் சுடர் விளக்கும் இல்லத்தில்
காற்று நுகர்ந்திடுவீர்! காது கொடுத்தேயாம்
சாற்றுதல் கேளீர்! தமிழை வடநாட்டார்
மாற்றித் தமிழர் கலையொழுக்கம் பண்பெல்லாம்
மாற்றவே இந்திதனை வைத்தார் கட்டாயமென
வேற்றுவரின் எண்ணத்தை வேரறுத்தல் உங்கடனே 2

* பிறப் பொக்கும் எல்லா உயிர்க்கும் எனுமோர்
சிறப்புடைய நம் கொள்கை நானிலத்தின் செல்வம்!
தறுக்கண் வடநாட்டான் தன்னலத்தான் இந்நாள்
நிறப் பாகு பாட்டை நிலை நிறுத்த எண்ணி
வெறுப்புடைய இந்தி விதைக்கிறான். இங்கேஅன்றி
இறப்போம் உறுதி இதுவாகும் என்பீர்
உறக்கம் தவிர்த்துணர்வே உற்றெழுதல் உங்கடனே 3

---

* திருக்குறள் - எண் : 972

தீயில் நிலநீரில் காற்றில் செழுவானின்
ஆயில் குறியில் அறியாப் பெரும் பொருட்குக்
கோயில் தனை ஒப்புக் கொள்ளோம்! சுமந்தீன்ற
தாயின் பிறிதோர் பொருட்குத் தலை வணங்கோம்!
வாயில் பொறாமைச் சொல் வையோம்! அவாவெகுளி
தீயில் கொடுஞ் சொற்கள் தீர்த்தோம்: அறப்பயனே
வாயிற்பருகுவோம் நம் கொள்கைப் பற்றறுக்க
நோயில் நுழை இந்தி வேரறுத்தல் உங்கடனே 4

ஒழுக்கம் கெடுக்கும்! உணர்வை ஒடுக்கும்!
வழக்கும் பெரும் போரும் மாநிலத்தில் சேர்க்கும்
இழுக்குத் தரு மதங்கள் யாவும் விலக்கிக்
கொழுக்கும் குருமாரின் கொட்டம் அறுத்துத்
தழைக்கத் தழைக்க நறுங் கொள்கை நெஞ்சிற்
பழுக்கும் படி வாழ் திராவிடர் பண்பை
அழிக்க நினைத்திங்கே ஆளவந்தார் இந்தி
புழுக்கும் படி செய்தார் போக்கிடுதல் உங்கடனே 5

எட்டுத்திசையும் பதினா றிடைப்பாங்கும்
முட்டித் தளும்பி முளைத்தோங்கு பேரொளிக்கே
எட்டுக் குடப்பசுப்பால் இட்டாட்டு வீரென்னும்
பட்டாடை சாத்தென்னும் பால் பணி பூட்டென்னும்
குட்டிவணங்கு முன்பு பார்ப்பனனைக் கும்பிடென்னும்
மட்டக் கருத்துக்கள் மாளா மடமை எலாம்
கொட்டி அளக்குமோர் இந்தியினை நம் தலையில்
கட்டுவார் தம்மை ஒரு கைபார்த்தல் உங்கடனே 6

தந்தைமார் பற்பலராய்த் தாயொருத்தியாய் மாட்டு
மந்தையுடன் இந்நாட்டில் வந்தவர்கள் நாமெல்லாம்
முந்தைக்கு முந்தை அதன் முந்தை நாளாக
இந்தப் பெரு நாடாம் யாழின் இசையாவோம்!
வந்தார்க்கோ நாமடிமை வந்தார் பொருள் விற்கும்
சந்தையா நம்நாடு? தாயாம் தமிழிருக்க

இந்தியோ கட்டாயம்? என்ன பெருங்கூத்தோ?
கொந்துமொரு கொத்தடிமை நீக்கிடுதல் உங்கடனே 7

புலையொழுக்கம் கொண்டவர்கள் பொல்லா வடக்கர்
தலையெடுத்தார் இன்பத் திராவிடத்தின் தக்க
கலையொழுக்கம் பண்பனைத்தும் கட்டோ டொழித்து
நிலைபுரட்டி நம் நாட்டை நீளடிமை யாக்க
வலைகட்டி நம்மில் வகையறியா மக்கள்
பலரைப் பிடித்துரா மாயணத்தை மற்றும்
மலிபொய் மனுநூலை வாழ்வித்தார் யாவும்
தொலையப் பெரும்போர் தொடுப்பதுவும் உங்கடனே 8

தென்றற் குளிரும், செழுங்கா மலர் மணமும்
நின்று தலைதாழ்த்தும் வாழையும் நீள் கரும்பும்:
என்றும் எவர்க்குமே போதும் எனும் செந்நெல்
நன்று விளையும் வளமார்ந்த நன்செய்யும்.
அன்றன் றணுகப் புதிய புதிய சுவை
குன்றாத செந்தமிழும், குன்றும், மணியாறும்
தொன்று தொட்ட சீரும் உடைய திராவிடத்தை
இன்று விடுதலைச்சீர் எய்துவித்தல் உங்கடனே. 9

*"வீழ்நாள் படாஅமை நன்றாற்றின் அஃதொருவன்
வாழ்நாள் வழியடைக்கும் கல்" என்ற வள்ளுவர் சொல்
தாழ்வொன் றடையாது தஞ்செயலை நன்றாற்றும்
ஆழ்கடல் முப்பாங் கமைந்த திராவிடத்தில்
வாழ்கின்றார் ஆன வடுத்தீர் திராவிடர்கள்
வாழ்க! நனிவாழ்க! மற்றோர்கள் வீழ்ந்திடுக!
யாழ் கொள் நரம்பும் இசையும் போல் எந்நாளும்
வாழ்க திராவிடமும் வான்புகழும் சேர்ந்தினிதே!

10

திராவிடர் ஒழுக்கம்

(சிந்து கண்ணிகள்)

தட்டுப்படாத பெரும் - பொருட்கொரு
சாதியும் உண்டோடா - படுவாய்
சாதியும் உண்டோடா
மட்டற்ற செம் பொருட்கே - முரண் படும்
மதங்கள் உண்டோடா?

எட்டுத் திசை முழுவதும் - விசும்பு, மண்
எங்கும் நிறை பொருட்கே - படுவாய்.
எங்கும் நிறை பொருட்கே
கொட்டு முழக்குண்டோ - அமர்ந்திடக்
கோயில்கள் உண்டோடா?

பிட்டுச் சுமந்ததுண்டோ? நிறைபொருள்
பெண்டாட்டி கேட்டதுண்டோ? - படுவாய்
பெண்டாட்டி கேட்டதுண்டோ?
கட்டைக் குதிரை கட்டும் - பெருந்தேர்
காட்டெனக் கேட்ட துண்டோ?

பட்டுடை கேட்டதுண்டோ? - பெரும் பொருள்
பண்ணியம் உண்பதுண்டோ? - படுவாய்
பண்ணியம் உண்பதுண்டோ?
அட்டைப் படத்தினிலும் - திரையிலும்
அப் பொருள் காண்பதுண்டோ?

பிரமன் என்பதிலும் - மொட்டைத் தலைப்
பிச்சையன் என்பதிலும் - படுவாய்

திராவிடர் ஒழுக்கம்

பிச்சையன் என்பதிலும்
முருகன் என்பதிலும் - திருமால்
முக்கணன் என்பதிலும்.

வரும் பெருச்சாளி - அதன்மிசை
வருவன் என்பதிலும் - படுவாய்.
வருவன் என்பதிலும்.
சரிந்த தொந்தியுள்ளார் - பார்ப்பனர்க்குத்
தரகன் என்பதிலும்

பெரும் பொருள் உளதோ? - தொழுவதில்
பேறுகள் பெற்றதுண்டோ? - படுவாய்.
பேறுகள் பெற்றதுண்டோ?
கரும் பிருக்குதடா - உன்னிடத்தில்
காணும் கருத்திலையோ!

இரும்பு நெஞ்சத்திலே - பயன்ஒன்றும்
இல்லை உணர்ந்திடடா - படுவாய்
இல்லை உணர்ந்திடடா!
திரும்பும் பக்கமெல்லாம் - பெருமக்கள்
தேவை யுணர்ந்திடடா!

தீய பொறாமையையும் - உடைமையிற்
செல்லும் அவாவினையும் - படுவாய்
செல்லும் அவாவினையும்
காயும் சினத்தினையும் - பிறர் உளம்
கன்ற உரைப்பதையும்

ஆயின் அகற்றிடுவாய் - உளத்தினில்
அறம் பிறக்குமடா! - படுவாய்
அறம் பிறக்குமடா!
தூய அறவுளத்தால் - செயலினில்
தொண்டு பிறக்குமடா!

ஏயும் நற்றொண்டாலே - பெரியதோர்
இன்பம் பிறக்குமடா - படுவாய்
இன்பம் பிறக்குமடா!
தீயும் குளிருமடா - உனையண்டும்
நோயும் பறக்குமடா!

வாயில் திறக்குமடா - புதியதோர்
வழி பிறக்குமடா - படுவாய்
வழி பிறக்குமடா
ஓயுதல் தீருமடா - புதியதோர்
ஒளி பிறக்குமடா

தாயொடு மக்களடா - அனைவரும்
சரி நிகர் உடைமை :
தேயும் நிலை விடுப்பாய். இவையே
திராவிடர் ஒழுக்கம்.

அன்னை அறிக்கை

(திராவிடம்)

என்னருமை மக்களே இன்பத் திராவிடரே
இன்னல் வடக்கர்களை எள்ளளவும் நாடாதீர்!

உங்கள் கலை ஒழுக்கம் மிக்க உயர்ந்தனவாம்
பொங்கி வரும் ஆரியத்தின் பொய்க்கதைகள் ஒப்பாதீர்!

ஏமாற்றி மற்றவரை, ஏட்டால் அதை மறைத்துத்
தாமட்டும் வாழச் சதை நாணா ஆரியத்தை

நம்புவார் நம்பட்டும் நாளைக் குணர்வார்கள்
அம்பலத்தில் வந்ததின்றே ஆரியரின் சூழ்ச்சியெலாம்!

பிச்சை எடுப்பவர்கள் பேரதிகா ரம்பெற்றால்
அச்சத்தால் நாட்டில் அடக்குமுறை செய்யாரோ?

ஆட்சியறியாத ஆரியர்கள் ஆளவந்தால்
பாட்டாளி மக்களெல்லாம் பாம் பென்றே அஞ்சாரோ?

மிக்க மதவெறியர் மேல்நிலையை எய்திவிட்டால்
தக்க முஸ்லீமைத் தாக்கா திருப்பாரோ?

உங்கள் கடமை உணர்வீர்கள், ஒன்றுபட்டால்
இங்கே எவராலும் இன்னல் வருவதில்லை!

ஏசுமதத்தாரும் முஸ்லீம்கள் எல்லாரும்
பேசில் திராவிடர் என் பிள்ளைகளே என்றுணர்க!

சாதி மதம் பேசித் தனித்தனியே நீரிருந்தால்
தோது தெரிந் தாரியர்கள் உம்மைத் தொலைத் திடுவார்

ஆரியன் இந்தி அவிநாசி *ஏற்பாடு
போரிட்டுப் போக்கப் புறப்படுங்கள் ஒன்றுபட்டே!

ஆண்டேன் உலகுக்கே ஆட்சிமுறை நான் தந்தேன்
பூண்ட விலங்கைப் பொடியாக்க மாட்டீரோ!

மன்னும் குடியரசின் வான்கொடியை என் கையில்
இன்னே கொடுக்க எழுச்சியடையீரோ

* அவிநாசிலிங்கம் செட்டியார் - அன்றையத் தமிழ்நாட்டுக் கல்வியமைச்சர்

சமத்துவப் பாட்டு

(குதம்பைச் சித்தர் பாடலின் மெட்டு)

புவியிற் சமூகம் இன்பம்
    பூணல் சமத்துவத்தால்
கவிழ்தல் பேதத் தாலடி - சகியே
    கவிழ்தல் பேதத் தாலடி   1

புவி வேகம் கொண்டு செல்லும்
    போதில் உடன் செல்லாதார்!
அவிவேகம் கொண்டாரடி - சகியே
    அவிவேகம் கொண்டாரடி   2

தாழ்வென்றும் உயர்வென்றும்
    சமூகத்திற் பேதங் கொண்டால்
வாழ்வின்பம் உண்டாகுமோ? - சகியே
    வாழ்வின்பம் உண்டாகுமோ   3

தாழ்ந்தவர் என்று நீக்கிச்
    சமுதாயச் சீர்தேடி
வாழ்ந்தது காணேனடி - சகியே
    வாழ்ந்தது காணேனடி!   4

பிறப்பி லுயர்வு தாழ்வு
    பேசும் சமூகம் மண்ணில்
சிறக்குமோ சொல்வாயடி - சகியே
    சிறக்குமோ சொல்வாயடி?   5

பிறந்த முப்பது கோடிப்
பேரில் ஐங்கோடி மக்கள்
இறந்தாரோ சொல்வாயடி - சகியே
இறந்தாரோ சொல்வாயடி 6

இதந்தரும் சமநோக்கம்
இல்லா நிலத்தில் நல்ல
சுதந்தரம் உண்டாகுமோ - சகியே
சுதந்தரம் உண்டாகுமோ? 7

பதம்பெறப் பணி செய்வோர்
பகைகொண்டார் எனில் எந்த
விதம் அஃது கொள்வாரடி - சகியே
விதம் அஃது கொள்வாரடி 8

சோதர பாவம் நம்மில்
தோன்றாவிடில் தேசத்தில்
தீதினி நீங்காதடி - சகியே
தீதினி நீங்காதடி! 9

பேதம் பாராட்டி வந்தோம்
பிழை செய்தோம் பல்லாண்டாக
மீதம் உயிர்தானுண்டு - சகியே
மீதம் உயிர் தானுண்டு! 10

அற்பத் தீண்டாதார் என்னும்
அவரும் பிறரும் ஓர் தாய்
கர்ப்பத்தில் வந்தாரன்றோ! - சகியே
கர்ப்பத்தில் வந்தா ரன்றோ? 11
பொற்புடை முல்லைக் கொத்தில்
புளியம்பூ பூத்ததென்றால்
சொற்படி யார் நம்புவார் - சகியே
சொற்படி யார் நம்புவார் 12

சமத்துவப் பாட்டு

தீண்டும் மக்களின் அன்னை
    தீண்டாரையும் பெற்றாளோ?
ஈண்டிதை யார் நம்புவார் - சகியே
    ஈண்டிதை யார் நம்புவார்?   13

தீண்டாமை ஒப்புகின்றார்
    தீண்டாரிடம் உதவி
வேண்டாமல் இல்லையடி - சகியே
    வேண்டாமல் இல்லையடி!   14

அடிமை கொடியதென் போர்
    அவர் சோத ரர்க் கிழைக்கும்
மிடிமையை எண்ணாரடி - சகியே
    மிடிமையை எண்ணாரடி   15

கொடியோர் பஞ்சமர் என்று
    கூடப் பிறந்தோர்க் கிவர்
சுடும்பேர் வைத்திட்டாரடி! - சகியே
    சுடும் பேர் வைத்திட்டாரடி!   16

தீண்டாதார் பழங்கீர்த்தி
    தெரிந்தால் தீண்டாமைப் பட்டம்
வேண்டாதார் இல்லையடி - சகியே
    வேண்டாதார் இல்லையடி!   17

ஆண்டார் தமிழர் இந்நா
    டதன்பின் ஆரியர் - என்போர்
ஈண்டுக் குடியேறினார் - சகியே
    ஈண்டுக் குடியேறினார்!   18

வெள்ளை யுடம்பு காட்டி
    வெறும் வாக்கு நயம் காட்டிக்
கள்ளங்கள் செய்தாரடி - சகியே
    கள்ளங்கள் செய்தாரடி   19

பிள்ளைக்குக் கனிதந்த
 பின் காது குத்தல் போல் தம்
கொள்கை பரவச் செய்தார் - சகியே
 கொள்கை பரவச் செய்தார்! 20

கொல்லா விரதம் கொண்டோர்
 கொலை செய்யும் ஆரியர் தம்
சொல்லுக் கிசைந்தாரடி - சகியே
 சொல்லுக் கிசைந்தாரடி! 21

நல்ல தமிழர் சற்றும்
 நலமற்ற ஆரியர் தம்
பொல்லாச் சொல் ஏற்றாரடி - சகியே
 பொல்லாச் சொல் ஏற்றாரடி! 22

ஏச்சும் எண்ணார் மானம்
 இல்லாத ஆரியர்
மிலேச்சர் என் றெண்ணப்பட்டார் - சகியே
 மிலேச்சர் என் றெண்ணப்பட்டார் 23

வாய்ச் சாலத் தால் கெட்ட
 வஞ்சகத்தால் கலகத்தால்
ஏய்ச்சாள வந்தாரடி சகியே
 ஏய்ச்சாள வந்தாரடி! 24

மன்னர்க் கிடையில் சண்டை
 வளர்த்தார் தம் வசமானால்
பொன்னாடு சேர்வார் என்றார் - சகியே
 பொன்னாடு சேர்வார் என்றார்! 25

பொன்னாட்டு மாதர் போலும்
 பூலோகத் தில்லை யென்று
மன்னர்பால் பொய் கூறினார் - சகியே
 மன்னர்பால் பொய் கூறினார்! 26

வான்மறை எனத்தங்கள்
வழக்கம் குறித்த நூலைத்
தேன்மழை என்றாரடி - சகியே
தேன்மழை என்றாரடி. 27

"ஏன் மறை" எங்கட்கென்றே
இசைத்தால் ஆரியர் நீங்கள்
வான்புகத் தானென்றனர் - சகியே
வான் புகத்தா னென்றனர்! 28

மேலேழு லோகம் என்றார்
கீழே ழுலோகம் என்றார்
நூலெல்லாம் பொய் கூறினார் - சகியே
நூலெல்லாம் பொய் கூறினார் 29
மேலும் தமை நிந்திப்போர்
மிகுகஷ்டம் அடைவார்கள்
தோலோ தோல் கூடாதென்றார் - சகியே
தோலோதோல் கூடாதென்றார்! 30

சுவர்க்கத்தில் தேவர் என்போர்
சுகமாய் இருப்பதுண்டாம்
அவர்க்குத் தாம் சொந்தம் என்றார் - சகியே
அவர்க்குத்தாம் சொந்தம் என்றார்! 31

துவக்கத்தில் ஆரியரைத்
தொழுதார் இறந்த பின்பு
சுவர்க்கஞ் செல்வார் என்றனர் - சகியே
சுவர்க்கஞ் செல்வார் என்றனர்! 32

தம்சிறு வேதம் ஒப்பாத்
தமிழரை ஆரியர்கள்
நஞ்சென்று கொண்டாரடி - சகியே
நஞ்சென்று கொண்டாரடி! 33

வெஞ்சிறு வேதம் ஒப்பா
  வீரரை ஆரியர்கள்
வஞ்சித்துக் கொன்றாரடி - சகியே
  வஞ்சித்துக் கொன்றாரடி!   34

அழிவேதம் ஒப்பாதாரை
  அரக்க ரென்றே சொல்லிப்
பழி போட்டுத் தலை வாங்கினார் - சகியே
  பழி போட்டுத் தலை வாங்கினார்!   35

பழி வேதம் ஒப்போம் என்ற
  பண்டைத் தமிழர் தம்மைக்
கழுவேற்றிக் கொன்றாரடி - சகியே
  கழுவேற்றிக் கொன்றாரடி   36

ஆரியர்தமை ஒப்பா
  ஆதித் திராவிடரைச்
சேரியில் வைத்தாரடி - சகியே
  சேரியில் வைத்தாரடி!   37

சேரிப் பறையர் என்றும்
  தீண்டாதார் என்னும் சொல்லும்
வீரர் நம் உற்றாரடி - சகியே
  வீரர் நம் உற்றாரடி!   38

வெஞ்சமர் வீரர் தம்மை
  வெல்லாமற் புறந் தள்ளப்
பஞ்சமர் என்றாரடி - சகியே
  பஞ்சமர் என்றாரடி!   39

தஞ்சம் புகாத்தமிழர்
  சண்டாளர் எனில் தாழ்ந்து
கெஞ்சுவோர் பேரென்னடி - சகியே
  கெஞ்சுவோர் பேரென்னடி   40

மாதர் சகிதம் தங்கள்
மதத்தைத் தமிழ் மன்னர்க்குப்
போதனை செய்தாரடி - சகியே
போதனை செய்தாரடி! 41

சூதற்ற மன்னர் சில்லோர்
சுவர்க்கக் கதையை நம்பித்
தீதுக்கிசைந்தாரடி - சகியே
தீதுக் கிசைந்தாரடி 42

உலகம் நம்மைப் பழிக்க
உட்புகுந் தாரியர்கள்
கலகங்கள் செய்தாரடி - சகியே
கலகங்கள் செய்தாரடி 43

கொலைக்கள மாக்கி விட்டார்
குளிர் நாட்டைத் தம் வாழ்வின்
நிலைக்களம் என்றாரடி - சகியே
நிலைக்களம் என்றாரடி! 44

சாதிப் பிரிவு செய்தார்
தம்மை உயர்த்து தற்கே
நீதிகள் சொன்னாரடி - சகியே
நீதிகள் சொன்னாரடி! 45

ஓதும் உயர்வு தாழ்வை
ஆரியர் உரைத் திட்டால்
ஏதுக்கு நாம் ஏற்பதோ - சகியே
ஏதுக்கு நாம் ஏற்பதோ? 46

ஊர் இரண்டு படுங்கால்
உளவுள்ள கூத்தாடிக்குக்
காரியம் கைகூடுமாம்! - சகியே
காரியம் கைகூடுமாம்! 47

நேர்பகை யாளி என்னை
 நீசனென்றால் என் சுற்றத்
தார் என்னைத் தள்ளாரடி - சகியே
 சுற்றத் தார் என்னைத் தள்ளாரடி! 48

வீரமில் ஆரியரின்
 வீண்வாக்கை நம்பினால் நம்
காரியம் கை கூடுமோ? - சகியே
 காரியம் கை கூடுமோ? 49

ஆரியர் சொன்ன வண்ணம்
 ஆண்டு பல கழித்தோம்
காரியம் கைகூடிற்றா? - சகியே
 காரியம் கை கூடிற்றா? 50

எத்தால் வாழ்வுண்டாகும்! நாம்
 ஒத்தால் வாழ்வுண்டாகும். இஃது
சத்தான பேச்சல்லவோ? சகியே
 சத்தான பேச்சல்லவோ? 51

எத்தான பேச்சை நம்பி
 இரத்தக் கலப்பை நீக்கிச்
சத்தின்றி வாழ்வாருண்டோ - சகியே
 சத்தின்றி வாழ்வாருண்டோ? 52

ஆரியப் பேர் மறைந்தும்
 அவர் வைத்த "தீண்டார்" என்ற
பேர் நிற்றல் ஏதுக்கடி - சகியே
 பேர் நிற்றல் ஏதுக்கடி 53

ஆரியர் பார்ப்பாரானால்
 அவர் சொன்ன தீண்டாதார்கள்
சேரியில் ஏன் தங்கினார்? - சகியே
 சேரியில் ஏன் தங்கினார்? 54

ஊர்தட்டிப் பறித்திட
உயர்சாதி என்பார் இஃதை
மார்தட்டிச் சொல்வேனடி - சகியே
மார்தட்டிச் சொல்வேனடி! 55

ஓர் தட்டில் உயர்ந்தோர் மற்
றொன்றில் தாழ்ந் தோரை இட்டுச்
சீர்தூக்கிப் பார்ப்போமடி - சகியே
சீர்தூக்கிப் பார்ப்போமடி! 56

தீண்டாதார் சுத்த மற்றோர்
என்றாலச் சுத்தத் தன்மை
தாண்டாதார் எங்குண்டடி? சகியே
தாண்டாதார் எங்குண்டடி? 57

தீண்டாதார் ஊனுண்டால்
தீண்டு மனிதர் வாய்க்குள்
மாண்டன பல் கோடியாம் - சகியே
மாண்டன பல் கோடியாம்! 58

பறவை மிருக முண்டோர்
பறையர் என்றால் மனுநூல்
முறையென்பார் பேரென்னடி? - சகியே
முறையென்பார் பேரென்னடி 59

வெறிமது உண்போர் நீசர்
என்றால் பிறர்க்கிருட்டில்
நிறைமுக்கா டேதுக்கடி? சகியே
நிறைமுக்கா டேதுக்கடி? 60

சீலம் குறைந்தோர் என்றால்
சீலமிலாச் சிலரை
ஞாலத்தில் ஏன் தீண்டினார்? சகியே
ஞாலத்தில் ஏன் தீண்டினார்? 61

மேலை வழக்கங் கொண்டு
　　மிகு தாழ்ந் தோர் என்றாலந்தக்
காலத்தில் தாழ்ந்தா ருண்டோ? சகியே
　　காலத்தில் தாழ்ந்தாருண்டோ? 62

சாத்திரம், தள்ளிற்றென்றால்
　　சற்றும் அதுதான் எங்கள்
கோத்திரத்தார் செய்ததோ? - சகியே
　　கோத்திரத்தார் செய்ததோ? 63

வாய்த்திறன் கொண்ட மக்கள்
　　வஞ்சம் யாவையும் நம்பி
நேத்திரம் கெட்டோமடி - சகியே
　　நேத்திரம் கெட்டோமடி 64

மனிதரிற் றாழ்வுயர்வு
　　வகுக்கும் மடையர் வார்த்தை
இனிச் செல்ல மாட்டாதடி - சகியே
　　இனிச் செல்ல மாட்டாதடி! 65

கனிமா மரம் வாழைக்காய்
　　காய்க்கா தெனில் இரண்டும்
தனித் தனிச் சாதியடி - சகியே
　　தனித்தனிச் சாதியடி 66

எருமையைப் பசுச் சேர்தல்
　　இல்லை; இதனாலிவை
ஒரு சாதி இல்லையடி! - சகியே
　　ஒரு சாதி இல்லையடி! 67

ஒரு தாழ்ந்தோன் உயர்ந்தானை
　　ஒப்பக் கருக்கொள்ளுங்கால்
இரு சாதி மாந்தர்க் குண்டோ? - சகியே
　　இரு சாதி மாந்தர்க்குண்டோ? 68

சமத்துவப் பாட்டு 379

உழைப்பால் உயர்ந்தவர்கள்
தாழ்ந்தவர்கள் என்றன்னோர்
பிழைப்பைக் கெடுத்தாரடி - சகியே
பிழைப்பைக் கெடுத்தாரடி! 69

தொழிலின்றிச் சோறுண்ணாச்
சூத்தர் அசூத்தர் என்ப
தெழிலற்ற வார்த்தையடி - சகியே
எழிலற்ற வார்த்தையடி! 70

உடல் நோய்கள் அற்றபேரை
ஒழுக்கமில்லார் என்பவர்
கடலை உளுந்தென் பரோ? சகியே
கடலை உளுந் தென்பரோ? 71

தடையற்ற அன்பினரைச்
சண்டாளர் என்று சொல்லும்
கடையர்க்கு வாழ் வேதடி? - சகியே
கடையர்க்கு வாழ்வேதடி? 72

பழிப் பவர்க்கும் உதவும்
பாங்கா பறையர் என்பார்
விழித்துத் துயில் வாரடி - சகியே
விழித்துத் துயில்வாரடி 73

தழைக்கப் பிள்ளை பெறுவோர்
தாழ்வாம்! பிள்ளைக்கையரை
அழைப்போர்கள் மேலோர்களாம் - சகியே
அழைப்போர்கள் மேலோர்களாம்! 74

தோள் தான் பொருள் என்போர்கள்
தாழ்வாம் துரும்பெடுக்கக்
கூடாதோர் மேலென்பதாம் - சகியே
கூடாதோர் மேலென்பதாம்! 75

மாடா யுழைப்பவர்கள்
   வறியர்: இந்நாட்டுத் தொழில்
நாடாதோர் செல்வர்களோ? - சகியே
   நாடாதோர் செல்வர்களோ?   76

ஏரிக்கரையினில் வாழ்ந்
   திருந்து பிறரைக் காக்கும்
சேரியர் தாழ்ந்தார்களோ? - சகியே
   சேரியர் தாழ்ந்தார்களோ?   77

ஊருக்கி ழிந்தோர் காவல்
   உயர்ந்தோர் இவர்கள் வாழ்வின்
வேருக்கு வெந்நீரடி - சகியே
   வேருக்கு வெந்நீரடி!   78

அங்கம் குறைச் சலுண்டோ
   ஆதித் திராவிடர்க்கே?
எங்கேனும் மாற்றமுண்டோ: சகியே
   எங்கேனும் மாற்றமுண்டோ?   79

புங்கவர் நாங்கள் என்பார்
   பூசுரர் என்பார் நாட்டில்
தங்கட்கே எல்லாம் என்பார் - சகியே
   தங்கட்கே எல்லாம் என்பார்!   80

ஆதிசைவர்கள் என்பார்
   "ஆதிக்குப்பின் யார்?" - என்றால்
காதினில் வாங்காரடி? - சகியே
   காதினில் வாங்காரடி!   81

சாதியில் கங்கை புத்ரர்
   என்பார்கள் சாட்சி, பத்ரம்
நீதியில் காட்டாரடி - சகியே
   நீதியில் காட்டாரடி!   82

சமத்துவப் பாட்டு

வேலன்பங் காளியென்பார்
   வெறுஞ்சேவ கனைக் கண்டால்
காலன் தான் என்றஞ்சுவார் - சகியே
   காலன் தான் என்றஞ்சுவார்!   83

மேலும் முதலி, செட்டி
   வேளாளப் பிள்ளை முதல்
நாலாயிரம் சாதியாம் - சகியே
   நாலாயிரம் சாதியாம்!   84

எஞ்சாதிக் கிவர் சாதி
   இழிவென்று சண்டையிட்டுப்
பஞ்சாகிப் போனாரடி! - சகியே
   பஞ்சாகிப் போனாரடி!   85

நெஞ்சில் உயர்வாய்த் தன்னை
   நினைப்பான் ஒரு வேளாளன்
கொஞ்சமும் எண்ணாததால் - சகியே
   கொஞ்சமும் எண்ணாததால்!   86

செட்டி உயர்ந் தோன் என்பான்
   செங்குந்தன் உயர்வென்பான்
குட்டுக்கள் எண்ணாததால் சகியே
   குட்டுக்கள் எண்ணாததால்!   87

செட்டிகோ முட்டி நாய்க்கன்
   சேணியன் உயர்வென்றே
கட்டுக் குலைந்தாரடி - சகியே
   கட்டுக் குலைந்தாரடி!   88

சேர்ந்துயர் வென்றிவர்கள்
   செப்பினும் பார்ப்பனர்க்குச்
சூத்திரர் ஆனாரடி - சகியே
   சூத்திரர் ஆனாரடி!   89

தூற்றிட இவ்வுயர்ந் தோர்
சூத்திரர் என்று பார்ப்பான்
காற்றினில் விட்டானடி - சகியே
காற்றினில் விட்டானடி! 90

தம்மை உயர்த்தப் பார்ப்பார்
சமூகப் பிரிவு செய்தார்
இம் மாயம் காணாரடி - சகியே
இம்மாயம் காணாரடி! 91

பொய்மை வருண பேதம்
போனால் புனிதத் தன்மை
நம்மில் நாம் காண்போமடி - சகியே
நம்மில் நாம் காண்போமடி! 92

நான்கு வருணம் என்று
நவிலும் மனுநூல் விட்டு
ஏனைந்து கொண்டாரடி - சகியே
ஏனைந்து கொண்டாரடி? 93

நான்கு பிரிவும் பொய்ம்மை
நான்குள்ளும் பேதம் என்றால்
ஊனத்தில் உள்ளூனமாம் - சகியே
ஊனத்தில் உள்ளூனமாம்! 94

சதுர்வர்ணம் வேதன் பெற்றான்
சாற்றும் பஞ்சமர்தம்மை
எது பெற்றுப் போட்டதடி - சகியே
எது பெற்றுப் போட்டதடி?' 95

சதுர்வர்ணம் சொன்ன போது
தடி தூக்கும் தமிழ் மக்கள்
அதில் ஐந்தாம் நிறமாயினார் - சகியே
அதில் ஐந்தான் நிறமாயினார்! 96

மனிதரில் தீட்டு முண்டோ?
    மண்ணிற் சிலர்க் கிழைக்கும்
அநீதத்தை என் சொல்வதோ? - சகியே
    அநீதத்தை என் சொல்வதோ?   97

"புனிதர் என்றே பிறத்தல்"
    "புல்லர் என் றேபிறத்தல்"
எனுமிஃது விந்தையடி - சகியே
    எனுமிஃது விந்தையடி   98

ஊரிர் புகாத மக்கள்
    உண்டென்னும் மூடரிந்தப்
பாருக்குள் நாமேயடி - சகியே
    பாருக்குள் நாமேயடி!   99

நேறிற்பார்க் கத்தகாதோர்
    நிழல் பட்டால் தீட்டுண்டென்போர்
பாருக்குள் நாமேயடி - சகியே
    பாருக்குள் நாமேயடி!   100

மலம் போக்கும் குளம் மூழ்கா
    வகை மக்களை நசுக்கும்
குலமாக்கள் நாமேயடி - சகியே
    குலமாக்கள் நாமேயடி!   101

மலம் பட்ட இடம் தீட்டாம்!
    மக்கள் சிலரைத் தொட்டால்
தலைவரைக்கும் தீட்டாம் - சகியே
    தலைவரைக்கும் தீட்டாம்!   102

சோமனைத் தொங்கக் கட்டச்
    சுதந்திரம் சிலர்க்கீயாத்
தீ மக்கள் நாமேயடி - சகியே
    தீ மக்கள் நாமேயடி!   103

தாழுழ்கும் குளம் தன்னில்
    தலை மூழ்கத் தகாமக்கள்
போமாறு தானென்னடி? - சகியே
    போமாறு தானென்னடி? 104

பாதரட்சை யணிந்தாற்
    பழித்துச் சிலரைத் தாழ்த்தும்
காதகர் நாமேயடி - சகியே
    காதகர் நாமேயடி 105

ஒத வசதியின்றி
    உலகிற் சிலரைத் தாழ்த்தும்
சூதர்க்கு வாழ்வேதடி? - சகியே
    சூதர்க்கு வாழ்வேதடி? 106

தீராப் பகையுமுண்டோ
    திரு நாட்டார்க் குள்ளும் நெஞ்சம்
நேராகிப் போனாலடி - சகியே!
    நேராகிப் போனாலடி? 107

ஓரைந்து கோடி மக்கள்
    ஓலமிடுங்கால் மற்றோர்
சீராதல் இல்லையடி - சகியே
    சீராதல் இல்லையடி! 108

தாழ்வில்லை உயர்வில்லை
    சமமென்று நிலை வந்தால்
வாழ்வெல்லாம் காண்போமடி - சகியே
    வாழ்வெல்லாம் காண்போமடி! 109

சூழ்கின்ற பேதமெல்லாம்
    துடைத்தே சமத்துவத்தில்
வாழ்கிறார் வாழ்வின்பமாம் - சகியே
    வாழ்கின்றார் - வாழ்வின்பமாம் 110

ஆலய உரிமை

(ஆறுமுக வடிவேலனே-கலியாணமும் செய்யவில்லை என்ற காவடிச் சிந்தின் மெட்டு)

கண்ணிகள்

எவ்வுயிரும் பரன் சந்நிதி யாமென்
றிசைத்திடும் சாத்திரங்கள் - எனில்
அவ்விதம் நோக்க அவிந்தனவோ நம்
அழகிய நேத்திரங்கள்? 1

திவ்விய அன்பிற் செகத்தை யெல்லாம்ஒன்று
சேர்த்திடலாகும் அன்றோ? - எனில்
அவ்வகை அன்பினிற் கொஞ்சம் இருந்திடில்
அத்தனை பேரும் ஒன்றே? 2

ஏக பரம் பொருள் என்பதை நோக்க
எல்லாரும் உடன் பிறப்பே - ஒரு
பாகத்தார் தீண்டப்படாதவர் - என்பதி
லே உள்ளதோ சிறப்பே? 3

"தேகம் சுமை நமைச் சேர்ந்ததில்லை" என்று
செப்பிடும் தேசத்திலே - பெரும்
போகம் சுமந்துடற் பேதம் கொண்டோம் - மதி
போயிற்று நீசத்திலே. 4

என்னை அழைக்கின்ற கோயிலின் சாமி
எனக் கிழிவாய்த் தெரியும் - சாதி

தன்னை விலக்கிடுமோ இதை யோசிப்பீர்
சமூக நிலை புரியும். 5

என்னை அளித்தவர் ஓர்கடவுள், மற்றும்
ஏழையர்க்கோர் கடவுள் - எளிதில்
முன்னம் இரண்டையும் சேர்த்துருக் குங்கள்
முளைக்கும் பொதுக் கடவுள் 6

உயர்ந்தவர் கோயில் உயர்ந்ததென்பீர் மிகத்
தாழ்ந்தது தாழ்ந்த தென்பீர் - இவை
பெயர்ந்து விழுந்தபின் பேதமிலா ததைப்
பேசிடுவீர் அன்பீர் 7

உயர்ந்தவர் கையில் வரத்தினைச் சாமி
ஒளி மறைவில் தரத்தான் - மிகப்
பயந்திழிந்தோர்களைக் கோயில் வராவண்ணம்
பண்ணினதோ அறியேன் 8

சோதிக் கடவுளும் தொண்டரும் கோயிலிற்
சூழ்வது பூசனையோ - ஒரு
சாதியை நீக்கினர் - தலையையும் வாங்கிடச்
சதியா லோசனையோ? 9

ஆதித் திராவிடர் பாரதர்க் கன்னியர்
என்று மதித்ததுவோ - சாமி
நீதி செய் வெள்ளையர் வந்ததும் போய்க் கடல்
நீரிற் குதித்தது வோ? 10

மாலய மாக வணங்கிடச் சாமி
வந்திடுவார் என்றீரே - அந்த
ஆலயம் செல்ல அநேகரை நீக்கி
வழி மறித்தே நின்றீரே. 11

ஆலயம் செல்ல அருகரென்று சிலர்
அங்கம் சிறந்தாரோ? - சிலர்
நாலினும் கீழென்று நாரி வயிற்றில்
நலிந்து பிறந்தாரோ? 12

தாழ்ந்தவர் தம்மை உயர்ந்தவ ராக்கிடச்
சாமி மலைப்பதுண்டோ? - இங்கு
வாழ்ந்திட எண்ணிய மக்களைச் சாமி
வருத்தித் தொலைப்பதுண்டோ? 13

தாழ்ந்தவர் வந்திடில் ணதன்னுயிர் போமெனில்
சாமிக்குச் சத்திலையோ - எனில்
வீழ்ந்த குலத்தினை மேற்குல மாக்கிட
மேலும் சமர்த்தில்லையோ. 14

தன்னை வணங்கத் தகாதவரை - அந்தச்
சாமி விழுங்கட்டுமே - அன்றி
முன்னையிருந்த கல்லொடு கல்லாகி
உருவம் மழுங்கட்டுமே. 15

இன்னலை நீக்கிடும் கோயிலின் சாமி
இனத்தினில் பல்கோடி - மக்கள்
தன்னை வணங்கத் தகாதென்று சொல்லிடிற்
சாவதுவோ ஓடி? 16

குக்கலும் காகமும் கோயிலிற் போவதிற்
கொஞ்சமும் தீட்டிலையோ - நாட்டு
மக்களிலே சிலர் மாத்திரம் - அந்த
வகையிலும் கூட்டிலையோ 17

திக்கெட்டுமே ஒரு கோயிலன்றோ? அதில்
சேரி அப்பால் இல்லையே - நாளும்
பொய்க் கட்டுரைப்பவர் புன்மையும் பேசுவர்
நம்புவதோ சொல்லையே? 18

தாழ்ந்தவர் என்பவர் கும்பிடுதற்குத்
தனிக்கோயில் காட்டுவதோ? - அவர்
வாழ்ந்திடுதற்கும் தனித்தேசம் காட்டிப்பின்
வம்பினை மூட்டுவதோ? 19

தாழ்த்தப்பட்டார்க்குத் தனிக் கோயில் நன்றெனச்
சாற்றிடும் தேசமக்கள் - அவர்
வாழ்த்தி அழைக்கும் "சுதந்திரம்" தன்னை
மறித்திடும் நாச மக்கள். 20

தாழ்ந்தவருக்கும் உயர்ந்தவருக்கும் இத்
தாழ்நிலம் சொந்தம் அன்றோ? - இதில்
சூழ்ந்திடும் கோயில் உயர்ந்தவர்க்கே என்று
சொல்லிடும் நீதி நன்றோ? 21

"தாழ்ந்தவர்' என்றொரு சாதிப்பிரிவினைச்
சாமி வகுத்ததுவோ? - எனில்
வாழ்ந்திடு நாட்டினில் - சாமி முனைந்திந்த
வம்பு புகுத்தியதோ? 22

முப்பது கோடியார் பாரதத்தார் இவர்
முற்றும் ஒரே சமூகம் - என
ஒப்புந் தலைவர்கள் கோயிலில் மட்டும்
ஒப்பாவிடில் என்ன சுகம்? 23

இப்பெரு நாடும் இதன் பெருங்கூட்டமும்
"யார்" என்று தற்புகழ்ச்சி - சொல்வர்
இப்புறம் வந்ததும் கோயிலில் நம்
இனத்தைச் செய்வார் இகழ்ச்சி 24

மாடுண் பவன் திருக் கோயிலின் வாயிலில்
வருவதற்கில்லை சாத்யம் - எனில்
ஆடுண்ணுவோனுக்கு மாடுண்ணுவோன் அண்ணன்
அவனே முதற் பாத்யம் 25

நீடிய பக்தியில் லாதவர் கோயில்
நெருங்குவதால் தொல்லையே! - எனில்
கூடி அக் கோயிலில் வேலை செய்வோருக்கும்
கூறும் பக்தி இல்லையே 26

"சுத்த மில்லாதவர் பஞ்சமர்"! கோயிற்
சுவாமியைப் பூசிப்பரோ - எனில்
நித்த முயர்ந்தவர் நீரிற் குளிப்பது
யாதுக்கு யோசிப்பிரே. 27

நித்தமும் சாக்கடை நீந்தும் பெருச்சாளி
நேரில் அக் கோயிலிலே - கண்டும்
ஒத்த பிறப்பினரை மறுத் தீருங்கள்
கோயிலின் வாயிலிலே. 28

கூறும் "உயர்ந்தவர்" "தாழ்ந்தவர்" என்பவர்
கோயிலின் செய்திவிட்டுப் - புவி
காறியு மிழ்ந்தது யார்முகத்தே யில்லை?
காட்டுவீர் ஒன்று பட்டு. 29

வீறும் உயர்ந்தவர் கோயில் புகுந்ததில்
வெற்றி இந் நாட்டில் உண்டோ - இனிக்
கூறும் இழிந்தவர் கோயில் புகுந்திடில்
தீ தெனல் யாது கொண்டோ? 30

ஞாயமற்ற மறியல்

(நொண்டிச் சிந்து)

என்றுதான் சுகப்படுவதோ? - நம்மில்
யாவரும் "சமானம்" என்ற பாவனை இல்லை-அந்தோ
ஒன்றுதான் இம்மானிடச் சாதி - இதில்
உயர்பிறப் பிழிபிறப் பென்பதும் உண்டோ?-நம்மில்
அன்றிருந்த பல தொழிலின் - பெயர்
அத்தனையும் "சாதிகள்" என்றாக்கிவிட்டனர்-இன்று
கொன்றிடுமே "பேதம்" எனும் பேய்! - மிகக்
கூசும் இக் கதை நினைக்கத் தேசமக்களே! (என்று)

இத்தனை பெரும் புவியிலே - மிக
எண்ணற்ற தேசங்கள் இருப்ப தறிவோம்
அத்தனை தேசத்து மக்களும் - தாம்
அனைவரும் "மாந்தர்"- என்று நினைவதல்லால்
                                             மண்ணில்

இத்தகைய நாட்டு மக்கள் போல் - பேதம்
எட்டுலக்ஷம் சொல்லிமிகக் கெட்டலைவரோ!-இவர்
பித்துமிகக் கொண்டவர்கள் போல் - தம்
பிறப்பினில் தாழ்வுயர்வு பேசுதல் நன்றோ? (என்று)

தீண்டாமை என்னுமொரு பேய் - இந்தத்
தேசத்தினில் மாத்திரமே திரியக்கண்டோம் - எனில்
ஈண்டு பிற நாட்டில் இருப்போர் - செவிக்
கேறியதும் இச் செயலைக் காறி யுமிழ்வார்

ஆண்டாண்டு தோறு மிதனால் - நாம்
அறிவற்ற மக்கள் எனக் கருதப்பட்டோம்
கூண்டோடு மாய்வதறிந்தும் - இந்தக்
கோணலுற்ற செயலுக்கு நாணுவதில்லை. நாம் (என்று)

ஞானிகளின் பேரப் பிள்ளைகள் - இந்த
நாற்றிசைக்கும் ஞானப்புனல் ஊற்றிவந்தவர் - மிகு
மேனிலையில் வாழ்ந்து வந்தவர் - இந்த
மேதினியில் மக்களுக்கு மேலுயர்ந்தவர் - இந்த
வானமட்டும் புகழ்ந்து கொள்வார் - எனில்
மக்களிடைத் தீட்டுரைக்கும் காரணத்தினை - இங்கு
யானிவரைக் கேட்கப் புகுந்தால் - இவர்
இஞ்சி தின்ற குரங்கென இளித்திடுவார்-நாம் (என்று)

உயர் மக்கள் என்றுரைப்பவர் - தாம்
ஊரை அடித் துலையிட் டுண்ணுவதற்கே - அந்தப்
பெயர்வைத்துக் கொள்ளுவதல்லால் - மக்கள்
பேதமில்லை என்னுமிதில் வாதமுள்ளதோ? - தம்
வயிற்றுக்கு விதவித ஊண் - நல்ல
வாகனங்கள் போகப் பொருள் அனுபவிக்க - மிக
முயல்பவர் தம்மிற் சிலரை - மண்ணில்
முட்டித்தள்ள நினைப்பது மூடத்தனமாம்-நாம் (என்று)

உண்டிவிற்கும் பார்ப்பன னுக்கே - தான்
உயர்ந்தவன் என்ற பட்டம் ஒழிந்துவிட்டால்- தான்
கண்டபடி விலை உயர்த்தி - மக்கள்
காசினைப் பறிப்பதற்குக் காரணமுண்டோ? - சிறு
தொண்டு செய்யும் சாதி என்பதும் - நல்ல
துரைத்தனச் சாதியென்று சொல்லிக்கொள்வதும் இவை
பண்டிருந்த தில்லை எனினும் - இன்று
பகர்வது தாங்கள் நலம் நுகர்வதற்கே-நாம் (என்று)

வேதமுணர்ந் தவன் அந்தணன் - இந்த
மேதினியை ஆளுபவன் க்ஷத்திரியனாம் - மிக

நீதமுடன் வர்த்தகம் செய்வோன் - மறை
நியமித்த வைசியனென் றுயர்வு செய்தார் - மிக
நாதியற்று வேலைகள் செய்தே - முன்பு
நாத்திறம் அற்றிருந்தவன் சூத்திரன் என்றே-சொல்லி
ஆதியினில் மனுவகுத்தான் - இவை
அன்றியுமே பஞ்சமர்கள் என்பதும் ஒன்றாம்-நாம் (என்று)

அவனவன் செய்யும் தொழிலைக் குறித்
தவனவன் சாதியென மனுவகுத் தான் - இன்று
கவிழ்ந்தது மனுவின் எண்ணம் - இந்தக்
காலத்தினில் நடைபெறும் கோலமும் கண்டோம்-மிகக்
குவிந்திடும் நால்வருணமும் - கீழ்க்
குப்புறக் கவிழ்ந்ததென்று செப்பிடத்தகும் - இன்று
எவன் தொழில் எவன் செய்யினும் - அதை (என்று)

பஞ்ச மர்கள் எனப்படுவோர்
பாங்கடைவதால் நமக்குத் தீங்கு வருமோ - இனித்
தஞ்சமர்த்தை வெளிப்படுத்தித் - தம்
தலைநிமிர்ந் தாலது குற்றமென்பதோ - இது
வஞ்சத்திலும் வஞ்சமல்லவோ - பொது
வாழ்வினுக்கும் இது மிகத் தாழ்வேயல்லவோ - நம்
நெஞ்சத்தினில் ஈரமில்லையோ? - அன்றி
நேர்மையுடன் வாழுமதிக் கூர்மையில்லையோ-நாம் (என்று)

கோரும் "இமயாசல" முதல் தெற்கில்
கொட்டு புனல் நற் "குமரி" மட்டும் இருப்போம்-இவர்
யாருமொரு சாதியெனவும் - இதில்
எள்ளளவும் பேதமென இல்லையெனவும் - நம்
பாரதநற் றேவிதனக்கே - நாம்
படை மக்கள் எனவும் நம்மிடை இலக்கணம்-அந்த
ஒருணர்ச்சி தோன்றிய உடன் - அந்த
ஒற்றுமை அன்றோ நமக்கு வெற்றி யளிக்கும் - நாம் (என்று)

புரட்சித் திருமணத் திட்டம்

நடத்தும் முறை

(திராவிடர் புரட்சித் திருமணம், இந்நாளில் முன்னாளிற் போலின்றிப் பெருமக்களால் மிகுதியும் மேற்கொள்ளப் பட்டு வருகிறது. ஆங்காங்கு - அன்றன்று, திராவிடர் புரட்சித் திருமணங்கள் சில அல்ல; மிகப்பல! மணம் நடத்துவோர் சிற்றூராராயினும் - தம் ஊரில் உள்ளவர்களைக் கொண்டே நடத்திக் கொள்வதால் செலவு குறையும், தலைவர்கட்கும் தொல்லை இராது.)

1. அழைப்பிதழால் அல்லது வேண்டுகோளால் மண வீட்டில் குழுமியோர் அவையத்தார் ஆவார்.

2. இசை : திராவிடர் நாட்டுப்பண்.

3. மணமக்கள் அவைக்கு வருதல்.

4. முன்மொழிவோர் அவையில் எழுந்து, "அவைத் தலைமை தாங்கி இத்திருமணத்தை முடித்துத் தரும்படி இன்னாரை வேண்டிக்கொள்கிறேன்" என்று முன் மொழிதல்.

5. அவையத்தாரின் சார்பில் ஒருவர், "அதை நாங்கள் ஆதரிக்கிறோம்" என்று வழிமொழிதல்.

6. முன் மொழிந்தார். வழி மொழிந்தார் அவைத் தலைவரை அழைத்து வந்து சிறப்புறுத்தி இருக்கை காட்டுதல்.

7. அவைத் தலைவர் முன்னுரை.

8. திருமணம் நடத்தல், மணப்பெண் 'இன்னாரை நான் என் வாழ்க்கைத் துணைவராகக் கொண்டு வாழ்க்கை நடத்த

ஒப்புகிறேன்" என்று சொல்லல். மணமகனும் அவ்வாறு சொல்லல், அதன்மேல் இருவரும் மாலைமாற்றுதல், கணையாழி மாற்றுதல், "வாழ்க" என முழங்குதல்.

9. தலைவர் மற்றும் அறிஞர் மணமக்களை வாழ்த்துதல்.

10. வரிசை : அவையத்தார்க்கு வெற்றிலை பாக்கு முதலியவை வழங்குதல்.

இந்த நடைமுறைக்கு முதல் நாளே நீதிமன்றத்தில் மணமகன் மணமகள் மணப்பதிவு செய்து கொள்வதுண்டு. பிறகும் பதிவு அறிவிப்புச் செய்து கொள்ளலாம்.

இக்கருத்தை வைத்தே சுருக்கமாகக் கவிதை நடையில் ஈண்டு எழுதியுள்ளேன். இங்குக் காட்டிய திட்டம் பெரும்பாலும் நடைபெறுகின்றது என்பது தவிர, இப்படித்தான் நடத்தப்பட வேண்டும் என்று கட்டுப்படுத்தியதாகாது. இதனினும் சுருக்கமான முறையில் நடத்திக் கொள்ளலாம். ஆதலினால்தானே இது புரட்சித் திருமணம்!

பாரதிதாசன்

புரட்சித் திருமணத் திட்டம்

1

அவையத்தார்

அகவல்

வருக வருகவென மலர்க்கைகூப்பித்
திருமண மக்கட்கு உரியோர் எதிர்கொளத்
திராவிட நாட்டுப் பெருங்குடி மக்கள்
அரிவைய ரோடு வந் தமர்ந்தனர் நிறையவே!

குழலும் முழவும் பொழிந்த இன்னிசை
மழையை, நிறுத்தி ஓர் மறவன் அழுந்துதேன்
மழைபொழி வான்போல் மாத்தமிழ் சிறக்கத்
திராவிட நாட்டுப்பண் பாடினான்
ஒருபெரு மகிழ்ச்சி நிலவிற்று அவையத்தே

மணமக்கள் வருகை

மணமகள் தோழிமார் சூழவும், மணமகன்
தோழர் சூழவும் தோன்றி, அவைதொழுது
“இருக்க” என்று தோழர் இயம்ப
இருக்கையில் இருவர் அமர்ந்திருந்தனர்.

2

முன் மொழிதல்

மன்னுசீர் மணப்பெண் மணமகன் சார்பில்
முன்மொழிந்தார் ஓர் முத்தமிழ் அறிஞர்;
திராவிட நாட்டுப் பெருங்குடி மக்களே,
அருமைத் தோழியீர், தோழரே, அறிஞரே
என்றன் வணக்கம் ஏற்றருள் வீர்கள்.
இன்று நடைபெற விருக்கும் இத் திராவிடர்
புரட்சித் திருமணப் பெருங் கூட்டத்திற்குத்
தலைமை தாங்கவும், நிலைமை உயர
மணமகள் மணமகன் வாழ்க்கை ஒப்பந்தம்
நிறைவேற்றவும்... பெரியாரை
முறையில் வேண்டினேன் முன்னுற வணங்கியே

வழிமொழிதல்

அவையத் தாரின் சார்பிலோர் அறிஞர்
“முன்மொழிந்தாரின் பொன்மொழி
நன்றொப்புகின்றோம்” என்றார் இனிதே

வேண்டுகோள்

முன்மொழிந்தாரும் வழிமொழிந் தாரும்
பின்னர் அப் பெரியார் இருப்பிடம் நாடி

"எழுந்தருள்" கென்றே இருகை கூப்பி
மொழிந்து சீர்பெய்து முன்னுற அமைந்த
இருக்கை காட்டத் தமிழ்ச் சொற்
பெருக்கைப் பெரியார் தொடங்கினர் நன்றே:-

3
அவைத் தலைவர்

சேர சோழ பாண்டியர் வழிவரு
திராவிட நாட்டுப் பெருங்குடி மக்களே,
அருமைத் தோழியீர் தோழரே அறிஞரே,
தாங்கள் இட்ட பணியைத் தலைக்கணிந்து
ஈங்குச் சில சொல் இயம்புகின்றேன்.
ஆரியர் மிலேச்சர் ஆதலால், ஆரியத்து
வேரினர் பார்ப்பனர் வேறினத்தவர்
ஆதலால், அவரின் வேத மந்திரம்
தீது பயப்பன. ஆதலால் திராவிடர்
வாழுமாறு மனங்கொளார் என்பதும்.
அன்றாட வாழ்வில் அறிந்தோம் ஆதலால்
நம்மொழி, நம்கலை, நம்ஒழுக்கம்
நம்பேர், ஒட்பம், நடைமுறை மாய்க்கவே
தம்மொழி தீயதம் தகையிலாமுறைகளை
மணமுதல், திராவிடர் வாழ்க்கை முறைகளில்
இணைக்க அவர்கள் எண்ணினர் ஆதலால்,
ஆரியர் பார்ப்பனர் அடாமண முறையை
வேரொடு சாய்க்க வேண்டும் அன்றோ?
அமிழ்தைத் தமிழென்று பேசும் அழகிய
தமிழ்மண வீட்டில் உமிழத்தக்க
வடமொழிக் கூச்சலா? இன்பவாழ்வு
தொடங்கையில் நடுவிற் சுடுநெருப்பா?

தாய் தந்தையர் தவஞ் செய்து பெற்றனர்
தூய் பெருங்கிளைஞர் சூழ்ந்திருக் கின்றனர்
ஒருமனப் பட்ட திருமண மக்களைப்
பெரிதின்பம் பெறுக பெறுக என்று
வாய்க்கு மகிழ்வாய் வாழ்த்த இருக்கையில்

ஏய்த்திங்கு வாழுமோர் நாய்க்கென்ன வேலை?
ஊழி தொடங்கையில் ஒளி தொடங்க மூவேந்து
வாழையடி வாழையாய் வந்த திராவிடர்
சூழ்ந்திங் கிருக்கையில் சூழ்ச்சியன்றி
ஏதுங்கெட்ட பார்ப்புக் கிங்கென்ன வேலை?
நல்லறம் நாடும் நம் மண மக்கட்குக்
கல்லான் கைப்படும் புல்லென் செய்யும்?

மிஞ்சும் காதலர் மெய்யன் பிருக்கையில்
கெஞ்சிப் பிழைப்போன் பஞ்சாங்க மேனோ?
தீதிலா மிகப்பல திராவிடர் மறவர்
ஆதர விருக்கையில் அறிவிலான் படைத்த
சாணிமுண் டங்கள் சாய்ப்பதென்ன?
கீழ் நெறிச் சடங்குகள் கிழிப்பதென்ன?
மணத்தின்மறுநாள் மணப்பெண்ணாளைத்
தண்கதிர்ச் செல்வன் புணரத் தருவதாம்!
இரண்டா நாளில் இன்பச் செல்வியைக்
கந்தருவர்பால் கலப்புறச் செய்வதாம்!
தீ எனும் தெய்வம் மூன்றாம் நாளில்
தூயள்பால் இன்பம் துய்க்கச் செய்வதாம்!
நாலாம்நாள் தான் மணமகன் புணர்வதாம்
திராவிட மக்களின் செவி ஏற்குமோ இதை?
வைதிக மணத்தை மெய் என ஒப்பிடில்
தமிழர் பண்பு தலைசாயாதோ?
"தெய்வம் தொழுஅள் கொழுநன் தொழு தெழுவாள்
பெய்யெனப் பெய்யும் மழை" எனப் பேசும்
திருவள்ளுவனார் திருநெறிமாப்பதோ?
திராவிடர் புரட்சித்திருமணம்
புரிந்தின் புறுக திருமண மக்களே!

வாழ்க்கை ஒப்பந்தம்

பஃறொடை வெண்பா

திராவிட நாட்டுப் பெருங்குடி மக்கள்
இருவர் தம் வாழ்க்கைஒப் பந்தம்இனிதாக

நீவிர் சான்றாக - நிகழ்த்துவிக்கின்றேன் நான்
“பாவையீரே உங்கள் பாங்கில் அமைந்துள்ள
ஆடவர் தம்மை அறிவீ ரோ?” அன்னாரைக்
கூடிஉம் வாழ்க்கைத் துணையாகக்கொள்ள
உறுதி உரைப்பீரோ!” என்று வினவ
உறுதி அவ்வாறே உரைத்தார் மகளாரும்.

“தோழரே! பாங்கிலுள்ள தோழியரைத் தேர்ந்தீரோ
வாழுநாள் வாழ்க்கைத் துணையாகக் கொண்டீரோ?
ஆயின் உறுதி அறிவிக்க!” என்னவே
தூயர்அவ் வாறே உறுதியும் சொல்லிட
“வாழிய நீவிர்” எனப் பெரியார் வாழ்த்தினார்!
வாழிய என்றவையுள் மக்களெல்லாம் வாழ்த்தினார்
தாரொன்றைத் தாங்கித் தம் கொழுநர்க் கேசூட்ட
நேரிழை யார்க்கும் நெடுந்தாரவர் சூட்டக்
கையிற் கணையாழி கட்டழகி யார் கழற்றி
துய்யமண வாளரைத் தொட்டணிய, அன்னவரும்
தம் ஆழி மங்கையர்க்குத் தந்து மகிழ்ந்தமர்ந்தார்!

அறமொழிகள்

* அன்பும் அறனும்
உடைத்தாயின் இல்வாழ்க்கை
பண்பும் பயனும்
அது” என்றார் வள்ளுவர்
இல்வாழ்வில் அன்பும்
அறமும் இருக்குமெனல்
நல்ல தன்மை நல்ல பயன்
நாளும் அடையுமன்றோ?

---

* திருக்குறள் எண் : 45

புரட்சித் திருமணத் திட்டம்

*"மனைத்தக்க மாண்புடையாள்
ஆகித்தற் கொண்டான்
வளத்தக்காள் வாழ்க்கைத்
துணை" என்றார் வள்ளுவனார்
வாழ்க்கைத் துணைவி
மனைக்குரிய மாண்பு கொண்டு
வாழ்வில் அவனின்
வருவாய் அறிந்து
செலவு செய்ய வேண்டும்
என்பது மன்றியும்

**"தற்காத்துத் தற்கொண்டான்
பேணித் தகை சான்ற
சொற்காத்துச் சோர்விலாள்
பெண்" என்று சொல்லுகின்றார்.
தன்னையும் தக்கபடி
காத்துக் கொளல் வேண்டும்
தன் கொழுநன் தன்னையும்
காத்திடல் வேண்டும்
சீர்சால் திராவிடர்
பண்பு சிதையாமல்
நிற்பவளே பெண்ணாவாள்

***"மங்கலம் என்ப மனைமாட்சி மற்றதன்
நன்கலம் நன்மக்கட் பேறு" பெறுக
"வழங்குவ துள்வீழ்ந்தக் கண்ணும் பழங்குடி
பண்பின் தலைப்பிரிதல் இல்" மறவாதீர்

---

* திருக்குறள் - எண் : 51
** திருக்குறள் - எண் : 55
*** திருக்குறள் - எண் : 60

* இளிவரின் வாழாத மானம் உடையார்
ஒளிதொழு தேத்தும் உலகு" தெளிக
மணமகளாரே, மணமகனாரே
இணைந்தின் புற்றுநன் மக்களை ஈன்று
பெரும்புகழ் பெற்று நீடுழி
இருநிலத்து வாழ்க இனிது

நன்றி கூறல்

அறுசீர் விருத்தம்

மணமக்கட்குரியர் ஆங்கு
வாழ்த்தொலிக்கிடை எழுந்தே
"மணவிழாச் சிறக்க ஈண்டு
வந்தார்க்கு நன்றி இந்த
மணஅவைத் தலைமை தாங்கி
மணமுடித் தருள் புரிந்த
உணர்வுடைப் பெரியார்க்கெங்கள்
உளமார்ந்த நன்றி" என்றே
கைகூப்பி, அங்கெவர்க்கும்
அடைகாயும் கடிது நல்கி
வைகலின் இனிதின் உண்ண
வருகென அழைப்பா ரானார்!
பெய்கெனப் பெய்த இன்பப்
பெருமழை இசையே யாக
உய்கவே மணமக்கள் தாம்
என எழும் உள்ளார் வாழ்த்தே.

---

* திருக்குறள் - எண் : 779

தொகுதி - 4

காதல் கவிதைகள்

1. பொன் அத்தான்

எனை
  மணக்கத்தான் பணத்தைத்தான்
  குவிக்கத்தான் புறப்பட்டான்
  மறப்பானோ தோழிப் பெண்ணே
  என் அத்தான் - மனம்
  மாறமாட்டான்
  மாற்றுயர்ந்த பொன் அத்தான்!

நல்ல
  குணத்தில் தான் செயலிற்றான்
  அணைப்பில்தான் மிகுந்திட்டான்
  குற்றமில்லான் தோழிப் பெண்ணே
  என் அத்தான் - ஒரு
  கோவைப் பழத்தைக்
  கிளிவிடுமா தின்னத்தான்?

என்
  சீரைத்தான் கோரித்தான்
  தேரிற்றான் ஏறித்தான்
  திரும்புகின்றான் தோழிப் பெண்ணே
  என் அத்தான் - அவன்
  விரும்புவதும்
  உலகத்திலே என்னைத்தான்!

என்
   பேரைத்தான் எண்ணித்தான்
   ஊரைத்தான் நோக்கித்தான்
   பெயர்கின்றான் தோழிப்பெண்ணே
   என் அத்தான் - நீ
   துயரத்தில் ஏன்
   தள்ளிக்கொண்டாய் உன்னைத்தான்?

2. நினைவு வராதா?

நிலவு வராதா - எங்கும்
உலவி வராதா!
நிலவு கண்டால் என் முகம் அவன்
நினைப்பில் வராதா - அவன்
மறதி தீராதா!
மலர் விரியாதா - அங்கு
மணம்பரவாதா!
மணம் நுகர்ந்தால் என் குழல் அவன்
மனத்தைத் தொடாதா - அவன்
மறதி கெடாதா!

குயிலும் கொஞ்சாதா - அவன்
செவியில் விழாதா!
குரலால் என் மொழி நினைவு
கொஞ்சம் வராதா - காதற்
பஞ்சம் தீராதா
வெயில் தழுவாதா - ஒளி
இருள் கழுவாதா
வெயில் கண்டால் என் புருவம்
விருப்பம் தராதா - காதற்
கரிப்புத் தீராதா

மின்னல் வராதா - அவன்
கண்ணில் படாதா!
மின்னல் கண்டால் என் இருப்பின்
மென்மை நினைப்பான் - காதல்
வெப்பந்தணிப்பான்!
கன்னல் ஓங்காதா - அங்கு
காட்சி தராதா
கன்னல் கண்டால் என் உதட்டுக்
கதை மறுப்பானா? - இங்கு
வர மறுப்பானா?

3.இது மறதியா?

வாழு மாந்தர்க்கு வான் மழை போன்றது
மணாளர் வந் தெனக்குத் தருவதோர் இன்பம்!
தோழியே அவரின்றி நான் படும் தொல்லை
சொல்லிக் காட்டல் இலேசில் இல்லை.

* சிறு கொம்பு பெரும் பழம்
தாங்குவது போலே என்
சிறிய உயிர் பெருங்காதல்
தாங்குவதாலே
மறத்தமிழன், விரைவில்
வராவிடில் உடலில்
மளுக்கென்று முறியும்
என் ஆவி மண் மேலே
பிறர் செய்த தீமையை
மறந்திடுதல் மறதி
பெற இயலாததை
மறப்பதும் மறதி
“இறந்து போவாளே

---

* குறுந்தொகை-பாடல் எண் - 18 கபிலர்

யான் போக வேண்டுமே"
என்பதில் மறதியா
அது என்றன் இறுதி

4. மறப்பதெப்படி?

அவன் மேல் தானே நானே
ஆசை வைத்தேன் மானே!
அவன் மேல் தானே...!
கவலை மாட்டை ஓட்டிச்சென்றான்
கண்ணை அதோ காட்டிச் சென்றான்
அவன் மேல் தானே...!
முல்லை மலர் ஏந்தி வந்து
முன் அதற்கு முத்தந் தந்து
அல்லல் எல்லாம் கண்ணிற்காட்டி
அகன்றிடுவான் உள்ளம் நொந்து
அவன் மேல் தானே...!
ஆடச் சென்றால் அங்கிருப்பான்
அருமை கண்டால் அவன் சிரிப்பான்
கூடைப்பூவை என் எதிரில்
கொண்டு வந்து கடை விரிப்பான்
அவன் மேல் தானே...!
புதிய புதிய வெளியீடு
போட்ட விலை மதிப்போடு
மிதிவண்டியில் வாங்கி வந்து
மிகக் கொடுத்தல் அவன்பாடு
அவன் மேல் தானே...!
வழுக்கியது குளத்துப்படி
வந்தணைத்தான் அதே நொடி
மழையும் பயிரும் அவனும் நானும்
மறப்பதென்றால் அது எப்படி?
அவன் மேல் தானே...!

5.அழுதேன்! பிறகு சிரித்தேன்

எடுப்பு

அழுது கொண்டிருந்தேன் - எனை
சிரிக்கவைத்துப் போனானே!

உடனெடுப்பு

அம்மா வருத்தப்பட்டாள் என்றே
அடுத்த சோலையில் தனித்து நின்றே (அழுது...)

அடிகள்

வழிமேலே விழியை வைத்தே
வஞ்ச கனையே நினைத்தே
தொழுதிருந்தேன் பின்னால் வந்தே
தோளில் சாய்ந்தான் முகம் இணைத்தே (அழுது...)

குறித்த இடம் இந்தப் புன்னை
கோரி வந்தடைவான் என்னை
மறித்து வேலை இட்டாள் அன்னை
வந்தேன் பெற்றேன் இன்பந்தன்னை (அழுது...)
புன்னைமரப் பந்தர் ஒன்றே
புன்னையின் கீழ்த் திண்ணை ஒன்றே
இன்னொன்றே என்றேன் அன்பன்
இட்ட முத்தம் இருபத்தொன்றே (அழுது...)
மாலைபோய் மறைந்ததுண்டு
வாய்த்த இன்பம் தெவிட்டவில்லை
காலை மட்டும் யாம் பயின்ற
கன்னல் தமிழ் மறப்பதில்லை (அழுது...)

6.ஒருத்தனுக்கு ஒருத்தி

சின்னவள் மேலவனுக் காசை - நான்
சிரித்தாலும் விழுந்திடும் பூசை

கன்னத்தில் அவளுக்கே முத்தங் கொடுத்த ஓசை- என்
காதில் விழுந்ததென்று துடிக்கும் அன்னவன் மீசை

பொன்னென்பான் கண்ணென்பான் அவளை- அவளோ
பொத்தலான ஈயக் குவளை

தின்று கிடக்க எண்ணி வந்து வாய்த்தவளை - ஒரு
தென்பாங்கு பாடென்று கெஞ்சும் இந்தத் தவ்ளை

வயிர அட்டிகை காசு மாலை - நல்ல
வகை வகையான பட்டுச்சேலை - அந்த

மயிலுக்கு வாங்கி வந்து போடுவதவன் வேலை
வாராய் சாப்பிட என்றால் உரிப்பான் எனது தோலை.

என் நிலைக்கு நான் அழவில்லை - நாட்டில்
எத்தனை பெண்கட்கிந்தத் தொல்லை!

கன்னி ஒருத்திதான் ஒருவனுக்கென்னும் சொல்லை
கட்டாயம் ஆக்கினார் ஏதென் மகிழ்ச்சிக்கெல்லை?

அறுபதினாயிரம் பெண்டாட்டி - மாரை
அடைந்தானாம் - முன்னொரு காமாட்டி-பெண்கள்

குறைபாடெல்லாம் இன்று தீரச் சட்டந்தீட்டிக்
கொடுத்த அரசு தன்னைக் கும்பிட்டேன் பாராட்டி!

7.அவள் துடிப்பு

படித்தும் பந்தடித்தும் இருந்தவள்தானே அந்தப்
பாவி என் உள்ளம் கவர்ந்தானே (படித்தும்...)

துடித்தறியா உள்ளம் துடித்தது காளை
தொடுவதெப் போதடி உன் தோளை (படித்தும்...)

விடிந்தால் அவன் உருவிலே என் விழி திறக்கும்-என்
வேலைக்கிடையில் நினைவெலாம் எங்கோ பறக்கும்

காதல் கவிதைகள்

கொடியவன் பிரிந்தான் என்பதால் என்னுளம் இறக்கும் பின்
கொஞ்ச வருவான் என அது மீண்டும் பறக்கும்
(படித்தும்...)
மறந்திருக்கவோ என்னால் முடிவதும் இல்லை-அந்த
வஞ்ச வண்டுக்கென நெஞ்சந்தானே முல்லை!
உறங்கும் போதும் இமைக்குள்ளும் செய்குவான் தொல்லை
- என்
ஒளி இதழ் அடையுமா அவன் முத்துப்பல்லை
(படித்தும்...)

காலைக் கதிர் வந்து பலகணி இடுக்கில் சிரிக்கும்-அது
காளை எட்டிப்பார்ப்பது போலவே இருக்கும் - அது
தூயவன் முகமென என் உளம் ஆர்ப்பரிக்கும்
(படித்தும்...)

8. அவன் வராத போது

(வெண்பா)

முல்லை எனை நகைக்கும் மூன்று தமிழும் தெவிட்டும்
தொல்லை மிக விரிக்கும் - தோகைமயில்-சொல்லை
வெறுப்பேற்ற வீசும் கிளிதான் - என் காதற்
பொறுப்பேற்றான் வாராதபோது!

தென்றல் புலிபோலச் சீறும் மலரிலுறு
மன்றல்பிணநாறி மாற்றமுறும்-குன்றல் இலாத்
தீப்போல் வான் தோன்று நிலா சேயிழை நெஞ்சக்குளத்திற்
பூப்போல்வான் வாராத போது!

பாலும் புளிக்கும் நறும்பண்ணி யங்கள் வேப்பங்காய்
தோலும் எரியும் தோய் கலவை! - மேலும்
அலவனார் ஆர்கலியும் கொல்லும் என் காதற்
புலவனார் வாராத போது!
வண்டு வசை பாடும்! மாங்குயிலும் வாயாடும்!

முண்டு குளிர்ச் சோலை எரிமலையாம் - கண்டுவக்க
மின்னாவான் மீன் எல்லாம் மெல்லி வறுமைக்குப்
பொன்னாவாம் வாராத போது.

பஞ்சும் பரப்பிய பூவும் படுநெருஞ்சி
கொஞ்சும் என் பாங்கி கொலைகாரி - நஞ்சுமிகும்
தீண்டவன் பாம்பு அதுதான் தேமலர்த்தார் என் அன்பு
பூண்டவன் வாராத போது

9.பொழுது விடியவில்லை

பொழுதும் விடியவில்லை
பொற்கோழி கூவவில்லை
வழிபார்த்த விழியேனும்
மறந்தும் உறங்கவில்லை
பழிகாரன் வருவது திண்ணமா? - இல்லை
பாவை எனைக் கொல்ல எண்ணமா?

விளக்கிலும் நெய் இல்லை
வெள்ளி முளைக்கவில்லை
களம் காப்பவன் குறட்டை
காதுக்குப் பெருந்தொல்லை
இளக்காரம் இத்தனை ஆயிற்றே? - காதல்
ஏரியின் நீர் வற்றிப் போயிற்றா?

கிளியும் விழிக்கவில்லை
கிட்ட எவரும் இல்லை
உளத்தில் அமைதி இல்லை
உறவும் அழைக்கவில்லை
துளி அன்பும் என்மட்டில் பஞ்சமா? - என்
தோழன் தனக்கிரும்பு நெஞ்சமா?

மறக்க முடியவில்லை
வாழ்வில் மகிழ்ச்சி இல்லை
இறக்கவும் மனம் இல்லை

இருந்திடில் இந்தத் தொல்லை
பெறத்தகுமோ அவன் வரவு? - வரப்
பெற்றால் கழியும் இந்த இரவு!

10.நேயனை அழைத்து வா

எனக்கிதுதான் நிலவா, சுடுநெருப்பா - அவன்
என்னைக் கூடி இருக்கையிலே
அழகும் குளிரும் கலப்பா!
- எனக்கிது தான் நிலவா!

இனித்திருக்கும் பழமா இது பாலா - அவை
எட்டி நின்றால் அவனில்லாத தாலா!
நினைத்தொழுதேன் உயிரிருக்கும்போதே - என்
நேயனைப் போய் அழைத்துவாடி மாதே
- எனக்கிதுதான் நிலவா!

மணக்கும் முல்லைக் கொடியா பிணநெடியா - அவன்
வராவிட்டால் இவை எல்லாம் இப்படியா
தணலில் போட்ட புழுவாய் துடித்தேனே - என்
தமிழவேளை அழைத்து வாடிமானே
-எனக்கிதுதான் நிலவா.

11.நானா? அவளா?

(தலைவி வருத்தம்)

போனால் போகட்டுமே - பசும்
பொன்னாயிருந்தவன் - பித்தளையாய் அங்கே
போனால் போகட்டுமே...!

ஆனாலும் என்றன் அன்பை மறந்தான் - அந்த
ஆந்தைக் கூட்டிற் புறாவாய்ப் பறந்தான்
ஊனாய் வற்றிய பசுவைக் கறந்தான் - அவன்
உள்ளன்பிலாதலால் சீர் குலைந்தான்
-போனால் போகட்டுமே...

வாழ்க்கையிலே பங்கு கொண்டவள் நானா - அன்றி
வரவுக்கோர் இரவென்னும் அம்மங்கை தானா?
தாழ்வுற்ற நேரத்து தளர்ச்சி யுற்றேனா - அவன்
தழைத்திருந்த போதும் தலை நிமிர்ந்தேனா?
                - போனால் போகட்டுமே...!

காலிற்பட்ட துரும்பென கண்ணிற்பட்ட இரும்புதான்
கடிந்து பேசினாலும் அது எனக்குக் கரும்பு
தோலுக்குப் பிறகுமா தேனீ எனும் கரும்பு?
சோலையிலன்றோ இருக்கும் முல்லையரும்பு?
                -போனால் போகட்டுமே...!

12. தவளை போல் குதிக்காதீர்!

அவளிப்படி நடந்தாளோ?
    அவளிப்படி விழித்தாளோ!
இவளிடத்தில் காட்டாதீர்!
    இவளிடத்தில் விழிக்காதீர்
அவள் பூசிய கலவைதானோ?
    அவள் தந்த அடைகாயோ!
இவளிடத்தில் வீசாதீர்!
    இவளிடத்தில் சிரிக்காதீர்!

அவள் சூட்டிய மலர்தானோ?
    அவள் கடித்த கன்னப் புண்ணோ!
இவளிடத்தில் நீட்டாதீர்
    இவள் மனத்தைக் கலக்காதீர்
அவள் கொடுத்த தலைக் கொழுப்பா?
    அவள் கொடுத்த ஆணவமா?
இவளிடத்தில் செல்லாதே
    இவளை ஒன்றும் பண்ணாது!
அவளிடமே போவீரே!
    அவளிடமே சாவீரே!

இவளிடத்தில் வர வேண்டாம்
இவள் தோளை நத்தாதீர்
அவளிடத்தில் அது செல்லும்!
குவளை அத்தான் அவள் கண்கள்
குவளை நீரும் இங்கில்லை!

அவளிதழ்தான் இருக்குமங்கே
அவலுமில்லை மெல்லுதற்கே
கவலை போகும் பிள்ளை இங்கே
தனி இன்பக் கொள்கை அங்கே
கவலை யெல்லாம் அவளிடத்தில்
கண்ணீர்தான் இவ்விடத்தில்
தவளை போலக் குதிக்காதீர்கள்
தலைவாயில் மிதிக்காதீர்

13.அவன் எனக்குத்தான்

எனக்குத்தான் அவன் எனக்குத்தான்
என்னைத்தான் அவன் காதலித்தான்

தனித்திருக்கையில் புன்னையடியில்
சாய்ந்திருக்கையில் என்னைக் கண்டவன்
மனத்திலிருந்த தன் காதலை
வாரிக்கண்ணால் நேரில் வைத்தான் - எனக்குத்தான்

மயிலிறகின் அடியிணை அவன்
மலருதட்டின் நடுவிற் கண்டேன்
வியப்பிலிருந்தது கண்குறிப்பில்!
விருப்பிருந்தது புன்சிரிப்பில் - எனக்குத்தான்

எப்படி இருக்கும் செந்தாமரை
அப்படி இருக்கும் செங்கை நிரை
கைப்பட என்னை அணைக்கும் போது
கணமும்பிரிய மனம் வராது - எனக்குத்தான்

இரண்டு தோளும் இரண்டு பொன்மலை
எவள் அடைவாள் இச்செம்மலை?
வருத்தம் இனியும் என்னிடத்திலா?
மனஇருள் கெட வந்த வெண்ணிலா! - எனக்குத்தான்

14.தென்றல் செய்த குறும்பு

இழுத்திழுத்து மூடுகின்றேன்
எடுத்தெடுத்துப் போடுகின்றாய்
பழிக்க' என்றன் மேலாடையைத் தென்றலே-உன்னைப்
பார்த்துவிட்டேன் இந்த சேதி ஒன்றிலே!
சிலிர்க்கச் சிலிர்க்க வீசு கின்றாய்
செந்தாழை மணம்பூசு கின்றாய்
குலுக்கி நடக்கும் போதிலே என் பாவாடை - தனைக்
குறுக்கில் நெடுக்கில் பறக்கச் செய்தாய் தென்றலே!
வந்து வந்து கன்னந் தொட்டாய்
வள்ளைக் காதில் முத்தமிட்டாய்
செந்தா மரைமுகத்தினை ஏன் நாடினாய்- ஏன்
சீவியதோர் கருங்குழலால் மூடினாய்
மேலுக்கு மேல் குளிரைச் செய்தாய்
மிகமிகமிகக் களியைச் செய்தாய்
உள்ளுக்குள்ளே கையை வைத்தாய்தென்றலே
உயிருக்குள்ளும் மகிழ்ச்சி வைத்தாய்-என் தென்றலே!

15.தோழியே சொல்வாய்!

காசு பணம் வேண்டாமடி தோழியே - அவன்
கட்டழகு போதுமடி தோழியே
ஆசை வைத்தேன் அவன் மேல் தோழியே - என்னை
அவனுக்கே அளித்தேனடி தோழியே!
ஓசைப்படாதென் வீட்டில் ஓர் இரவில் - என்பால்

ஒருமுறை வரச் சொல்வாயடி தோழியே
ஏசட்டுமே அவன் வரவால் என்னையே - நான்
இவ்வுலகுக் கஞ்சேனடி தோழியே!
தென்றலுக்குச் சிலிர்க்கும் மலர்சோலையில் - செழுந்
தேனுக்காக வண்டு பாடும் மாலையில்
இன்றெனது மணவீட்டில் வாழ்வதோர் - நல்
எழில்காட்டிச் சென்றானடி தோழியே!

ஒன்றெனக்குச் செய்திடடி இப்போதே - நல்ல
ஒத்தாசை ஆகுமடி தோழியே
அன்றெனக்குக் காட்சி தந்த கண்ணாளன் -கொஞ்சம்
அன்புதந்து போகச்சொல்வாய் தோழியே!

என்பார்வை அவன் பார்வை தோழியே - அங்கே
இடித்ததுவும் மின்னியதும் சொல்வாயே!
தன் அழகின் தாக்கடைந்த என் வாழ்வில் - அவன்
தனக்கும் உண்டு பங்கென்று சொல்வாயே!
பொன்னான நாளடி என் தோழியே - ஒருவாய்ப்
பொங்கலுண்டு போகும்படி சொல்வாயே
இந்நாளும் வாழுகின்றேன் தோழியே - அவன்
எனை மறுத்தால் உயிர்மறுப்பேன் தோழியே!

16.தீராதோ காதல் நோய்?

வாராத நாளெல்லாம் (நான்) வாழாத நாள்-அத்தான்
வாராத நாளெல்லாம்...

வந்திட்டால் காண்பேனிங்கே சந்தனச் சோலை யைத்தான்
வாராத நாளெல்லாம்...

தீராத காதல்நோயை ஓர்நொடியில் தீர்த்திடுவான்
செந்தமிழில் பேசிப் பேசித்தேன் கவிதை சேர்த்திடுவான்
பாராத நாள் எல்லாம் பாழான நாள் அத்தானைப்
பார்க்கும் நாள் ஒவ்வொன்றும் தைப் பொங்கல் நாள்
வாராத நாளெல்லாம்...
உண்ண மனம் ஓடுமா (என்) கண்ணிமையும் மூடுமா

உண்டான தேன் வறண்டால் வண்டுதான் பாடுமா
எண்ணுவேன் என் மனந்தான் கண்ணாளனைத் தேடுமா
எண்ணாமல் இருப்பதற்கும் ஏந்திழையால் கூடுமா?
வாராத நாளெல்லாம்...

17.திருமணம் எனக்கு!

பார்க்காதவன் போலே
பார்த்துப் போனாண்டி - அந்தப்
பாவி என் மனத்தில் ஆசையைத் தூண்டி
(பார்க்காதவன்...)

தீர்க்காதவன் போல் தன் ஆவலைத் தீர்த்தே
சிரிக்காதவன் போலே மறைவாய்ச் சிரித்தே
(பார்க்காதவன்...)

ஐந்தாறு பேரோடசைந்தாடிச் சென்றான்
ஆதலால் தன் எண்ணம் கண்ணால் புகன்றான்
செந்தாமரை காட்ட வந்தால் இருந்தேன்
சீராளன் வராவிட்டாலோ இறந்தேன்
(பார்க்காதவன்...)

உள்ளத்தில் உள்ளம் கலந்த பின் அங்கே
உடம்புதான் என் செய்யும் வராமல் இங்கே?
தெள்ளு தமிழன்தோள் நான் பெற்ற பங்கே
திருமணம் எனக்கென்றே ஊதாயோ சங்கே!
(பார்க்காதவன்...)

18.முத்து மாமா

புதுக்கோயில் மதில் மேலே முத்து மாமா - இரண்டு
புறாவந்து பாடுவதேன் முத்து மாமா?
எதுக்காகப் பாடினவோ முத்து மாமா - நாமும்
அதுக்காகப் பாடுவமே முத்து மாமா

ஒதுக்கிடுமா ஆற்று நீரைக்கடல் வெள்ளம்-என்னை
ஒதுக்கி வைக்க எண்ணலாமா முத்து மாமா?
முதல் மனைவி நானிருந்தும் முத்துமாமா - அந்த
மூளியை நீ எண்ணலாமா முத்து மாமா?
ஒதிய மரத்தின் கீழே முத்து மாமா - கோழி
ஒன்றை ஒன்று பார்ப்பதென்ன முத்து மாமா?
எது செய்ய நினைத்தனவோ முத்து மாமா - நாமும்
அது செய்ய அட்டி என்ன முத்துமாமா.
குதிகுதியாய்க் குதித்ததுண்டு முத்துமாமா - எனக்குக்
குழந்தையில்லை ஆனாலும் முத்து மாமா
எதிலும் எனக்கதிகாரம் முத்து மாமா - நீதான்
எப்போதுமே என் சொத்து முத்து மாமா!

19.அறுவடைப்பாட்டு

நாட்டு மாதரே - அறுவடைப்
பாட்டுப் பாடுவோம் (நாட்டு...)

ஆட்டமயில் கூட்டமாக அங்கே செல்வோம் (நாட்டு...)

தங்கக் கதிர்தான் - தன்
தலை சாய்ந்ததே
சிங்கத் தமிழர் - தம்
செல்வம் உயர்ந்ததே
பொங்கும் சுடர்ப்பொன் னரிவாள்
செங்கை பிடிப்போம்
போத்துக் கூட்டி அரிந்த செந்நெல்
போட்டுக் கட்டுவோம் (நாட்டு...)

கட்டழகு தாளின் - கட்டுக்
கண்ணைப் பறிக்கும்
சிட்டாய்ப் பறப்போம் - களத்தில்
சென்று சேர்ப்போம்
கட்டடிக்கும் ஆளும் தோளும்

பட்டாளந்தானோ - அவர்
காதலிமார் ஆசையோடு
தொட்டாலும் தேனோ?   (நாட்டு...)

20. மணக்க என்றான்!

(தோழி கூற்று)

காந்தளின் இதழ்க் கதவு திறக்கும் வரைக்கும்
காத்திராது வண்டு பாத்திரம் காட்டத்
தக்கோர் வருகை கண்டெதிர் கொண்ட
மிக்கோர் போல மெல்லிதழ் திறந்தது.
அத்தகு சிறந்த மலையுடை அன்னவன்
நல்ல நெஞ்சம் உடையவன் என்க.
பெருமணம் புரியாது பிரிந்ததை உன்னிக்
கதறும் உன் நிலை கழறினேன்
மணக்கவே என்றான் மற்றவன் நாணியே...
(கருவூர்க் கதப்பிள்ளை அருளிய குறுந்தொகை 265 ஆம் பாடல்
கருத்து இது)

21. இன்பத்தில் துன்பம்!

(தலைவி கூற்று)

இருந்தபடி என்றன் நெஞ்சை இழுக்கும்
இருவிழி இன்பம் செய்யும் எனில் அவர்
திருந்துபடி ஓவியன் தீட்டிய ஓவச்
சேயிழை தன்னைத் திரும்பிப் பார்க்கும்
அவ்விரு விழியே துன்பம்
செய்வன! எவ்வகை உய்வேன் தோழியே!

22. சேவலைப் பிரிந்த அன்றிற்பேடு

(மாமி அழைத்தாள் என்று சென்று திரும்பிய தலைவியிடம் தோழி, உன் துணைவர் திருவரங்கம் போயிருக்கிறார் என்று கூறிய அளவில் தலைவி தோழியிடம் வருந்திக் கூறுகிறாள்.)

ஏண்டி போனார் திருவரங்கம் - அவர்
என்னாசைத் தங்கச் சுரங்கம்   - ஏண்டி போனார்...
என்,
வேண்டுகோளைத் தாண்டி மலை
தாண்டி ஆற்றலைத் தாண்டி அவர்
                        -ஏண்டி போனார்...

நான்,
எட்டிப் பிடித்த வட்ட நிலா - நல்ல
இனிப்பி லேபழுத்த பலா
வட்டி கொடுத்தாலும் வாராச் செல்வம்
வாழ்ந்த வாழ்வும் இந்தமட்டிலா?
                        - ஏண்டி போனார்....

அவரும் நானும் பூவும் நாரும்
பிரிந்ததில்லை நொடி நேரம்
எவர்க்கும் தெரியும் திருவரங்கம்
இங்கிருந்து பத்துக்காத தூரம்
                        - ஏண்டி போனார்...

அன்றில் பறவை பிரிந்த தில்லை
ஆண் பிரிந்து வாழ்ந்த தில்லை
என்ற சேதி தெரியாதா? - நான்
எப்படிப் பொறுப்பேன் இந்தத் தொல்லை?
                        - ஏண்டி போனார்...

23.மணவாளனைப் பறிகொடுத்த மங்கை அழுகின்றாள்

இருப்பீர் என்றிருந்தேனே
இறந்தீரோ அத்தானே
ஒரு பானை வெண்ணெயும் கவிழ்ந்ததோ
உண்ணவே அனைத்தகை அவிழ்ந்ததோ!

சிரிப்பாலும் களிப்பாலும்
சேயிழையை வாழவைத்தீர்
முரித்தீரோ என் ஆசையை அத்தானே
முத்து மழையில் வாழ நினைத்தேன்!

வெண்ணெய் படும் நேரத்திலே
தாழி உடைந் திட்டதுவோ
கண்ணொளியை இழந்தேனே அத்தானே
காவலற்ற பயிரானேன் அத்தானே!

கண்ணுக்கே மையானீர்
கார்குழலில் பூவானீர்
மண்ணாகிப் போனதுவே என் வாழ்வு
மறப்பினும் மறக்கவில்லை உம்சேர்க்கை!

24.சாவை நீக்கு

கண்டவுடன் காதல் கொண்டேன் உன்மேலே - நீ
கண்வைக்க வேணுமடி என்மேலே
அண்டினேன் ஆதரிக்கக் கையோடு - கேள்
அதுதானே தமிழர்கள் பண்பாடு!

கொண்ட மையல் தீர்ப்பதுன் பாரமே - எனைக்
கூட்டிக் கொள் உன் இடுப்பின்ஓரமே
நொண்டியின் கைம்மேல் வந்தா விழும்? - என்
நோய் தீர்க்கும் சேலத்து மாம்பழம்?
அழகில் ஆருமில்லை உன்னைப் போல் - உன் மேல்
அன்பு கொண்டவன் ஆருமில்லை என்னைப் போல்

இழைக்க இழைக்க மணம் கொடுக்கும் சந்தனம்-
                                    மனம்
இனிக்க இனிக்கப் பூப்பூக்கும் நந்தனம்!
பழுக்கப் பழுக்கச் சுவை கொடுக்கும் செவ்வாழை
பறிக்கும்போதே மணம் கொடுக்கும் வெண்தாழை
தழுவுமுன்னே இன்பந்தரும் பெண்ணாளே - என்
சாவை நீக்க வேண்டுமடி கண்ணாளே!

25. நீ எனக்கு வேண்டும்

வானுக்கு நிலவு வேண்டும்
வாழ்வுக்கு புகழ் வேண்டும்
தேனுக்குப் பலாச்சுளை வேண்டும் - என்
செங்கரும்பே நீ எனக்கு வேண்டும்

மீனுக்குப் பொய்கை வேண்டும்
வெற்றிக்கு வீரம் வேண்டும்
கானுக்கு வேங்கைப்புலி வேண்டும் - என்
கண்ணாட்டியே நீ எனக்கு வேண்டும்!

வாளுக்குக் கூர்மை வேண்டும்
வண்டுக்குத் தேன் வேண்டும்
தோளுக்குப் பூமாலை வேண்டும் - அடி
தோகையே நீ எனக்கு வேண்டும்!

நாளுக்குப் புதுமை வேண்டும்
நாட்டுக்கே உரிமை வேண்டும்
கேளுக்கே ஆதரவு வேண்டும் - அடி
கிள்ளையே நீ எனக்கு வேண்டும்

26. இன்பம் அனைத்தும்!

பெண்கள் இட்ட பிச்சைதான் - ஆண்கள்
பெற்ற இன்பம் அனைத்தும் - அழகிய
               -பெண்கள் இட்ட பிச்சைதான்!

கண்ணைக் கவர்வார் எண்ணம் கவர்வார்
காதலால் இன்ப வாழ்வளித்திடும்.
               -பெண்கள் இட்ட பிச்சைதான்!

அன்னை தயை உடையார் - பணிவினில்
அடியவர் போன்றார் - மலர்ப்
பொன்னின் அழகுடையார் பொறுமையில்
பூமிக்கிணை ஆவார்
இன்பம் அளிப்பதில் தாசிகள் - அவர்
எண்ணம் அளிப்பதில் அமைச்சர்கள் - அழகிய
               -பெண்கள் இட்ட பிச்சைதான்!

கண்ணின் கடைப்பார்வை - ஒரு சிறு
கட்டளை போட்டு விட்டார் - இப்பெரு
மண்ணுலகின் ஆட்சி ஆண்கள்
வாங்குவோர் வாள் வீச்சு
பெண்களினால் பண்கள் இலக்கியம் - அவர்
பேச்சுக்குத்தான் பெயர் அமிழ்தம் - அழகிய
               -பெண்கள் இட்ட பிச்சைதான்!

27. தொல்லை தீர்க்கலாம்

பாலும் தேனும் புள்ளித்த காடி
பாடுது பார் வானம்பாடி
சோலையிலே நீயும் நானும் ஆடி - நம்
தொல்லையெல்லாம் தீர்த்திடலாம் வாடி!

காதல் கவிதைகள்

ஆலமரம் கூடாரம்
அல்லிப்பூக் குளத்தோரம்
மாலைக்காலம் நமை அழைக்கும் நேரம் - இந்த
மாப்பிள்ளைக்கு நீதாண்டி ஆதாரம்!

காதலுக்கு மஞ்சள் சிட்டுக்
காத்திருக்கும் வேளைவிட்டு - அடி
மாதரசே பேசக் கூச்சப்பட்டு - நீ
வருத்தலாமா கீழே தலை நட்டு!

போதாதா நான் உனக்கு
பொன்தாண்டி நீ எனக்கு
காதோடு சொல்வாயுன் எண்ணம் - நீ
கட்டுப்பட்டாலின்பவாழ்வு திண்ணம்!

பூமணக்கும் உன் கொண்டை
பொன் குலுங்கும் கால் தண்டை
தீமை என்ன கண்டாய் என்னண்டை - வாய்
திறந்திட்டால் கெட்டாபோகும் தொண்டை!

மாமிக்குன் மேல் ஆசையுண்டு
மகனுக்கு நீ கற்கண்டு
நீ மேலும் மேலும் துவண்டு - போய்
நிற்பதென்ன சொல் ஆசை கொண்டு!

28. உன் எண்ணம் கூறு!

பாழாய்ப் போன என் மனம் ஒரு நாய்க்குட்டி-அதைப்
பறித்துக் கொண்டாய் அடியே என் சின்னக்குட்டி
    உன் மேனி ஒரு பூத்தொட்டி
    உதடு தித்திக்கும் வெல்லக்கட்டி!

ஏழைக்கு வடித்து வைத்த சோறு - பணம்
இருப்பவர்க்குச் சாத்துக்குடிச் சாறு

பெருக்கெடுத்த தேனாறு
பெண்னே உன் எண்ணம் கூறு!

காணக்காண ஆசை காட்டும் முத்து நிலா - நீ
கடுகடுப்புக் காட்டுவதும் என் மட்டிலா
வேரிலே பழுத்தபலா
வேண்டும் போதும் தடங்கலா?

வீணாகிப் போகலாமா நேரமே - என்னை
விலக்கிவிட்டால் பழி உன்னைச் சேருமே
பொறுத்தேன் ஒரு வாரமே
பொறுக்க மாட்டார் யாருமே!

29.வந்தேன் நான்: நீ இல்லையே!

நேற்று வந்தேன் இல்லையே - நான்
நீ இல்லையே
காற்று வந்த சோலையில் எனைக்
கண்டு சிரித்த முல்லையே -நேற்று வந்தேன்!

ஆற்றங்கரையின் ஓரம் - மாலை
ஆறுமணி நேரம் - நீ
வீற்றிருப்பாய் என நினைத்தேன்
விளைத்தாய் நெஞ்சில் ஆரவாரம் - நேற்று வந்தேன்.

புல்லாங்குழற் சொல்லை - உன்
புருவமான வில்லை - முத்துப்
பல்லை, இதழை முகத்தைத் தேடிப்
பார்த்தேன் இல்லை பட்டேன் தொல்லை
-நேற்று வந்தேன்.

இன்பமான நிலவு நீ
என்னைப் பற்றி உலவு - நான்
துன்பப்பட்ட நேரமெல்லாம்
தொலைந்தது பார் கொஞ்சிக் குலவு
-நேற்று வந்தேன்

30. அவளில்லையே!

மணமும் தென்றலும் குளிரும் வாய்ந்த
மாலையும் சோலையும் இருந்தும் பயனில்லை
குணமும் அழகும் வாய்ந்த என் காதற்
குயில் இங்கிருந்தால் ஒரு குறையுமில்லை!

அணங்கும் நானும் ஒன்றாயிருந்தே
அடைத்தால் பெருமை அடையும் நறுமணம்
பிணத்திற்கு நலம் ஒரு கேடா அவளைப்
பிரிந்த எனக்கு மணமா குணந்தரும்?

ஒன்றில் ஒன்று புதையும் முகங்களைச்
சேராமல் செய்யும் கோடைக் கொடுமையைத்
தென்றல் காற்றுக் குளிர் செய்யும் ஆயினும்
சேயிழை இல்லை பயனொன்றும் இல்லை!

தனிமையில் எனக்கா இன்பக் கண்காட்சி?
தளிர் ஆல வட்டம் என் ஒருவனுக்கா?
இனிய பொன்மேடை அவளுடன் நானும்
இருந்தின்பம் அடையவே, அதுவன்றோ மாட்சி!

31.திருக்குறள் படித்தான்

மரத்தின் நிழலில் நின்று கொண்டு
வந்த என்னை நீயும் கண்டு
வானம் பார்க்க என்ன உண்டு நல்ல
பருத்தி புடவை காய்த்ததடி பொன்வண்டு - நீ
பக்கத்திலே நின்றாயடி கற்கண்டு!

பார்த்ததில்லை என் கண்ணாலே
பாரினிலே உன்னைப் போலே
படித்ததில்லை இதன் முன்னாலே
ஏத்தி ஏத்தித் தொழுவதும் உன்காலே - கொஞ்சம்
இசைந்து வாடி மயிலே என் பின்னாலே!

வையகத்தில் ஏன் பிறந்தாய்?
வாழ்க்கை இன்பம் துறந்தாய்?
மங்கை கடன் ஏன் மறந்தாய்
ஐயையோ அழகிலே நீ சிறந்தாய் - எனை
அலைய விட்டால் நீ வீணில் இறந்தாய்!

நீ பத்தரை மாற்றுத் தங்கம்
நிறை பேச்சும் மதுரைச் சங்கம்
நினைத்து நினைத்து வேகும் என் அங்கம்
ஊர் பழிக்கும் என் மணமும் கசங்கும் - அடி
உண்டோ சொல் எனக்கேடி நிகரெங்கும்?

32. பறந்தது கிளியே!

பறந்து வந்த கிளியே
திறந்த என் மணக்கூடு புகுவாய்
பிறந்த பெண்கள் பலகோடி - உன்போல்
பெண்ணொருத்தி தேடி - நான்
இறந்து போகு முன்னாடி - மிக
எழில் சுமந்தபடி என்னை நாடிப்
                        - பறந்து வந்த கிளியே!

பெற்றெடுத்த ஒரு பொன்னை - மண்மேல்
பிரிந்ததென்ன அன்னை
கற்றுணர்ந்த என்னை - நீ
கண்டதில்லை எனினும் என் முன்னே
                        - பறந்து வந்த கிளியே!

இலங்கை தனில் இருந்தாயா? - அவர் செய்
இழிவு கண்டு நைந்தாயா - நீ
கலங்கி இங்கு வந்தாயா? - என்
கைகள் என்னைக் காவாத தீயா - பறந்து வந்த கிளியே!
உள்ள குறைகள் நான் தீர்ப்பேன் - தமிழ்

உலகை மீட்டுக் காப்பேன்
தெள்ளு தமிழர் எங்கிருந்தாலும் - அவர்க்குத்
தீமை செய்வாரை ஒரு கை பார்ப்பேன்
．．．．．．．．．．．．．．．- பறந்து வந்து கிளியே!

33. அவளையா மணப்பேன்?

மேனியெல்லாம் வெளியில் தெரிய
"வெங்காயத் தோல் சேலை * கட்டி
மானமெல்லாம் விற்றவளா பெண்டாட்டி?-அவள்
மாந்தோப்பில் எனை அழைத்தாள் கண்காட்டி?
தேனிருந்தால் அவள் பேச்சில்

சிரிப்பிருந்தால் அவள் உதட்டில்
நான் மயங்கி விடலாமா செல்லையா! - அவள்
நடத்தை கெட்டுப் போவாளா இல்லையா?

கமழ்விருந்தால் கூந்தலிலே
கலையிருந்தால் நடையினிலே
அமைவிருக்க வேண்டாமாதென்பாங்கே - கேள்
ஆர் பொறுப்பார் அவர் கொடுக்கும் அத் தீங்கே?

அமிழ்திருந்தால் கண்களிலே
அழகிருந்தால் முகத்தினிலே
தமிழர்க்குள்ள மான உணர்ச்சி வேண்டாமா - நாம்
தலை குனிந்து வாழும் நிலை பூண்டோமா?

34. சிரிப்பே குத்தகைச் சீட்டு

சோலை வழியில் தொடுக்கும் மணிக்கிளை சூழ்
ஆலின் அடியில் அமைந்திட்ட திண்ணையிலே
நண்பன் வருகையினை நான் பார்த் திருக்கையிலே

---
* நைலான்சேலை

வெண்பல்லைப் பூவிதழால் மூடியொரு மெல்லிதான்
போனாள் இடதுகை பொற்குடத்தைப் போட்டணைத்தே!
நானே அப் பொற்குடமாய் நாட்டிற் பிறந்தேனா?

தோகையவள் போதையிலே துள்ளும் வளர்ப்பு மான்
பாகல் கடித்த படுகசப்பால் ஓடிவந்தே
அன்னாளை அண்டி அழகு முகம் எடுக்கப்
பொன்னான முத் தமொன்று பூவை கொடுத்தாளே
அந்த மான் நானாய் அமைந் தேனா? இல்லையே?
எந்த வகையிலே ஏந்திழையை நான் பிரிவேன்.
நீர் கொண்டு நேரில் வரும் நேரிழையக் கண்டணைத்தாள்

பேர்கொண்ட நேரிழையாள் பெற்றதை நான் பெற்றேனா!
மங்கை வழி நடந்து சே...லை மணிக் குளத்தில்
தங்கு நீர் வெள்ளம் தழுவி மலர்மேனி
ஆழம் மறைக்க அவள் மூழ்கினாள் அந்த
ஆழப் புனலும் ஆனேனா? இல்லையே!

தாழ உடை உடுத்துத் தண்ணீர்க் குடந் தாங்கி
வந்தாள், வரும் வழியில் வந்து நான் காத்திருந்தே
செந்தாழை பூத்துச் சிரிக்கச் சிரிப்பொளியாய்ப்
பொற்பொடியை வண்டள்ளிப் பூவை விழிமறைக்க
கண்டாள்!
கொத்தெடுத்த கோவைப் பழ உதடு தான் திறந்தே
முத்தெடுத்து நான் மகிழுமுன் வைத்தாள்! அன்பின்
இருப்பெல்லாம் நீ ஆள்க என்றாள்! அவளின்
சிரிப்பதற்குக் குத்தகைச் சீட்டு.

35.அவளும் நானும்!

நானும் அவளும், உயிரும் உடம்பும்
நரம்பும் யாழும், பூவும் மணமும்
தேனும் இனிப்பும், சிரிப்பும் மகிழ்வும்
திங்களும் குளியும், கதிரும் ஒளியும்
- நானும் அவளும்

மீனும் புனலும், விண்ணும் விரிவும்
வெற்பும் தோற்றமும் வேலும் கூரும்
ஆனும் கன்றும், ஆறும் கரையும்
அம்பும் வில்லும் பாட்டும் உரையும்
- நானும் அவளும்

அவளும் நானும், அமிழ்தும் தமிழும்
அறமும் பயனும், அலையும் கடலும்
தவமும் அருளும், தாயும் சேயும்
தாரும் சீரும், வேரும் மரமும்
- நானும் அவளும்

அவலும் இடியும் "ஆளும் நிழலும்,
அசைவும் நடிப்பும், அணியும் பணியும்
அவையும் துணிவும் உழைப்பும் தழைப்பும்
ஆட்சியும் உரிமையும் அளித்தலும் புகழும்
- அவளும் நானும்

36.இரும்பினும் பொல்லா நெஞ்சினள்!

(கட்டளைக் கலித்துறை)

இழையினும் மெல்லிடையாள்: கயற்கண்ணினாள்:
ஏற்றிடுசெங்
கழையினும் இன்மொழியாள் : வள்ளைக் காதினாள்
காரிருள் செய்
மழையினும் கன்னங் கருங்குழலாள்: என் மனம் நலிந்து
நுழையினும் ஏற்காத நெஞ்சினாள்! என்ன நவிலுவதே? 1

பஞ்சினும் மெல்லடியாள் : பசுந்தோகையின் சாயலினாள்!
நஞ்சினும் கொல்லும் விழியுடையாள்: ஒரு நன்னிலவின்

பிஞ்சினும் ஒண்மைசேர் நெற்றியினாள்: அவள் பின் நடந்து
கெஞ்சினும் ஏற்காத நெஞ்சினாள்! என்ன கிளத்துவதே? 2

முத்தினும் முல்லை அரும்பினும் ஒள்ளிய மூரலினாள்
சொத்தினும் சீரினள்: சோட்டுப் புறாக் கூட்டு மார்பகத்தாள்:
வித்தினும் மாணிக்கமே மிகும் பொன்வயல் மேனியினை
நத்தினும் ஏற்காத நெஞ்சினாள். என்ன நவிலுவதே? 3

கரும்பினும் தித்திக்கும் சொல்லொன்று சொல்லி
என் காதலினை
விரும்பினும் அன்றி விரும்பாவிடினும் விளக்கி விட்டால்
துரும்பினும் துப்பிழந்தேன் வாழுவேன் அன்றிச்
செத்தொழிவேன்
இருப்பினும் பொல்லாத நெஞ்சினள்! என்ன இயம்புவதே
4

37.ஒட்டாரம் செய்வது...?

பட்டாணி வன்னப் புதுச் சேலை - அடி
கட்டாணி முத்தே உன் கையாலே - எனைத்
தொட்டாலும் இனிக்கும் பூஞ்சோலை - உடல்
பட்டாலும் மணக்கும் அன்பாலே!

எட்டாத தூரம் இருந்தாலும் - உனை
எட்டும் என் நெஞ்சம் மேன் மேலும் - அது
கட்டாயம் செய்திட வந்தாலும் - நீ
ஒட்டார்ரம் செய்வதென் போங்காலம்

ஆவணி வந்தது செந்தேனே - ஒரு
தாவணியும் வாங்கி வந்தேனே - எனைப்
போவென்று சொன்னாய் நொந்தேனே - செத்துப்
போகவும் மனம் துணிந்தேனே!

பூவோடி விழிக் கொண்டையிலே? - ஒரு
நோவோடி உன் தொண்டையிலே - நீ
வா வா என்றன் அண்டையிலே - என்று
கூவா யோகருங் குயிலே!

38.வந்தாள்!

தாய் வீடு போய் விட்டாய் - மானே
தனிவீடெனைப் படுத்தும் பாடு காணாய்!
நாய் வீடு நரி வீடு நீ இலா வீடு
நடு வீடு பிணம் எரிக்கும் சுடுகாடு (தாய்வீடு)

சாய்வு நாற்காலியிற் சாய முடியாது
தனியாகப் பாயிலும் படுக்க இயலாது
வாயிலில் நான் போய்ப் போய் மீளவலிஏது,
மனம் பட்ட பாட்டுக்கு முடிவென்ன ஓது (தாய்வீடு)

முறுக்குச் சுட்டுக் கொண்டு வந்ததாய்ச் சொன்னாய்
முத்தமல்லால் வேறு கேட்டேனா உன்னை(க்)?
குறுக்கில் ஒரு கணம் வீணாக்கி என்னைக்
கொல்ல நினைத்தால் நீ ஒரு செந்நாய் (தாய் வீடு)

எனக்கும் உனக்கும் இடையில் சிறிதே
இடுக்கிருந் தாலும் துன்பம் பெரிதே
அனுப்புகின்றனை முல்லைச் சிரிப்பை
அதனால் என்மேல் சொரிந்தாய் நெருப்பை! (தாய்வீடு)

39.இவள்?...தேன்!

உண்டாலே தேன் மலரின் தேன் - இவள்
கண்டாலே தித்திக்கும் தேன்
வண்டால் கெடாத தேன்
வையகம் காணாத தேன்

மொண்டால் குறையாததேன் - நானே
மொய்த்தேன் பேராசை வைத்தேன்.

கண்ணொவ் வொன்றும் பூவே
கை ஒவ்வொன்றும் பூவே
பொன்னுடம்பெல்லாம் பூவே - நான்
பெறுவேன் அப் பூங்காவே
ஆளுக்குக் குளிர் சோலை
தோளுக்குப் பூமாலை
நாளும் என் மனம் வெம்பாலை - அதன்
நடுவில் அவள் கரும்பாலை.

கோவையிதழ் சுவையூட்டம்
கொஞ்சுமொழி அமுதூட்டம்
பாவிவைத்தேன் இதில் நாட்டம் - காதற்
பசிக்கிவள் பழத் தோட்டம்

40.கனியே, நாம் தன்னந்தனி!

எடுப்பு

கூடத்திலே வந்த மாடப்புறா - கூடிக்
கொஞ்சும் கிளி வஞ்சிப்பதா? (கூடத்திலே)

உடனெடுப்பு

மன -
மாடத்திலே எரியும் மணி விளக்கே
வாராய் என் பசிக்கே உணவளிக்க (கூடத்திலே)

அடிகள்

கோடைதனைத் தணிக்கும் மலர்ச் சோலை - உன்
கூந்தல் பறக்குமோ என் மேலே?
ஆட அழைத்ததடி நமை மாலை
அதைவிட உனக்கிங் கென்ன வேலை? (கூடத்திலே)

சிரிப்புக்கு முகத்தினிலே என்ன பஞ்சம்?
தீயாய் இருக்குமோடி உன் நெஞ்சம்?

திருப்படி சேயிழை உன் முகத்தைக் கொஞ்சம்
சிலம்பாடும் அடிக் கடியேன் தஞ்சம்!
தானே கனிய வேண்டும் நெஞ்சக்கனி
தடி கொண்டு கனிவிக்க லாமோ இனி?
மானே அகப்பட்டாய் என்னி டத்தினில்
வானாம் இவ்விடத்தில் தன்னந்தனி. (கூடத்திலே)

41.வண்ணத் தமிழாள்

வஞ்சிக் கொடி போல இடை
அஞ்சத்தகு மாறுளது!
நஞ்சுக்கிணையோ அலது
அம்புக்கிணையோ, உலவு
கெண்டைக் கிணையோ, கரிய
வண்டுக்கிணையோ விழிகள்
மங்கைக் கிணை ஏதுலகில்
அங்கைக் கிணையோ மலரும்

வானரசு தானிலவு போலுலக மாதரசு
நாளினது வாழும் வகை ஆனதிரு வானஉரு
மேனி அதுவோ அமிழ்து வீசு மணமோமிகுதி
கானிடை உலாவு மயில் தானுமெனையே யணைய
நினைவாளோ (¼)

கொஞ்சிப் பரிமாறு மொழி
பண்டைத் தமிழோ அலது
கொம்பிற் கனியோ எளிதில்
உண்டற் கமுதோ, அரசி
மிஞ்சிச் சுவை தோயுதடு
பஞ்சைக் கொரு வாழ்வினிய
கொண்டற்கிணை யான குழல்
இன்பச் சுனை யாடுவது

கூடு மெனிலோ பெரிய பெறு பெறுவேன். அலது
நீடு துயரே அடைவேன் ஈடு சொலவோ அரிது.

தேடு பொருள் யாதுமிலை சீருமிவளே உறவு
யாவு மிவளே இனிய தேனிவளில் ஈ எனவும்
அமிழ்வேனோ? (½)

பஞ்சுக் கிணை யான அடி
அன்புக்குரி தான துணை
மின்பட்டது போல் மெருகு
பொன்பட்டது போல் ஒளிசெய்
அன்புற்றிடு மாது நகை
இன்புற்றிடு மாறுளது
பண்புக் கினி தாய் ஒழுகும்
நண்புக் கினி யாள் எழுது

பாடலவள் நான் ந(ல்) லுரை ஆடலவள் நானடைவும்
ஓடை மலரே அரசி ஊறுமணம் நானுமதில்
நீடவரும் யாழுமவள் நீர்மை இசை நானதனில்
ஈடுபடு மேனியவள் ஏழை அதில் ஆவி என
அமைவாளோ (¾)

நெஞ்சிற் குடி யேறி நிலை
நின்றிட்டவளே உயிரில்
அஞ்சத் தகுமோ அவளின்
அண்டைச் செலவே இனியும்
என் சொற்படியே அவளும்
இன் சொற் சொலுமோ அழகு
மங்கைக் கெவர் போயறைவார்?

மான மவளே எனதின் ஊனுமவளே எனுயிர்
தானு மவளே புகழ்மை மானவளே கொடிய
ஏழமை எலாமரசி தோழமை யினாலொழியும்
மாமழை யினாலுலகு தானமையுமாறு நலம்
அருள்வாளே! (1)

42.பாரதி போல்வாள்!

இளவெயில் ஆடி ஒளிவிடு மாந்தளிர் மேனி அவள் மேனி
கிளிப் பேச்செல்லாம் நெல்லிக்குப் பத்தாலைசீனி*
சளசளவென்ன மலைவீழ் அருவிக் கூந்தல் அவள் கூந்தல்
இளப்பமில்லை அவ் வழகுக் களஞ்சியத்தைக் கை ஏந்தல்!
துன்ப ஆடவர் இன்புறும் மாணிக்கச் சிரிப்பே அவள்
சிரிப்புக்
கன்னம் பளிங்கெனில் இயற்கை அன்னை கையிருப்பு!
பொன் வெயிலும் வெண்ணிலவும் ஒளிவிடும்
அணிகள் இவள் அணிகள்
அன்பு செய்தால் எனை அண்டுமா வையப் பிணிகள்?
பண்டை மறக்குல மாண்பினுக்குரியாள் அவள் உரியாள்
அண்டும் பகையை வெல்லும் மக்களைத் தருவாள்
மண்டு புகழ்ப் பாரதி தமிழ் போன்ற சொல்லாள்
இன் சொல்லாள்
திண்டாடும் எனக்கின்ப வழி காட்ட வல்லாய்!

43.வீடும் பாலையே!

(தோழி கூற்று)

உயிரே பிரிந்தால் உடல் வாழாது
வெயில் நுதல். அயில் விழி, வெண்ணிலா முகத்து
நேரிழை தனையும் நீர் அழைத் தேகுக
என்றேன் நீரதற்கு இயம்பியதென்ன?
உப்பு வாணிகர் ஒன்றிப் பிரிந்த
வெப்பு நிலம் போல் விரிச் சென்ற ஊர்போல்
இருக்கும் பாலை நிலத்தில் என்னுடன்
மருக்கொழுந்தும் வருவதோ என்று
தனியே செல்வதாய்ச் சாற்றினீர்! உம்மை
மாது பிரிந்து வாழும் வீடுதான்

---

* நெல்லிக்குளப்பத்தின் புகழ்பெற்ற சருக்கரை ஆலை

இனிதோ சொல்க என்று
துனி பெறாது சொன்னாள் தோழியே!
(பாலைபாடிய பெருங் கடுங்கோ பாடிய குறுந்
தொகை 124 ஆம் பாட்டைத் தழுவியது)

44. பிணித்தது வெற்றி! பிடிபட்டது யானை

(தலைவன் கூற்று)

வாட்டம் ஏன் என்று கேட்ட பாங்கனே
கேட்க எட்டாம் பிறை கடலில் கிளைத்தல் போல்
கரிய கூந்தல் அருகில் தோன்றிய
ஒருத்தியின் நெற்றி பிணித்தது - என்
கருத்தோ கடிது பிடிபட்ட யானையே!

(கோப்பெருஞ் சோழன் பாடிய குறுந்
தொகை 129-ஆம் பாட்டின் தழுவல்)

45. வருவார் என்பதால் இருந்தேன்!

(தலைவி கூற்று)

கிளி உண்டதனால் கதிரிழந்து கிடந்த
தினைத்தாள் செத்துப் போகாது நல்ல
மழை வர இலை விட்டது போலே என்
புதுநலம் உண்டதாற் போகும் என் நல்லுயிர்
வருவார் என்னும் நினைவால்
இருந்தது தோழி என்றாள் தலைவியே!

(ஒரு குறுந்தொகைப் பாட்டின் தழுவல்)

46. தமிழ் மகளே வேண்டும்!

அவன்: என் மீதில் ஆசை வைக் காதே - மயிலே
என்னைப் பார்த்ததும் சிரிக்காதே
உன் மேல் நான் ஆசை வைக்கவில்லை - நீதான்
உண்மையிலே தமிழ் மகள் இல்லை!

ஆதலால் என் மீதில்

அவள்: மக்களில் வேற்றுமை ஏது - காதல்
வாழ்க்கையிலே நாம் புகும் போது?
அக்கால மனிதரும் நாமோ? என்னை
அயலாள் என விலக்கிவிடலாமோ?
உலகத்து மக்களில்

அவன்: சாதிகள் வீழ்ந்திட வேண்டும் - பெண்ணே
தமிழினமோ வாழ்ந்திட வேண்டும்
மாதொருத்தி வேண்டும் எனக்கு - தமிழ்
மகளாயிருந்தால் தான் இனிக்கும்
ஆதலால் என் மீதில்

அவள்: என் உதட்டில் கசிவதும் தேனே-உண்மையில்
என் பேச்சும் உன் தமிழ் தானே?
பொன்னேட்டில் புகழ் தீட்டுவோம் - இன்பப்
புதுவாழ்வை நிலை நாட்டுவோம்!
உலகத்து மக்களில்

அவன்: தமிழ், உடல் உயிர் இவையாண்டும்-ஒரு
தமிழ் மகளாய்ப் பிறந்திட வேண்டும்
அமிழ்தில் நாளும் நான் மூழ்க - எனக்
காசை உண்டு! தமிழ் வாழ்க!
ஆதலால் என் மீதில்

47. கற்பே உயிர்

அவன்: தயிர் விற்கப் போனவளே
தட்டனிடம் பேச்சென்ன?
மோர் விற்கப் போனவளே
முத்தனிடம் பேச்சென்ன?

அவள் : தட்டனிடம் பேசாமே
தயிர் விற்ப தெப்படியாம்?
முத்தனிடம் பேசாமே
மோர் விற்ப தெப்படியாம்?

அவன் : தயிர் விற்க மட்டுந்தான்
தட்டனிடம் பேசலாம்
மோர் விற்க மட்டுந்தான்
முத்தனிடம் பேசலாம்.

அவள் : தயிர் விற்க மட்டுந்தான்!
மோர் விற்க மட்டுந்தான்!
உயிர் விற்க என் மனந்தான்
உடன்படுமா சொல்லத்தான்!

48.சோறல்ல கோவைப் பழம்

அவன் : வேலைவிட்டு வீடு வந்தேன்
மெல்லி உன்னைக் காணவில்லை.
சாலையில் இருப்பாய் என்று வந்தேனே-அடி
தங்கமே இதோ உன்னைக் கண்டேனே!

அவள் : ஆலை விட்டு நீ வரவே
ஐந்து மணி ஆகு மென்றே
ஆலிலை பறிக்க இங்கு வந்தேனே - என்
அத்தானே உன்னை இங்குக் கண்டேனே!

அவன் : தாங்க முடியாது பசி
சாப்பாடு போட்டு விடு
ஏங்க முடியாது பெண்ணே என்னாலே-அடி
என்னாவல் தீர்க்க முடியும் உன்னாலே!

அவள் : தாங்க முடியாததென்றால்
சாலை யிலா சாப்பாடு?

வாங்கால் இலை பறித்துக் கட்டுக் கட்டி-வீடு
வந்திடுவேன் பொறுத்திரு என் சர்க்கரைக்கட்டி

அவன் : கேட்டதுவும் சாப்பாடா?
கெஞ்சுவதும் பாற்சோறா
காட்டுக்கிளி நான் கேட்டது கோவைப்
பழந்தான் - என்
கண்ணாட்டியே இங்குவாடி உண்ணத் துடித்தேன்.

49. வண்டி முத்தம்

அவள் : வந்து விட்டேன் இந்த மட்டும்
வழி தெரிய வில்லை - ஏ
வண்டி ஓட்டிப் போகும் ஐயா
எங்கே உள்ளது தில்லை!

அவன் : குந்திக் கொள்வாய் வண்டியிலே
என்னத்துக்குத் தொல்லை - அதோ
கொய்யாத் தோப்பைத் தாண்டிவிட்டால்
தெரியும் உன்னூர் எல்லை.

அவள் : பஞ்சு கூட நெருப்பிருந்தால்
பற்றிக் கொள்ளக் கூடும் - இந்தப்
பச்சைக் கிளி நொச்சிக் கிளையில்
கொத்திக் கொள்ளக் கூடும்.

அவன் : நெஞ்சிருக்க நினைவிருக்க
உடம்பெங்கே ஓடும்? - சும்மா
நீகுந்து நான் ஓட்டுவேன்
நன்றாய் ஓடும் மாடும்.

அவள் : நல்லதையா குந்திக் கொண்டேன்
நானும் இந்த ஓரம் - இனி
நடந்திடுமா ஒற்றை மாடு?
நாம் அதிக பாரம்!

அவன் : இல்லை பெண்ணே இப்படி வா!
இருந்தது பின் பாரம் - உம்
இப்படிவா! இப்படிவா!
இன்னம் கொஞ்சநேரம்!

அவள் : ஏறு காலின் ஓட்டினிலே
இருந்தது சாகலாமா? - நீ
இப்படிவா இப்படிவா
என் அருமை மாமா!

அவன் : ஆறு கல்லும் தீர்ந்தாலும் நம்
ஆசை தீர்ந்துபோமா? - வை
அன்பு முத்தம் நூறு கோடி
அதை மறப்பவர் நாமா!

50.அவனும் அவளும்

அவள் : தின்பதற்குத் தேங்குழலே
தென்றலுக்குப் பூங்குழலே
அன்புசெய்ய வாய்த்திருந்தும்
அத்தானே - என்
ஆசையெல்லாம் உன்மேல் வைத்தேனே!

அவன் : இன்பத்தின் இருப்பிடமே
என் காதல் வார்ப்படமே
முன்பிருந்து காத்திருக்கும்
மாதுக்கு - நல்
முத்துப் பிறக் காததும் ஏதுக்கு?

அவள் : தங்கமலை வெள்ளிமலை
சந்தத் தமிழ்ப் பொதிகைமலை
குங்குமத்தில் உன் முகந்தான்
தோயாதா - என்
கொஞ்சுமொழி உன் காதில் தோயாதா?

அவன் : சங்கத்து முத்தமிழே
தாவியுண்ணும் புத்தமுதே
மங்கைக்கும் செங்கைக்கும்
தூரமா - உன்
வாய் திறக்க இவ்வளவு நேரமா?

51. வண்டும் வேங்கையும்

காதலன் : கோடைக்குக் குளிர் இருக்கும்
கூந்தலுக்கு மலர் இருக்கும்
ஓடைக்குப் பக்கம் ஒரு மேடையாம் -அந்த
மேடையிலே இரண்டு காடையாம்

காதலி : கோடைக்குக் குளிர் இருக்கும்
கூந்தலுக்கு மலரிருக்கும்
ஓடையின் பக்கம் ஒரு மேடையா - அதில்
கூடுகட்டும் சின்னஞ்சிறு காடையா?

காதலன் : எருமை இறங்கக் கண்டால்
தவளை தங்கிடுமா!
இருவரும் அங்கே கூடி இருக்கலாம் -நாம்
எந்நேரமும் கொஞ்சிப் பேசி சிரிக்கலாம்

காதலி : தெரிந்தது பதை பதைப்பு
புரிந்ததே உன் கொழுப்பு
சிரிக்கச் சிரிக்கப் பேசுவது செல்லாது - உன்
சில்லரைப் பேச்சுக்கள் என்னை வெல்லாது.

காதலன் : பேசாதா பச்சைக்கிளி
சிரிக்காத முல்லைக் கொடி
பேசுவதும் சிரிப்பதுவும் நாளைக்கே - உதட்டில்
பிச்சை போடு மெத்தப் பசி வேளைக்கே!

காதலி : ஆசைக்கு நான் ஆளல்ல
ஆட இது நாளல்ல
மூசு வண்டு வேங்கையிடம் ஓடுமா - ஒரு
முல்லைக் கொடி வேம்படியை நாடுமா?

52.இன்பம் எங்கும் இன்பம்!

தலைவி : காற்றி லெலாம் இன்பம் அந்தக்
கடல் முரசில் இன்பம்
ஆற்று வெள்ளம் ஊற்றுப் புனல்
அசைவி லெல்லாம் இன்பம்
நாற்றிசையும் இன்பம் இதோ
நல்ல நிலாத் தோட்டம் - அதில்
மாற்றமிலா நம் காதல்
வாழ்க்கை எலாம் இன்பம் இன்பம்

தலைவன் : சிரிப்பினிலே இன்பம் உன்றன்
சேல்விழியில் இன்பம் நீ
இருக்கும் போதும் நடக்கும் போதும்
பேசும் போதும் இன்பம்!
உரித்து வைத்த பழமே உன்
உடுக்கை போன்ற இடுப்பை - நீ
திருப்பும் போதும் நொடிக்கும் போதும்
குலுக்கும் போதும் இன்பம் இன்பம்!

53.தேனமுதே!

தேனமுதே பாலமுதே
நானுனைப் பெற்றதால்!
போனதுண்டாம் என்னிளமை
நானுனைப் பெற்றதால்!
- தேனமுதே

மேலான என் கட்டு மார்பும்
தோலாய் இளைத்ததாம்

மின்னும் என்றன் உடம்பும் சலவை
நூலாய் வெளுத்ததாம்
ஆன நாளெல்லாம் உனைநான்
தாலாட்டும் பணியாம்
அழகிய பஞ்சணை இல்லையாம்
நானுனைப் பெற்றதால்   -தேனமுதே

உன் அப்பா என் அத்தான்
உறவும் பொய்தானாம்
உற்ற காதல் வற்றிப் போன
தும் உண்மை தானாம்
புன் சிரிப்பும் கொள்வாராம்
போனதுவாம் காதலின்பம்
நானுனைப் பெற்றதால்   - தேனமுதே

பொன்னல்ல வெள்ளியல்ல
பூவே உன் கன்னம்
புதுப்புது முத்தம் இந்தா இந்தா
வாங்கிக் கொள் இன்னம்!
இந்நிலத்தில் என் கண்ணே
பிள்ளை அமுதே!
எல்லாம் பெற்றேனடா
நானுனைப் பெற்றதால்   - தேனமுதே

54. மகிழ்ச்சி வேண்டுமா?

வேண்டுமா? மகளே வேண்டுமா?
மகிழ்ச்சி வேண்டுமா? இன்பம் வேண்டுமா?
தூண்டா மணி விளக்கே சொல்லுவேன் கேள் உனக்கே
துணைவனோடு நீதான் இணை பிரியாதிருக்க
                              வேண்டுமா?

கறி சமைத்துச் சோறாக்கியுன்
கணவனுக்கிடும் முன்பு - நின்

கருத்தினிலே மகிழ்ச்சி தோன்றும்
அதுதாண்டி அன்பு!
வெறுக்காமல் உன் அத்தான் உண்டு மகிழ்ந்த பின்பு
மெல்லியே உன் வாழ்க்கை இனிக்கும் செங்கரும்பு
- வேண்டுமா

கண்ணாளன் வெளியிற் சென்று
திரும்புவதும் உண்டு - தன்
காரியம் கை கூடாமையால்
வருந்துவதும் உண்டு
பண்ணொன்று பாடடி இன்பக் கற்கண்டு
பரிமாறு துயர் தீரும் அது நல்ல தொண்டு
-வேண்டுமா?

55.மகளே வாழ்க!

அகவல்

எனக்குப் பகை மேல் உனக்குக் காதலா?
என்று "மன்றுளாடியார்" இயம்பவே
புதுப்பூமு த்துநகை புகலுகின்றாள்:
"எதற்கு நீர் எதைப் புகல்கின்றீர் அப்பா
அவர் உமக்கே அன்று போல் இன்றும்
பகையாய் இருப்பதைப் பாவை நான் என்றும்
எதிர்ப்பதே இல்லை நீங்களும் என் போல்
மாது நான் அவர் மேல் வைத்த காதலை
எதிர்க்க வேண்டாம்! ஏனெனில் அப்பா
எட்டியதென் மனம் அந்த இளைஞரை
ஒட்டியது மீட்க ஒண்ணுமோ சொல்க!
ஒழுக்கம் உடையவர்: கல்வியுடையவர்:
பழுத்த தமிழன் புடைய மேலார்:
நான் அவராகி விட்டேன்: நான் என
வேறொன்றில்லை: அவரும் வீணாய்த்

தனித்தே இருந்து சாக எண்ணலர்''
என்று சாற்றினாள், தந்தை இயம்புவான்:
''நமது சாதி வேறு: நல்லோய்
அவனது சாதிவேறென் றறிகிலாய்
என்று சினத்தைச் சொல்லில் ஏற்றினான்
மங்கை இனியவகையில் சொல்லுவாள்:
அப்பா உண்மையில் அவரும் என் போல்
மனிதச் சாதி 'மந்தி அல்லர்!
காக்கை அல்லர், கரும்பாம் பல்லர்
என்று கூறத் தந்தை இயம்புவான்:
மனதரில் சாதி இல்லையா மகளே?
என்று கேட்க - மங்கை இயம்புவாள்
சாதி சற்றும் என் நினைவில் இல்லை
மாது நான் தமிழனின் மகளாதலாலே!
என்றாள் செந்தமிழ் இலக்கியப் பைங்கிளி: தந்தை,
மக்கள் நிகர் எனும் தனது
சொந்த நிலையில் தோய்ந்தே
அந்த வண்ணமே வாழ்க என்றானே!

56.எதிர் பார்க்கும் ஏந்திழை

சிரிப்பென்ன? களிப்பென்ன
சேயிழையே மடமானே - புகழ்
பரப்பும் சேரன் மகன்
வரக் கேட்ட சேதி தானே?

கரிப்பைச் சுவைத்த பிள்ளை
போலே இருந்ததுன்றன் கன்னம் - விண்
விரிக்கும் நிலவே என்று
விளம்ப முடியவில்லை இன்னம்

தெருவை நோக்கி மீண்டும்
வருவை அறைக்கு மீண்டும் அன்னாய் - அவன்
உருவை மனத்திற் கண்டே
வருக வருக என்று சொன்னாய்.

இருவிழி? அனுப்பினை
இரண்டரைக் கல் தூரம் நீயே - உடன்
வரவேற்பு வாழ்த்துரை
துவக்கம் செய்தனை தாயே!

அருகில் அவனும் இல்லை
அணைத்திடத் தாவினை தங்கமே - பின்
கருகினை விழி மலர்
காணுகிலான் அவன் எங்குமே

சருகு சலசலக்கும்
தாவும் உனது மலர்க் காலம்மா! - அவன்
வருகை பாடின உன்
கைவளை சிலம்பவன் வேலம்மா!

57. அன்பன் வந்தால் அப்படி!

'புளியிற் கோது நீக்' கெனப் புகல்வேன்
கிளியோடு பேசக் கிளம்புவாள் என் மகள்!
'வெந்தயம் புடை' எனில் வெடுக்கெனப் பகடைப்
பந்தயம் ஆடப் பறப்பாள் அப்பெண்!
விழுந்திருக்கும் மிளகையும் பொறுக்க
எழுந்திருக்க ஒப்பாதவள் அவள்!
அப்படிப் பட்டவள் கைப்படக் காதல்
அஞ்சல் அவளுக் கெழுதிய அன்பன்
என்னை மாமி என்று கூவி
வீட்டில் நுழைந்ததைக் கண்ட மெல்லி
அம்மியை அயலில் நகர்த்தி மிளகாய்
செம்மையில் அரைத்துச் சேர்த்துக் காய்கறி
திருத்திக் குழம்பு பச்சடி தென்முறைக்
கூட்டு முதலன குறைவற முடித்து
யானைத் தலையினும் பெரிதாய் இருந்த
பானையில் வெந்ததைப் பதமுற வடித்துக்

குருத்தரிந் துண் போன் கருத்தறிந்து முக்கனி
உரித்துத் தேன் வைத்து - உருக்கு நெய் வைத்துச்
சமையல் ஆகட்டும் என்று சாற்றிய
என்னிடம் ' ஆயிற்று' என்றே இயம்பி
எட்டி, அவன் முகம் நோக்கி இனிதே
முகிலைக் கண்ட தோகை போல்
தகதக என்றாடினள் அத் தையலே!

58. தோப்புக்குள்ளே மாப்பிள்ளை

மாப்பிள்ளை வந்தான் - மாந்
தோப்பிலே நின்றான் - உன்   (மாப்பிள்ளை)

கூப்பிடும்படி சொன்னான் உன்னை
கும்பிட்டானே அவனும் என்னை   (மாப்பிள்ளை)

தாய் விழித்தாலும் - அவள்
வாய் மடித்தாலும் - வழி
நாய் குரைத்தாலும் - பொய்ப்
பேய் மறித்தாலும் - நீ
போய்வா அவன் சாகு முன்னே
பொய்யல்லவே என் பொன்னே   (மாப்பிள்ளை)

இருட்டிருந்தாலும் - பாறை
உருட்டிருந்தாலும் - வழியில்
திருட்டிருந்தாலும் - வெளியில்
மருட்டிருந்தாலும் - நீ
உருக்குத் தங்கக்கட்டி அவன்
உயிருக்கு நீ வெல்லக் கட்டி   (மாப்பிள்ளை)

மழை இருந்தாலும் - கிளை
தழை விழுந்தாலும் - அவன்
பிழை புரிந்தாலும் - புலி
வழியில் வந்தாலும் அடி

அழகான மயிலே உன்மேல்
ஆசை வைத்தான் உண்மையிலே (மாப்பிள்ளை)

மலை தடுத்தாலும் - அருவி
அலை தடுத்தாலும் - வழியின்
தொலை தடுத்தாலும் - மனத்தின்
நிலை தடுத்தாலும் - நீ
தலை காட்ட வேண்டும் - அவன்
சாக்காட்டை நீக்க வேண்டும் (மாப்பிள்ளை)

59. அயல்மனை விரும்பியவன் பட்டபாடு

(பதினான்கு சீர் விருத்தம்)

கண்ணான மனைவியிடம் திரைப்படம் பார்த்திடக்
கருதினேன் என்று புளுகிக்
கந்தனோ ஒரு மங்கை வரச் சொன்ன நள்ளிருள்
வரும்வரை அழகிய திரு

வண்ணாமலை திருக்குளப்படி மலக் கழிவில்
அமிழ்ந்தே பதுங்கி, நேரம்
ஆனபின் விரைவினிற் போனதோர் போக்கிலே
ஆலமரவேர் தடுக்கப்
புண்ணான காலையும் எண்ணாமல் முள்ளொன்று
பொத்ததும் வாங்காமல் மேல்
புளியங்கிளையொன்று துளையிட்ட நெற்றியிற்
போட்டகை போட்ட வண்ணம்
வண்ணான் பெருங்கழுதை மேல்விழுந் துதையுண்டு
தோட்ட வாயிற் சேர்ந்தனன்:
வள்ளென்ற தொரு நாய்: தன் உள்ளங்கலங்கினன்
வந்து வீழ்ந்தனன் வீட்டிலே!

60. அவள் அடங்காச் சிரிப்பு

ஏரிகரை மீது தோழி - நான்
இருந்தேன் என் கால் இடறிற்று
நீரில் விழுந்திட்டேன் தோழி - அந்த
நிலையிலும் நீரினை நோக்கிப்
"பாரிலுன் சாதிதான் என்ன?" - என்று
பாவை நான் கேட்டிடல் உண்டா?
யார் சொன்ன சொல் இது என்றால் - என்னை
ஈன்றவர் சொன்னது தோழி!

'என்நிலை' என்பது கேட்பாய் - அதை
ஏரிகரை என்று சொன்னேன்
என்நிலை தப்பினேன் தோழி - ஓர்
இன்பத் தடந் தோளில் வீழ்ந்தேன்
அன்னதன் காரணம் கேட்பாய் - என்
அறிவின் திறம்பெற்ற காதல்!
மின்னல் வெளிச்சமும் வீச்சும் - வேறு
வேறென்று சொல்பவர் உண்டா?

மலர் என்பர் காதல் உளத்தை - அதன்
மணம் என்பர் அவன் தோளில் வீழ்தல்!
தலை நான்கு பெற்றவன் சொன்ன - நான்கு
சாதிக்கிங்கே என்ன வேலை?
உலகினில் சாதிகள் இல்லை - என்
உள்ளத்தில் வேற்றுமை இல்லை
கலகத்தைச் செய்கின்ற சாதி - என்
கைகளைப் பற்றி இழுப்பதும் உண்டோ?

சந்தனச் சோலை நான் தோழி - தென்றல்
தழுவத் தழுவினேன் தோழி
அந்தச் செயல் கேட்ட பெற்றோர் - அவன்
ஆர்? அவன் எச்சாதி? என்றார்
இந்தாடி அன்புள்ள தோழி - எனக்

கெப்போ தடங்கும் சிரிப்பு.
வந்தவன் ஆண்சாதி என்றால் - அவனை
மணந்தவள் பெண்சாதி தானே

61.பள்ளிக்குப் போகும் புள்ளிமான்

திருநாளில் என்னைத் திரும்பிப் பார்த்தாள் பின்
ஒரு நாள் உரையாடத் தானும் உரையாடி

நான் நகைக்கத் தானும் நகைத்தாள் அதனாலே
வான் நிலவும் மனமொத்துப் போனாள் என்

னின்பத்தை வாழ்வில் இணை என்றேன்! அன்னவள்
துன்பத்தை என் வாழ்வில் தூர்த்துவிட்டாள் - இன்னும்

படித்துப் படிப்படியாய் முன்னேற்றத் திட்டம்
முடித்து நான் வாழு முறைக்கு - முடிவொன்று

பண்ணுவதென்றும் பகர்ந்திட்டாள்: இன்றதனை
எண்ணுவ தென்ப திழுக்கென்றாள் - கண்ணிலே

சற்றும் தொடர்பின்றித் தன் கருத்திற்கும் ஒரு
முற்றுப் புள்ளிக் குறியும் முன்வைத்தாள் - உற்றுக்கேள்

கண்ணப்பா நானவனைக் கட்டாவிட்டால் வாழ்வு
மண்ணப்பா என்றுரைத்தான் மன்னாதன் -"மன்னாதா

பார்த்தாள் பகர்ந்திட்டாள் பற்காட்டினாள் என்று
கூத்தாடு கின்றாய் குரங்காகக் - கோத்த

பவழம் சிரிக்கும் பறிக்க முயன்றால்
அவிழ விடுமோ அதற்குள் - தவழ் சரடு?

பள்ளிக்குச் செல்லுமொரு செந்தமிழ்ப் பாக்கியத்தை
அள்ளிப் பெண் முற் போக்கில் ஆறாத-கொள்ளி வைக்க

எண்ணாதே எல்லாரும் அண்ணன்மார் என்றெண்ணும்
பெண்ணாத லாலும், இரும்பு மனம் - பண்பாடு

பெற்றுள்ள தாலும் அவள் பேசினாள் உன்னிடத்தில்
முற்றிய கல்வி முயற்சியே - நற்றவம்

என்று நினைக்கும் இளைய பெருமாட்டி!
கன்றாத் தமிழ்வாழைக் கன்றின் கீழ்க் - கன்றுதனை

அன்னை என்று போற்றப்பா என்றேன். அம்மன்னாதன்
பின் ஓடினான் அறிவு பெற்று!

62.இன்றைக்கு ஒத்திகை

பஃறொடை வெண்பா

மாணிக்கம் தன் வீட்டு மாடியின் மேற்குந்தி
தோணிக்காரத் தெருவின் தோற்றத்தைப் பார்த்திருந்தான்
பொன்னி தன் வீட்டுக் குறட்டினில் பூத்தொடுப்பாள்
தன் விழியைத் தற்செயலாய் மாடியின் மேல் எறிந்தாள்!

பார்வை வலையில் ஒரு பச்சை மயில் பட்டதனால்
யார் வைத்த பூங்கொடியோ என்றிருந்தான் மாணிக்கம்.
பூத் தொடுக்கும் கைகள் புதுமை பார்க்கும் கண்கள்
நோக்குவதும் மீளுவதும் ஆக இருவரின்

உள்ளம் இரண்டும் ஒட்டிக் கிடக்கும் அங்கே!
"தள்ளுவளா? ஒப்புவளா? தையல்" என்னும் ஐயத்தை
மாணிக்கம் எண்ணி மணிக் கணக்காய்த் துன்புற்றான்
ஆணிப் பொன் மேனியினாள் எண்ணமும் அப்படித்தான்!

அன்னை தான் பொன்னியினை உள்ளிருந்தே "உண்ணாமல்
என்ன செய்கின்றாய்" என்றேசினாள் பொன்னி
இதோ வந்தேன் என்பாள் எழுந்திருக்க மாட்டாள்.
இதுவெல்லாம் காதினில் ஏறுமா? மாடியினைப்

பார்ப்பாள், சிரிப்பாள்! அதே நேரம் பச்சையப்பன்
ஊர் பேச்சுப் பேசுதற்கே உள்வந்து மாடியிலே
மாணிக்கம் செய்தி கண்டு மங்கையிடம் என்ன கண்டாய்?
காணிக்கை வைத்தாளா தன் நெஞ்சைக் காட்டென்றான்:

பெய்வளை தான் தன் மீது பெய்துள்ள அன்பினிலே
ஐயமில்லை என்றே அறிவிப்பான் மாணிக்கம்
துத்திப் பூக் கொண்டையும் நானும் நலம் துய்க்கின்ற
ஒத்திகை இன்றைக்கு : நாளைக்கும் கூத்து!

63. பேசுதற்குத் தமிழின்றிக் காதலின்பம் செல்லுமோ?

நெஞ்சில் நிறைந்த காதலால் அந்த
நேரிழை, தன்னை எனக் களித் தாளே!
அஞ்சினாள் என்றும், தந்தையின் வறுமை
அகற்ற எண்ணி வேலனுக்கே தான்

தஞ்ச மாயினாள் என்றும் நீ சொல் கின்றாய்
சாவுக்கும் எனக்குந்தான் திருமணம் போலும்!
வஞ்சிக் கொடி போல்வாள் வஞ்சியா அன்றி
வஞ்சிப்பாள் வஞ்சியா ஐயுற வைத்தனள்.

கூடு சாத்தி யிருக்கையில் உள் உள்ள
கொஞ்சு கிள்ளை இல்லை என்கின்றாளா?
வீடு சாத்தி யிருக்கையில் உள்உள்
மேலோன் இல்லை என்கின்றாளா அவள்?

தேடி என்னைத் தன்னெஞ்சில் வைத்தவள்
திறந்து விட்டாள் எனில் இறந்து பட்டிருப்பாளே
ஈடிலாக் கற்பினாள் என்று நான் நம்பினேன்
இல்லை என்றால் தமிழுக்கே நாணமாம்!

தன்னுளத்தில் ஒருவனுக்குக் கிடந்தந்து
மற்றொ ருத்தனைத் தாவுவ தென்பது
தென்னவர் கற்பன்று! கற்பை இழந்தவள்
தீந்தமிழ் நாட்டினள் என்றும் எண்ணப்படாள்

புன்னை கொய்து கொண்டிருந்தாள் எனைக் கண்டு
புன்னகைப்பினால் போட்டுக் கொலை செய்தாள்
பின்னொரு நாளிலே தன் வீட்டுத் தோட்டத்தில்
பொத்த லாம்படி கன்னத்தைக் கொந்தினாள்.

தமிழினும் இனியதோர் மொழி தேடித் திரிவேனைத்
தடுத்தாட் கொண்ட பெருமாட்டி தான் தன்னை
அமிழ்தென்று காட்டி உண்ணவும் நீட்டினாள்
அவள் பிறனுக்கா அளித்தாள் எச்சிற் பண்டத்தை?

உமிழாதா வையகம்? கதிர்மதி ஒழிந்தாலும்
ஒழியாப் புகழுலகில் கால்வைக்க ஒண்ணாதே
அமிழ்ந்ததா என் ஆசை அவள் வஞ்சக் கடலினில்
அடைந்திட்டதா மாசும் தமிழ் ஒழுக்கந்தன்னில்?

வந்த ஆளிடம் இவ்வாறு கூறித்தன்
வயிற்றை நோக்கினான். கத்தியைத் தூக்கினான்
கொந்து முன்னர்க் கத்தி தூக்கியகை
குறுக்கில் மறிக்கப்பட்டது! குரல் ஒன்றும்

"அந்த மங்கைதான் நான்" என்றெழுந்ததே!
அன்பு மங்கையைக் காதலன் கண்ணுற்றான்
இந்தியாவில் மறைந்திட்ட தமிழகம்
எதிரில் வந்தது போல் மகிழ்ந்தான் அவன்!

நீ எனக்குத் தானேடி கிள்ளையே
நின்றவாறு நெஞ்சைக் கலக்கினாய்
'நேயத் தமிழே என் தோளில் சாய்' என்று
நீட்டுகின்ற கரும் பான கைகளைத்

தூய நங்கை விலக்கினாள் சொல்லுவாள்:
தொன்மையும் மேன்மையும் உடையவள் ஆந்தமிழ்த்
தாயிருந்தனள்: தமிழகக் காதலர்
தமிழிற் பேசித் தமிழின்பம் உற்றனர்.

நாமும் இன்று தமிழ் பேசி இன்ப
நல்ல வாழ்வின் வழி நோக்கி நடக்கின்றோம்
தீ மனத்து வடக்கர் நம் தமிழினைத்
தீன் றொழிக்க ஒவ்வொரு பல்லையும்

காய மாட்டித் துறட்டுக் கோலால் நீட்டிக்
கால் மாட்டில் நிற்கின்றார்! பேசுதற்கே
தேமதுரத் தமிழின்றிக் காதல் இன்பம்
சொல்லுமோ? சொல்லுமோ தமிழ வாழ்வு?

(வேறு)

உரை கேட் டான் உரைக் கின்றான் தமிழ்வேங்கை:
ஒரு மொழி வைத் துலகாண்ட தமிழனைப் போல்
ஒரு நாவலந் தீவை வென்றேனுந் தன்
ஒரு மொழி வைத்தாட்சி செயக் கனவு கண்ட

பெருமையுறு தமிழ்மகன்தன் எண்ணம் என்னும்
பெரு நெருப்பைத் தில்லி எனும் சிறு துரும்பா
நெருங்கும்? நீ துவக்கம் செய் என்று சொன்னான்:
நெருங்கினார்! குளிரருவித் திருக்குற்றாலம்!

64.இன்பம்

(அறுசீர் விருத்தம்)

1

சிந்தொன்று வண்டு பாடும்
சோலையில் செங்கையி ற்பூப்
பந்தொன்றை எறிந்தாள் அன்னம்
பார் என்றாள்! பறந்த தென்றாள்!
பொந்தொன்றில் சோலைக் கப்பால்
போயிற்றே என்று நைந்தார்
பந்தில்லை என்றார் கிள்ளை
பார் என்றாள்! பறந்த தென்றாள்!

அன்னத்தைப் பழித்தாள் கிள்ளை
ஆதலால் அழுத அன்னம்
முன் அதைக் கொணர்வேன் என்று
முடுக்கொடு வெளியிற் சென்றாள்
தென்னந் தோப்பொன்று கண்டாள்
சிறுபந் தைத் தேடும் போதில்
புன்னையின் மறை வினின்று
பொலிந்தன இரண்டு கண்கள்!

குனிந்தனள் குனிந்த வன்னம்
கூனிய முதுகின் மீது
புனைந்தனள் இரு மலர்க்கை?
பொன் முகம் கவலை நீரால்
நனைந்தனள். "என்னைத் தேடி
நலிகின்றாய்?" என்று வேலன்
முனம் வந்து கேட்டான்; அன்னம்
முகத்தினில் நாணம் பூத்தாள்

சோலையிலே அடித்த பந்து
தொலைவிலே இங்கு வீழ்ந்த
தாலதைத் தேடுகின்றேன்
அயலவர்க் கிவ் விடத்தில்
வேலை ஏதென்று வேலன்
விலாப்புறம் வேல் பதித்தாள்!
நூலிடை முறியும் என்று
நுவல்வதும் பிழையா என்றான்

வேலனும் பந்து தேட்
அன்னமும் முயலுகின் றாள்
ஆலின் வேர்ப் பொந்து கண்டார்
எதிரெதிர் அன்னம் வேலன்
ஓலவே நுழைத்த கைகள்
ஒன்றில் ஒன்றிழைந்த தாலே
மூலத்தை மறந்தாராகி
நகை முத்தை முடியவிழ்த்தார்.

மேழியை உழவர் தூக்கி
வீட்டுக்குத் திரும்பும் நேரம்!
கோழிகள் சிறகு கூம்பி
அடைந்தன கூண்டுக் குள்ளே!
தோழிமார் பந்து கேட்பார்
தொலைந்தது தெரிந்தால் என்மேல்
ஏழிசை கூட்டிக் கேலிப்
பண்பாடி இழிவு செய்வார்.

இது கேட்ட வேலன் அன்பால்
இடது கைப்புறத்தில் அன்னம்
புதைந்திட அணைத்த வண்ணம்
போகலாம் என்று சொன்னான்
எதற்கென்று மங்கை கேட்டாள்
இதற்கல்ல வீட்டிலுள்ள
புதுப்பந்து தரத்தான் என்றான்
அன்றில்கள் போகலானார்

2

அன்னத்தைத் தேடும் கண்கள்
அழுதன கிள்ளை என்பாள்
என் கேலி அன்னந் தன்னை
இன்னலில் தோய்ந்த தென்றாள்
முன்னாக அன்னந் தன்னைத்
தேட நாம் முயலவேண்டும்
என்றனள் வஞ்சி, ஆங்கே
எழுந்தனர் பெண்கள் யாரும்.

தோழிமார் வரு கின்றார்கள்
தொலைவினில் என்றாள் அன்னம்
வாழிய அன்பே என்று
வேலனும் வாழ்த்திச் சென்றான்
நாழிகை ஆயிற் றந்தோ
நான் செய்த தொன்று மில்லை.
பாழ் மகன் செய்த வேலை
பந்திதோ என்றாள் அன்னம்

பொழிலிடை ஒரு பாற் குந்திப்
பூப்பந்தை ஆராய்ந்தார்கள்
எழிலான பந்தே ஆனால்
இப்பந்து நம்பந் தன்றே
விழிக்கின்றாய் அன்னம் என்ன
விளைந்தது சொல்க என்று
கழை மொழி கேட்டாள் அன்னம்
கண்ணீராற் சொல்லலுற்றாள்

தென்னந் தோப்புக்குச் சென்று
பந்தினைத் தேடும் போதே
புன்னைக்குப் பின்னிருந்து
பொதுக் கென எதிரில் வந்தே
இன்னந் தான் தேடுகின்றாய்
யான் தேடுகின்றேன் என்று
கன்னந் தான் செய்தான் அந்தக்
கள்வன் என்கையைத் தொட்டான்

புறங்கையை விரலால் தொட்டான்
அதிலொரு புதுமை கேளீர்:
திறந்தது நெஞ்சம்! உள்ளே
சென்றனன் அந்தக் கள்வன்
மறந்திட்டேன் உலகை அந்த
மறக் கள்வன் இடு மருந்தால்
பறந்தது நாணம்! பட்ட
பாட்டை யார் அறிவர் என்றாள்

பூப்பந்து கிடைக்கவில்லை
போது போயிற்றே! அங்கே
கூப்பிடுவார்கள் தோழமைக்
குயில்களும் என்று சொன்னேன்.
காப்பாக என் இடுப்பைக்
கைப்புறம் இறுக்கி ஆலை
வாய்ப்பிலே கருப்பஞ் சக்கை
ஆக்கினான் வஞ்ச நெஞ்சன்

அணைத்திட்ட அணைப்பில் என்னை
வீட்டுக்கே அழைத்துச் சென்றான்
முணுமுணுத்தேன் அப்போதென்
முகத்தொடு முகத்தைச் சேர்த்தான்
அணி மலர்ப் பந்து தந்தான்
அதே இது என்றாள் அன்னம்
மணப்பந்தல் இடுதல் தான் நம்
மறுவேலை என்றாள் கிள்ளை.

நாளையே பந்து தேட
நாமெல்லாம் போக வேண்டும்
காளையை அங்குக் கண்டால்
கடுஞ்சொல்லை உகுக்க வேண்டும்
வேளையோ டேகுவோம் நாம்
வீட்டுக்கே என்றாள் முல்லை.
நாளைக்குப் பந்து தேட
நான் போதும் என்றாள் அன்னம்

65.பச்சைக் கிளி

பஃறொடை வெண்பா

காட்டுக் கதிகாரி கண்ணையன், காலையிலே
வீட்டுக்குப் போக மிதிவண்டி ஏறினான்.

ஆலஞ்சாலை தாண்டி அல்லிக்குளம் தாண்டி
வேலங்கா டொன்றும் விலக்கிச் செலும் போது

செந்தாழை வேலிக்குத் தென்னண்டை ஓர் புலியை
அந்தோ என்றான் கண்டே! அங்கோர் இளவஞ்சி

பாவாடை கட்டிப் பலாவின் கீழ் மென்பட்டுப்
பூவாடை போர்த்துப் புனலொழுகு கண்மூடி

நீளக் கிடந்தாள்! நிலா முகத்தைத் தின்னாமல்
வேளைப் புதர்ஓரம் வெள்ளாட்டை தின்னுதற்குப்

போன புலிகண்ட கண்ணையன் போபோ என்
மானை விடுத்தாயே என் மனந்தேறி

நின்றான்! மிதி வண்டி என் செய்வான்? நீண்டபனை
ஒன்றின் மேல் சார்த்தி உணர்ச்சிப் பெருக்கால்

வழியை மறிக்கும் மலர் ஓடை தாண்ட
விழியூன்றி நீரில் விரல் பட்ட நேரத்தில்

"நில்லப்பா" என்ற சொல் கேட்டான் நிலைமாறிச்
சொல்வந்த திக்கைச் சுவைத்தான் இருவிழியால்!

நீண்ட சடைமுடியை, நெற்றித் திருநீற்றை
ஆண்டியைக் கண்டான் அட இழவே என்றெண்ணி

ஓடையின் அப்புறத்தில் ஓவியத்தைத் தான் காட்டிக்
காடு விழுங்கு முன்னே காப்பாற்ற வேண்டு மென்றான்.

ஆண்டி சிரித்துரைப்பான்: அப்பனே காப்பவன்
ஈண்டு நீதானா! இது கேட்ட கண்ணையன்

உம்மால் முடிந்தால் ஒரு தொல்லை இல்லை என்றான்
என்னால் முடிவதென்றால் என்னப்பன் ஏன் என்

றுரைத்தான் துறவி! உமக்கப்பன் இங்கே
வரத் தகுந்த போது வரட்டும், அதற்குள்ளே

ஓநாய் கடித்துண்ணும் ஓநாய்க்கு மீட்சிதர
ஏனோ தயக்கம்? எனக்கேட்டான் கண்ணையன்

வேண்டாம் குழந்தாய் கேள்! மெய்யான பெண்ணல்ல
தூண்டிலிலே! நீயோர் துடுக்குமீன் அண்டாதே!

பற்றுள்ள கண்ணுக்குப் பச்சைக்கிளி அவள்
பற்றற்றுக் காண்பாய் புரளும் மலைப்பாம்பை

என்றான் துறவி! அதே நேரம் ஏந்திழையும்
நன்று விழி மலர்ந்தாள் நாற்புறமும் நோக்கினாள்.

ஆண்டிக்குக் கும்பிட்டாள்! ஆளனைக் கை ஏந்தினாள்!
கண்ணையன் விண்ணிற் பறந்தானா! காரோடைத்

தெண்ணீரை நீந்தித் தான் சென்றானா யார் கண்டார்?
பெண்ணருகில் நின்று பிறை நுதலே என் என்றான்

"அன்னை இல்லை தந்தை இல்லை அத்தையிடம்
நான் வளர்ந்தேன்
என்னை என் அத்தை மகன் ஏற்றுக் கொள் என்றான்

ஒழுக்கம் இலா இடத்தை உள்ளம் தொடுமா?
வழிக்கு வரமாட்டேன் என்ப துணர்ந்தான்

கசக்கிப் பிழிந்துண்ணைக் காத்திருந்தான் காட்டின்
பசிக்கிரை ஆவதுவும் பாக்கியமென் றிங் குற்றேன்

என்றாள் அதே நேரம் நீந்தி எதிர் வந்து
நின்றான் துறவி! நிலை ஆய்ந்தான் நேரிழையாள்

என்ன குறை உனக்குப் பெண்ணே எனக் கேட்டான்
பின்னையும் ஆண்டியவன் பேசத்தொடங்கு முன்னே

கண்ணையன் தோள் புறத்தில் கானமயில் போய் மறைந்தாள்
திண்ணமிவள் என்னைத் தெரிந்து கொண்டாள் என்றெண்ணிக்

கத்தி யெடுத்துக் கடி முனையை நேர் நிறுத்தி
ஒத்துக்கொள் என்னை! மறுத்தால் ஒழிந்து போ

என்று துறவி சொல்ல - என்ன இது என்ன இது?
நின்ற துறவி உன் நேர் மாமனா என்று

கண்ணையன் கேட்டான். கன்னல் பதைத் துரைத்தாள்;
பெண்ணாசை தீர்ந்த பெருமாள் இவன் அல்லன்

அத்தை மகன் தான். அறங்காணாத் தீயன் அவன்.
கத்தியால் குத்தட்டும், கண்ட துண்ட மாக்கட்டும்.

கண்டிருங்கள்! ஆனால் இக்கைகாரன் என் உடலைக்
கொண்டு பேகாமல் குழிபறித்து மூடுங்கள்

என்றாள் - எதிர் வந்தாள்; எடுத்துக் கொள் கத்தி என்றாள்
நின்றாள் இடியைச் சிரிப்பாக்கி இறைத்தாள்!

கண்ணையன், அத்தீயோன் கத்தியைக் கைப்பற்றிப்
பெண்மணியைக் கொல்லுமுன் பேதாய் எனைக் கொல்க

என்றான் துறவி தான் ஏந்திய கத்தியைத்
தன் மார்பிற் பாய்ச்சிக் குருதி தனில் மிதந்தான்.

கண்ணொப்பாள் கண்ணும் கருத்தும், புரிந்ததென்ன?
விண்ணும் விரிபுனலும் வேடிக்கை பார்த்தனவாம்

செத்தான் மேல் கண்ணீர் செலுத்திஉயிர் காத்த
அத்தான் மேல் வைத்தாள் மெய்யன்பு

66.பால்காரன்பால் அன்பு

கண்ணன்பால் மிக அன்பால் வேலைக்காரி
கையிற்பால் செம்போடு தெருவிற் சென்றாள்
திண்ணன், பால் வாங்கென்றான் கரியனும் பால்,
தீங்கற்ற பாலே என்பால் வாங்கென்றான்
திண்ணன்பால் கரியன்பால் வெறுப்பால் பெண்பால்
சீ என்பால் நில்லாதீர் போவீர் அப்பால்
கண்ணன் பால் நான்கொண்ட களிப்பால் அன்னோன்
கலப்பாலே இனிப்பதென்று கசப்பால் சொன்னாள்!

67.நிலவு சிரித்தது

வருவதாய்ச் சொன்னவர் வந்திப்பார் என்று
தெருக்கதவு திறந்து பார்த்தேன்; தென்னையை
அத்தான் என்றழைத் திட்டேன்; அதற்கு
முத்தொளி சிதறிட முழுநிலா என்மேல்
கேலிச் சிரிப்பை வீசி
நாலு பேர் அறியச் செய்தது நங்கையே!

68.காதல் வலியது போலும்!

அன்பே உடலுயிர் ஆக்கும் போலும்!
அன்பே காதல் ஆகும் போலும்!
கழறும் அக் காதல் வலியது போலும்!
மதின்மேல் இருந்த வரிஅணிற் காதலி
கிரீச் சென்று தன்னுளம் கிளத்திய அளவில்
வான் கிளையினின்று மண்ணில் வீழ்ந்த
சிற்றணிற் காதலன் செத் தொழியாமல்
வில் லெறி அம்பென மரத்தில் ஏற
இரண்டும் காதற் படகில் ஏறின
இன்பக் கடலின் அக்கரை எய்தின
அதோ காதலி கைக் குழந்தை
மதியை வா என்றழைத்தது பாடியே!

நாடு

69.தமிழகம்

மொழியும் நாடும்

ஆதி மனிதன் தமிழன் தான்
அவன் மொழிந்ததும் செந்தமிழ்த்தேன்
மூதறிஞர் ஒழுக்க நெறிகள்
முதலிற் கண்டதும் தமிழகம் தான்!
காதல் வாழ்வும் புகழ் வாழ்வும்
காட்டியதும் தமிழ்நான் மறைதான்
ஓதும் அந்தத் தமிழ்நான் மறை
உலகம் போற்றும் முத்தமிழ்தான்!

நெய்தல்

நீளக் கடலும் முத்துப் பெட்டி:
நெய்தல் நிலத்துப் பெண்மான் குட்டி
ஆளனுக்கே வரிந்து கட்டி
அளிக்கும் உதடு சர்க்கரைக்கட்டி

குறிஞ்சி

வேளை பார்க்கும் சிச்சிலிக் குருவி
மீனை வீசும் மலை அருவி
காளையின் மேல் கண்வாள் உருவிக்
கதை முடித்தாள் அவள் மருவி

முல்லை

> காட்டு மயில் கூட்டம் கூடிக்
> களித்திருப்பாள் குரவை ஆடிக்
> கூட்டமுதப் பாட்டும் பாடிக்
> குழலூதிடும் ஆயர்பாடி

மருதம்

> பரத்தையிடம் சென்று வந்து
> பஞ்சமான நிலை பகர்ந்து
> சிரித்தகணவன் மேல் சினந்து
> செங்கை தொட்டாள் பின்னுவந்து.

> பாடிவரும் ஆறுகள் பல:
> பரந்துயர்ந்த மலைகளும் பல:
> கூடி நடக்கும் உழவு மாடு
> கொடுக்கும் செல்வம் மிகப் பலபல:
> ஓடை என்பது மலர்ச்சோலை
> ஒழுக விட்டது தேனாலே!
> அறங்கிடந்து பண்பாடும்
> அன்பிருந்து சதிர் ஆடும்
> திறங்கிடந்த நாகரிகம்
> செய்து தந்தது தமிழ்நாடு!

> மறங்கிடந்த தோள்வீரர்
> மகளிர் தரும் பெருங்கற்புச்
> சிறந்திருக்கும் தமிழ்நாடு!
> செந்தமிழர் தாய்நாடு!

70. எழில்மிகு தமிழ்நாடு

> எல்லாம் இருந்த தமிழ்நாடு
>   படிப்பில்லாமல்
> பொல்லாங் கடைந்தது பிற்பாடு.
> சொல்லும் இயற்கை தரும் செல்வம்
>   இல்லை என்னாமல்

நெல்லும் சுவை முக்கனி
நெய் பால் கரும்பு வெல்லம்
                    - எல்லாம் இருந்த...
தென்றல் சிலிர்க்க வரும் சோலை
    தனிற் குயிலும்
தேன் சிட்டும் பாடும் அங்கு மாலை
    மணக்கும் மலர்
ஒன்றல்ல மூலைக்கு மூலை
    தெருக்கள் தொறும்
ஓரத்தில் நிழல் தரும் சாலை
    இடையிடையே
தென்னை மாதுளைகள் வாய்ப்பு
    வாழை மரத்தில்
தேனாகத் தொங்கும் பழச் சீப்பு
    விளா இலந்தை
எந்நாளுமே கொடுக்கும் காய்ப்பு
    குலுங்கும் எலு
மிச்சை நாவல் எங்கும் தோப்பு
    உலகினிலே
எங்கும் இல்லை இப்படி
    என்பது கவிஞர் தீர்ப்பு
                    - எல்லாம் இருந்த...

71. விடுதலை ஆசை

தனித்தமிழ் வண்ணம்

தன தன தான தனதன தான
தனதன தான தன தானா

கருவிழி ஓடி உலகொடு பேசி
என திட மீளும் அழகோனே
கழைநிகர் காதல் உழவினில் ஆன

கதிர்மணி யேஎன் இளையோய் நீ!

பெரியவனாகி எளியவர் வாழ்வு
பெருகிடு மாறு புரியாயோ
பிறர் நலம் நாடி ஒழுகினை யாக
இரு செவி மீழ மகிழேனோ!
தெரிவனயாவும் உயர்தமி ழாக
வருவது கோரி உழையாயோ
செறிதமிழ் நாடு திகழ்வது பாரீர்
என எனை நீயும் அழையாயோ!

ஒரு தமி ழேந முயிரென யாரும்
உணர்வுறு மாறு புரியாயோ
உயர் தமிழ் நாடு விடுதலை வாழ்வு
பெற உன தாசை பெருகாதோ!

72. நாட்டியல் நாட்டுவோம்

தென்பால் குமரி வடபால் இமயம்
கிழக்கிலும் மேற்கிலும் கடலாய்க் கிடந்த
பெருநிலத்தின் பெயரென்ன அத்தான்?
நாவலந் தீவென நவில்லுவார் கண்ணே!
தீவின் நடுவில் நாவல் மரங்கள்
இருந்ததால் அப்பெயர் இட்டனர் முன்னோர்.
செவ்விதழ் மாணிக்கம் சிந்தும் செல்வியே
எவ்வினத் தார்க்கும் இப்பெயர் இனிக்கும்
நாவல் நறுங்கனி யாருக்குக் கசக்கும்?

பழைய நம் தீவில் மொழி, இனம்பல உள,
மொழியினின்று கல்வி முளைத்தது
கல்வி இந்நாட்டில் கணக்காயர்களைக்
கலைஞரை, கவிஞரைத் தலைவரைப், புலவரை
விஞ்ஞானிகளை விளைத்தது ஆயினும்
கற்றவர், கல்லாரிடத்தும் கல்வியைப்

நாடு

பரப்ப முயலவில்லை பாழிருள்

விட்டு மீண்டவர் பிறரை மீட்கிலர்.
கற்றவர் சிலர் கல்லாதவர் பலர்.
என்னும் இழிவு நாட்டில் இருக்கலாம்
என்பது கற்றவர் எண்ணம் போலும்
எல்லாரும் இந்த நாட்டில் கற்றவர்
எனும் நிலை இயற்றுதல் கற்றவர் பொறுப்பே!

என்ன அத்தான் நீங்கள் இப்படிக்
கற்றாரை எல்லாம் கடிந்து கொள்கின்றீர்?
கற்றாரைத் திட்டவில்லை, கல்வி
அற்றார்க்கு இரக்கம் காட்டினேன் அன்பே!

கல்வி இருட்டிற்குக் கலங்கரை விளக்கு,
யாவர்க்கும் வாக்குரிமை இருக்குமிந் நாட்டில்
யாவர்க்கும் கல்வி இருக்க வேண்டும்.
கண்ணிலார் எண்ணிலார் என்பது கண்டும்
கண்ணுளார் கண்ணிலார் போல இருப்பதா?
கல்லா வறியவர்க்குக் கைப்பொருள் கல்வியே!
இல்லை என்பது கல்வி இல்லாமையே!
உடையவர் என்பவர் கல்வி உடையவரே!

நாட்டின் மக்கள் நாட்டின் உறுப்பினர்
உறுப்பினர் நிறுவனம் உடையவர் ஆவார்
சிலர் படித்தவர் பலர் படியாதவர்
என்ற வேற்றுமை ஏன் வர வேண்டும்?

ஆட்சி வேலை அதிக மிருக்கையில்
நாட்டிற் கட்டாயக் கல்வி, நாளைக்கு
ஆகட்டும் என்பவர் மக்கள் இன்று
சாகட்டும் என்று சாற்றுகின்றவரே!
எந் நாளுமே நான் எண்ணுவது இதுதான்:
இந்த நாட்டில் யாவரும் படித்தவர்
என்னும் நன்னிலை ஏற்படுவ தெந்நாள்?

நாவலந் தீவில் மதங்கள் நனிபல!
கடவுளே வந்து மதம்பல கழறினார்
கடவுளின் தூதரும் கழறினார் மதங்கள்
கடவுளிற் கொஞ்சம் மனிதரிற் கொஞ்சமும்
கலந்த ஒருவரும் ஒரு மதம் கழறினார்.
கடவுளை நேரில் கண்டவர் சொன்னார்
கேள்விப் பட்டவரும் கிளத்தினார்.

ஒருவர் "கடவுள் ஒருவர்" என்பார்
ஒருவர் "கடவுள் மூவர்" என்பார்
ஒருவர் "கடவுள் இல்லை" யென்றுரைப்பார்
நான் பெற்ற பேறு யார் பெற்றார்கள்
ஒரு மதம் தோன்றி அதன் கிளை ஒன்பதாய்த்
திருவருள் புரிந்த பெரியோரும் பலர்:
மதங்களைப் பலவாய் வகுக்க, அவற்றில்
விதம்பல சேர்த்த வித்தக ரும்பலர்.

நாவலந்தீவில் மதங்கள் அனைத்தும்
இருக்கலாம் இன்னும் பெருக்கலாம் எனினும்
மதங்கள் வேறு மக்கள் வேறு
மதங்கள் மக்களின் மாற்றுச் சட்டைகள்
இந்நில மக்கள் அவ்வெழிற் சட்டையின்
உட்புறத் துள்ள மனிதரைக் காண்க
அந்த மனிதர் இந்தப் பெருநிலம்
ஈன்ற பிள்ளைகள் என்னும் எண்ணம்
அறிந்து பயனில்லை உணர்ந்தால் ஒற்றுமை
நிலைபெறும்; கலகம் அறவே நீங்கும்.
பன்மதம் சேர்ந்த பல்கோடி மக்களும்
நாங்கள் ஒன்றுபட்டோம் என்று நவின்றால்
மதங்களின் தலைவர் விரைந்து வந்து
பிரிந் திருங்கள் என்றா பிதற்றுவர்?
அவர்கள் அருள் உளம் கொண்டவர் அல்லரோ?

நாட்டியல் என்னும் நல்ல தங்கத்தேர்
நன்னிலை நண்ண வேண்டாமா? சொல்?
எல்லாரும் இந்நாட்டு மக்கள் என்றுணர்ந்தால்
செல்லரும் நிலைக்குச் செல்லல் இலேசு

பல இனம் பலமொழி பற்றி ஒரு சில
பழம்பெரு நிலத்தில் பலமொழி பல இனம்
இருப்பதால், இஃதொரு பல்கலைக் கழகம்!
ஆனால்,தேனாய்ப் பேசும் திருவே,
ஓரினத்துக் குள்ள மொழியைப்
பல இனத் துள்ளும் பரப்ப முயல்வதால்
நாட்டில் ஒற்றுமை நண்ணும் என்ற
கோட்பாடு சரி என்று கொள்வதற் கில்லை

அவ்வவ் வினத்தின் அவ்வம் மொழிகளைச்
செம்மை செய்து செழுமை யாக்கி
இனத்து மக்கள் எவர்க்கும் பரப்பும்
ஒன்றினால் நாட்டில் ஒற்றுமை ஏற்படும்
என்பதென் எண்ணம் கன்னற் சாறே

இனத்தைச் செய்தது மொழி தான், இனத்தின்
மனதைச் செய்தது மொழிதான், மனத்தை
மொழிப்பற்றினின்று பிரிப்பது முயற்கொம்பு
அன்னை மொழியையும் படி அதனோடு நான்
சொன்ன மொழியையும் படி எனும் சொற்கள்
கசக்குமே அலாது மக்கட்கு இனிக்குமோ?

ஆங்கிலன் தனக்குள அடிமையை நோக்கி
ஆங்கிலம் படித்தால் அலுவல் கொடுப்பேன்
என்றான். நாட்டில் இலக்குமண சாமிகள்*
தமிழ் மறந்து ஆங்கிலம் சார்ந்து தமிழைக்
காட்டிக் கொடுக்கவும் தலைப்பட் டார்கள்

---

* சென்னைப் பல்கலைக்கழகத் துணைவேந்தராக இருந்த எ.லெட்சுமணசாமி முதலியார் ஆங்கிலப் பயிற்று மொழியே வேண்டுமென்றவர்,

இந்த நிலத்தில் அடிமை இல்லை
ஆதலால் துரைகளும் இல்லை அல்லவா?
கைக்குறிகாரர் கணக்கிலர் வாழும்
இந்த நிலையில் அயல்மொழி ஏற்றல்
எவ்வாறு இயலும்? அமைதி என்னாகும்?
நானிங்கு நவின்ற திருத்தம் வைத்துப்
பாரடி நாவலந் தீவின் பரப்பை நீ
பிரிந்த பகுதி பிணைந்தது பாரடி
பிரிய நினைத்தவர் பிழை உணர்கின்றனர்
பெருநிலத்தில் ஒரே கொடி பறந்தது!

நாவலந் தீவினர் எல்லாரும் நல்லவர்
எல்லாரும் வீரர் எல்லாரும் கவிஞர்

இமயச் சாரலில் ஒருவன் இருமினான்
குமரி வாழ்வான் மருந்து கொண் டோடினான்
ஒருவர்க்கு வந்தது அனைவர்க்கும் என்ற
மனப்பாங்கு வளர்ந்தது வேண்டிட மட்டும்!

இமயம் மீட்கப் பட்டதிதோ பார்
சீனன் செந்நீர் கண்ணீராக
எங்கோ ஓட்டம் பிடிக்கின் றானடி!

விளைச்சற் குவியல் விண்ணை முட்டியது
தொழில் நலம் கண்டோம் - தேவை
முழுமை எய்திற்று - வாழ்க
அழகிய தாய்நிலம் அன்பிற் துவைந்ததே!

73. வள்ளுவர் வழி

வாழ வழி வகுத்தார் வள்ளுவனார் தமிழ்
மறை புகன்றார் நல்ல முறை நவின்றார் நம்மனோர்
      -வாழ வழி வகுத்தார் வள்ளுவனார்.

வையகத்து வாழ்வாங்கு வாழ்பவன் வானுறையும்
தெய்வத்துள் வைக்கப் படும் என்றார்
      - வாழ வழி வகுத்தார் வள்ளுவனார்.

ஏழைக் கிரங்காததும்
சரியா? நாட்டின்
எளிமை கண்டு கூத்தாட
ஒரு நரியா?
*இன்சொலால் ஈத்தளிக்க
வல்லாற்குத் தன் சொலால்
தான் கண்டனைத் திவ்வுல
கென்றார் நம்மனோர்
- வாழ வழிவகுத்தார் வள்ளுவனார்.

74.துன்ப உலகிலும் தொண்டு

எடுப்பு

துன்ப உலகம் என்று புத்தர்பி ரானும்
சொன்னதில் பொய்யில்லை ஒரு துளி யேனும்! (துன்ப)

துணை எடுப்பு

அன்பினால் செய்யும் மக்கள் தொண்டு
வன்பினை நீக்க வழிசெய்தல் உண்டு (துன்ப)

அடிகள்

நல்லவரை மாய்க்கக் கெட்டவர் இருப்பார்
நாடாண்ட மன்னரைக் காடாளப் பிரிப்பார்
செல்வக் குழந்தைகளின் கழுத்தையும் முறிப்பார்
செந்தமிழ்த் தாய்நலம் செல்லாய் அரிப்பார்! (துன்ப)

தமிழர்க்குத் தலைவர் தமிழையே கொல்வார்
தடுத்தாலும் தம்வழி சரி என்று சொல்வார்
உமக்காக உழைக்கின்றோம் என்றும் சொல்வார்
ஊரைஏ மாற்றுவதில் தாமே வெல்வார்! (துன்ப)

---

* திருக்குறள் - எண் : 387

தூங்கித் தூங்கி மக்கள் தீயரை வளர்ப்பார்
தூங்காம லேவந்த தீமையில் குளிப்பார்
ஆங்கிலம் இந்தியை அழைத்தே களிப்பார்
அவர் சொல்லை ஒப்பியே பிறகுதத் தளிப்பார் (துன்ப)

வாணிகம் என்பது வஞ்சகக் கிடங்கு
வளர்ந்த அலுவல் கைக்கூலி அரங்கு
நாணற்க அஞ்சற்க ஊதுக சங்கு
நமக்குண்டு நாட்டுக்குத் தொண்டிலே பங்கு! (துன்ப)

75. தோழனே! உன்னிடம் சொல்வேன்!

அமிழ்தென்று சொன்னால் இனிமையைக் குறிக்கும்
அந்த இனிமை செந்தேன், கரும்பு
முப்பழம் முதலிய இயற்கையில் தோன்றும்
ஆயினும், ஆடவர் உழுது வித்தி
விளைத்து மலைபோல் குவித்த நெல்லைத்
துய மாதர் தமிழ்ப்பண் சொல்லிக்
குத்திய அரிசி பாலிற் குழையப்
புத்துருக்கு நெய்யும் வெல்லமும் புணர
ஏலமும் பருப்பும் ஞாலம் மணக்கத்
தோலுரித் திட்ட பழத்தொடும் அன்பொடும்
இலையிலிட்ட பொங்கலில் இனிமை
அலையடிக்கும்! அதனைத் தமிழர்
அமிழ்தென் றுண்பர் தமிழென்று பாடுவர்!
அதென்ன மோஎன் அகத்தில் இந் நாளில்
புதிய மகிழ்ச்சி கண்டேன்: அது போல்
உனக்கும் உண்டே அன்புறு தமிழனே!
என்னிடம் தீய நினைவுகள் இல்லை
உன்னையும் அவை ஒட்ட வில்லை
தன்னலமில்லை, உனக்கும் அஃதில்லை
உறவினர் தமிழர் உரக்கப் பாடினார்
மகிழ்ச்சியால் ஆடினார். நாமும் அப்படி!

என்றன் நெஞ்சை இதோ பார் தோழனே!
ஒன்றை உன்னிடம் சொல்ல எண்ணிற்று
நீ ஒருநீளத் திரைப்படம் எழுதுவோன்
நீயே எண்ணி நீயே எழுதுக!
உள்ள மதனை உறுதியால் தோண்டினால்
வெள்ளப் புதுக்கருத்து விரைந்து பாயும்
அயலார் பாட்டின் அடியைத் தொடாதே
அயலார் பாட்டின் சிலசொல் அகற்றி
உன்பாட் டென்றே உரைக்க வேண்டாம்
பிறரின் கருத்தைப் பெயர்த்தெழு தாதே
பிறரின் பேச்சின் சொல்தொட வேண்டாம்.

அடியைத் திருடிச் சொல்லைத் திருடிப்
படிந்த வழக்கம் அயலார் படைத்த
நூலையே திருடும் நோயும் ஆனதே!

அதனால் அயலார் தமிழகத்தை
மதியார் அன்றோ? பொங்கல்
புதுநாள் போற்றடா! வாழ்த்தடா மகிழ்ந்தே!

76.புத்தர் புகன்றார்

பழைய நூற்கள் இப்படிப் பகர்ந்தன
என்பதால் எதையும் நம்பிவிடாதே
உண்மை என்று நீ ஒப்பிவிடாதே!

பெருநாளாகப் பின்பற்றப்படுவது
வழக்கமாக இருந்து வருவது
என்பதால் எதையும் நீ நம்பிவிடாதே!
உண்மை என்று நீ ஒப்பிவிடாதே!
பெரும்பான்மையினர் பின்பற்று கின்றனர்
இருப்பவர் பலரும் ஏற்றுக் கொண்டனர்
என்பதால் எதையும் நீ நம்பிவிடாதே!

பின்பற்றுவதால் நன்மையில்லை!
ஆண்டில் முதிர்ந்தவர் அழகியர் கற்றவர்

இனிய பேச்சாளர் என்பதற்காக
எதையும் நம்பிடேல் எதையும் ஒப்பேல்!

ஒருவர் சொன்னதை உடன் ஆராய்ந்துபார்
அதனை அறிவினாற் சீர்தூக்கிப்பார்
அறிவினை உணர்வினால் ஆய்க! சரிஎனில்
அதனால் உனக்கும் அனைவருக்கும்
நன்மை உண்டெனில் நம்பவேண்டும்
அதையே அயராது பின்பற்றி ஒழுகு!

இவ்வுண் மைகளை ஏற்று நீ நடந்தால்
மூடப்பழக்க வழக்கம் ஒழியும்
சமயப் பொய்கள் அறிவினாற் சாகும்!

இவைகள் புத்தர் பெருமான்
உவந்து மாணவர்க்கு உரைத்தவை என்பவே!

77.நன்று இது - தீது எது?

விலைபெரிது; சுடர் மிகுதி;
வயிரமணி நன்று - ஆனால்
விற்கறையும் கிளிக் காலும்
இருந்தால் அது தீதே!

தலை சிறந்தது; நிலையுயர்ந்தது
தமிழ்ச்சுவடி நன்றே - ஆனால்
தழுவத்தகா வடவர் கொள்கை
இருந்தால் அது தீதே!

கலையுயர்ந்தது; பயன்விளைப்பது
திரைப்படந்தான் நன்றே - ஆனால்
காலொடிந்தவன் நடித்ததென்றால்
நாலு நாள் ஓடாதே!

துலையில் ஏற்றிப் பெரியார்க்கே
எடைப் பொருள்தரல் நன்றே - ஆனால்

* தொட்டால் கையில் ஈமொய்க்கும்பே
ரீச்சம்பழம் தீதே!

பொன்னான இயக்கத்திற்குத்
தலைமைப் பதவி நன்றே - ஆனால்
பொறுக்கித்தின்ன வந்தவனைப்
புகுத்துவதால் தீதே!

தன்மானம் காத்துவரும்
**தந்தை திறம் நன்றே - ஆனால்
தறுதலைக்ள் சேர்க்கப்பட்டால்
எதிர்காலம் தீதே!

எந்நாடும் போற்றுகின்ற
தமிழ்நாடு - நன்றே - ஆனால்
இருட்டறையில் தமிழ் மக்கள்
இருப்பதுவும் தீதே!
உன்னும் கோவில் ஊர்தோறும்

இருப்பதுவும் நன்றே - ஆனால்
உருவ வணக்கம் இருக்கு மட்டும்
உமிழும் தணற் குன்றே!

78.எது கலை?

எண்சீர் விருத்தம்

கலை எனும் செந்தமிழ்ச் சொல் கலை ஆயிற்றாம்
'கலை' தன்னைக் "கலா" என்றார் வடவர் பின்நாள்!
கல்லை எனல் நற்றிறத்தின் பயனாம், மற்றும்
கலை என்று சொன்னாலும் அதே ஒரு பொருள்தான்
கல்வி எனல் அறிவாகும்; அறிவே கல்வி
கலை என்றால் கல்வியல்ல; ஒருவ ற்குள்ள

---

* ஈ.வெ.ரா.பெரியார்க்கு எடைக்கு எடை பேரீச்சம் பழம் தந்தநர்.

** தந்தை பெரியார்

வெல் அறிவின் தனித்திறனால் பிறக்கும்
  வியத்தகுமோர் பொதுச்செல்வம், இன்பப்பேறு!

கலை தோன்றும் வகை தன்னை விளக்கமாகக்
  கழறுகின்றேன் கருத்தாகக் கேட்க வேண்டும்
அலைதோன்றும்; ஆழ்புனலின் நெளிவிலெல்லாம்
  அசைகின்ற ஒளிதோன்றும் ஆங்கே வானில்
விலையில்லா மாணிக்கப் பரிதி தோன்றும்;
  விழிகொண்டு பருகுகின்ற கவிஞன் நெஞ்சில்
மலிமகிழ்ச்சி தோன்றும்; அம் மகிழ்ச்சி தன்னில்
  மாபடைப்புத் திறந்தோன்றும்! கவிஞன் ஆங்கே

படைத்திட்டான் சில சொல்லாற் கவிதை ஒன்று
  படித்திட்டோம் அதனை நாம்; அறை வீட்டுக்குள்
கடல் கண்டோம், கதிர் கண்டோம்; அழகு கண்டோம்
  கசப்புலகை மறந்திட்டோம் அன்றோ? நம்மைக்
கடிதுலகை மறக்கச் செய்தது தான் யாது!
  கடலின் பந்தனிற் சேர்த்ததெது? வையத்து
நடைமுறையின் சொல்லல்ல; சொல்லுகின்ற
  நல்லாற்றலின் விளைவு! கலை அஃதாகும்.

*என் நண்பர் பகவதியாம் நடிகர் ஓர்நாள்
  எழிலுறும் நாடக அரங்கை அடைந்தார் ஆங்கே
என்நண்பர் அடையாளம் மறந்தேனில்லை
  இடர் சூழ்ந்தானை நோக்கி அறம் விளக்கும்
சொல் மழையைச் சினங்கூட்டி மெய்ப்பாடேற்றித்
  தொடங்கினார்; விழிப்புற்ற ஏழைத்தோழன்
தனைக் கண்டேன் பகவதியை மறந்தேன்
  மறக்கவைத்ததெது? அதுதான் கலையாம் அன்றோ?

---

* பகவதி-டி.கே.பகவதி

79. இது...கலை!

(அகவல்)

சேற்றிலே தூரியம் செலுத்தி, அன்னி
வீட்டுக் குறட்டில் விளையாட்டாகக்
கலைஞனாம் ஒருவன் கடிதொன்று வரைகையில்
'அடடே தூய்மை அழிந்ததே' என்றே
எரிச்ச லோடே அவனிடம் ஏக, அக்
குறட்டில் குச்சுநாய் வாலைக் குரங்கு பற்றி
இழுப்பதைக் கண்டேன். எழுதியோன் இழிசெயல்
சேறு, காரியம், செறிந்த என் எரிச்சல்,
இவைகள் அனைத்தும் என் நினைவில் இல்லை
எது எனை இவற்றை மறக்கச் செய்தது?
குரங்கா? நாயா? அல்ல; இவற்றை
ஆக்கிய திறம்! அது 'கலை'
பார்க்கும் குரங்கு நாய் பகர் "கலைப் பொருள்களே!"

80. ஒழுக்கம் விழுப்பந்தரும்!

நன்றியறிதல்

என்றுமே ஒருவர் செய்த
நன்றியை மறக்காதே
இந்நாட்டின் பண் பாட்டைத்
துறக்காதே!

பொறையுடைமை

உன்னைப் பிறர் வைதாலும்
உன் பொறுமை கெட வேண்டாம்
உனக்கொரு தீங்கு செய்தால்
விட வேண்டாம்

இன்சொல்

தமிழ் மொழியைப் பழிப்பவனைத்
தாக்காமல் விடாதே
தனிமுறையில் கடுமொழியைத்
தொடாதே!

இன்னா செய்யாமை

தீயவர்க்கும் ஒரு தீங்கும்
செய்யாமல் விலக்குவாய்
தாய் நாட்டை வருத்துவோரைக் கலக்குவாய்!

கல்வி

தமிழ்க்கல்வி கற்க வேண்டும்
அமிழ்தாக நன்றன்றோ
அயல் மொழியை ஆதரித்தல்
தீ தன்றோ?

ஒப்புரவு

நமக்கொன்ன என்றிராதே
நமில் ஒருவன் நைகையில்
நறுக்கு வாய்பகைவர் தீங்கு
செய்கையில்

அறிவுடைமை

சாதியால் சமயங்களால்
அறிவு தழைக்காது
தமிழ் நூலில் மடமையே
இருக்காது.

மெய்ந்நெறி

ஆதியில் இருந்ததில்லை
ஆரியப் பொய்ந்நெறி
ஓதும் தமிழ் காட்டுவதே
மெய்ந்நெறி!

81.ஏன் நரைக்கவில்லை?

பிசிராந்தையார் விடை

மிகப்பல ஆண்டுகள் ஆகியும் மேனியில்
நரையே இல்லையே! இந்த நன்னிலை
எப்படி எய்தினீர் என்று கேட்டோர்க்குப்
பிசிராந்தையார் இசைப் பாராயினார்;
மாட்சிமைப்பட்ட குணங்கள் வாய்ந்த என்
மனைவி அறிவு நிரம்ப வாய்ந்தவள்!
அன்புறு புதல்வரும் அத்தகை யோரே
என்னுடை ஏவலாலர் தாமும்
யான் எண்ணியது - அவர் எண்ணும் இயல்பினர்!
இறைவனோ முறைசெய்து காக்கும் மேலோன்!
என்னூரின் கண் இருக்கும் குடிகள்
பணியத் தகுமிடம் பணிபவர் நன்றே!
அமையத் தகுகுணம் அனைத்தும் அமைந்தவர்
கல்வி நிறைந்தவர் கற்றதன் பயனாய்
நாவைச் சுவைக்கே அடிமை ஆக்கார்;
உடம்பு பயன் மடந்தைக்கே என்னார்;
கண்ணில் காட்சி வெறி கொண்டு திரியார்;
மூக்கு நறுமணம் தோய்த்துக் கவிழார்;
காதை இசையினில் அளவொடு கவிப்பவர்; எனவே,
ஆன்றவிந் தடங்கிய கொள்கையுடைய
சான்றோர் மிகப் பலர்! ஆதலால்
ஏன் எனக்கு நரைக்கும்? இயம்புவீரே!

இது புறநானூற்றில் 'யாண்டு பலவாக' என்ற
தொடக்கச் செய்யுளின் உரை விளக்கம்

82. குட்டி நிலாவும் வட்ட நிலாவும்

வட்டநிலா

குட்டி நிலாவே குட்டி நிலாவே
எங்கே வந்தாய் குட்டி நிலாவே

குட்டி நிலா

வட்ட நிலாவே வட்ட நிலாவே
வந்தேன் உன்னிடம் வட்ட நிலாவே
கெட்ட உலகம் வாழும் வழியைக்
கேட்க வந்தேன் வட்ட நிலாவே

வட்ட நிலா

எட்ட இருக்கும் வட்ட நிலா நான்
எனக்கா தெரியும் குட்டி நிலாவே?

குட்டி நிலா

வளர்ச்சி பெற்றாய் குளிர்ச்சி பெற்றாய்
வட்ட நிலாவே வாய் திறவாயோ?

வட்ட நிலா

தளர்ச்சி பெற்றது தட்டை யுலகம்
சண்டை பிடித்தது குட்டி நிலாவே?

குட்டி நிலா

களைப்பு நீங்க உலகம் ஒருவன்
கைக்குள் வருமா வட்ட நிலாவே?

வட்ட நிலா

இருப்பு மிகவும் இருக்கும் ஊரில்
அரிசி உண்டோ குட்டி நிலாவே

குட்டி நிலா

ஆயிரங்கோடிச் செலவில் வந்தேன்
அறிவைக் கொடுப்பாய் வட்ட நிலாவே

வட்ட நிலா

ஆயிரங் கோடியை அரிசிக்காக
அளித்ததுண்டோ குட்டி நிலாவே
போய்விடு போய்விடு குட்டி நிலாவே!
- போய்விடு - என்றது வட்ட நிலாவே
தீயில் எரிந்தது குட்டி நிலாவே;
தீய்ந்து விழுந்தது குட்டி நிலாவே!

83.கடன்பட உடன்படேல்!

உடல் பயிற்சி விடுதியில் ஒள்ளியோன்
எடையில் மிகுந்த இரும்புக் குண்டை
ஒரு கையால் தூக்கி உயர்த்திக் காட்டினான்
ஐந்து பாரம் ஆன ஒரு தூணை
ஏந்தி இருகையால் உயர்த்தி இறக்கினான்
முடுக்கி விட்ட முழுவலி இயங்கியை
இடக்கை பற்ற இழுத்து நிறுத்தினான்!

இவ்வகை ஆற்றல் காட்டி இருக்கையில்
அவ்விடம் அவனை நண்பன் அணுகி, "நீ
பட்ட கடனுக்காகப் பச்சை
வட்டிக் கணக்குப் பார்த்த வண்ணமாய்த்
திண்ணையில் அமர்ந்துளான்" என்று செப்பினான்.

இதனைக் கேட்ட ஒள்ளியோன் ஏங்கி
எதிரில் உள்ளதன் இல்லம் கிளம்பினான்
ஒள்ளியோன் வாங்கிவைத்த ஒரு மணங்கு
பஞ்சு மூட்டையைத் தூக்கவும் அஞ்சி
ஆளிடம் அனுப்பச் சொல்லிப் போனான்

உள்ளம் கடன் வாங்குகையில் உவப்புறும்
கொடுத்தவன் வட்டியோடு கேட்கையில் கொலைபடும்

ஆதலின் அருமைத் தமிழரே கேட்பீர்,
கடன்படும் நிலைகளுக்கு உடன்பட வேண்டாம்.

*"ஆகா றளவிட்டி தாயினும் கேடில்லை
போகா றகலாக் கடை" எனப் புகன்ற
தேவர் நன்னெறி புகலெனத்
தாவுக! தமிழகம் மீளுதற் பொருட்டே!

84. கருத்தடை மருத்துவமனையில் ஒருத்தி வேண்டுகோள்

இருக்கும் பிள்ளைகள் எனக்குப்போதும் அம்மா - என்
கருக்கதவை மூடிவிடுங்கள் அம்மா - அம்மா
                          இருக்கும் பிள்ளைகள்...
பெருத்த வருமானம் எனக்கில்லை - இனிப்
பிள்ளை பெறும் வலிவும் உடம்பில் இல்லை
வருத்தில் ஏதும் மீதம் ஆவதுமில்லை - அடகு
வைத்து வாங்க மூக்குத் திருகுமில்லை
                        -இருக்கும் பிள்ளைகள்

தாய் மொழியில் அன்பிராது நாட்டில்
தன்னலமாம் அவரவர் கோட்பாட்டில்
தூய்மையே இராது நெஞ்ச வீட்டில் - மக்கள்
தொகைப் பெருக்கம் ஏன் இந்தக் கேட்டில்
                        -இருக்கும் பிள்ளைகள்

தோன்றியுள்ள மக்கள் நலம் யாவும் - இங்குத்
தோன்றாத மக்கள் தந் ததாகும்
தோன்றாமை இன்பம் என்று சொன்னார் - மிகத்
தூயரான புத்தர் ஐயாவும்   -இருக்கும் பிள்ளைகள்

---
* திருக்குறள் எண் : 478

85. அரசினரே நடத்த வேண்டும்!

தனியாரிடத்தில் வணிகம் இருந்தால்
சரி விலைக்குச் சரக் ககப்படுமா?
இனியும் அரசினர் கண்மூடி இருத்தல்
ஏழை மக்களை மண்ணிற் புதைத்தலே.

எள் முதல் அரசினர் கொள்முதல் செய்க
எப்பாங்கும் கடை வைத்து விற்பனை செய்க
கண்படாது சரக்கைப் பதுக்கிடும்
கயவர் எதிர்ப்பைக் கான்றுமிழ்ந் திடுக

வாங்கிய தொருவெள்ளி ஒருதூக்குப் புளி
மறுகிழமை மூன்று வெள்ளி என்பான் அதேபுளி
பாங் கிரக்கம் இருக்கா தொருதுளி
பஞ்சைகள் உயிரைக் கழற்றும் திருப்புளி.

பெருங்காயம் ஒரு பெட்டி வைத்திருப்போன்
பிள்ளை பெற்ற வளுக்கும் இல்லையே என்பான்
ஒருகிழமை போனால் விலை ஏறிற் றென்பான்
ஒழிய வேண்டும் தனித்துறை வாணிகம்.

86. நிலையானது புகழ் ஒன்றே!

கணக்கன் சொல்லோவியமே கடவுள்!
இன்றைக் கொன்று நாளைக் கொன்றென
ஒருவன் குறித்ததை மற்றவன் ஒப்பான்
ஆதலின் தெய்வம் நிலையிலது ஆகும்.
தேடத் தக்கது தெய்வமா? எண்ணுக!

ஆயிரம் வேலி நன்செய் ஆயினும்
தாயக ஏழைகள் தலைக் கொன்றாக
அடைவர், அவையும் நிலையில்ல வாகும்.
தேடத் தக்கது செழுநிலமன்று!

பணத்தாள் பத்துக்கோடி சேர்க்கலாம்
கருவூலம் தங்கக் கட்டியை இழந்தால்
பணத்தாள் குப்பை மேட்டுக்குப் பயன்படும்
தேடத் தக்கது செல்வமன்று!

காதலி இருக்கும் மாளிகைக் கற்சுவர்
காதலன் கால் வைத்து ஏறிக்குதிக்க
வளைந்து கொடுத்த தொருநாள்! முதுமையில்
அவளால் அண்டையில் அணைக்க வருங்கை

உலக்கை என்றே அவன் ஒதுங்குவான் பின்னாள்!
இளமையில் இனித்ததே முதுமையில் கசந்தது
தேடத் தகுந்தது சேயிழை இன்பமா?
பொன்றாது நிற்பது புகழே, புகழே

அப்புகழ் வருவதெப்படி என்னில்
செப்புவேன் கேட்க, தாயகம் தீயரால்
அடைந்த அடிமை நீக்க
உடல் பொருள் ஆவி உதவிட வருமே!

87. கையேந்துவார் மகிழ்ச்சி

கடவுள் மகிழ்ச்சி

முறிந்த உள்ளங்கள்! ஏந்தும் கைகளைத்
திரும்பிப் பாரப்பா - கெஞ்சுவதை
விரும்பிக் கேளப்பா - அந்தக்
கருங்கற் கோயில் கேட்டதா உனைக்
காசு பணம் அப்பா - மனத்தின்
மாசு தவிர் அப்பா!

பசிக்குமா கல்லுக்கும் செம்புக்கும்
பாலொடு பழமா? - கொடுக்
காவிடில் அழுமா? - அவற்றைப்
புசிக்குமா? பொன்னான மக்கள்

நாடு

புலம்புகின்றாரே - இங்கு கண்
கலங்கு கின்றாரே!

நடமாடும் கோயில்கட்கே
நாமொன்று தந்தால் - இரங்கி
நலமொன்று புரிந்தால் - அதுதான்
உடனே போய்ப் பரமனுக்கே
உவப்பைச் செய்யுமப்பா - பெரியார்
உரைத்ததும் தப்பா?

பஞ்சமிலாக் கோயிலுக்குப்
பஞ்சாமிர்தமா? - படையல்
அஞ்சாறு தரமா - இங்கே
கெஞ்சுகின்ற தெய்வங்கட்குக்
கிண்டலா - அப்பா? கெஞ்சுவதைக்
கேட்பது கசப்பா?

செல்வக் குழந்தை தாய்ப்பால் இன்றித்
திடுக்கிடும் போதே - அப்பனே
துடித்தழும்போதே - கோயிலின்
கல்லின் தலையில் பாலூற்றினால்
உலகம் ஒப்பாதே - திருந்திடு
வாயோ இப்போதே!

எங்கும் நிறைந்ததே கடவுள்
எண்ணிப் பாரப்பா - பெரியா
ரும் சொன்னாரப்பா - நீதான்
இங்கி வர்க்கே ஒரு தருமம்
பண்ணிப் பாரப்பா - பசி இவர்
கண்ணில் பாரப்பா!

எவ்வுயிரும் பராபரன்
சன்னதி அப்பா - பெரியார்
சொன்னது தப்பா - அப்பனே
அவ்வுயிர்தான் கல்லில் செம்பில்

இருக்குமோ செப்பாய் - நெஞ்சை
உருக்குமோ செப்பாய்!

மெய்யறிவே கடவுள் என்று
விளம்பவில்லையா? - வள்ளுவர்
விளக்கவில்லையா? - கருமான்
செய்து வைத்த உருவங்கட்குச்
செலவுத் தொல்லையா? - இதெல்லாம்
கலகம் இல்லையா?

88.நம்பிக்கை வைத்தான்

நம்பிக்கை வைத்தான் அவள் மேல்
நம்பிக்கை வைத்தான்
கம்மாளன் திறம்என் றாலும்
கற்பாவை அதுவென் றாலும்
அம்மையே உன்னை அல்லால்
அணுவும் அசையா தென்றே (நம்பிக்கை)

கைகூப்பி நிற்பான் - அவன்
கண்ணீர் உகுப்பான்
கொய்தோடி மலர்கள் - அவள்
கோயிலுக் களிப்பான்
வையமெல் லாம் பார்க்க
வாயார அவனை வாழ்த்த
உய்விக்க வேண்டும் இன்றே
உன்னடியே துணை என்றே (நம்பிக்கை)

நீ இருக்கையிலே என்
தாய் எதற்கென்பான் - உன்
கோயில் இருக்கையில்
குடிசை ஏன் என்பான்
கோயிலிற் போய்ப் படுத்தான்
குடும்பத்தையும் விடுத்தான்

ஆய பண்ணே படித்தான்
அன்னையே துணை என்றே (நம்பிக்கை)

இரவினில் எழுந்தான் கோயில்
எங்கும் திரிந்தான்
கருவறை நுழைந்தான் - நகை
கண்டே விழைந்தான்
திருத்தாலி கழுத்தில் கண்டான்
திருமணி முடியும் கண்டான்
திருப்பதக்கம் புரளும்
திருமார் பின் ஒளியையும் கண்டான்

நம்பிக் கை வைத்தான் - அவள்மேல்
நம்பிக்கை வைத்தான்!

தன்- வேட்டியை அவிழ்த்தான் எதிர்
போட்டு விரித்தான்
பூட்டிய நகைகள் - கழற்றிப்
போட்டுக் குவித்தான்

காட்டுக் கேன் மலர் ஒடை?
கல்லுக் கேன் பொன் னாடை?
கேட்டுக் கொண்டே நொடிக்குள்
கேளாத அவள் இடுப்பில்

நம்பிக் கை வைத்தான் - அவள் மேல்
நம்பிக் கை வைத்தான்!
நம்பிக் கை வைத்தார் என்று
நம்பிக் கை வைத்தான்
தம்பி கை வைத்தான் எனினும்
தாய் கண் வைத்தாளா?

கம்பிநீட் டினான் அன்றோ
கைவைத்த இடம் ஒன்றோ?
நம்பாதார் நம்பிக்கையில்
நம்பிக்கை வைத்தல் நன்றோ?

நம்பிக் கை வைத்தான் - அவள் மேல்
நம்பிக் கை வைத்தான்.

89. எவர் சில்வர் ஏனம்

ஏனமெல்லாம் எவர் சில்வர்
இருந்து விட்டால் அவர் செல்வர்
ஏழைப் பெண்களும் வேண்டும் என்று சொல்வார் - கணவர்
இல்லை என்றால் தொல்லை பண்ணிக் கொல்வர்.

எவர் சில்வர் என்றுகூவி
இல்லாதவரிடம் உலாவித்
தவறாமல் சொக்குப்பொடி தூவிக் - கேட்பான்
தட்டைக் கொடுத்துப் பட்டு சேலையைப் பாவி

சரிகைச் சேலையைச் சுரண்டித்
தரவருவான் சிறு கரண்டி
அரசே அத்திருடர்களை அண்டி - நீ
ஐந்தாறுநாள் சிறைக்குப் போகத் தண்டி

90. ஏய்க்கின்றாரே!

அறிவு வளர வளரத் தருமம் அரோகரா - ஒழுக்கம்
அரோகரா!
பிறர் பொருளைப் பறிப்பதற்குப் பெருமாளுண்டு -
                                    பொருளைப்
பின்னின்று பங்குபோடக் குருமார் உண்டு
நிறுப்பதிலே அளப்பதிலே கடைக்காரர்கள்
நினைத்தபடி ஊரை ஏய்க்க நெஞ்சம் உண்டு
                        -அறிவு வளர வளர

பாலென்றால் படிக்குப் பாதி நீர்தானுண்டு
பாட்டென்றால் பிறர் எழுதிய படிதானுண்டு
நூல் என்றால் தமிழிற் பிழை நூற்றுக் கைம்பதாம்

நொடிக்கு நொடி விலையேற்றம் நூற்றுக் கெண்பதாம்
-அறிவு வளர வளர

அரிசி என்றால் கல்லும் புழுவும் அளந்து கொடுப்பார்
அவிந்த காயைக் கனிந்த வாழை என்று கொடுப்பார்
வருந்துவரை படிக்குப்படி மண்ணு ருண்டைதான்
மடிந்த வெல்லத்தின் இளகலின்பேர் மருந்து
குழைக்கும்தேன்

91.சாவதற்கு மருந்து உண்டோ!

'அடிகளே' என்று வணங்கினான் அரங்கன்!
'நெடுநாள்வாழ்க' என்று நிமிர்த்தினேன்
விரைவில் சாக வேண்டும் என்னைப்
பெருநாள் வாழ வைப்பது சரியா?
என்றான் - ஏனப்பா என்று கேட்டேன்!
"அரைப்படி அரிசி அரை ரூபாய் விலை.
ஒருபடி உப்போ பதினெட்டுப் புதுக்காசு,
தண்ணீர் இலவச மாயினும், மனிதன்
உண்ணீர் அல்ல! வேட்டி ஒன்றை
ஏழு ரூபாய் என்றான் வணிகன்
ஏழு பணத்துக்குக் கேட்டேன், எனை அவன்
வண்டி கொண்டு வந்தாயா என்றான்.

ஆள்மேல் ஆளைஅடுக்க இடமிலாத்
தோள்மேல் விழும் ஒரு சிறு குடிசைக்கும்
அறுபது ரூபாய் வாடகை ஆகுமாம்
நகராட்சி வரி நாலு ரூபாயாம்
ஐந்து கட்சிகளின் ஆண்டு விழாவுக்கு
ஐந்தோ பத்தோ அதுவோர் இழவு!
குழந்தை படிக்கக் கொடுக்கச் சொல்லி
முழுநீளத்தில் சுவடி முன் வைப்பதும்
நாராயண கோபாலம் நவில்வதும்
இருக்கும் பிள்ளைகட்கு ஏதேனும் கேட்பதும்
சுருண்டு படுப்பினும் தூங்க விடுமா?

எதிர் பாராமல் இலேசாய்த் திடீரென்று
சாகும் வழியொன்று சாற்றுக" என்றான்

அப்பனே இங்கு வா, இப்படி அமர்வாய்
இருக்க வழிதான் இல்லையே தவிர
இறக்க வழிகள் எத்தனை வேண்டும்?
வான ஊர்தி வரும் அதில் ஏறு
கானமோ கடலோ மலையோ எங்கோ
துணிந்து விழுந்திடும்; தொல்லை இல்லை உன்
பிணமும் கிடைத்ததென்ற பேச்சே
இல்லை - இது உனக்குப் பிடிக்காவிட்டால்,
அதோ பார் சுங்கான் புகைவிட்டு அதிரத்
தடதடா என்று சாவுக்கு வழிகாட்டி
வந்ததே அதனை ஆங்கில வல்லவர்
இண்டியன் ரெயில்வே இஞ்சின் என்பர்
முப்பது மூடு பல்லக்கை அதுதான்
இழுத்து வந்ததே! ஏறு! சாவு!!
இதற்கேன் இத்தனை தொல்லை? ரூபாய்
ஒன்று கொடு - உணவு விடுதி உள் போ
உண்! நீ திரும்புவது உன் செயலல்ல!
அது மருத்துவ விடுதியார் அறக்கடன்!
இறுதி விடைபெற்றுச் சென்றான்
இறந்த செய்தி கிடைத்தது மறுநாளே!

92.மக்கள் நிகர்!

கண்ணிகள்

தொழிலெல்லாம் நின்று விட்டால்
எழிலெல்லாம் பறி கொடுக்கும் இந்தவுலகம்
தொழிலாளர் மகிழ மகிழப்
பழியில்லை பகையில்லை இல்லை கலகம்!

முதலாளி இருக்கு மட்டும்
தொழிலாளிக் கேற்படுமோ முன்னேற்றமே?

முதலெல்லாம் பொதுவானால்
தொழிலாளிக் கேற்படுமோ ஏமாற்றமே!

உண்டான தொழி லெல்லாம்
கொண்டாளா ஆட்சியுமோர் ஆட்சியாகுமா?
பண்டான முதலெல்லாம்
பற்றாத ஆட்சியிலே கலகம் போகுமா?
எல்லாரும் தொழிலாளர்
எல்லாரும் ஆளவந்தார் என்றாக்குவோம்
பொல்லாதார் இல்லை! தமிழ்
கல்லாதார் இல்லாநிலை உண்டாக்குவோம்!

93.உழைப்பவரும்

ஊராள்பவரும்

மாடாய் உழைப்பார்க்கு வீடில்லை சோறில்லை
நாடோறும் சங்கம் வளையல் - ஆண்டை மனைவி
போடமட்டும் தங்கவளையல்.
பாடே படுபவார்க்குக் காடோ கரிக்கலோ கண்
மூடாமல் களம் காப்பே - ஆண்டை மனைவி
போடமட்டும் பவுன் காப்பே

சாகுபடி தீர்ந்ததென்று
போகும்படி யாட்களுக்கு
நோகும்படி தொண்டைக்கம்மல்-ஆண்டை மனைவிக்
காகமட்டும் கெம்புக்கம்மல்.

பாதிரத்தம் சுண்டுமட்டும்
பாடுபட்டுச் சாகுமக்கள்
மீதிவைக்க ஏதுகாசு - நல்லாண்டையரின்
மோதிரமெல்லாம் நகாசு.

தூசின்றி நெல் மணியைத்
தூற்றித்தரும் தோழர் கட்குக்

காசில்லை கட்டத் துணியில்லை - ஆண்டையர்க்கு
வேசு கிட்டப்பா புகையிலை

கையலுத்துக் காலலுத்துக்
காலமெல்லாம் உழைப்பவர்
கண்டதில்லை ஒரு தானம் - ஆண்டைகள் வீட்டில்
ஐயருக்கோ கோதானம்.

94.புத்துணர்வு பெறுவீர்!

மேகம் பொழிவதற்குள்
வியர்வை பொழிந்து, மண்ணை
வெட்டி வரப்படுத்திரே நீரே தோழரே

காகமும் அஞ்சும் அதி
காலைமுதல் முள்வேலி
கட்டிக்காவலும் செய்திரே நீரே தோழரே

உள்ளங்கால் வெள்ளெலும்பு
தோன்ற உளைச் சேற்றையே
உழுது பயிரும் இட்டீரே நீரே தோழரே

வெள்ளம் மறித்து களை
போக்கிக் கொடு வெய்யில்
மேனி இளைத்து நொந்திரே நீரே தோழரே

பெண்மணியுடன் ஆணும்
ஆகக் களம் அடித்து
நெல்மணியை எடுத் திரே நீரே தோழரே

இத்தனை பட்டும் ஊசி
குத்த நிலமு மின்றிக்
கொத்தடிமையும் பட்டிரே நீரே தோழரே!

ஒத்து விவசாயிகள்
உரிமையை நிலை நாட்டப்
புத்துணர்வு பெறுவிரே நீரே தோழரே!

95.தொழில்

விரலே நாணுதே அண்ணா
என் வாழ்வும் விழலோ!

உரமிழந்ததோ எனதொரு மார்பும்!
ஓதுநாட்டில் ஏது தொழிற் புலமை?

தமிழர் நாட்டினில் பலபல பொருள்கள்
சார்ந்திட்டதில் என்ன பயன்?

சுமைகொள் தேவைகள் ஒரு நொடியில் பெறத்
தோன்ற வேண்டும் நம் நாட்டிலே தொழில்...

96.நலம் தேடு!

நலம் தேடுவோம் உடலோம்புவோம்
நரம்போடு தசை நாளும் வன்மை ஏறி
நலம் வாழ - நலம் தேடு

கலங்காத நெஞ்சமே பெற்றாலென்ன
கற்றூண் நிகருடல் பெறவேண்டியே
இலங்கு புனல் குளிர் தென்றலும் இல்லமும்
அமைவுணவும் நிறை பெறுமாறே நம்
-நலம் தேடு

97.புத்தர் புகன்றார் இல்லை!

நோன்பென்றால் கொல்லாமை என்று புத்தர்
நுவன்று வந்தார்! கொன்றுண்ணும் மக்கள் யாரும்
ஏற்றுக் கொண்டார்; நல்லொழுக்கம் பரவிற்றெங்கும்!

இருள் உளங்கள் ஒளியாகும் நிலையில் ஓர் நாள்
தேன் பொழியும் மலர்த்தாரான்; திருவார் மன்னன்
சுதரிசனன், புத்த பிரான் திருத்தாள் நண்ணி
'ஊன் உண்ணும் வழக்கத்தை மறுக்கின் நீர்கள்,
ஊர் இதனை ஒப்பவில்லை!" என்று சொன்னான்.

புத்தர் பிரான் சுதரிசற்குப் புகலுகின்றார்;
"பொன்னுயிர்கள் இன்னலுறப் புரிதல் வேண்டாம்!
இத்தரையில் உனக்கூறு நேரும் போதில்
எவ்வாறு துடித்திடுவாய்? அது போல் தானே
அத்தனையாம் உயிருக்கும் இருக்கும்! நீயே
அறிவிருந்தால் எண்ணிடுதல் வேண்டும்," என்றார்.
அத்தனே, நான் கொல்லேன், பிறர்க்கொன் றீந்தால்
அதையுண்பேன் அனுமதிப்பீர்!" என்றான் மன்னன்.

"எவன்கொன்று நினக்கீவான்? ஈவானாயின்
ஏற்றுண்பாய்!" என்றுரைத்தார் அருளின் மிக்கார்!
அவனுக்குக் கொன்றுவந்து கொடுத்தார் இல்லை!
அம்மன்னன் மகிழ்ந்ததுவு மில்லை! ஆனால்
தவப் பெருமான் இவ்வாறு சொன்ன சொல்லைச்
சமணர்களும் சைவர்களும் தலையில் தூக்கி
"இவர் கண்டூர் மீனுண்ணச் சொன்னார்! ஆட்டை
இழுத்தறுத்துக் கொலைபுரியச் சொன்னார்!" என்றார்;
"பன்றிவெட்டச் சொல்லினார் புத்தர்!" என்றார்;
'பசுவெட்டச் சொல்லினார் புத்தர்!' என்றார்
இன்று வரை புத்தர் மேற் பழிசு மத்த
இடை விடா மற்புளுகி வருகின் றார்கள்!
தன்னேரி லாப்புத்தர் நெறியை வீழ்த்தித்
தம் சமயம் மேலோங்கச் செய்யும் சூழ்ச்சி
நன்றாமோ? உலகுக்குக் கொல்லா நோன்பை
நடுவாய்ந்து முதற்புகன்றோர் புத்தர் தாமே!

98.தமிழன்

பிறக்கும் போதே பெருமையோடு
பிறந்தவன் தமிழன் - தமிழ்ப்
பெருங்குடி தன்னிற் பிறந்தவன் ஆதலால்
- பிறக்கும் போதே...

இறப்பதே இல்லை தமிழன் - புகழுடம்பை
எங்குமே வைத்தது காண்க
மறக்குமா வையம் தமிழன் - மனப்பாங்கு
வளர்த்த அறத்தையும் அறிவையும்?
சிறப்பதென்றால் தமிழாற் சிறக்க வேண்டும்?
தீர்வதென்றால் தமிழ் மறந்து தீர்தல் வேண்டும்
- பிறக்கும் போதே...

முதலில் தோன்றிய மனிதன் தமிழன்
முதல்மொழி தமிழ் மொழி - ஆதலால்
புதுவாழ் வின்வேர் தமிழர் பண்பாடே
- பிறக்கும் போதே...

முதுகிற்புண் படாதவன் தமிழன் - போர் எனில்
மொய்குழல் முத்தமென் றெண்ணுவான்
மதிப்போடு வாழ்பவன் தமிழன்
வாழ்வதற்கென்று வாழ்பவன் அல்லன்
- பிறக்கும் போதே...

99.நாம் தமிழர் என்று பாடு!

நாம் பிறந்தது நாம் வளர்ந்தது தமிழ்நாடு - தமிழா
நாம் தமிழர் நாம் தமிழர் என்று பாடு!
போம்படி சொல் அயலாட்சியைப் பொழுதோடு-விரைவில்
போகாவிட்டால் அறிவார் அவர் படும்பாடு

நாம் அறிவோம் உலகத்தில் நம் பண்பாடு-தமிழா
நாம் தமிழர் நம் திறத்துக் கெவர் ஈடு?
தீமை இனிப் பொறுக்காது நம் தமிழ் நாடு - நாம்
தீர்த்துக் கொண்டோம் அவர் கணக்கை இன்றோடு!

மூவேந்தர் முறை செய்தது நம் தமிழ்நாடு - தாய்
முலைப்பாலோடு வீரம் உண்பது செந்தமிழ் நாடு
கோவிலுக்குள் வேண்டாம் பிறர் தலையீடு - பகை
குறு குறுத்தால் பொறுக்காதெம் படைவீடு.

நாவலரும் காவலரும் ஆண்டதிந்நாடு - நிமிர்ந்து
நாம் தமிழர் நாம் தமிழர் என்று பாடு
நாவைப்பதா நம் சோற்றில் கோழிப்பேடு? - தமிழா
நாம் தமிழர் நாம் தமிழர் என்று பாடு.

முத்துக் கடல் முரசறையும் முத்தமிழ் நாடு - நீ
முன்னேறுவாய் தமிழ் மறவா ஒற்றுமையோடு
நத்துவதை ஒப்பிடுமா நம் வீடு மறவா
நாம் தமிழர் நாம் தமிழர் என்று பாடு!

தத்தும் தவளைக் கிடமா முல்லைக்காடு - நம்
தமிழகத்தில் கால்வைப்பதா இந்திப்பேடு
நத்தை உறவாடுவதா சிங்கத்தோடு - தமிழா
நாம் தமிழர் நாம் தமிழர் என்று பாடு!

100. ஒற்றுமைப் பாட்டு

(ஆனந்தக் களிப்பு மெட்டு)

மக்கள் நலத்துக்கு மதமா? அன்றி
மதத்தின் நலத்துக்கு மக்களா சொல்வீர்! (மக்கள்)
திக்கெட்டும் உள்ளவர் யாரும் - ஒன்று
சேராது செய்வதே மதமாகு மானால்

பொய்க்கட்டு நீக்குதல் வேண்டும் - அப்
பொல்லாங்கில் எல்லாரும் நீங்குதல் வேண்டும்.
எக்கட்சி எம்மதத்தாரும் - இங்
கெல்லாரும் உறவினர் என்றெண்ண வேண்டும் (மக்கள்)

எல்லா மதங்களும் ஒன்றே - அவை
எல்லாரும் இன்புற்று வாழ்வீர்கள் என்றே
சொல்லால் முழங்குவது கண்டீர் - அவை
துன்புற்று வாழ்ந்திடச் சொல்லியதும் உண்டோ
எல்லாரும் மக்களே யாவர் - இங்
கெல்லாரும் நிகராவார் எல்லாரும் உறவோர்
எல்லாரும் ஒரு தாயின் செல்வம் - இதை
எண்ணாத மக்களை மாக்களென் போமே! (மக்கள்)

வழி காட்டும் மதமெலாம் இங்கே - நல்
வழிகாட்டியான பின் வழிகாட்டிடாமல்
பழிகூட்ட வைத்திருப்பீரோ? - நீர்
பகை கூட்ட மதமென்ற மொழி கூட்டலாமோ?
பிழியாக் கரும்பினிற் சாற்றை - நீர்
பெற்றபின் சக்கையை மக்கட்களித்தே
அழிவைப் புரிந்திடுதல் நன்றோ? - நல்
அன்பால் வளர்த்திடுக இன்ப நல்வாழ்வை (மக்கள்)

101.கொட்டடா முரசம்

நறுக்குவோம் பகையின்வேர் சிறுத்தைப் பெருங்கூட்டம்
நாம்! தமிழர் நாம்தமிழர் என்று முரசறைவாய்
குறுக்கில் முளைத்திட்ட அயலார் ஆட்சி
கூண்டோடு போயிற்றுக் கொட்டடா முரசம்!

நறுமலர்ச் சோலையில் நரிபுக விட்டிடோம்
நாம்! தமிழர் நாம் தமிழர் என்று முரசறைவாய்
வெறி கொண்டு புகுமிந்த அயலார் ஆட்சி
வேரற்றுப் போயிற்றுக் கொட்டடா முரசம்!

நந்தமிழ் நாடாளும் சொந்த நன்மைந்தர்கள்
நாம்! தமிழர் நாம் தமிழர் என்று முரசறைவாய்
முந்துபல் பகைப்படை நம் படை முன்னிற்க
முடியாது போயிற்றுக் கொட்டடா முரசம்!

நந்தமிழ்த் தாய்க்கெதிர் இந்திக்கும் ஆட்சியா!
நாம்! தமிழர் நாம் தமிழர் என்று முரசறைவாய்
வந்தவர் போயினார் செந்தமிழ்ச் செல்வமே
மணிமுடி புனைந்தனன் கொட்டடா முரசம்!

102.மிடிமை தீரக் கடமை புரிவீர்!

காலை மலர்ந்தது செங்கதிர் எழுந்தான்
கண் மலர்வீரே உலகினில் மாந்தரே!
வேலை தொடங்குவீர் மெய்யான வழியில்
விருப்பமும் குறிப்பும் அறமெனக் கொள்வீர்
ஆலையிற் கரும்பு போல் வாடினர் பல்லோர்
அவர்களை மீட்டல் அறத்தின் முதன்மையாம்
சோலையிற் குயில்கள் பாடி நலஞ் செயும்
துளிரன்றி ஆயிரம் தேடுவதில்லையே!

மக்களை நடத்தும் சட்டமும் நடப்பும்
மாய்த்திடும் பசிநோய் வளர்த்திடல் அறிந்தீர்!
தக்கது நாடி ஒற்றுமை வலியினால்
தகர்த்திட வேண்டிக் கொதித்திடுவீர்கள்!
கொக்கும் இரைபெற இருந்திடும்; வந்தால்
கொத்திடத் தயங்கிப் பசித்திடல் உண்டோ!
கைக்குள் கொண்டுளீர் மீட்சி மருந்தினைக்
கடமை புரிகுவீர் எழுக தொண்டரே!

103.எவன் தமிழன்

தமிழனை எதிர்க்கும் பீரங்கிக் குண்டு
சமையல் அறையின் முள்ளங்கித் தண்டு
தமிழைத் தமிழன் தாய் என்பதாலும்
தமிழ் பழித்தானை அவன் நாய் என்பதாலும்
- தமிழனை எதிர்க்கும்...

தமிழ்த்தாய் வாடத் தான் வாழ்வதென்பது
தமிழனால் சற்றும் பொறுக்க ஒவ்வாதது
தமிழைத் தமிழன் மறந்த தெப்போது
சாவதும் வாழ்வதும் தமிழுக்கே என்றோது
- தமிழனை எதிர்க்கும்...

மெத்தை வீடு கட்டிப் புலாற்சோறு
வழங்குவதல்ல அவன் வேண்டும் பேறு
முத்தமிழ் காத்துப் பகைவனை ஒருவாறு
முடிப்பது தான் முடிவாம் என்று கூறு
- தமிழனை எதிர்க்கும்...

ஒரு நாட்டு மொழியினை ஒழிப்பவன் எண்ணம்
ஒழிந்தது போகுமுன் ஏற்படும் எண்ணம்
பருந்து பறக்க வேண்டியது திண்ணம்
புறக்கா விட்டால் தெரியும் கைவண்ணம்
- தமிழனை எதிர்க்கும்...

104.மாணவர் ஒற்றுமை

ஆரிய ஆசான் பேரைச் சொல்லி
அழைக்க அதற்குத் தமிழ்மா ணாக்கன்
உள்ளேன் ஐயா என்றே உரைத்தான்
அப்படிச் சொல்லல் தப்படா என்ற
இழிஞனை எதிர்த்த துண்டா மாணவன்?

தாயாம் தமிழில் கையெழுத் திடும்படி
சேயாம் மாணவன் தெரிவித்த போது
வடமொழியிற் றான் கையெழுத்து வைப்பேன்
என்று பலபடி இழித்துப் பேசிய
மாபாவி தன்னை அந்த மாணவன்
எதிர்த்த துண்டா? இல்லவே இல்லை!

எதுதான் வடசொல்? எதுதான் தமிழ்ச்சொல்
என்று வினாவிய எளியமா ணவனை
எதிர்த்த இழிஞனை அந்த மாணவன்
எதிர்த்த துண்டா? இல்லவே இல்லை!

வடமொழி உயர்ந்தது தமிழ் மொழி தாழ்ந்ததே
என்ற பள்ளி ஆசிரியன் தனை
எந்த மாணவன் எதிர்த்தான் இதுவரை?
வடசொலி னின்றே தமிழ்ச்சொல் வந்ததாம்
என்ற மடையனை எந்த மாணவன்
எதிர்த்தான் இதுவரை? இல்லவே இல்லை!

தம்மினத்தைத் தம்தாய் மொழியை
தாக்கினோ னுக்கும் அவனைத் தாங்கிய
தலைமை ஆசான் தனக்கும் அஞ்சும்
மாணவர் எல்லாம் மான மிழந்தவர்!

ஆனால் அந்த மாணவர் இந்நாள்
ஒற்றுமை பெறுவதை ஊக்க வேண்டும்!
பச்சை யப்பன் பள்ளி மாணவர்
ஒன்றுபட்டுக் கேட்ட வசதியை
இன்றே செய்து தருவது சிறந்ததே!

105.குரங்கிலிருந்து மனிதனா?

ஓர் ஐயப்பாட்டு

ஆயிரம் ஆண்டின் முன் இருந்த மனிதனின்
உயரமும் பருமனும் உரமும் வரவரக்
குறைந்து வருவது கொஞ்சமும் பொய்யன்று!

உடற்பயிற்சி உள்ளறைச் சுவரில்
அந்நாள் கையால் அறைந்த சுவடுதொட
இந்நாள் மனிதன் ஏணி கேட்கின்றான்

ஓரடிக் கொன்றாய்க் கம்பி அடைத்த
பலகணி இந்நாள் படை நுழைவாயில்!

இந்நாள் மனிதனுக் கிருக்கும் உள்ளூரம்
அந்நாள் பொட்டுப் பூச்சிக் கமைந்தது!

மலை படைத்த கனிகொண்டு காலையில்
இலை படைத்தான் இதற்குமுன் னிருந்தவன்!
குளிக்க ஆள்வேண்டும் இந்நாட் குள்ளனுக்கு!
வெளிக்குப் போக குடுவை வேண்டும்.
ஏறு குதிரையை இரு கால் இறுக்கி
ஆலினைப் பற்றித் தூக்கினான் அந்நாள்!
இருகையால் சிறுகுண்டு தூக்கி எறிந்துதன்
வீரத்தைத் தானே மெச்சுவான் இந்நாள்!
வாயிற் படிக்கு மலைக்கல் கொணர்ந்தவன்
அம்மி நகர்த்த ஐந்தாள் கேட்டனன்.
போருக்குப் போந்த ஆயிரம் மறவரின்
நேருக்கு நேர் நின்றான் அந்நாளில்!
இந்நாள் எறிகுண்டு செய்யும் ஆளின்
பொன்னடிக்குப் பொன்னையும் தந்து
புலம்புகின்றான் புதிய மெட்டில்!

ஒழுக்கம் விழுப்பம் உண்டாக்கு மன்றோ!
ஒழுக்கம் இந்நாள் உருப்பட்ட துண்டா?
சோறு தந்தார்க்கு மாறு கொண்டாரை
எதிர்க்கத் தன்னுயிர் ஈந்தான் அந்நாள்!
உப்பிட்டாரை உள்ளளவும் மறவான்
தினைநலம் செய்யினும் பனை எனக் கொள்வான்.
இந்நாள் மனிதன் எப்படி? சோறிட்டுக்

கல்வி தந்து கரையேற்றிய தன்
குருவின் வழியில் கொடிய முள் இட்டான்!
ஏனெனில் கட்சிக் கொள்கை என்பான்.
கவிஞன் விளைத்த கவிஞர்கள், கவிஞனின்
ஒளிவிளக் கவிக்க உதவிதாம் புரிவர்
ஏனெனில் கட்சிக் கொள்கை என்பார்.
நன்றி நினைத்தலால் சிறந்த முன்ஞாலம்
நன்றி மறந்த லால் நனி சாய்ந்திட்டது.

இன்னா செய்யினும் இனியவே செய்வர்
முன்னாள் மனிதன்! இந்நாள் அஃதிலார்!
நல்லார் உறவு நாடுவார் முன்னாள்
அல்லார் தம்மையே அடுப்பார் இந்நாள்!
எல்லா வகையிலும் இந்நாள் வரைக்கும்
தேய்ந்து தேய்ந்துவரும் இம் மனிதனை
ஆய்ந் துணர்க! ஆய்ந் துணர்க!

மனிதன் தேய்ந்து மாண்பிலா விலங்கு
பறவை பாம்பு பூச்சி புல் என
ஆகின்றான் என ஐயுறுகின்றேன்!

குரங்கினின்று மனிதன் வந்தானா?
மனிதனிலிருந்து குரங்கு வந்ததா?.
வையகத்தை வைதிலேன்
ஐயப்பட்டேன், ஆய்க அறிஞரே!

106.தூங்கும் புலி எழுந்தது!

தூங்கும் புலியைப் பறை கொண் டெழுப்பினோம்
தூய தமிழரைத் தமிழ் கொண்டெழுப்பினோம்
- தூங்கும்

தீங்குறு பகைவரை இவணின்று நீக்குவோம்
செந்தமிழ் உணர்ச்சி வேல்கொண்டு தாக்குவோம்
- தூங்கும்

பண்டைப் பெரும் புகழ் உடையோமா? இல்லையா!
பாருக்கு வீரத்தைச் சொன்னோமா? இல்லையா!
எண்டிசை வாய்மையால் ஆண்டோமா, இல்லையா?
எங்கட்கும் இங்குற்ற நரிகளால் தொல்லையா?

-தூங்கும்

தமிழ் காப்போம் என்றோம், எழுந்தாரா இல்லையா?
தமிழ்க் குயிர் தர இசைந்தாரா இல்லையா?
தமிழ் வாழ்ந்தால் தமிழர் வாழ்வார்கள் என்றோம்
தமிழர் மார்தட்டி வந்தாரா இல்லையா?

-தூங்கும்

செந்தமிழ் நெஞ்சம் கொதித்ததா இல்லையா?
தில்லி நரிதான் நடுங்கிற்றா, இல்லையா?
முந்தா நாள்விட்ட பிஞ்சுகள் தமிழை
முறிக்க எண்ணுதல் மடமையா, இல்லையா?

- தூங்கும்

தமிழர் ஒற்றுமை நிறைந்ததா, இல்லையா?
தக்கைகள் ஆட்சி சரிந்ததா இல்லையா?
தமக்குத் தமிழகம் அடிமையே என்றும்
சழக்கு மரவேர் அறுந்ததா இல்லையா?

-தூங்கும்

107.புலிக்கு நாய் எந்த மூலை!

தமிழர்க்குத் தமிழே தாய்மொழி என்றோம்
தமிழகம் தமிழர்க்குத் தாயகம் என்றோம்
தமிழ் நாட்டில் அயலார்க் கினி என்ன வேலை
தாவும் புலிக்கொரு நாய் எந்த மூலை?

தூங்கிய துண்டு தமிழர்கள் முன்பு - பகை
தூளாகும் அன்றோ எழுந்த பின் பு ¦?
தீங்கு புரிகின்ற வடக்கரின் என்பு
சிதைந்திடச் செய்திடும் தமிழரின் வன்பு.

அவனவன் நாட்டில் அவனவன் வாழ்க - மற்
றயல் நாட்டைச் சுரண்டுதல் அடியோடு வீழ்க!
துவளாத வாழ்க்கை உலகெலாம் சூழ்க!
தூக்கிய கைகள் அறம் நோக்கித் தாழ்க!

தமிழனுக் குலகம் நடுங்கியதுண்டு - அங்குத்
தன்னாட்சி நிறுவிட எண்ணியதுண்டா?
தமதே என்று பிறர் பொருள் கொண்டு
தாம் வாழ எண்ணினோர் எங்குளார் பண்டு!

108. வீட்டுக் கோழியும் காட்டுக் கோழியும்

வீட்டுக் கோழி

காலையில் எனக்குக் கம்பு போடுவர்
மாலையில் தவிடு பிசைந்து வைப்பர்
இட்டலி உண்கையில் என்னையும் அழைத்துப்
பிட்டுப் பிட்டுப் போட்டு மகிழ்வர்
இரவில் எனக்கோர் இன்னல் வராமல்
ஒரு பெருங் கூடை கவிழ்ப்பர்! வருபிணி
வராமல் வசம்புநீர் வார்த்துக் கழுவுவர்
என்னை வளர்ப்பவர் எனக்குச் செய்யும்
நன்மை நவிலத் தக்கதன்று.

காட்டுக் கோழி

உன்னால் அவர்க்கு நன்மையில்லையா?

வீட்டுக் கோழி

முட்டை இடுவதற்கு மூலை யடைவேன்
எதிர்பார்த்திருந்த என் வீட்டார்கள்
சட்டியை அடுப்பில் இட்டு நெய் விட்டு உடன்
என்னைக் கூடையில் இட்டுக் கவிழ்ப்பர்

பன்முறை கூடையைத் திறந்து பார்ப்பர்
வெளிவரும் முட்டையை வெடுக் கென்றெடுத்தே
அடைசுட்டு உண்டு மகிழ்வர் அனைவரும்.

காட்டுக் கோழி

அடைகாத்திடவும் முட்டைகள் அமைப்பரோ?

வீட்டுக் கோழி

ஒரு பெருங் கூடையில் உமி பரப்பி
அதன் மேல் ஐந்தோ பத்தோ முட்டையை
அமைத்து மேல்எனை அமைத்து மூடுவர்
இருபத்திரண்டு நாட்கள் அடை காத்துக்
குஞ்சு வெளிப்பட நெஞ்சம் மகிழ்வேன்
இதனிடை எனக்குத் தீனியும் இடுவர்
குஞ்சுகண்டு நான் கொள் மகிழ்ச்சியைவிட
வளர்ப்பவர் கொள்ளும் மகிழ்ச்சி பெரிது.

காட்டுக் கோழி

குஞ்சுகள் அவர்க்கு என்ன கொடுக்கும்?

வீட்டுக் கோழி

பதினைந்து நாளில் பசுங்குஞ்சுகளில்
இது நன்று மற்றையது நன்றென்று
வாட்டம் பார்த்தே ஓட்டமாய் ஓடி
இரண்டு மூன்றைப் பற்றித் தலையைப்
பாளையிற் பாக்குக் காய்போல் திருகிப்
பஞ்சு உடம்பின் பஞ்சுமயிர் சிரைத்துக்
குருதி கொட்ட கூறிட்ட சதையை
நெய்யோடு நெய்யாய் நீர்ப்பதம் எய்தச்
சொய் எனத் தாளித்துச் சூப்பென்று அருந்துவர்
அப்போது நானோ அழுது கொண்டிருப்பேன்.

காட்டுக் கோழி

வடக்கன் தெற்கு வாழ் தமிழர்க்கு அள்ளிக்
கொடுப்பதாய்ச் சொல்லிக் குதிக்கின்றார்கள்
உன்போல்! உன்போல்! உரைப்பது கேட்பாய்
இங்குளார் உழைப்பின் பயனை யெல்லாம்
வடவர் அடியோடு விழுங்கி வாழ்பவர்
அடிமைகள் தமிழர்கள் என்றே அறைபவர்
இதனை எண்ணி அழுதிடும் தமிழரும்
முட்டைகள் குஞ்சுகள் மட்டும் இழக்கையில்
அழுதிடும் உன்னையே ஒப்பவர் ஆவார்
வீட்டுக் கோழியே வீட்டுக் கோழியே
கேட்பேன் உன்னையோர் கேள்வி! உன்றன்
தாயகம் எது? அதைச் சாற்ற முடியுமா?

வீட்டுக் கோழி

சேலத்திலிருந்து ஒசூர் செல்லும்
வழியில் அழகு வழங்குகின்ற ஓர்
ஈக்காடு வேய்ங்குழல் இசைத்தட்டு வைக்கும்
பூக்காட்டின் கீழ்ப்புதர் என் தாயகம்
என்றே என் பாட்டி சொன்னதாய்
என் தாய் எனக்குச் சொல்லிய துண்டு.

காட்டுக் கோழி

ஆசை மலர்க்கொடி பூசல் அடி
அக மகிழ்ந் திருக்கும் என் அன்னை நாடும்
அதுதான் இது கேள் உடன் பிறந்தோய்
பூச்சி புழுக்கள் பொன்னிற மணிகள்
உண்டு தன் மானத்துடன் சேவலின்
முன் மார்பு, கதிர் முகம் பார்க்கும் கண்ணாடி!
ஒளியை இறைக்கும் வாலின் சிறகுகள்
தரையிற் புரள்வது தனி ஒரு காட்சி!
பலவின் அடியில் இலவம் பஞ்சுமேல்

இட்ட முட்டை யெலாம் பொரித்திட்ட
பெட்டை, மாம்பழ மேனிப் பிள்ளைகள்
யாழும் குழலும் இசைத்துச் சூழ
நரிகள் அஞ்சிப் பறக்கும் அங்கே!
கம்பு போட்டுக் கழுத்தை அறுக்கும்
வடக்கன் ஆட்சி போன்ற இடக்கு
நம் தாயகத்தில் நாம் கேட்டறியோம்
ஆதலில் பற! நம் தாயகம் பெறவே!

வீட்டுக் கோழி

இறக்கை இருந்தும் பறக்க வகையிலேன்

காட்டுக் கோழி

என்றன்முதுகில் ஏறு
துன்பமில்லாத விடுதலை தோய்கவே!

109.சீனாக்காரன் தொலைந்தான்

சீனாக்காரன் தானே வந்தான் போருக்கு - நம்
சிறுத்தைக் கூட்டம் வேறே இங்கு யாருக்கு?
போனால் கிடைக்கும் போரில் - அந்தச்
சீனாக் காரன் ஈரல்!

போர்க்களத்தில் சீனனுக்கா எக்காளம்? - உடன்
புறப்படட்டும் அங்கே வேங்கைப் பட்டாளம்!
பார்க்கட்டும் அக் கொதுகு - நன்றாய்ப்
பழுக்கட்டும் அவன் முதுகு!

சீனனுக்கே இங்கே என்ன வேலை? - நம்
சிங்கப்படை கிழிக்கட்டும் அவன் தோலை
தானே வந்தான் கொழுத்து - தன்
தலை இழந்தது கழுத்து!

தேனாய்ப் பேசித் திடீரென்று பாய்ந்தான் - நம்
ஆனைப்படை கண்டுமனம் ஓய்ந்தான்
சீனா இனி இல்லை - இனிப்
போன தவன் தொல்லை.

நாடுபிடிக்கச் சீனாசெய்த வஞ்சகம் - மிக
நன்றாகவே தெரிந்து கொண்டது வையகம்
கோடு தாண்டப் பார்த்தான் - தன்
கொடியை எரித்துத் தீர்த்தான்.

110.அழைப்பு

கட்டாயம் வீட்டுக்கொரு சிங்கம் புறப்படட்டும்
கொட்டடா வெற்றி முர செங்கும்-அச்சமில்லாமல்

இட்டான் எல்லையிற் காலைத்
தொட்டான் துப்பாக்கிக் கோலைச்
சுட்டான் சீனன் தன் னாலே
கெட்டான் கெட்டான் என்று - கட்டாயம்

நட்டாரைப் போலவேந டந்தான் - அதன்பிறகு
நாட்டைப் பிடித்திடமு னைந்தான்-நாணயமின்றிப்
பட்டாளம் சேர்ந்திடமு னைந்தான்-நம்பாரதந்தன்
பாட்டன் நிலமென்று பகர்ந்தான்-உணர்ந்தெழுந்து
சுட்டுத் தொலைக்கத் திட்டம் போட்டோம் - அடுத்தபடி
தொல்லுல காதரவைக் கேட்டோம் - கிடைத்த பின்பு
மட்டிப்பய லைவிட மாட்டோம் - எனத்தெளிந்து
வண்டியைத் திருப்பினான் இன்னமா நடமாட்டம்!
- கட்டாயம்

சொல்லாமல் எல்லைபுக லாமா - புகுந்தபின்பு
சோதாவாய்ப் பின்வாங்க லாமா - பின் வாங்கியவன்
எல்லையில் இடம்கேட்க லாமா - தராததாலே
எத்துக்கள் செய்தால்விடு வோமா - இன்னமும் சீனன்

பொல்லாங்கை விலைபேசுகின்றான்-எல்லைப்புறத்தில்
போராயுதங்கள் குவிக்கின்றான் - உலகிலுள்ள
எல்லைப் பழியும் சுமக்கின்றான் - இந்த நிலையில்
இந்நாட்டைச் சுரண்டியே தின்னக் குதிக்கின்றான்!
- கட்டாயம்

காலத்தைக் கருதிட வேண்டும் - நமது மானம்
கட்டாயம் காக்கப்பட வேண்டும் - கொடுஞ்சீனனின்
மூலக் கருத்தை எண்ண வேண்டும் - இதே நொடியில்
முன்னேறித் தாக்கிடுதல் வேண்டும் - விடாது மேலும்
மேலும்நா யைத்துரத்திச் சென்று - சீனத்துக் கோட்டை
மேலே நம் மறவர்கள் நின்று - நம் வெற்றிக்கொடி
கோலம்பு ரியவைத்தல் நன்று - சூள் இதென்று
கொன்றோம் சீனப்படையை வென்றோம் எனப்புகன்று
- கட்டாயம்

111.உலகின் அமைதியைக் கெடுக்காதே!

சென்றதடா அமைதி நோக்கி உலகம் - அட
சீனக்காரா ஏண்டா இந்தக் கலகம்.
நன்றாக நீ திருந்த வேண்டும்
ஞாலம் உன்னை மதிக்கவேண்டும்
ஒன்றாய்ச் சேர்ந்து வாழவேண்டும்
ஒழுக்கம் கெட்டால் என்னவேண்டும் -சென்ற...

உலகம் எலாம் பொது வென்றாய்
உடமை எலாம் பொது வென்றாய்
கலகம் செய்து நிலத்தை எல்லாம்
கைப்பற்றத்தான் முயலுகின்றாய் - சென்ற...

பொது உடைமைக் கொள்கை ஒன்று
பூத்துக் காய்த்து வருமின்று

பொதுவுடைமை எனக்கென்று
புகன்றாயே குறுக்கில் நின்று. - சென்ற...

கொலைகாரப் பசங்களோடு
கூடுவது மானக்கேடே
இலைக்காக மரத்தை வெட்டிடில்
ஏற்றுக் கொள்வ தெந்த நாடு? - சென்ற...

உயிர் காப்பது பொது உடைமை
உயிர் போக்குதல் பெரு மடமை
உயர்வான இக் கருத்தை
உணர்வதுதான் உன் கடமை - சென்ற...

அற நெறியை முற்றும் நீக்கி
அழிவு செய்ய உலகை நோக்கிப்
புறப்பட்டாய் சீனாக்காரா
பொடியாகும் உன் துப்பாக்கி - சென்றே...

112. முனையிலே முகத்து நில்!

வீரம் வளரப் போர் வரவேண்டும்!

பல நூற்றாண்டாய் பாரத நாட்டில்
போரே இல்லை; அதனால் மக்கள்பால்
அஞ்சாமை என்பதே இல்லாத மிழ்ந்தது;
நாட்டன்பு காட்ட வாய்ப்பே இல்லை.

கடமை உணர்ச்சி மடமையில் மாய்ந்தது;
ஓவியம் காவியம் அனைத்தும் உளத்தில்
பத்திமை ஒன்றையே பதிய வைத்தன

மறச்செயல் செய்ய வாய்ப்பே இல்லை
வெட்டுக் கத்தி வீசியதெல்லாம் போய்
அட்டைக் கத்தி வீச லாயினர்.

கல்வியில் வீரம் கடுகும் இல்லை
கூனிக் கொட்டாவி விட்டுவிட்டுப்

போன உயிர்போல் பொழுது போக்கினர்
ஒழுக்கம் பழுத்தது விழுப்பம் வீழ்ந்தது

சைவம் வைணவம் முதலிய சமைய
மெய்ம் முழக்கமெலாம் பொய்ம்மை முழங்கின
தம்பிரான் மார்கள் தம்பிரான் அடியை
நம்பினார்; நாட்டை எண்ணுவதில்லை.
வாலியை மறைந்திருந்து மாய்த்த இராமனை
வீரன் என்று விளம்பினர் என்றால்,
படிப்படியாகப் பாரத நாட்டின்
அடிப்படை வீரமே அழுகிய துணர்க!

திலகர் தொடுத்த போர்

கரடியும் புலியும் இல்லாக் காடெனப்
போரிலா திருந்த இந்த நாட்டில்
திலகர் மக்களைப் போருக்குத் திரட்டினார்.
ஆங்கிலேயனை, அன்னவன் ஆட்சியை,
ஆங்கில மொழியை, அன்னவன் சரக்கை
அழிக்க வேண்டும் என்பன அனைத்தும்
திலகர் அந்நாள் இட்ட திட்டம்;
ஆங்கிலம் இதன்பால் அவிழ்த்து விட்ட
அடக்கு முறையால் அந்தத் திட்டம்
மக்கள் பால் மதிப்பைப் பெறு வதானது.

வீரர் எழுந்தனர் பாரதி தோன்றினார்

புதைந்திருந்த வீரம் புறத்தே எழுந்தது
ஆங்கிலேயனை அழித் தொழிக்க
எங்கணும் வீரர்கள் எழுந்தனர்; அவர்களில்
பாரதி ஒர் ஆள்! பாரத நாட்டில்
எங்கணும் தலைவர்கள் எழுந்தனர்; அவர்களில்
பாரதி பண்புறு தலைவர்! கவிஞர்
சிற்சிலர் எழுந்தனர்; அவர்களில் பாரதி
ஒரு பெருங்கவிஞர்! உயிருள வரைக்கும்,
பாரதி பாரத நாட்டு வீரர்!

பாரதி பாரத நாட்டுத் தலைவர்!
பாரதி பாரத நாட்டின் கவிஞர்!
இந்த நாட்டில் இருந்த பல் வீரர்க்கும்
இந்த நாட்டில் இருந்த தலைவர்க்கும்
இந்த நாட்டில் இருந்த கவிஞர்க்கும்
பாரதிக்கும் வேற்றுமை பகர்வேன்;
அவர்கள் எல்லாம் கொள்கை அகன்றனர்
பாரதி பாரதியாகவே இருந்தார்
காந்தி கொள்கைக் கனல் இந்நாட்டில்
நன்று பரவிய போதும் அக் கொள்கை
வென்று முடித்த வேளையதிலும்
காந்தியண்ணல் கழறிவந்த

பாரதி போர் நூல்

ஊறிலாக் கொள்கையைப் பாரதி ஒப்பிலர்!
ஊறிலாக் கொள்கை உலகை வளைத்து
நாட்டை மீட்ட நாளிலே தான்
போர்நூல் புதிதாய்ப் புகன்றார் பாரதி;
அதுதான் புதிய ஆத்திசூடி ஆகும்.

காதல் நூல்-போர் நூல்

பாரத நாட்டின் நூற்கள் பலவும்
காதல் நூல் போர் நூல் என இருவகைப்படும்
அவைகளைத் தமிழர் அகத்திணை புறத்திணை
என்பார் - அவற்றுள் ஐயனாரிதனார்
புறப்பொருள் வெண்பா மாலை
விதைத்ததும் அறுக்கும் வீரப்பாடல்கள்
படித்ததும் எழுப்பும் பழநாட் போர்நூல்.

ஆத்திசூடி முழக்கம்

அதைத்தான் பாரதி அழகுறச் சுருக்கி
அச்சம் தவிர், ஆண்மை தவறேல்,
இளைத்தல் இகழ்ச்சி என்ற மூன்றால்
தொடக்கம் செய்தார் தூய நூலாகவே!
போரினை விரும்பாப் புலமையோர் ஆன

ஔவையார் முனைமுகத்து நில்லேல் என்றார்
போரை விரும்பும் புலமையாளர்
பாரதி, 'முனையிலே முகத்துநில்' என்றார்.
'ஊண்மிக விரும்பு' நாளும் என்றார்.
ஏறு போல் நட என இயம்பிய அதுவும்
கீழோர்க் கஞ்சேல் எனக் கிளத்தியதும்
குன்றென நிமிர்ந்துநில் என்று கூறியதும்
எண்ணுக எண்ணுக இந்நாட்டிளைஞர்கள்
கேட்டினும் துணிந்துநில் என்று கிளத்தித்
தேசத்தைக் காத்தல் செய் என்று செப்பினார்.
போர்த்தொழில் புரியேல் என்பதைப் புதைத்துப்
போர்த் தொழில் பழகுநீ என்று புகன்றார்.

சீனனை வெருட்ட!

சீனன் இந்த நாட்டில் சிற்றடி
வைத்தான் பாரதி இச் சொல் வைத்தார்!
வெள்ளைக் காரனை வெருட்டச் சொன்னவர்
கொள்ளைக் காரனான சீனனை
எதிர்த்துப் போரிட இதனைச் சொன்னார்;
இறக்கவில்லை பாரதி இருக்கின்றார்! அவர்
சாவதற்கஞ்சேல் என்று சாற்றிப்
புத்துயிர் நம்மிடம் புகுத்து கின்றார்.
சீனன் பெற்ற சிறிய வெற்றியைப்
பெரிதென எண்ணிடேல் என்று பேசுவார்.
தோல்வியிற் கலங்கேல் என்று சொன்னார்
பாரத வீரரே பாரத வீரரே
பாரதி பாரதப் படையின் தலைவர்
என்று நீவிர் எண்ணுதல் வேண்டும்
நல்வழி காட்ட வல்லவர் என்று
நம்புதல் வேண்டும், நவிலக் கேளீர்
கோல்கைக் கொண்டு வாழ் என்றார்
வேல்கொண்டு சீனனை வெல்லச் செல்கவே!

கதர் இராட்டினப் பாட்டு

113.பாரததேவி

வெண்பா

விண்கொள் இமயமா வெற்பே திருமுடியாய்ப்
பண்கொள் குமரி பணிதாளாய் - மண்கொள்
வளமேதன் மேனியாய் வாய்ந்த "தாய்" வீரர்
உளமேதன் மேனிக் குவப்பு

114.ஜன்ம பூமியின் சிறப்பு

வெண்பா

தேர்நின்ற வீதிச் செயபேரிகை முழங்கப்
போர்நின்ற வீரர் குலம் பூத்தநிலம் - பார் நின்று
அடல் வளர்த்தும் பாரதநற் புத்திரன்நான் ஆக
உடல் வளர்த்த நாடு என் உயிர்.

115.காந்தியடிகளும் கதரும்

பறை முழக்கம் (சுவை : வீரம்)

"அன்னியர் நூலைத் தொடோம்" என்ற சேதி
அறைந்திடடா புவி முற்றும் - எங்கள்
அறுபது கோடித் தடக்கைகள் ராட்டினம்
சுற்றும் - சுற்றும் - சுற்றும்

இன்னும் செல்லாது பிறர் செய்யும் சூழ்ச்சிகள்

என்று சொல்லிப் புயம் தட்டு - அட
யானையின்மேல் வள்ளுவர் சென்று நீ பறை
கொட்டு - கொட்டு - கொட்டு

இன்னல் செய்தார்க்கும் இடர்செய்திடாமல்
இராட்டினம் சுற்றென்று சொல்லும் - எங்கள்
ஏதமில் காந்தியடிகள் அறச்செயல்
வெல்லும் - வெல்லும் - வெல்லும்

கன்னலடா எங்கள் காந்தியடிகள் சொல்
கழறுகின்றேன் அதைக் கேளே - நீவிர்
கதரணிவீர் உங்கள் பகைவரின் வேரங்குத்
தூளே - தூளே - தூளே

பால்நுரை போலப் பருத்தியுண்டு சொந்தப்
பாரத தேசத்தில் எங்கும் - எனில்
பண்டை முதல் இழை நூற்பதிலே யாம்
சிங்கம் - சிங்கம் - சிங்கம்

வானம் புனல் சுடர் நாணும்படி உடை
வர்ணமும் சொர்ணமும் கொண்டு - பேரும்
வையம் களித்திட நெய்யும் திறம் எமக்
குண்டு - உண்டு - உண்டு

ஆனஇந் நாட்டினைச் சந்தையென் றாக்கிய
அந்நியர் போக்கையும் கண்டோம் - எனில்
ஆக்கம் தருவது சக்கரம் ஆம் எனக்
கொண்டோம் - கொண்டோம் - கொண்டோம்

*பானல் விழியுடை யாளெங்கள் தாயிந்தப்
பாரினை யாள்பவள் என்றே - நெஞ்சில்
பாயும் எழுச்சிக் கனல் சொன்னதாகச் சொல்
நன்றே - நன்றே - நன்றே

---

* பானல்விழி - பால்நல்விழி

116. சுதந்திரதேவியும் கதரும்

சுவை; சிங்காரம் - இராகம்; பியாக் - தாளம்; சாப்பு

ஆளை மயக்கிடும் மாதொருத்தி - உடல்
அத்தனையும் பொன்னை ஒத்திருந்தாள் - அவள்
பாளை பிளந்த சிரிப்பினிலே - என்னைப்
பார்த்துரைத்தாள் "எந்த நாளையிலே - உன்றன்
தோளைத் தழுவிடக் கூடும்" என்றே - "அடி!
சுந்தரி உன்பெயர் ஊர் எதென்றேன் - அவள்
காளி யனுப்பிய கன்னி" யென்றாள் - என்றன்
காதற் சுந்தர மங்கையன்றோ அவள் (ஆளை)

"இந்தத் தினம் இந்த நேரத்திலே - நல்லி
இன்ப மிகுக்கக் கலந்திடுவோம் - இதில்
பிந்தி யெதற்கடி மாதரசி - இங்குப்
பேசிய நேரமும் வீண்கழித்தோம்" - என்று
சிந்தை களிக்க உரைத்து நின்றேன் - "ஒரு
சேதியிருக்குது கேள்" என்றனள் - அந்த
விந்தையைக் கேட்கவும் ஆவலுற்றேன் - என்
வேட்கை பொறுக்கவும் கூடவில்லை - பின்பு (ஆளை)
கன்னி யுரைத்தது கேட்டிடுவீர்: - "உள்ளக்
காதல் இருப்பது மெய் எனிலோ - அட
சின்ன இராட்டின நூலிழைப்பாய் - அதில்
தீட்டின்றி நெய்த உடை உடுப்பாய் - வரும்
அன்னியர் நூலைத் தலைகவிழ்ப்பாய் - அதற்
கப்புறம் என்னைக் கலந்திடுவாய்" - என்று
கரையுரைத்து மறைந்து விட்டாள் - அவள்
கட்டளை தன்னை மறப்பதுண்டோ - அந்த
(ஆளை)

குறிப்பு: - இராட்டினத்தில் நூலிழைத்து நெய்து உடுத்த வேண்டும்; அன்னியர் நூலைத் தொலைக்க வேண்டும்; அதன் பின்பு தான் சுதந்திரம் பெற முடியும்

117. தேசத்தாரின் பிரதான வேலை

சுவை : சாந்தம்

நாடகங்களில் "கொச்சிமலை குடகுமலை எங்களது நாடு" என்று பாடுவதுண்டு. அந்தக் குறத்திப் பாட்டின் மெட்டு.

பால்நுரை போல் பாரதத்தில்
 பஞ்சுவிளைப்பீரே - நல்ல
 பஞ்சுவிளைப்பீரே - அந்தப்
பஞ்சுதனைச் சுத்தி செய்வீர்
பனிமலை போல் நீரே.

தேனருந்தும் ஈக்களெல்லாம்
 சேர்ந்து மொய்த்தல் போலே - மிகச்
 சேர்ந்து மொய்த்தல் போலே - முழுத்
தேசமின்று ராட்டினத்தைச்
சேர்ந்து சுற்றுவீரே.
ஆன மட்டும் சிலந்தியிழை
 போல மெலிதாக - அது
 போல மெலிதாக - உம்
ஐந்து விரல் தேர்ச்சியில்
அழகிழை நூற்பீரே.

ஏனத்தினிற் சோறு கேட்கும்
 ஏழையரும் யாரும் - நம்
 ஏழையரும் யாரும் - பஞ்
சிழையை நூற்றுத் தறிநெய்வதால்
கொத்தடிமை தீரும்

தாய்நிலம் போய் மற்றவரைத்
 தலை வணங்க லாமோ? - தன்
 தலைவணங்க லாமோ? - இனித்
தறித் தொழிலின் நன்மையினை
மறப்பதுண்டோ நாமே?

காய்நினைத்துக் கனியிழக்கும்
    கதை மறப்பீர் நீரே - அந்தக்
    கதை மறப்பீர் நீரே - உங்கள்
கதி நினைத்து வறுமையென்னும்
கனல் அவிக்க வாரீர்!

போயழைக்கும் நமதுரிமை
    போக்க நினைப் போரை - மெல்லப்
    போக்க நினைப் போரை - மிகப்
போற்றுக நீர் இப்பணி யெப்
போது மறவாமே.

தோய் மது வாய்க் காதில் வந்து
    வீழ்ந் தொரு வாக்கு - வந்து
    வீழ்ந் தொரு வாக்கு - அது
தொல்லை கெடவந்து தித்த
காந்தி அண்ணல் வாக்கு.
"கதரணிவீர்" என்றுரைத்த
    காந்தியண்ணல் ஆணை - எழிற்
    காந்தியண்ணல் ஆணை - அதைக்
கருதிடுவீர் அது உமக்கு
நாரதனார் வீணை

கதரணிவீர் என்ற மொழி
    அடிமையுற்ற நேரம் - நாம்
    அடிமையுற்ற நேரம்
கருதிடுவீர் அது நமக்கு
நான் மறையின் சாரம்

கதரணிவீர் எனும் அடிகள்
    காந்தியின் வாய்க்குமுதம் - நம்
    காந்தியின் வாய்க்குமுதம் - மிகக்
கருதிடுவீர் அது நமது
வாழ்வினுக்கோர் அமுதம்

கதர் இராட்டினப் பாட்டு

கதரணிவீர் என்னும் வார்த்தை
  யுடனொழுகும் அன்பும் - அத
  னுடன் ஒழுகும் அன்பும் - நம்
காந்தி யண்ணல் அன்பு மொழி
யால் விளையும் இன்பம்.

சதுர் நமக்குத் தோளிலுண்டு
  மானமுண்டு பாரீர் - நல்ல
  மானமுண்டு பாரீர்.
சதைவருந்தித் தாயடிமைத்
தனம் அகற்ற வாரீர்.

விதி நமக்கு வாய்த்ததுண்டோ
  வேற்றுவர்க்கை பார்க்க - நாம்
  வேற்றுவர்க்கை பார்க்க
விளையும் பஞ்சில் விரல் பொருந்த
விடுதலை நீர் காண்பீர்.

அதிகமுண்டு விளைவுநிலம்
  அதிகமுண்டு மக்கள் - இங்
  கதிகமுண்டு மக்கள்.
நிதிகளெலாம் பிறருக்கிட்டு
வறுமைகொள்ள வேண்டாம்

கதரணிவோம் என்று கூடிக்
  கலி தொலைக்க நாமே - தீக்
  கலி தொலைக்க நாமே - தீக்
கலி தொலைத்துக் கிருதயுகம்
காணப் பெறுவோமே.

118. இராட்டினச் சிறப்பு

சுவை : சிங்காரம்

(தன்னையறிந் தின்பமுற வெண்ணிலாவே என்ற மெட்டு)

கூட்டமுதம் நானுனக்கு
ராட்டினப் பெண்ணே - அடி
கொஞ்சுங்கிளி நீ எனக்கு
ராட்டினப் பெண்ணே.

பாட்டினிக்கப் பாடுகின்ற
ராட்டினப் பெண்ணே - பண்டு
பாரதத்திலே பிறந்த
ராட்டினப் பெண்ணே

ஊட்டமுறத் தோளுரமும்
உடலழகும் - எனக்
கூக்கமும் கொடுத்து வரும்
ராட்டினப் பெண்ணே.

காட்டு மலர்த் தேனுருசி
வண்டறிதல் போல் - நாம்
கை கலந்த பின்புசுகம்
கண்டு மகிழ்ந்தேன்.

தொட்ட கைகள் விட்டதில்லை
மாதமும் பல - உன்னைச்
சூல்படுத்தி என்னை இன்பம்
தோய வைத்தன
எட்டுத்திசை யோர் அடையும்
இன்பமனைத்தும் - நமக்
கின்றளித்த தெய்வமதை
என்றும் மறவோம்.

கட்டி நமை வாழ்த்துதடி
இந்த உலகம் - நாம்
துள்ளிவிளை யாட - ஒரு
பிள்ளை பெற்றதால்.
இட்டு வழங்கும் படி செய்
இவ்வுல கெங்கும் - நாம்
ஈன்ற சுதந்திரப் பிள்ளை
காப் பரிசியே.

119.அன்னைக்கு ஆடை வளர்க

சுவை - சோகம் (பஃறொடை வெண்பா)

"ஆவி இழக்கலாம்"
"ஆடை இழப்பதுண்டோ"
"கூவிக் குரல் இழக்கும்"
"கோதைதுயர் கண்டிருந்தும்"
"வீரர்களும் மன்னர்களும்"
"மீட்கக் கருதீரோ"
"காரிகை என் மானமுங்கள்"
"கண் முன் இழப்பதுண்டோ?"
என்று துடித்தழுதாள்
அன்றந்தப் பாஞ்சாலி
சென்றதுச் சாதன்தான்
சேலை பறித்திடுங் கால்.

முப்பது முக்கோடி
மொய்ம் புடைய மைந் தர்களை
இப்புவியிற் பெற்ற
எழில் பாரதத்தாளின்
ஆடை பறித்தார்
அதிகாரம் கொண்டவர்கள்
ஓடி அவளின்

உடை மீட்க வேண்டாமோ?
பஞ்சு விளைவிக்கப்
பறந்தோட வேண்டாமோ?
மிஞ்சுபொதி பொதியாய்
மெல் இழை தான் நூற்கோமோ?
நெய்து நெய்து வேறு
நிலத்தார்க்கும் நாமுதவச்
செய்து குவியோமோ
சிறந்த சுதராடை
ஓகோநம் பாரதத்தாய்
உற்றதன் மைந்தரிடம்
சோகத்தால் வாய்விட்டுச்
சொல்லுவதும் கேளிர்:-

"ஆவி யிழக்கலாம்"
"ஆடை இழப்பதுண்டோ"
"கூவிக் குரலிழக்கும்"
"கோதை துயர் கண்டிருந்தும்"
"வீரர்களும் மன்னர்களும்"
"மீட்கக் கருதீரோ"
"காரிகை என் மானமுங்கள்"
"கண் முன் இழப்பதுண்டோ?"
கேட்டீரோ நம்மவரே
கீர்த்தியுள்ள பரதரே?
வாட்டுகின்ற தந்தோ நம்
மாதாவின் இம்மொழிகள்
"தீயார் துகில் பறித்து"
"தீர்க்கின்றார் என் மானம்"
"மாயா மலர்க்கண்ணா"
"வந்து துயர் தீர்த்திடுவாய்"
என்று பாஞ்சாலி
இசைக்க அது கேட்டுச்

சென்று மலர்க்கண்ணன்
சித்திரச் சேர் ஆடை
வளர்ந்திடுக என்றான்,
அறம் வளர்க்க வந்தோன்-
வளர்ந்ததுவாம் வண்கடல் போல்
வான்போல் மலையைப் போல்-
இங்கதுபோல் தேசம்
இளமைந்தர் நம்மிடத்தில்
சிங்கம் கதறுதல் போல்
தேம்பி அழுதழுது
"தீயர் துகில் பறித்து"
"தீர்க்கின்றார் என் மானம்"
"மாயா மலர்க்கண்ணா"
"வந்து துயர் தீர்த்திடுவாய்"
என்று உரைத்திட்டாள்
இதனைச் செவியுற்றுச்
சென்று கண்ணக் காந்தி
சித்திரம் சேர் ஆடை
வளர்ந்திடுக என்றான்
அறம் வளர்க்க வந்தோன்
வளர்க வளர்க நம் வாழ்வு!

120.பாரததேவி வாழ்த்து

அகவல்

பொன்னிறக் கதிர்விளை நன்செயிற் புத்தொளி
வடிவமர் அன்னாய், நின்னெழில் வாழ்க!
கணுவகல் கரும்பின் இனியநற் சாறும்,
கதலியும் செந்நெல்லும் உடையை நீ வாழ்க!
தென்றலின் குளிரும் தேன்சுவைப் பழமும்.

நன்றியல் சோலை நலத்தினாய் வாழ்க!
வானுயர் பனிமலை வண்புனற் கங்கையென்
றுலகெலாம் உரைக்கும் பெரும் புகழ் உடையை நீ!
முப்பது கோடியர் முனிவராய் வீரராய்ப்
பெற்றடும் தேவிநீ வீறுகொள் பெற்றியாய்,
கலிப்பகை வென்றே தலை நிமிர் குன்றனாய்.
கடையுகம் முற்றினும் திறல்கெடாக் காளி நீ!
அறமெனும் வயிரக் குலிசத் தோளுடை
அன்னை நீ வாழ்க! அன்னை நீ வாழ்கவே!

121. முன்னேறு

ஏறு முன்னேறுதி ராவிடனே
இன்னலை நீக்குதல் உன்கடனே - விரைந்தேறு
வீறுகொண் டேறுவி ரைந்துமுன் னேறுவி
ழாக்கண்ட பிள்ளையைப் போல் மகிழ்ந்தேறு

நீறுபடுத்திடு வாய்பகை நெஞ்சினை
நீதான் இறைவன் திராவிட நாட்டினுக் - கேறு...
குமரிஇத் தெற்கிலும் வங்கம் வடக்கிலும்
கொட்டும் திரைக்கடல் மற்றிரு பாங்கிலும்
அமையக் கிடந்த திராவிட நாட்டினை
ஆண்டவன் ஆளப்பிறந்தவன் நீ விரைந் - தேறு

செல்வத்தை நல்கும் மலைகளும் மண்ணிடைத்
தேனென்று பாய்ந்திடும் ஆறும் சுனைகளும்
நெல்லைக் குவித்திடும் நன்செயும் முத்தை
நிறைக்கும்திரைகொள் திராவிடம் வெல்க என்-றேறு

வையம் எதிர்த்து வந்தாலும் கலங்காத
மறவரும் பச்சை மயிலொத்த பெண்களும்
மெய்யறம் காத்துநல் லின்பத்தி லாழ்ந்திடும்
மேன்மைத் திராவிடம் வாழியவே என - ஏறு

122.சுயமரியாதை எக்காளம்

ராகம் - தன்யாசி; தாளம்-ஆதி (கண்ணிகள்)

நெருப்பில் துடித்திடும் மக்கட்கெல்லாம் நல்லகாப்பு-நல்கும்
நீதச்சுயமரி யாதையென்னும் குளிர் தோப்பு!-அங்குச்
சுமப்பதெல்லாம் இன்ப மாகிய வண்புனல் ஓடை- நீவிர்
சுகித்திடலோ அறிவான இயக்கத்தின் வாடை!- இங்கு
விருப்பமெலாம் விழலாக்கிய வாழ்க்கையின் கோணை - அங்கு
விளையும் கருத்துக்கள் காதிலினித்திடும் வீணை!-இங்
கிருப்ப தெலாம் ஒருவர்க்கொரு வர் செய்யும் சேட்டை - அங்
கெழுப்பியிருப்பது சமத்துவ மானகற் கோட்டை.
உப்பினை உண்டு கரிப்புக் கழும்சிறு பிள்ளை- வாழ்வில்
ஊமைக் கடவுள்! எதற்குத் தொட்டீர் அந்த முள்ளை - தேசம்
முப்பத்து முக்கோடி மக்களினால் பெற்ற பேறு:-இங்கு
மூச்சுவிடக்கூட மார்க்கமில்லா மதச் சேறு!- மண்ணில்
எப்பக்கங் காணிலும் இன்பத்திலேறும் முன் னேற்றம்-இங்
கீன மதப்பலி பீடத்திலே முடை நாற்றம்! - சொல்விர்
எப்பதம் பெற்றனிர் இந்நாள் வரைக்கும்மண் மேலே - நீர்
எதற்கும் உமக்குள் உதிக்கும் மதக்கொள்கை யாலே?
"தாழ்ந்தவர் என்பர்" உயர்ந்தவர்க் கிம்மொழி இன்பம்- இந்தச்
சாத்திரத்தால் இந்த நாள் வரைக்கும் துன்பம்! துன்பம்! மண்ணில்
தாழ்ந்தவர் என்றொரு சாதியுரைப்பவன் தீயன்-அவன்
தன்னுடலைப்பிறர் சொத்தில் வளர்த்திடும் பேயன் - நீர்
தாழ்ந்து படிந்து தரைமட்டமாகிய நாட்டில் - இனிச்
சாக்குருவிச் சத்தம் நீக்கிடுவீர் மணவீட்டில்!-இன்று
வீழ்ந்தவர் பின்னர் விழித்ததற்கே அடையாளம் -வாய்
விட்டிசைப்பீர்கள் சுயமரியாதை எக்காளம்!

123. பெண்கள் பாட்டு

பந்துக்கு வருந்தல்

(ஆருக்குப் பொன்னம்பலம் கிருபை இருக்கிறதோ அவனே பெரியவனாம் என்ற பல்லவி மெட்டு)

பல்லவி

எறிந்த என் பூப்பந்தை எடுக்க முடியுமோ
இசைப்பீர் சகிமாரே (எறிந்த)

அநுபல்லவி

அறிந்தவரைக்கும் பந்து வானம் அளாவிப் பின்
ஆஸ்திகள் நடுவீட்டில் போய்ச்சேர்ந்த தாலே (ஏறிந்த)

சரணம்

பார்ப்பனன் கால் மாடு - தலையைவைத்துப்
படுக்கும் அப்புல்ல னோடு - முட்கள் செறிந்து
மூர்க்கமாய் வளர்ந்திடும் மூடவழக்கக்காடு
மொய்க்கும் ஆஸ்திகன் வீடு முடை நாற்றச் சுடுகாடு (ஏறிந்த)
அகத்தில் ஆணவம் கொழுக்கும்-பொய்வஞ்சப்பசாசை
அணுகவும் கால் வழுக்கும் - ஏழைக்கு மட்டும்
இகசுகம் பொய்மை என்னும் இதயத்தின் அழுக்கும்
இழுக்கமெல்லாம் மறைக்க முகத்திற் குறி பழுக்கும்
(ஏறிந்த)
கடவுள்கள் என்னும் உலையே - மூட்டிடித்து வைத்த
கடுமதவாள் கொள் நிலையே - நிலையாய் நின்று
படியில் தாழ்ந்தோர் என்போரைப் பண்ணும் படுகொலையே
பாங்கியரே அதனைப் பார்க்கச் சகிக்கலையே (ஏறிந்த)

ஏழை அறிவை வேட்டை - இட்டதினாலே
இழிகோயில் என்னும் நாட்டை - விழியிற்காட்டிப்

பாழாக்கச் சொல்லியதிற் பறித்திடும் - பணமூட்டை
பார்க்கவும் சகியேன் ஆஸ்திகன் வீட்டை

(ஏறிந்த)

பொய்மைப் புராணப் பேச்சில் - மக்களறிவைப்
புதைக்கும் அவனின் மூச்சில் - வெளிமயங்க
மொய்க்கும் விருதா பக்தி மொழிந்திடும் கைவீச்சில்
முகம் கருகியிருக்கும் என்பந்து சீச்சி (ஏறிந்த)

124. பிள்ளைப் பாட்டு

துருக்கச் சிறுவன்

நிலவே நிலவே நிற்பாய் நிலவே!
மெருகு கொடுத்த வெள்ளி நிலவே!
நாங்கள் உன்னை நாயம் கேட்போம்
கூறவேண்டும் குளிர்ந்த நிலவே!
மூன்றாம் பிறையாய்த் தோன்றுங்காலை
என் கூட்டத்தார் உன்னைத் தொழுவார்
ஆதலாலே அழகு நிலாவே!
துருக்கருக்குச் சொந்தப் பொருள் நீ

கத்தோலிக்கச் சிறுவன்

கன்னி மரியாள் உன்மேல் நிற்பாள்
ஆதலாலே அழகு நிலவே!
கத்தோலிக்கர் சொத்து நீதான்!

இந்துச் சிறுவன்

எங்கள் சிவனார் முடியில் இருப்பாய்
ஆதலாலே அழகு நிலவே!
இந்து மதத்தார் சொந்தப் பொருள் நீ!

மூவரும்

மூன்று பேரும் மொழியக் கேட்டாய்
யார்க்குச் சொந்தம் தீர்ப்புச் சொல்வாய்?

சு.ம சிறுவன் : மற்றப் பிள்ளைகளைக் குறித்து

உன் தகப்பன் உளறு வாயன்
துருக்கனென்று சொன்னான் உன்னை...
உன் தகப்பன் உளறுவாயன்
கத்தோலிக்கப் பட்டம்கட்டினான்.
உன் தகப்பன் உளறுவாயன்
இந்து என்றான் ஏற்றுக் கொண்டாய்!
துருக்கன் என்ற சொல்லை நீக்கு!
கத்தோலிக்கப் பித்தம் தொலைப்பாய்!
இந்து என்ற சிந்தனை வேண்டாம்!
யாவரும் மனிதர் என்பது தெரிந்தால்
நிலவும் பொதுவே என்பது தெரியும் .
அறிந்து வாழ்வீர் அன்பர் கூட்டமே.

125.வாழ்க திராவிடம்

நிழலில் இருந்த நின் உடல் நிறமும்,
வெயிலில் இருந்த உன் கையின் நிறமும்,
வேறா யினும், அம்மெய்யும், கையும்
வேறுவே றென்று விளம்புவ துண்டோ?
நீயும் தெலுங்கனும் நீங்கொணா இனத்தவர்,
இந்த உண்மை 'இடைநாள்' என்னும்
நிழல்மறைத் திருந்தது. நீ, உன் உணர்வால்,
உள்ள உறவினை உற்று நோக்குக.

பரந்து கிடக்கும் பழந்தமிழ் நாட்டைப்
பார்! உன் பைந்தமிழ்ச் சீர்பார்! மகிழ்ச்சி கொள்!
உன்னையும் தெலுங்கன் தன்னையும் விடாமல்

ஒன்று சேர்க்கும் ஓர் "உறவை" நீ ஏன்
அறுக்க முயன்றனை? ஆகுமா உன்னால்?

பிறர்கண் டஞ்சுமுன் பெரியபட் டாளத்தை
அறுத்துக் குறுக்குதல் அறியாமை அன்றோ!
ஏன் உன் இனத்தை எதிரிக் காக்கி
ஊனத்தை நாட்டுக் குண்டாக்கு கின்றாய்!

அயலார் தம்மை, நீஅண்ட வில்லையே;
தெலுங்கனை நம்மருஞ் செந்தமிழ் மறவனை
அடைகின்றாய் நீ. அறஞ்செய் கின்றாய்!

அகத்தில் உணர்ச்சி அருவி பாய்ச்சும்
நம்மருந் தாய்த்தமிழ் செம்மைப் பழந்தமிழ்,
தெலுங்கென ஒருமொழி செப்பிய துண்டா?
கன்னடம் உண்டெனக் கழறிய துண்டா?
கேரளம் உண்டெனக் கிளத்திய துண்டா?
துளுவம் உண்டெனச் சொன்ன துண்டா?

சேரன் பிறன் என்று செந்தமிழ் சொன்னதா?
அன்னவன் நாட்டை அயல்நா டென்றதா?
பாண்டிய நாட்டைப் பழந்தமிழ் வெறுத்ததா?
சோழ நாட்டைத் தொடாதீர் என்றதா?
தலைமுறை தலைமுறை தலைமுறை யாகக்
கிடந்தஉன் புகழுக் கடையாள மாக
இருந்த உன் புகழுக் கடையாள மாக
இருந்த உன் விற்கொடி எட்டிபோற் கசந்ததா?
கயற்கொடி புலிக்கொடி கசப்பா நல்கின?

"தெலுங்கு நாடு" செப்பு கேரளம்
கன்னடம் துளுவம் என்னும் நாடுகள்
அனைத்தும் புதுப்பெயர் ஆம்என அறிக.
எல்லாம் பழந்தமிழ் நாடென இயம்புக.
யாவரும் என்றன் இனத்தார் என்க.
திராவிடம் என்றன் திருநாடென்று
சரேலென எழுக தடந்தோள் ஆர்த்தே!

மீட்பாய் திராவிட நாட்டை! அதோ பார்
வீழ்ந்த துன்றன் பகைப் புலம்
வாழ்ந்தனர் திராவிட மக்கள் இனிதே!

126. பாரீஸ் விடுதலை விழா!*

வெண்ணிலா, முகிலி னின்று
மீண்டது போலவே மீண்டாய்
எண்ணிலா மகிழ்ச்சி யூட்டும்
எழில் பாரீஸ் நகரே நீதான்!
கண்ணிலா இட்லர் நின்பால்
கால் வைத்தான்! தோல்வி பெற்றான்!
மண்ணுளார் துயரி னின்று
மீண்டனர் மகிழ்ச்சி யுற்றார்.

தனித்தாளும் ஆட்சி என்னும்
தவிர்ப்பதற் கரிய நோயை
இனித்தாளோம் எனக்கிடந்த
வையத்தும் இரத்தம் சிந்தி
மனித்தரே ஆள்வ தென்ற
மாண்புறு மருந்தின் நுட்பந்
தனைக் காட்டி, பிரஞ்சு நாடே
சாற்றரும் பெருமை பெற்றாய்.

பிறப்புரி மைகாண் பார்க்கும்
"விடுதலை" எனப் பிழிந்த
நறுந்தேனை எங்கும், பெய்தாய்!
நால்வகைச் சாதி யில்லை;
தருக்குறும் மேல், கீழ் இல்லை
சமம் யாரும் என்றாய்! வானில்

---

* கவர்னர் லூய் பொன்வேன் அவர்கள் தலைமையில் 1.10.44-ல் நடந்த பாரீஸ் விடுதலை விழாவில் சொல்லியது.

அறைந்தனை முரசம் "மக்கள்
உடன்பிறப் பாளர்" என்றே!

கல்வியைப் பொதுமை யாக்கிக்,
காட்டினாய் நல்லவே டிக்கை!
செல்வரின் இல்லத் துள்ளும்
வறியரின் சிறுவீட் டுள்ளும்
நல்லறி வென்னும் பெண்ணாள்
மாறின்றி நண்ண லுற்றாள்
வில்லிருள் புறங்காட் டிற்று
வையகம் அறிந்த தன்றோ!

வையத்து மக்கள் உன்சீர்
மறக்கி லார்! அவர்கள் நீண்ட
கையெலாம் உன்னைக் காக்கக்
கவிந்திடும் என்ற செய்தி,
பொய்யெலாம் உருக் கொண்டுள்ள
பகைவர்க்குப் புரிய வில்லை!
மெய்! பாரீஸ் மீண்ட திந் நாள்!
நாளைமீள் வாய் பிரான்சே!

இலை மறை காயோ? இல்லை!
இவ்வையம் அறியும்; போரின்
கலைமுறை பிறழா வண்ணம்
பகைவரைக் கலக்கும் வீரர்
தலைமுறை யுடையாய்! மாண்பின்
தக்காரைப் பெற்றுள் ளாய்நீ!
நிலைகலங் காத் தெகோல் சீர்
நிகழ்த்தவோ பிரஞ்சு நாடே?

வழி உண்டாம்; நண்பு கொள்ள
நாடுகள் வந்து சேரும்:
விழியுண்டாம்; வன்மை உண்டாம்

மீட்போம் நாம் என்று போரின்
தொழில் கண்ட தேகோல் இருந்தார்
தூய்நாடே மீட்சி கண்டாய்
பழிகாரர் பட்ட பாடு
கொஞ்சமா ரஷிய ராலே?

தொல்லையை ஒருகை தாங்க
மற்றோர்கை சுறுசு றுப்பால்
வல்லபோர்க் கருவி செய்து
வரும்பகை மறுத்து, நின்பால்
நல்லுளம் காட்டும் இங்கி
லாந்துக்கு நன்றி சொல்வோம்
வெல்லும் ஆயுதம் கடல்போல்
அமெரிக்கா தருதல் வீணோ!

சீனத்தின் ஒத்து ழைப்பும்
தெரிந்துள் ளோம்; பிரஞ்சு நாடே
மானத்தை உயிராய்க் கொண்ட
நின் மக்கள், பகைவர் என்னும்
கானத்து விலங்கி னத்தைக்
கடிந்ததில் வியப்பும் உண்டோ!
தேனொத்த தமிழரின் போர்ச்
செயலையும் மறக்க வேண்டாம்!

குடியேற்ற நாடு தோறும்
நீவெற்றி கொள்ளத் தொண்டு
முடியேற்றுச் செய்தார் உன்றன்
முழுதன்பர் என்றால் இங்கு
கொடிதோறும் நோற்ற நல்லார்
போன்வனே சிறந்தார் என்போம்
கொடியேற்றுப் பிரஞ்சு நாடே
முழுவெற்றி கொண்டு வாழ்க!

127. என் கருத்தில்

வள்ளுவர்க்கு நிறமில்லை மதமும் இல்லை,
 மதங்கட்(கு) அப்பாலிருந்தே குறள் செய்துள்ளார்
உள்ளசிறு மதங்குறிக்கும் சொற்கள் கொண்டே
 உவகையொடு தத்தமது மதத்தில் சேர்த்து
தெள்ளிவைத்த நீறிடுதல் திருமண் சார்த்தல்
 செழும்பிண்டி அமர்ந்தானைச் சேர்ந்தானென்னல்
தள்ளிவைத்த மரபென்று பேசல் யாவும்
 சரியென்று தோன்றவில்லை என் கருத்தில்

128. தீவாளியா?

அசுரர் என்று தமிழர்களை, ஆரியர்கள்
அழைத்தார்கள்; சுரர் என்று தம்மைச் சொன்னார்
பசிகொண்ட நரி போலே ஆரியர்கள்
பழந்தமிழர் தமையணுகி, வயிற்றைக் காட்டி
இசைந்தவர் பால் கூத்தாடி, இனத்தைக் கூட்டி
இடம் பெற்றுக் கலாம் விளைத்துக் குடித்தனத்தை
வசம்பார்த்துப் பெரிதாக்கி வைத்த பின்னர்
வளநாட்டில் ஆதிக்கம் பெறநினைத்தார்.

செங்கதிரை நாழிகைகள், மேற்கில் தள்ளும்
செயல் போலே, ஆரியர்கள், தமிழர் வாழ்வில்
பொங்குதமிழ்க் கலைச்செல்வம் மறையும் வண்ணம்
புனைசுருட்டுச் செய்து வந்தார்; ஐயகோ நம்
மங்காத தமிழ் மறவர் வரலா றெல்லாம்
மங்கும் வகை செய்தார்கள்; வையங் கண்ட
தங்கத்தை இரும்பென்று சொன்னார்: ஐயோ
தமிழரெல்லாம் அசுரர்கள்! தாம்சு ரர்கள்!

அரக்கரென்றார்; அசுரர் என்றார்; நம்மையெல்லாம்
அழகற்றோர் ஒழுக்கமிலார், என வரைந்தார்
சுரக்கவில்லை மலையருவி! உணர்ச்சி வெள்ளம்
தோன்றவில்லை நெஞ்சத்தில் நமை மறந்தோம்
குரங்கினங்கள் என்றுரைத்தார். நம்மை யெல்லாம்
குறுங்கரடிக் கூட்டமென்றார் கேட்டி ருந்தோம்
அரிக்கின்ற செல், அழிக்க மறந்த தோள்கள்,
அன்று போல் இன்றுமுண்டு குற்றத் தைப்போல்.

வாலியின் பால் வஞ்சகத்தைச் செய்த ராமன்
வாலிக்கு மோட்சத்தை அருள் செய் தானாம்!
கோலைத்தன் வசமாக்கச் சதையை விற்ற
கொடியவன்பேர் ஆழ்வானாம்! உடம் பிறந்தீர்,
கேலி யொன்று கேட்டீரோ, நரகன் என்போன்,
கீழ்ச் செயல்கள் செய்தானாம், சுரர்கட் கெல்லாம்
ஏலாத செயல் செய்த பாவி யாம், அவ்
விந்திரனின் ஆட்சியையும் பறித்த துண்டாம்.

பெண்ணினத்தைக் கொல்லாமை கடைப் பிடித்த
பெரியானை, நரகன் எனும் தமிழ்ச் சேயைப்
பெண்டாட்டி தனையனுப்பி, மானமின்றிப்
பெருவெற்றி கிழித்தாராம் கண்ண வீரர்.
பண்டிகையாம்! தீபாளி அந்த நாளாம்!
பல்லக்கை வழிகூட்டி அனுப்பு கின்ற
பெண்டுக்குப் போடுதல் போல் கழுத்துக் கோடி
பெரிது பெரி தாய் வாங்கிப் படைய லிட்டே.

அணிந்திடவும் வேண்டுமாம், அந்த நாளில்!
அக மகிழ வேண்டுமாம். அதுவுமின்றித்
தணியாத மகிழ்ச்சிதனை, அறிவை அந் நாள்
தலைமுழுக வேண்டுமாம்; தமிழர் மானம்

தணல் பட்டுப் படபடெனு வெடித்த தென்று
சாற்றுதல் போல் வெடிகொளுத்த வேண்டுமாம்: இப்
பணி யிட்டோர் ஆரியர்கள். தமிழர் என்னும்
பண்டிதர்கள் இவற்றிற்குக் கவிதை செய்தார்.

இனமழிப்பார் அடிசுமக்கும் படிச்சு வர்கள்
இனமழிப்பார் அடிசுமப்பார் படிச்சவர்கள்!
கன லென்று நடுங்கினரோ? நம்மினத்தைக்
கசந்தாரோ? வற்றியதோர் ஓலையைப் போல்
மனம் சுருண்டு போனாரோ? தம்மைத் தாமே
மறந்தாரோ. ஐயகோ தமிழர் தம்முன்
முன மிருந்தார் சிலகம்பர்: விட்டதாலே
முளைத்தகம் பக்கிளைகள் மும்ம டங்கோ?

129.கூதிர் விழா*

கூதிர் விழா - நல்ல
குளிர்காலப் பொன் விழா
கொட்டடா கொட்டடா முரசம்

வீதிக்கு வீதி பல
வீட்டுப் புலித் தமிழர்
வில்லேந்தி வந்தனர் வாழ்க!

சூதற்ற தமிழ் மாதர்
சோலைப் பசுங்கிளிகள்
சுடர்விளக் கேந்தினர் வாழ்க!

போழ்தும் புறம் போகப்
பொன்னாடு வலம் வந்து
பொதுமன்று சூழ்ந்தனர் வாழ்க!

தமிழர் விழா நல்ல
தன் கூதிர்ப் பொன் விழா
தடதடென் றோச்சடா முழவம்.

அமுதென்று பாடுவோம்
அது நன்று போற்றுவோம்
அறிவென்று சொல்லடா தமிழை!

நமதென்று நாட்டடா
நந்தமிழ்ப் பொன்னாடு!
நரிகளுக் கிங்கில்லை வேலை.

சமைக்கின்ற கலை யெலாம்
தமிழ் தந்த பணியெலாம்
தலையென்று சாற்றடா உலகில்.
ஊதடா - நற்றமிழர்
ஒன்றென்று நாடெலாம்
ஊதடா ஊதடா தாரை!

மீதெலாம் கார் வானம்
விளைவெல்லாம் செந்நெல்
விருப்பெலாம் போர் ஆமென் றூது!

போழ்தெலாம் அறமென்று
புகையெலாம் ஆகிலென்று
பொற்றாரை ஊதடா ஊது!

கூதிராம் ஐப்பசிக்
கார்த்திகை குளிர் விழா
கொட்டடா கொட்டடா முரசம்!

❖❖❖

---

* திராவிடநாடு இதழில் வந்தது.